ഓർച്ച

Orcha
Autobiography

Dr. M V Vishnu Namboothiri

CHINTHA PUBLISHERS
Thiruvananthapuram

First Edition
February 2020

Second Edition
August 2022

Typesetting & Published
Chintha Publishers, Thiruvananthapuram

Printed at
Repro India Ltd, Mumbai

Cover Design
Vinod Mangoes

ISBN : 978-93-89410-78-5

CR - 3226 / 6115

₹220

Email: chinthapublishers@gmail.com
Website: www.chinthapublishers.com

A version is available at National Libraries
Kolkata, Mumbai, Chennai and Delhi

Distribution
DESHABHIMANI BOOKHOUSE
H O Thiruvananthapuram 695035

Branch
Head Office Kunnukuzhi • Statue Thiruvananthapuram
KSRTC Bus Terminal Thampanoor • Saphalyam Complex Thiruvananthapuram
KSRTC Bus Station Alappuzha • KSRTC Bus Station Ernakulam
Machingal Lane Thrissur • IG Road Kozhikode
Mavoor Road Kozhikode • NGO Union Building Kannur
Central Bus Terminal Complex Thavakkara Kannur

ഓർച്ച

ആത്മകഥ

ഡോ. എം വി വിഷ്ണു നമ്പൂതിരി

ചിന്ത പബ്ലിഷേഴ്സ്
തിരുവനന്തപുരം-695 035
വില : ₹ 220

ഡോ. എം വി വിഷ്ണുനമ്പൂതിരി

പയ്യന്നൂരിനു സമീപമുള്ള രാമന്തളി വില്ലേജിൽ (കണ്ണൂർ ജില്ല) 1939 ഒക്ടോബർ 25 ന് ജനിച്ചു. അച്ഛൻ: സുബ്രഹ്മണ്യൻ നമ്പൂതിരി, അമ്മ: ദ്രൗപദി അന്തർജ്ജനം. മലയാള ഭാഷയിലും സാഹിത്യത്തിലും എം എ (ഫസ്റ്റ് ക്ലാസ്), പി എച്ച് ഡി ബിരുദം.

അവാർഡുകൾ: കേരള സാഹിത്യ അക്കാദമി (ഐ സി ചാക്കോ എൻഡോവ്മെന്റ്) അവാർഡ്-1998, (ഫോക്‌ലോർ പഠനരംഗത്ത് കാൽനൂറ്റാണ്ടിലേറെക്കാലം ചെയ്ത സേവനങ്ങളെ പരിഗണിച്ച്) കേരള ഫോക്‌ലോർ അക്കാദമിയുടെ പ്രഥമ അവാർഡ് (ഗ്രന്ഥരചന - സമഗ്ര സംഭാവനയ്ക്ക് 1999). കേരള സംഗീത നാടക അക്കാദമി അവാർഡ് - 2008 (നാടൻ കലാ ഗവേഷണം), കേരള സർക്കാരിന്റെ പി കെ കാളൻ പുരസ്കാരം - 2009, പി കെ പരമേശ്വരൻ നായർ ട്രസ്റ്റ് (എസ് ഗുപ്തൻ നായർ സ്മാരക) പുരസ്കാരം- 2011, കടത്തനാട്ട് ഉദയവർമ്മ രാജപുരസ്കാരം 2012, കളമെഴുത്ത് പഠന ഗവേഷണ കേന്ദ്രം (കാട്ടകാമ്പാൽ, തൃശൂർ) പുരസ്കാരം-2014. വിജ്ഞാന പീഠപുരസ്കാരം (ശ്രീ. ശങ്കര ട്രസ്റ്റ് സാംസ്കാരിക പഠന കേന്ദ്രം, പെരുമ്പാവൂർ) 2014, കേരള സംസ്ഥാന ജൈവ വൈവിദ്ധ്യ പുരസ്കാരം, തിരുവനന്തപുരം 2014, അബുദാബി ശക്തി അവാർഡ് 2016, മികച്ച കലാനിരൂപണഗ്രന്ഥത്തിനുള്ള കേരള ലളിതകലാ അക്കാദമി പുരസ്കാരം 2017, കേന്ദ്ര സാംസ്കാരിക വകുപ്പിന്റെ സീനിയർ ഫെലോഷിപ്പ് തുടങ്ങിയ അവാർഡുകളും മറ്റു നിരവധി പ്രാദേശിക ബഹുമതികളും ലഭിച്ചിട്ടുണ്ട്.

കേരള ഫോക്‌ലോർ അക്കാദമിയുടെ മുൻ ചെയർമാൻ, കോഴിക്കോട്, കാലടി, കണ്ണൂർ, എം ജി സർവ്വകലാശാലകളിലെ അംഗീകരിച്ച ഗവേഷണ ഗൈഡ്, സർവ്വവിജ്ഞാനകോശം ഉപദേശക സമിതി അംഗം എന്നീ നിലകളിൽ പ്രവർത്തിച്ചിട്ടുണ്ട്.

ഫോക്‌ലോർ രംഗത്ത് എഴുപതോളം ഗ്രന്ഥങ്ങൾ ഇതിനകം പ്രസിദ്ധീകരിച്ചിട്ടുണ്ട്. ചരമം : 2019 മാർച്ച് 09

ഭാര്യ : സുവർണ്ണനി

മക്കൾ : സുബ്രഹ്മണ്യൻ, ഡോ. ലളിതാംബിക
മുരളീധരൻ

പ്രസാധകക്കുറിപ്പ്

നാടൻ കലകളുടെയും ജനസംസ്കാരത്തിന്റെയും ഉറവിടം തൊട്ടറിഞ്ഞ ഫോക്‌ലോറിന്റെ കുലപതിയായ ഡോ. എം വി വിഷ്ണുനമ്പൂതിരി അവ ജനങ്ങളിലേക്ക് എത്തിക്കുവാൻ നിരന്തരം പരിശ്രമിച്ചുകൊണ്ടിരുന്നു.

അദ്ദേഹത്തിന്റെ അക്ഷീണമായ ഈ യജ്ഞം കണ്ടറിഞ്ഞ് നിരവധി പുരസ്കാരങ്ങളും അംഗീകാരങ്ങളും അദ്ദേഹത്തെ തേടിയെത്തുകയും ചെയ്തു. അദ്ദേഹത്തിന്റെ മികച്ച പഠന ഗ്രന്ഥങ്ങൾ ചിന്ത പബ്ലിഷേഴ്സിലൂടെ വഴിയായും വായനാ ലോകത്തിലെത്തിയിരുന്നു. അവയിൽ ഏറ്റവും ഒടുവിലത്തേതാണ് *ഫോക്‌ലോറും അസംബന്ധ കല്പനകളും* എന്ന 2019 ൽ പ്രസിദ്ധീകരിച്ച പുസ്തകം.

ഓർച്ച എന്ന പേരിൽ സ്വന്തം ജീവിതകഥ ചിന്ത വഴി പ്രസിദ്ധീകരിക്കണമെന്ന് ഡോ. എം വി വിഷ്ണുനമ്പൂതിരി ആഗ്രഹിക്കുകയും അതിൻ പ്രകാരം ഈ പുസ്തകത്തിന്റെ കൈയെഴുത്തു പ്രതി ഞങ്ങൾക്ക് കൊടുത്തയക്കുകയും ചെയ്തിരുന്നു. എന്നാൽ കൈയെഴുത്തു പ്രതി ചിന്തയിലെത്തുന്നതിനുമുമ്പ് ആ പണ്ഡിത ശ്രേഷ്ഠൻ വായനാലോകത്തിൽനിന്നും കാലയവനികയ്ക്കുള്ളിലേക്ക് കടന്നുപോയി.

ഒട്ടൊക്കെ വ്യസനത്തോടെയും എന്നാൽ കൃതാർത്ഥതയോടെയും ഞങ്ങൾ ഡോ. എം വി വിഷ്ണുനമ്പൂതിരിയുടെ ജീവിതാനുഭവങ്ങൾ - *ഓർച്ച* - ജനസമക്ഷം സമർപ്പിക്കുന്നു, വൻതോതിൽ സ്വീകരിക്കപ്പെടും എന്ന ഉറപ്പോടെ.

ചിന്ത പബ്ലിഷേഴ്സ്

‘ഓർച്ച’യെപ്പറ്റി

കണ്ടതും കേട്ടതും അനുഭവിച്ചതുമായ കാര്യങ്ങളാണ് ഇതിൽ കുറിച്ച ഓർമ്മകൾ. അവയെ മാറ്റുവാനോ പുതുക്കുവാനോ ശ്രമിച്ചിട്ടില്ല. വർഷങ്ങളായി മനസ്സിൽ കൊണ്ടുനടക്കുന്ന ഓർച്ചകളാണ് ഇവയിൽ പലതും. ഓർമ്മയേക്കാൾ ഓർച്ചയ്ക്കു മനസ്സുമായി അടുപ്പമുണ്ട്. ചാർച്ചയും തോർച്ചയും ഓർമ്മകളെ സ്ഥായിയായ വികാരങ്ങളായി മാറ്റുന്നു. കാലം കഴിയുന്തോറും അവ മനസ്സിൽ ഉണർന്നു വരുന്നു. അവയെ ഒന്നിറക്കി വെക്കണം. അതിനുള്ള ശ്രമമാണിതിൽ.

ജനിച്ചു ജീവിച്ച പരിസരവും പരിസ്ഥിതിയും പാരമ്പര്യബന്ധങ്ങളും അപ്പാടെ വിസ്മരിക്കുവാൻ കഴിയുന്നില്ല. അവയെല്ലാം ഓർച്ചകളായി കടന്നുവരുന്നു. കഴിഞ്ഞകാലത്തെ നിത്യജീവിതവും ഋതു ചാക്രികതയും ജീവിത ബന്ധവുമുള്ളവയാണ്. അവയ്ക്കെല്ലാം ഇന്ന് മാറ്റങ്ങൾ സംഭവിച്ചു കൊണ്ടിരിക്കുകയാണ്. അക്കാലത്തെ അത്തരം സവിശേഷാനുഭവങ്ങൾ വിസ്മരിക്കുന്നില്ല. ജീവിച്ച സമൂഹവും സംസ്കാരവും ഇതിൽ കടന്നുവന്നതങ്ങനെയാണ്. നാട്ടറിവു (ഫോക്‌ലോർ) പഠനത്തിൽ അവ ശ്രദ്ധിക്കപ്പെടാതെ വിട്ടുകളയരുതല്ലോ. അവ സാംസ്കാരിക ചരിത്ര രേഖകളാണല്ലോ.

വിദ്യാർത്ഥി ജീവിതവും വിദ്യാലയ പരിസരവും വിസ്മരിക്കുവാൻ കഴിഞ്ഞില്ല. നാട്ടറിവിന്റെ മണ്ഡലത്തിലേക്കു ചുവടുകൾ വെക്കുവാൻ വഴിതുറന്നത് അക്കാലത്താണെന്നു ഇന്ന് തിരിച്ചറിയുന്നു. ഔദ്യോഗിക ജീവിതത്തിന്റെ രൂപരേഖയും ആ കാലത്തെ അനുഭവങ്ങളും ഇതിൽ കുറിക്കുവാൻ സ്ഥലം കണ്ടെത്തി.

വിദ്യാഭ്യാസവും തുടർന്നുള്ള നാട്ടറിവു പഠന ശ്രമങ്ങളും അനുബ

ന്ധിച്ച ഗവേഷണ പ്രവർത്തനങ്ങളും ക്ലേശ പൂർണ്ണമായ അനുഭവങ്ങളായിരുന്നു. ഫോക്‌ലോർ ഗവേഷണ വിദ്യാർത്ഥികൾക്കു മാർഗ്ഗനിർദ്ദേശം ചെയ്യുകയെന്ന ദൗത്യവും നിർവ്വഹിക്കേണ്ടിവന്നു.

നാട്ടറിവു പഠനരംഗത്തെ പ്രവർത്തന ഫലമായി ഏതാനും പുരസ്കാരങ്ങളും അനുമോദനങ്ങളും ഏറ്റുവാങ്ങിയിട്ടുണ്ട്. ആ രംഗത്ത് രസകരമായ ചില അനുഭവങ്ങളുമുണ്ടായി. ചുണ്ടോടടുത്തവ നഷ്ടപ്പെട്ട ചില തോർച്ചകളും ഈ രംഗത്ത് സംഭവിച്ചിരുന്നു.

നാട്ടറിവുപഠനത്തിൽ ആവേദകർക്ക് പരമ പ്രാധാന്യമാണുള്ളത്. അതു വിസ്മരിക്കാതെ മുക്കിലും മൂലയിലും കടന്നുചെന്ന് യോഗ്യരായ ആവേദകരെ കണ്ടെത്തുവാനും അവരുമായി സൗഹൃദം പുലർത്തുവാനും കഴിഞ്ഞു. ആവേദക പ്രക്രിയയിൽ ഉണ്ടായ അനുഭവങ്ങൾ നിരവധിയാണ്. അവ മുഴുവൻ കുറിക്കുവാൻ സ്ഥല പരിമിതി അനുവദിക്കുന്നില്ല. അതിന്റെ ആവശ്യവുമില്ല. മുഖ്യമായ ചില അനുഭവങ്ങൾ ഇതിൽ സ്മരിക്കുന്നു. ജീവിതത്തിൽ പല രംഗങ്ങളിലും അടുത്തു ബന്ധപ്പെട്ട വ്യക്തികളെ സംബന്ധിച്ചും അതുപോലെതന്നെ.

വിവിധ പ്രസിദ്ധീകരണശാലകളിലൂടെ എഴുപതോളം ഗ്രന്ഥങ്ങൾ പ്രസിദ്ധീകൃതങ്ങളായി. *മുഖദർശനം* എന്ന ആദ്യ രചന തയ്യാറാക്കിയിരുന്നപ്പോൾ, അത്തരമൊരു ഗ്രന്ഥം പ്രസിദ്ധീകരിക്കണമെന്നേ തോന്നിയിരുന്നുള്ളൂ. നാട്ടറിവു പഠനത്തിൽ ക്രമേണ കൂടുതൽ താല്പര്യവും അടുപ്പവുമുണ്ടായി. അധികമാരും പഠനശ്രമം നടത്താത്ത വിഷയങ്ങളിൽ വല്ലതുമെഴുതണമെന്നു തോന്നി. ശ്രദ്ധയിൽപ്പെട്ട അറിവുകൾ നഷ്ടപ്പെടരുതെന്ന ചിന്തയുമുണ്ടായി. ഈ സാഹചര്യത്തിലാണ് കൂടുതൽ പഠനങ്ങളിൽ മുഴുകുവാൻ കഴിഞ്ഞത്.

ഈ ഗ്രന്ഥരചനയിൽ ഭാഷാപരമായി അല്പം ശ്രദ്ധിച്ചിട്ടുണ്ട്. പ്രഥമ പുരുഷൻ ഇതിൽ പ്രകടമായി കടന്നുവരുന്നില്ല. വസ്തുതകൾ ഞാൻ, എനിക്ക്, എന്റേത് എന്നിങ്ങനെ പറയാതെ, ആശയങ്ങൾ വ്യഞ്ജിപ്പിക്കുകയാണ് ചെയ്തിട്ടുള്ളത്. ജനസംസ്കൃതിയുടെ മുഖച്ഛായ ഇതിൽ ദർശിക്കുവാൻ കഴിഞ്ഞേക്കാം. ജീവിതാനുഭവങ്ങളായ അവ കുറിച്ചിടേണ്ടത് ജനസംസ്കാര പഠനമേഖലയിൽ ചെയ്യേണ്ട അനുപേക്ഷണീയമായ കർത്തവ്യങ്ങളിൽ ഒന്നാണെന്നു തോന്നി. ഓർച്ചകൾ വെളിപ്പെടുത്തുവാൻ തുനിഞ്ഞതിന്റെ സാഹചര്യമതാണ്.

ഡോ. എം വി വിഷ്ണുനമ്പൂതിരി

'ഓർച്ച'

ഫോക്‌ലോറിന്റെ കുലപതി എന്നുതന്നെ വിശേഷിപ്പിക്കാവുന്ന വിഷ്ണു മാഷ് എന്ന ഡോ. എം വി വിഷ്ണു നമ്പൂതിരി ഇന്ന് നമ്മോടൊപ്പമില്ല. നാടൻ കലകളുടെയും ജനസംസ്കാരങ്ങളുടെയും ഉറവിടം തേടിയുള്ള യാത്ര തന്റെ ജീവിത ലക്ഷ്യമാണെന്ന് തിരിച്ചറിഞ്ഞ അദ്ദേഹം അവ ജനങ്ങളിലേക്ക് എത്തിക്കുവാൻ നിരന്തരം പരിശ്രമിച്ചുകൊണ്ടിരുന്നു. ഈ ജന്മത്തിൽ തനിക്ക് ചെയ്തുതീർക്കാവുന്ന കർമ്മങ്ങളുടെ പരിസമാപ്തിയെന്നോണം അദ്ദേഹം കുറിച്ചിട്ട ഓർമ്മക്കുറിപ്പുകളിലൂടെ കടന്നുചെല്ലുമ്പോൾ അദ്ദേഹത്തെ അറിയുന്ന, സ്നേഹിക്കുന്ന ആരുടെയും കണ്ണുകൾ ഈറനണിയും. എഴുതി പൂർത്തിയാക്കിയ തന്റെ ആത്മകഥ ജീവിച്ചിരിക്കുമ്പോൾത്തന്നെ പ്രസിദ്ധീകരിക്കണമെന്ന ആഗ്രഹം സാധിക്കാതെ പോയി.

ആചാരങ്ങളുടെയും വഴക്കങ്ങളുടെയും നടുത്തളത്തിൽ ജനിച്ച്, കഷ്ടാരിഷ്ടതകളും ക്ലേശങ്ങളും സഹിച്ച് വിദ്യാഭ്യാസം ചെയ്ത്, സ്വപ്രയത്നംകൊണ്ട് ഉന്നത യോഗ്യതകൾ നേടി നാട്ടറിവു പഠന മണ്ഡലത്തിൽ ഗ്രന്ഥരചനകളിലൂടെയും അർപ്പിതമായ സേവനങ്ങളുടെയും നിസ്തുലമായ സംഭാവനകൾ കാഴ്ചവെച്ചു. അത്തരമൊരു സാംസ്കാരിക പ്രവർത്തകനെയും ഗവേഷകനെയും അദ്ധ്യാപകനെയും വലിയൊരു മനുഷ്യസ്നേഹിയെത്തന്നെയുമാണ് *ഓർച്ച*യുടെ താളുകൾ മറിക്കുമ്പോൾ കാണുവാൻ കഴിയുക. അദ്ദേഹത്തിന്റെ ആഗ്രഹസഫലീകരണമെന്ന നിലയിൽ, മലയാളത്തിലെ ആത്മകഥാ പ്രസ്ഥാനത്തിലെ വേറിട്ട ഒരു വിശിഷ്ട ഗ്രന്ഥമെന്ന് വിശേഷിപ്പിക്കാവുന്ന *ഓർച്ച*യെ നിങ്ങൾക്കു മുൻപിൽ സമർപ്പിക്കുന്നു.

സുവർണ്ണിനി അന്തർജ്ജനം

ഡോ. എം വി വിഷ്ണുനമ്പൂതിരി

ഒന്ന്

വലിപ്പമുള്ളൊരു പിച്ചള ചെല്ലപ്പെട്ടി, പടിഞ്ഞാറ്റയുടെ അട്ടത്ത് സൂക്ഷിക്കാറുള്ള അതിൽ പഴയ രേഖകളാണ് വെച്ചിരുന്നത്. അച്ഛൻ ചെന്ന് ചെല്ലം തുറക്കുന്നതു കണ്ട് അവിടെച്ചെന്നു. ചെറിയ താളിയോല ക്കെട്ടുകൾ മൂന്നുനാലെണ്ണം. അതിൽനിന്ന് ഒരു കെട്ടെടുത്ത്, ഇത് നിന്റെ ജാതകമാണ്. കണിശ്ശൻ രാമൻ കുരിക്കളാണ് അതെഴുതിയത്. മൂന്നാം തരത്തിലോ നാലാംതരത്തിലോ പഠിച്ചിരുന്ന കാലം. ഓല കഷ്ടിച്ച് വായി ക്കാം.

മീനശ്ശനി മകരവ്യാഴം കൊല്ലം 1114 തുലാംമാസം ഏഴാംതീയതി മന്ദവാരം ഉദിച്ച് ഒന്നര നാഴിക പുലർന്ന സമയം തുലാവലഗ്നം ജനിച്ചു. പുരുഷനക്ഷത്രം അത്തം. ജനനത്തെ സംബന്ധിച്ച വ്യക്തമായ ജ്യോതിഷരേഖ അതാണ്.

പേര് വിഷ്ണു. സാമ്പ്രദായികമാണ് നാമകരണം. മൂത്ത മകന് മുത്ത ച്ഛന്റെ പേരാണ് വിളിക്കുക. രണ്ടാമത്തെ മകന് അമ്മാത്ത് മുത്തച്ഛന്റെ (അമ്മയുടെ അച്ഛന്റെ) പേരിടും. പെൺകുട്ടിയാണെങ്കിൽ ആദ്യത്തെ കുട്ടിക്ക് അച്ഛമ്മയുടെ പേരും രണ്ടാമത്തെ കുട്ടിക്ക് അമ്മാത്തുമുത്തശ്ശി (അമ്മയുടെ അമ്മ)യുടെ പേരുമാണ് വിളിക്കേണ്ടത്. ആദ്യസന്താനത്തി നാണ് പ്രാമുഖ്യം. രണ്ടാമത്തെ മകൻ ചിറ്റനാണ്.

വലിയൊരു നാലുകെട്ടുഭവനം. ആ ബ്രഹ്മാലയത്തിലാണ് ജനനം. പാലക്കാട്ടേരി (പാലക്കാടിന് പഴയ വ്യവഹാരം അങ്ങനെയത്രെ) ശാന്തി ക്കുപോയിരുന്ന ഒരു മുത്തശ്ശൻ അവിടെ ഒരു നായർ തറവാട്ടിൽനിന്ന് സംബന്ധം ചെയ്ത് അവിടെത്തന്നെ താമസിച്ചിരുന്നു. ആ മുത്തശ്ശനാണ് ഈ ഭവനം പണികഴിപ്പിച്ചതെന്നാണ് കേട്ടുകേൾവി. പേരിൽപ്പോലും മമത തോന്നിക്കുന്ന ആ വിഷ്ണുമുത്തശ്ശനെ കണ്ടോർമ്മയില്ല. തറവാടുവക

സ്വത്തുക്കളെല്ലാം അന്യാധീനപ്പെടുത്തിയാണ് ഈ ഇല്ലംപണി പൂർത്തിയാക്കിയതെന്ന് അച്ഛമ്മ ആരോടെന്നില്ലാതെ പറയുന്നത് പലപ്പോഴും കേട്ടിട്ടുണ്ട്. പാലക്കാടൻ പ്രദേശങ്ങളിലെ വലിയ മനകളുടെ മാതൃകയിലുള്ളതത്രെ ഈ ഭവനം.

മീത്തലെ വട്ടപ്പറമ്പ് എന്നാണ് ഇപ്പോൾ വ്യവഹാരത്തിലുള്ള തറവാട്ടുപേര്. നൂറ്റാണ്ടുകൾക്കു മുമ്പ് തുളുനാട്ടിലാണ് തറവാടെന്നും പിന്നീട് കോലത്തുനാട്ടിൽ എത്തിച്ചേർന്നതെന്നുമാണ് പറഞ്ഞുകേട്ട ചരിത്രം. അതിയടം എന്ന സ്ഥലത്താണ് ആദ്യകാലത്ത് തറവാടുണ്ടായിരുന്നതെന്നാണ് ഓർമ്മ. കുറിയെടം എന്നോ മറ്റോ ആയിരുന്നു അന്നുള്ള തറവാട്ടുപേര്. കാലാന്തരത്തിൽ, കുന്നരിയത്തെ വട്ടപ്പറമ്പിൽചാൽ എന്ന തോടിനരികെയുള്ള പറമ്പിൽ താമസമാക്കിയപ്പോഴാണ് വട്ടപ്പറമ്പ് എന്ന തറവാട്ടുപേര് വിളിച്ചു തുടങ്ങിയത്.

അന്നുണ്ടായിരുന്ന സഹോദരന്മാരായ രണ്ടു മുത്തശ്ശന്മാർ എന്തോ കാരണത്താൽ പരസ്പരം കലഹിക്കുകയും അത് കൊലപാതകത്തിൽ പര്യവസാനിക്കുകയും ചെയ്തുവെന്നാണ് കേട്ടുകേൾവി. ഏതായാലും വട്ടപ്പറമ്പിൽചാലിലെ പഴയ തറവാട്ട് പറമ്പിൽ ബ്രഹ്മപ്രതിഷ്ഠ കാണുവാനുണ്ട്. ദുർമ്മരണപ്പെട്ടവരുടെ സങ്കല്പത്തിലുള്ളവയാണെന്നതാണ് പറയപ്പെടുന്നത്.

അടുത്ത തലമുറയിൽപ്പെട്ട രണ്ടുപേർ പിരിഞ്ഞ് രണ്ടു ഗൃഹങ്ങളിലായി താമസം തുടങ്ങുകയും മൂത്ത ആളുടെ താവഴിക്ക് മീത്തലെവട്ടപ്പറമ്പെന്നും ഇളയതലമുറയിൽപ്പെട്ട താവഴിക്ക് താഴത്തെ വട്ടപ്പറമ്പെന്നും ഭവനപ്പേര് വ്യവഹരിച്ചുതുടങ്ങി. വട്ടപ്പറമ്പിൽചാലിലെ പഴയ തറവാട്ടു പറമ്പിലാണ് നാഗക്കാവും ധർമ്മ ദൈവസ്ഥാനവും. ആ സ്ഥലത്തെ സ്വത്തവകാശം ഇന്ന് താഴത്തെ ശാഖയ്ക്കാണെന്നു പറയുന്നു. ആത്മീയാവകാശം മീത്തലെ ശാഖയ്ക്ക് ഇന്നുമുണ്ടത്രെ. അച്ഛൻ മരിക്കുന്നതുവരെ പത്താമുദയത്തിന് അവിടെച്ചെന്ന് നാഗപൂജയും ധർമ്മ ദൈവാരാധനയും നടത്താറു പതിവുണ്ടായിരുന്നു.

രണ്ടു താവഴികളായി പിരിഞ്ഞശേഷം മീത്തലെ താവഴിയിലെ മുത്തശ്ശൻ തിരുവങ്ങാട് ശിവക്ഷേത്രത്തിൽ ശാന്തിക്കുപോയി. കൊയിലാണ്ടിക്കു സമീപമാണ് ആ ശിവക്ഷേത്രം. താഴത്തെ താവഴിയിലെ മുത്തശ്ശൻ പാലക്കാട്ടെ പ്രശസ്ത കോങ്ങാട്ടുഭഗവതിക്ഷേത്രത്തിലാണ് ശാന്തി കഴിച്ചത്. കഴിയാതെ വന്നപ്പോൾ രണ്ടുപേരും നാട്ടിലേക്കു മടങ്ങി. മീത്തലെ താവഴിയിലെ മുത്തശ്ശൻ മടങ്ങിവന്നശേഷവും തിരുവങ്ങായൂരപ്പനെ ഭജിച്ചു. ഇല്ലത്തെ തേവാരത്തോടൊപ്പം സ്വസ്തികപത്മമിട്ട് പൂജിച്ചു. ആ നറുക്കിലനിവേദ്യത്തിന് ഇന്നും മുടക്കമില്ല. താഴത്തെ താവഴിക്കാർ കൊങ്ങാട്ടുഭഗവതിയെ പ്രീതിപ്പെടുത്തുവാൻ പ്രത്യേകം അമ്പലം പണികഴിപ്പിച്ചു. മഹാവിഷ്ണു, കൊങ്ങാട്ടുഭഗവതി എന്നിവരെ അവിടെ പ്രതിഷ്ഠിച്ച് ആരാധന തുടങ്ങി. പുതിയമോലോം (പുതിയമ്പലം) എന്ന പേരിൽ അറിയപ്പെടുന്ന ഹരിപുരം ക്ഷേത്രം അതാണ്.

കുന്നരുവിലെ മുഖ്യമായൊരു ശിവക്ഷേത്രമാണ് ശ്രീതിരുവില്ല്വാം കുന്ന് ക്ഷേത്രം. ശ്രീപരശുരാമപ്രതിഷ്ഠയാണെന്നാണ് ഐതിഹ്യം. അവിടെ പ്രാക്തനമായൊരു ശാസ്താംകാവുകൂടിയുണ്ട്. വട്ടപ്പറമ്പ് രണ്ടുതാവഴിക്കാർക്കും അവിടെ ഊരായ്മയുണ്ടായിരുന്നു. തലക്കുളം, ചന്ദ്രമന, നാരായണമംഗലം, ഹള്ളിയൂർബദിരമന, മീത്തലെ വട്ടപ്പറമ്പ്, വാരണാസി, താഴത്തെവട്ടപ്പറമ്പ്, സുബ്ബണ്ണമംഗലം എന്നിങ്ങനെയാണ് എട്ട് ഊരായ്മത്തറവാടുകളുടെ ക്രമം. ഈ എട്ട് തറവാട്ടുകാരും യോജിച്ച് സ്വത്ത് സ്വരൂപിച്ചാണ് ക്ഷേത്രപുനരുദ്ധാരണം നടത്തിയതെന്നാണ് കേട്ടുകേൾവി. ഇന്ന് ആ നിലയൊക്കെ മാറി. ദേവസ്വം ബോർഡിന്റെ നിയന്ത്രണത്തിലാണിപ്പോൾ.

സുബ്രഹ്മണ്യൻ നമ്പൂതിരി

വെളുത്തു മെലിഞ്ഞ ശരീരം. തോർത്തുമുണ്ട് ഉടുക്കാറുണ്ടെങ്കിലും, പലപ്പോഴും മുട്ടു മറയുന്ന മുണ്ടാണുടുക്കുക. ഭസ്മവും ചന്ദനവും ഗണപതിഹോമക്കുറിയും. തലയിൽ കുടുമയുണ്ടെങ്കിലും സമൃദ്ധമായിരുന്നില്ല. കോപം വരാത്ത ശീലം. പ്രീതിയോടെയുള്ള പെരുമാറ്റവും സംസാരവും. ഇതാണ് ഓർമ്മയിൽ തങ്ങുന്ന അച്ഛൻ. പേര് സുബ്രഹ്മണ്യൻ.

തറവാട്ടിൽ സ്വത്തില്ലാതിരുന്നതിനാൽ ഇല്ലത്ത് അടങ്ങിയിരിക്കുവാൻ കഴിഞ്ഞില്ല. എവിടെയെങ്കിലും ശാന്തിക്കുപോയാലേ ഇല്ലത്ത് തീപ്പുക ഉയരൂ. പല ക്ഷേത്രങ്ങളിലും ശാന്തിക്കുനിന്ന കഥകൾ അച്ഛൻ പറഞ്ഞു കേട്ടിട്ടുണ്ട്. രാമന്തളി ശങ്കരനാരായണക്ഷേത്രത്തിലും കുറച്ചുകാലം നിന്നു. തൃക്കരിപ്പൂർ ശ്രീചക്രപാണിക്ഷേത്രത്തിലാണ് വളരെക്കാലം അച്ഛൻ ശാന്തി കഴിച്ചത്. അവിടെനിന്നു ലഭിച്ചിരുന്ന വരുമാനംകൊണ്ട് കുടുംബച്ചെലവുകൾ നടത്തുവാൻ വളരെ പ്രയാസപ്പെടേണ്ടി വന്നിരുന്നു. പുരയിടത്തിലെ വലിയ മരങ്ങളും തറവാട്ടിലെ ചില പഴയ ഓട്ടുപാത്രങ്ങളിലുമൊക്കെ ചുരുങ്ങിയ വിലയ്ക്ക് വില്ക്കേണ്ടിവന്നത് ആ സാഹചര്യത്തിലാണ്. അച്ഛന്റെ ഇത്തരം പ്രവർത്തനങ്ങൾ അമ്മ ഒരിക്കലും ഇഷ്ടപ്പെട്ടിരുന്നില്ല.

ഇല്ലത്തായാലും അമ്പലത്തിലായാലും വിഷ്ണുഭാഗവതപുരാണപാരായണം അച്ഛൻ മുടക്കാറുണ്ടായിരുന്നില്ല. ജീവിതത്തിലെ ഒരു ഉപാസ

ദ്രൗപദി അന്തർജ്ജനം

നപോലെ അതൊക്കെ നടത്തിവന്നിരുന്നു. ഇല്ലത്തുള്ളപ്പോൾ ഹരിവംശപുരാണവും, വൈശാഖപുരാണവും മാഘമാഹാത്മ്യവുമൊക്കെ പാരായണം ചെയ്യുമായിരുന്നു. അവയിലടങ്ങിയ ആശയങ്ങളും കഥകളും മറ്റുള്ളവർക്ക് പറഞ്ഞുകൊടുക്കുമായിരുന്നു.

ഒതുങ്ങിയ ശരീരം, ചുരുളൻമുടി, ദാക്ഷിണ്യം പൂർണ്ണമായ കണ്ണുകൾ – ഇതാണ് ഓർമ്മയിലെ അമ്മ. പലപ്പോഴും അച്ഛനുമായി പിണങ്ങി സംസാരിക്കാറുണ്ടായിരുന്നുവെങ്കിലും അത്ര സ്ഥായിയായി നിലനില്ക്കുമായിരുന്നില്ല. വലിയൊരു കലഹത്തിൽ അത് ചെന്നെത്താറില്ല. കലഹിക്കുന്നത് മൂന്നാളായതുകൊണ്ടാണ് എന്ന് അമ്മതന്നെ പറയാറുണ്ട്. ഭാര്യാഭർത്താക്കന്മാരുടെ ജന്മക്ഷത്രം ഒന്നിടവിട്ടുവരുന്നത് പൊരുത്തക്കേടാണെന്നാണ് ജനവിശ്വാസം.

അമ്മ; ദ്രൗപദി എന്നാണ് പേര്. കുളപ്പുറം ദേശത്ത് ഗരുഡമംഗലം എന്ന ഇല്ലത്താണ് ജനനം. അമ്മയ്ക്ക് നാല് ജ്യേഷ്ഠത്തിമാരും രണ്ട് ജ്യേഷ്ഠന്മാരും ഒരു അനുജനും ഉണ്ടായിരുന്നു. കല്ലംവള്ളി (കുളപ്ര) തോട്ടം (പെരിയാട്ട്) പുതില്ലത്താറ്റു പുരം(കൈതപ്രം), കുണ്ടംകുഴി (അതിയടം) എന്നീ ഇല്ലങ്ങളിലാണ് ജ്യേഷ്ഠത്തിമാരെ വേളി കൊടുത്തിരുന്നത്. കുട്ടിക്കാലത്ത് അമ്മയോടൊപ്പം വർഷത്തിലൊരിക്കലെങ്കിലും അവിടങ്ങളിൽ പോകുമായിരുന്നു. എന്നാൽ, പേരമ്മമാരൊന്നും ഇല്ലത്തുവന്നിരുന്നതായി ഓർക്കുന്നില്ല. കുണ്ടംകുഴിയിൽ പോകുന്നത് വളരെ ഉത്സാഹമായിരുന്നു. അവിടെ ഒപ്പം കളിക്കുവാൻ മാധവനും ഗോവിന്ദനും. കുണ്ടംകുഴി നാരായണേട്ടൻ (പേരപ്പൻ) ചിലപ്പോഴെല്ലാം ഇല്ലത്തുവരും. ഞങ്ങൾക്കെല്ലാം ഏറെ സന്തോഷമുളവാക്കുന്ന സന്ദർഭമായിരുന്നു അത്. പലേടത്തും വിവിധകാലങ്ങളിൽ ശാന്തിക്കു നിന്നിരുന്ന നാരായണേട്ടൻ സംസാരിക്കുന്നതിനിടയിൽ അത്തരം ക്ഷേത്രങ്ങളെപ്പറ്റിയെല്ലാം അച്ഛനോട് പറയുന്നത് കേൾക്കാമായിരുന്നു. ധാരാളം ചുമർചിത്രങ്ങളുള്ള തൊടീക്കുളം ക്ഷേത്രത്തെപ്പറ്റി അന്ന് നാരായണേട്ടനിൽനിന്നും കേട്ടിരുന്ന കാര്യങ്ങൾ ഇന്നും ഓർമ്മയിൽ വരാറുണ്ട്.

കർക്കിടകമാസത്തിൽ *രാമായണ*ഗ്രന്ഥവും (കിളിപ്പാട്ട്) ചിങ്ങമാസത്തിൽ *കൃഷ്ണപ്പാട്ടു*ഗ്രന്ഥവും പടിഞ്ഞാറ്റയിൽ വിളക്കിനരികെ വെക്കുന്ന

പതിവുണ്ടായിരുന്നു കിണ്ടിയിൽ വെള്ളവും അലക്കിയ വസ്ത്രവും വാൽക്കണ്ണാടിയും ഒപ്പം വെക്കും. വെള്ളോടുകൊണ്ട് നിർമ്മിതവും പിടിക്കുവാൻ വാലുള്ളതുമായ വൃത്താകൃതിയിലുള്ള ഒരു ചെറിയ കണ്ണാടിയാണ് വാൽക്കണ്ണാടി. ചിങ്ങമാസത്തിൽ മുളങ്കമ്പുകൊണ്ടു നിർമ്മിതമായ ഒരു ഓണവില്ലും വെക്കും. ഇവയെല്ലാം മംഗളവസ്തുക്കളായിട്ടാണ് കരുതിവരുന്നത്. അമ്മ കർക്കിടകത്തിൽ *രാമായണം* പാട്ടും ചിങ്ങത്തിൽ *കൃഷ്ണപ്പാട്ടും* പുസ്തകങ്ങൾ നോക്കി പാടുമായിരുന്നു. *കൃഷ്ണപ്പാട്ട്* അന്തർജ്ജനങ്ങൾ പാടുന്നത് ശാലീനമധുരമായ ഒരു രീതിയിലായിരുന്നു. അമ്മ ആ രീതിയിൽ വായിച്ചു കേൾക്കാറുള്ളത് ഇപ്പോഴും കേൾക്കുന്നതുപോലെ തോന്നുന്നു.

രണ്ടുമൂന്നു വയസ്സു കൂടുതലുണ്ട് ഏട്ടന്. പേര് കൃഷ്ണൻ. വിദ്യാലയത്തിൽ പോകുവാൻ വലിയ മടിയാണ്. പോകേണ്ട നേരമാകുമ്പോൾ എവിടെയെങ്കിലും ഒളിക്കുമായിരുന്നു. നാലാംതരത്തിലെത്തിയശേഷം വിദ്യാലയത്തിൽ പോയിട്ടില്ലെന്നാണ് ഓർമ്മ. കഥകളിയുള്ളിടത്തെല്ലാം കാണാൻ പോകും. കഥകളിയെപ്പറ്റി സാങ്കേതികപരിജ്ഞാനമൊന്നും ഉണ്ടായിരുന്നില്ലതാനും. കൂട്ടുകാരുമൊത്ത് സിനിമ കാണാൻ പോകുന്നതും ദുർല്ലഭമായി കാണാറുണ്ട്. സ്വന്തമായി വരുമാനമൊന്നും ഇല്ലാതെവന്നപ്പോഴാണ് ഏട്ടൻ ശാന്തിക്കു പോയിത്തുടങ്ങിയത്. കൈയിൽ പണമുണ്ടായാൽ അപ്പോൾത്തന്നെ സമൃദ്ധമായി ചെലവഴിക്കും. ആഡംബരപ്രിയനാണ്. നാളെയെപ്പറ്റിയോ മറ്റുള്ളവരെപ്പറ്റിയോ ഏട്ടനു കൂടുതൽ ചിന്തയൊന്നുമുണ്ടായിരുന്നില്ല.

അച്ഛന് നാലു സഹോദരിമാരും ഒരു സഹോദരനുമാണുണ്ടായിരുന്നത് ആലപ്പടമ്പ് പുതില്ലം, കൈതപ്പുറത്ത് വടക്കെ പെരിങ്ങോട്, ചിറ്റന്നൂര് പാക്കം. ചിറ്റന്നൂര് ഏത്തക്കോട് എന്നീ ഇല്ലങ്ങളിലാണ് അവരെ വേളി കഴിച്ചുകൊടുത്തിരുന്നത്. അച്ഛന്റെ സഹോദരിമാരെ ഏച്ചി എന്നാണ് വിളിക്കാറുള്ളത്. പുതില്ലത്തെയും പാക്കത്തെയും ഏച്ചിമാരെ കണ്ട ഓർമ്മപോലുമില്ല. പെരിങ്ങോട്ടെ ഏച്ചി അച്ഛന്റെ ഏട്ടത്തിയാണ്. ചിറ്റന്നൂര് ഏത്തക്കോട്ടെ ഏച്ചി (താത്തിയേച്ചി) അച്ഛന്റെ അനുജത്തിയാണ്. സാവിത്രി എന്ന പേരാണ് വ്യവഹാരത്തിൽ താത്തി എന്നായത്. അച്ഛന്റെ അനുജൻ ഈശ്വരൻ. അപ്പൻ (അഫൻ) എന്നാണ് വിളിക്കപ്പെടാറുള്ളത്. പെരിങ്ങോട്ടെ ഏച്ചിയും ഏത്തക്കോട്ടെ ഏച്ചിയും മുത്തച്ഛൻ, അച്ഛമ്മ എന്നിവരുടെ ശ്രാദ്ധത്തിന് വരുമായിരുന്നു. താത്തിയേച്ചി അധികം ദിവസം ഇവിടെ താമസിക്കാറില്ല. പെരിങ്ങോട്ടെ ഏച്ചി കുറച്ചുനാൾ ഞങ്ങളോടൊപ്പം താമസിക്കുമായിരുന്നു.

അല്പം കറുപ്പുനിറം. തലയിൽ കുടുമ. ഇതാണ് അപ്പന്റെ പ്രത്യേകത. സ്നേഹപൂർവ്വമുള്ള പെരുമാറ്റം അറിഞ്ഞുകൂടാ. അദ്ധ്വാനശീലനുമല്ല. പഴയ തറവാട്ടുവസ്തുക്കൾ വിറ്റഴിക്കുന്നതിൽ മുമ്പനുമാണ്. അണലക്കാട്ടുനിന്നാണ് വേളി കഴിച്ചത്. അഫന്റെ ഭാര്യയെ ചിറ്റമ്മ എന്നാണ് വിളിച്ചിരുന്നത്. ചിറ്റമ്മ വാത്സല്യത്തോടെയാണ് പെരുമാറിയിരുന്നത്.

അഫനാകട്ടെ തറവാട്ടിൽ ചിലപ്പോഴെല്ലാം കലഹത്തിനു വഴിയൊരുക്കിയിരുന്നു.

മുത്തശ്ശനെ (അച്ഛന്റെ അച്ഛനെ) കണ്ടോർമ്മയില്ല. എന്നാൽ അച്ഛമ്മയെ അറിയും. അച്ഛമ്മയെകൂടാതെ വലിയച്ഛമ്മ. കുഞ്ഞച്ഛമ്മ എന്ന് രണ്ട് അച്ഛമ്മമാർ കൂടി ഉണ്ടായിരുന്നു. അച്ഛന്റെ അഫന്മാർ വിവാഹം കഴിച്ചിരുന്നവരാണ് ആ രണ്ടുപേർ. മുത്തശ്ശന്മാരെല്ലാം മുമ്പേ മരിച്ചുപോയിരുന്നു. കുഞ്ഞച്ഛമ്മ മിക്കപ്പോഴും ജനിച്ച ഇല്ലമായ കോറോത്ത് കിഴക്കില്ലത്താണ് താമസിക്കാറുണ്ടായിരുന്നത്.

വലിയച്ഛമ്മയ്ക്ക് അക്ഷരജ്ഞാനം ഉണ്ടായിരുന്നില്ല. എന്നാൽ പാരമ്പര്യമായ പല അറിവുകളും അവർക്കുണ്ടായിരുന്നു. അവർ പറയാറുള്ള കൊച്ചുകൊച്ചു കഥകളും മൊഴികളും രസകരമായി തോന്നാറുണ്ട്. രാത്രിയായാൽ മാത്രമേ അത്തരം അറിവുകളുടെ ചുരുള് നിവരുകയുള്ളൂ. അതുകൊണ്ട് ആ അച്ഛമ്മ മരിക്കുന്നതുവരെ അവർ കിടക്കുന്ന അകത്താണ് കിടപ്പ്. സാമാന്യജനങ്ങൾ പറയാറുള്ള എത്രയോ കടംകഥകൾ അവർക്കറിയാമായിരുന്നു. കടംകഥ പറയുന്നതിന് ഒരു ക്രമമുണ്ടായിരുന്നു. വലിയച്ഛമ്മ (ചോദ്യകർത്താവ്) പറയുന്നത് ഒരു ചോദ്യമായിരിക്കും. ആ പ്രസ്താവനാരൂപത്തിലുള്ള ചോദ്യത്തിന് ഉത്തരം പറയണം. ശരിയായ ഉത്തരം പറയുവാൻ കഴിഞ്ഞില്ലെങ്കിൽ, പരാജയപ്പെട്ടു എന്ന അർത്ഥത്തിൽ കടം എന്നു പറയണം. ഉത്തരം പറയുവാൻ കഴിയാതെ കടമാണു പറഞ്ഞതെങ്കിൽ വലിയച്ഛമ്മ തന്നെ ഉത്തരം പറയും. അവർ അന്നു പറഞ്ഞുതന്ന എത്രയോ കടംകഥകൾ ഓർമ്മയിലുണ്ട്. കുപ്പക്കീം കാക്കീം കൂടി അലക്കാൻപോയ കഥ തുടങ്ങി പഴങ്കഥകളും എത്രയോ പറയാറുണ്ട്. ഒരുദിവസം നാട്ടറിവുപഠനത്തിലേക്കു ശ്രദ്ധ തിരിച്ചപ്പോഴാണ് വില്ലച്ചമ്മയുടെ വലുപ്പം മനസ്സിലാക്കാൻ കഴിഞ്ഞത്. അവർ വർത്തമാനകാലത്തിലേക്കു തിരിച്ചെത്തുമോ?

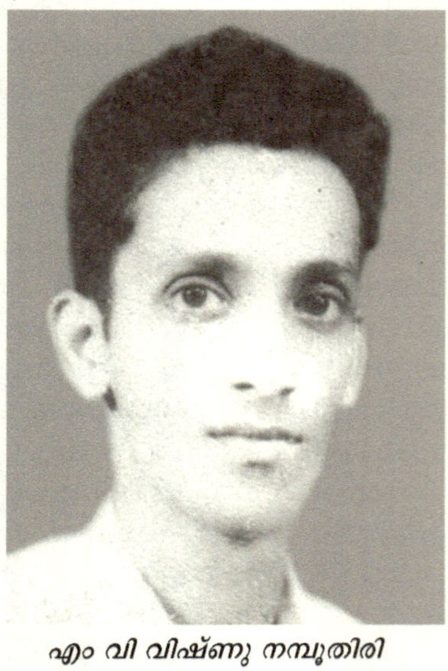

എം വി വിഷ്ണു നമ്പൂതിരി

ചില മന്ത്രൗഷധപ്രയോഗങ്ങളെല്ലാം വില്ലച്ചമ്മയ്ക്ക് അറിയാമായിരുന്നു. കൊതിക്കുമന്ത്രിക്കൽ അതിലൊന്നാണ്. ഒരിലയിൽ അല്പം പുളിയും ഉപ്പും കുരുമുളകുപൊടിയുമെടുത്ത് ഒരു മൂലയിലിരുന്ന് എന്തോ മന്ത്രിക്കുന്നതു കാണാം. കൊതിപിടിപെട്ടവർക്ക് അതാണ് കൊടുത്തിരുന്നത്. കൊതിപെട്ട ആൾ അതെടുത്ത് ഉരിയാടാൻ പാടില്ല. സംസാരിച്ചാൽ ഫലം കുറയുമെന്നാണ് സങ്കല്പം. അതിനാൽ ജപിച്ചുകിട്ടിയ

ഉടനെ അതു കഴിക്കണം. ആ മന്ത്രം എന്താണെന്നു പറഞ്ഞുതരുവാൻ അവർ കൂട്ടാക്കിയില്ല. വയറ്റിൽ സ്തംഭനമോ എരിച്ചിലോ ദഹനക്ഷയമോ ഉണ്ടാവുന്നതത്രെ കൊതി. കുറച്ചുകാലം കഴിഞ്ഞാണ് ആ തിരിച്ചറിവു ണ്ടായത്.

കൈവിഷത്തിനു മന്ത്രിച്ചുകൊടുക്കൽ എന്ന ഒരേർപ്പാടിനെക്കുറിച്ചു ഇപ്പോഴാണ് ഓർമ്മയിൽ വരുന്നത്. അച്ഛനും അഫനുമൊക്കെ അത് അറി യാമായിരുന്നു. വയറ്റിൽ നേരിയ വേദന അനുഭവപ്പെടുന്നത് കൈവിഷം കൊണ്ടാണെന്നാണ് വിശ്വാസം. അതിനു ജപിച്ചുവാങ്ങുവാൻ അയൽവാ യികളിൽ ചിലർ ഇടയ്ക്കിടെ വന്നുകാണാറുണ്ടായിരുന്നു. വയമ്പ്, രുദ്രാക്ഷം, ചന്ദനം എന്നിവ അരച്ചെടുത്ത് ഒരിലയിലാക്കി എന്തോ മന്ത്രം ജപിച്ചുകൊടുക്കുകയായിരുന്നു പതിവ്. ഇതിനു ദക്ഷിണ വാങ്ങിക്കാണാ റില്ല. പ്രതിഫലം വാങ്ങിയാൽ മന്ത്ര(കർമ്മ)ത്തിനു ഫലമുണ്ടാവില്ലെ ന്നാണ് അന്നത്തെ വിശ്വാസം.

മറ്റൊരുകാര്യംകൂടി ഓർമ്മയിൽ വരുന്നു. അത് മന്ത്രപ്രയോഗമല്ല; മരുന്നുപ്രയോഗം മാത്രമാണ്. ഇല്ലത്തെ പടിഞ്ഞാറ്റയുടെ അട്ടത്ത് ഒരു മൂലയിൽ മൺപാടത്തിൽ (ഒരുതരം മൺപാത്രമായിരുന്നു പാടം) ചുവ പ്പുനിറത്തിൽ എന്തോ കുഴമ്പുപോലെ കാണാമായിരുന്നു. മുറിവേറ്റവർ പലരും അന്ന് മുറിമരുന്നിന് വരുമായിരുന്നു. അപ്പോൾ, ഒരു വെറ്റിലയിൽ ആ കൊഴുത്ത മരുന്ന് അല്പം തേച്ചുകൊടുക്കും. മുറിവുള്ള സ്ഥലത്ത് അത് ഒട്ടിച്ചുകെട്ടിയാൽ ഏതാനും ദിവസം കൊണ്ട് മുറിവ് ഉണങ്ങിക്കാ ണുമായിരുന്നു. ആ ഔഷധത്തിന്റെ രഹസ്യം ആരും പറഞ്ഞുതന്നിരു ന്നില്ല. കുറേക്കാലം കഴിഞ്ഞാണ് അതിനെ സംബന്ധിച്ച ചിലകാര്യങ്ങ ളെല്ലാം മനസ്സിലാക്കിയത്. കോലരക്ക് തുടങ്ങിയ ഏതാനും മരുന്നു കൾകൊണ്ടാണ് അത് ഉണ്ടാക്കിവന്നത്. കോലരക്ക് മുറിവിന് സിദ്ധൗഷ ധമാണെന്ന് അടുത്തകാലത്ത് അഥർവ്വവേദം നോക്കിയപ്പോഴാണ് മന സ്സിലാക്കുവാൻ കഴിഞ്ഞത്. ഇന്ന് ആ മൺപാടവുമില്ല, മരുന്നും സൂക്ഷി ക്കാറില്ല. മുറിമരുന്നിൽ ചേർക്കേണ്ട ഔഷധങ്ങളുടെ അറിവും നഷ്ടപ്പെട്ടു. സൗജന്യമായി മുറിമരുന്ന് നല്കിവന്നിരുന്ന പതിവും ഇല്ലാതായി.

ഇല്ലത്തിന്റെ കിഴക്കുവശം നാരായണമംഗലം എന്നൊരില്ലം രണ്ടു പുരയിടങ്ങൾക്കുമിടയിൽ ഒരു ഇടയുണ്ടായിരുന്നു. മഴക്കാലത്ത് വെള്ളം അതിലൂടെ കുത്തിയൊലിച്ചുപോകുമായിരുന്നു. അതിനാൽ രണ്ടു പുര യിടങ്ങളെയും ബന്ധപ്പെടുത്തുവാൻ നീളമുള്ള കല്പലകകൾകൊണ്ടു നിർമ്മിതമായ ഒരു പാലം അതു കടന്നാണ് പോകേണ്ടത്. അവിടെ യാണ് ഏട്ടനോടൊപ്പം കളിക്കുവാൻ പോയിരുന്നത്. ആ ഇല്ലത്ത് അനി യേട്ടൻ, സുബ്രഹ്മണ്യേട്ടൻ, അയിത്തി (അദിതി)യേച്ചി എന്നിവരുമുണ്ടാ കും. കളിക്കുവാൻ സൗകര്യവും സ്വാതന്ത്ര്യവും അവിടെയുണ്ടായിരു ന്നു. നാലുകെട്ടും പത്തായപ്പുരയുമൊക്കെ ഉള്ളതിനാൽ ഇഷ്ടാനുസരണം കളിക്കുവാൻ പ്രയാസമില്ല. ധനുമാസത്തിലെ തിരുവാതിരയ്ക്കും കുംഭ മാസത്തിലെ ശിവരാത്രിക്കും വ്രതമെടുത്ത് അന്തർജ്ജനങ്ങളും മറ്റും ഉറ

ക്കമൊഴിയുന്ന പതിവുണ്ടായിരുന്നു. ചില വേഷങ്ങൾ കെട്ടിക്കളിക്കൽ ആ രാത്രികളിലെ വിനോദങ്ങളിൽപ്പെടും. കഥകളി എന്ന പേരുപറഞ്ഞ് ചില വേഷങ്ങൾ പ്രകടിപ്പിച്ചിരുന്ന ആ സംഭവങ്ങൾ ഇന്നു ചിരിക്കു വക നല്കും. മോതിരവള്ളി എന്നൊരു കാട്ടുവള്ളി വളച്ചുകെട്ടി, കാട്ടുചൂല യുടെ ചെറുകോലുകൾ കുത്തുകാലുകളാക്കി, കടലാസും വർണ്ണത്തകി ടുകളും ഒട്ടിച്ച് നിർമ്മിക്കുന്ന ഒരുതരം മുടിയാണ് തലയിൽ കിരീടമെന്നു പറഞ്ഞ് ധരിച്ചിരുന്നത്. ഇന്ന് അതെല്ലാം ഓർക്കുമ്പോഴാണ് അതിന്റെ പരിഹാസ്യത തെളിഞ്ഞുവരുന്നത്.

പകൽസമയത്ത് കുളത്തിൽചെന്ന് എല്ലാവരും നീന്തിക്കളിക്കുന്ന പതിവുണ്ടായിരുന്നു. കുഞ്ഞുന്നാളുകളിൽ രോഗപീഡ അനുഭവിച്ചതി നാൽ, നീന്തുവാനൊന്നും പഠിച്ചിരുന്നില്ല. അതിനാൽ, മറ്റുള്ളവർ നീന്തി ക്കളിക്കുമ്പോൾ അതു കണ്ടുകൊണ്ട് കരയ്ക്കിരിക്കുവാനേ കഴിഞ്ഞി രുന്നുള്ളൂ.

ഇല്ലപ്പറമ്പിന്റെ തെക്കെ പറമ്പിൽ അതിയടത്ത്, കുറുവക്കാട്ടില്ലത്തെ ഒരു താവഴിക്കാർ കുറച്ചുകാലം താമസിച്ചിരുന്നു. അവരുമായി ബന്ധ പ്പെട്ട കൈതപ്പുറത്ത് കണ്ണാടിയില്ലത്തെ പ്രായമായ ഒരമ്മ ഇടയ്ക്കിടെ അവിടെ വരുമായിരുന്നു. കുട്ടികളെല്ലാം കണ്ണാടി ഏടത്തി എന്നാണ് അവരെ വിളിച്ചിരുന്നത്. പരമ്പരയായി പറഞ്ഞുവന്ന പല കഥകളും ആ ഏടത്തിക്ക് അറിയാമായിരുന്നു. എള്ളിനു കാവൽ നില്ക്കുന്ന ഒരു കന്യ കയെ വേട്ട ഒരു രാജാവിന്റെ കഥ, മരക്കൊരടിനെ പ്രസവിച്ച ഒരു കന്യ കയുടെ കഥ, കുറുക്കന്റെ കല്യാണം എന്നിങ്ങനെ കേൾക്കുവാൻ രസ മുള്ള പല കഥകളും അവരിൽനിന്ന് കേട്ടതായി ഓർക്കുന്നു.

അച്ചമ്മ ജനിച്ച ഇല്ലമാണ് സുബ്രഹ്മണ്ണമംഗലം പിറന്നാൾ, ശ്രാദ്ധം തുട ങ്ങിയ വിശേഷാവസരങ്ങളിൽ അച്ഛമ്മ അവിടെ പോകും. ചിലപ്പോഴെല്ലാം അച്ഛമ്മയോടൊപ്പം അവിടെ പോകാറുണ്ട്. ഒന്നുരണ്ടു ദിവസം കഴിഞ്ഞേ മടങ്ങുകയുള്ളൂ. സമപ്രായക്കാരനാണ് അവിടത്തെ വിഷ്ണു. പലപ്പോഴും വിഷ്ണുവോടൊപ്പം പറമ്പിലും കാട്ടിലും വയലിലും ഓരോന്ന് കണ്ട് നടക്കുമായിരുന്നു. ഇത്തരം ശീലമൊന്നും സ്വതവേ ഉണ്ടായിരുന്നില്ലെ ങ്കിലും വിഷ്ണുവോടൊപ്പമുള്ള സഹവാസമാണ് ആ വഴിക്ക് സഞ്ചരി ക്കുവാൻ സഹായിച്ചത്. പരിചയമില്ലാത്ത എത്രയോ ചെടികളും വള്ളി പ്പടർപ്പുകളും പൂക്കാടുകളും പഴവർഗ്ഗങ്ങളും നീർച്ചാലുകളും പാറയിടു ക്കുകളും അന്ന് കാണുവാൻ കഴിഞ്ഞു. ഏഴിമലയുടെ ഇത്തരം പ്രകൃതി ദൃശ്യങ്ങൾ കുറച്ചെങ്കിലും കണ്ടാസ്വദിക്കുവാൻ സാധിച്ച ആ കാലത്തെ ഓർമ്മകൾ ഏറെ സന്തോഷകരമാണ്. കാട്ടിലെ പല പഴങ്ങളും തിന്നു വാൻ യോഗ്യങ്ങളും സ്വാദിഷ്ടങ്ങളുമാണെന്ന് അനുഭവിച്ചറിഞ്ഞത് അക്കാ ലത്താണ്. കൊട്ടപ്പഴം, ചെക്കിപ്പഴം എന്നിങ്ങനെ നാടൻപറമ്പുകളിൽനി ന്നുപോലും പല പഴങ്ങളും പറിച്ചുതിന്നുവാൻ അന്ന് കഴിഞ്ഞിരുന്നു. അധികമാരും ഇത്തരം പഴങ്ങൾ പറിച്ചുതിന്നാറുണ്ടായിരുന്നില്ല. ഇന്ന് കാടുമില്ല, പഴങ്ങളുമില്ല. ഓർമ്മ മാത്രം ശേഷിക്കുന്നു.

മഴയില്ലാത്ത കാലങ്ങളിൽ വയലുകളിലും പുഴക്കരകളിലും വിഷ്ണുവോടൊപ്പം സഞ്ചരിച്ചതായി ഓർമ്മിക്കുന്നു. വിളവെടുപ്പിനുശേഷം, നട്ടിക്ക്യഷി (പച്ചക്കറിക്ക്യഷി) നടത്തുവാൻ കൃഷിയിടങ്ങളിൽ മതിലുപോലെ മണ്ണ് കോരിപ്പടിക്കും. ആ കുഴിക്ക് വാരിക്കിള എന്നാണ് വ്യവഹാരം. വാരിക്കിളയിൽനിന്ന് കോരി പുറത്തിടുന്ന മണ്ണിന് എല്ലാ സ്ഥലത്തും ഒരേനിറമല്ല ഉണ്ടായിരിക്കുക. മഞ്ഞ, കറുപ്പ് തുടങ്ങിയ നിറങ്ങൾ കലർന്ന മണ്ണ് കാണുവാൻ കഴിയും. ഇത്തരം മണ്ണ് അല്പാല്പം ചെറു കുപ്പികളിൽ ശേഖരിച്ചുവെക്കാറുണ്ടായിരുന്നു.

ജീവിതത്തിൽ ആദ്യകാലത്ത് അനുഭവിച്ചിരുന്ന ക്ലേശങ്ങൾ ഓർമ്മയിൽ പൊങ്ങിവരാറുണ്ടിന്നും. അസ്സഹനീയമായ വയറ്റുവേദന. ആന്ത്രവായുവാണെന്ന് ചിലരൊക്കെ പറഞ്ഞു. നാടൻവൈദ്യന്മാരുടെ ചില കഷായങ്ങളും കഴിച്ചുനോക്കി. അതൊന്നും ഫലിച്ചില്ല. വേദന അസ്സഹനീയമാകുമ്പോൾ കമ്പിളി അരയിൽ ചുറ്റി കിടന്നു തിരിയും. അമ്മ കൈപ്പയില കുത്തിപ്പിഴിഞ്ഞ വെള്ളവുമായി വരും. യാതൊരു വൈമനസ്യവും കൂടാതെ അതുവാങ്ങി സേവിക്കും. കൈപ്പയിലനീര് വയറുവേദനയ്ക്ക് ശമനമുണ്ടാക്കുമെന്നാണ് നാടൻ വിശ്വാസം. കഴഞ്ചിക്കുരു മണ്ണിൽ പൊതിഞ്ഞ് അടുപ്പിലിട്ട് ചുട്ടെടുത്ത ശേഷം, പുറംതോട് കളഞ്ഞ് കുരു പൊട്ടിച്ചെടുത്ത് ജീരകവെള്ളത്തിൽ ചേർത്ത് കഴിക്കുന്നത് നല്ലതാണെന്നു ചിലർ പറഞ്ഞു. അതും പലവട്ടം കുടിച്ചുനോക്കി. ഇങ്ങനെ എത്ര കയ്പുള്ള സാധനവും കഴിക്കുന്നത് ജീവിതത്തിൽ ഒരു ശീലമായി മാറി. കയ്പുള്ള സാധനം കഴിക്കുന്നതിന് ഇന്നും യാതൊരു പ്രയാസവുമില്ല. ജീവിതാനുഭവങ്ങളുടെ കാര്യത്തിലും സുഖത്തേക്കാളേറെ ക്ലേശമാണ് സഹിച്ചതെന്ന് വ്യക്തമാക്കട്ടെ.

ആയിടെയാണ് കുഞ്ഞച്ഛമ്മയുടെ ഇല്ലമായ കോറോത്ത് കിഴക്കില്ലത്ത് ചക്രാബ്ജപൂജ എന്നൊരു വലിയ വൈഷ്ണവപൂജ നടന്നത്. അച്ഛനോടൊപ്പം അവിടെ ചെന്നു. കുഞ്ഞച്ചമ്മ ഈ വയറ്റുവേദനയുടെ കാര്യം കുഞ്ഞമ്പുവേട്ടനോടു പറയുവാനിടയായി. "ഇവിടെ പള്ളിത്തറയിൽ മണക്കാടൻ വൈദ്യരുണ്ട്. നമുക്ക് അയാളെ കാണാം." കുഞ്ഞമ്പുവേട്ടൻ പറഞ്ഞു. പിറ്റന്നാൾ രാവിലെ വൈദ്യരുടെ വീട്ടിൽച്ചെന്നു. "ഈ രോഗം മാറ്റിത്തരാം." മണക്കാടൻ വൈദ്യർ പറഞ്ഞു. വൈദ്യർ ഉണ്ടാക്കിത്തന്ന ഒരു ലേഹ്യം കുറച്ചുകാലം കഴിച്ചുകൊണ്ടിരുന്നു. അതോടെ ആ രോഗം മാറിക്കിട്ടി.

ആ കാലത്തുണ്ടായ മറ്റൊരനുഭവം ഓർമ്മയിൽ വരുന്നു. കണ്ണിൽ മുള്ളോ മറ്റോ കൊണ്ടതുപോലെ രക്തം പൊടിഞ്ഞു കണ്ടു. എക്കിടി ശങ്കരനെ കണ്ടാൽ മതി - അച്ഛമ്മ പറഞ്ഞു. ഇല്ലത്തുനിന്ന് കുറച്ചകലെയാണ് അയാളുടെ വീട്. കുളത്തിൽ കുളിക്കുവാൻ വരാറുണ്ട്. അല്പം കാത്തുനിന്നപ്പോൾ വരുന്നതുകണ്ടു. മുമ്പിൽ ചെന്നപ്പോൾ, "എന്തേ കുഞ്ഞീ" എന്നു ചോദിച്ചു. കണ്ണ് കാട്ടിക്കൊടുത്തപ്പോൾ, കുളിച്ചുവരട്ടെ എന്നു പറഞ്ഞു. കുളികഴിഞ്ഞ് മടങ്ങിവരുമ്പോൾ കൈയിൽ എന്തോ

ചില ഇലകൾ ചുരുട്ടിപ്പിടിച്ചിട്ടുണ്ട്. അത് തിരുമ്മി കണ്ണിൽ രണ്ട് മൂന്ന് തുള്ളി ഉറ്റിച്ചു. പിറ്റന്നാളത്തേക്കുതന്നെ കണ്ണിന്റെ കലക്കും വേദനയും സുഖപ്പെട്ടു. പാരമ്പര്യമായി ഔഷധപ്രയോഗമറിയാവുന്ന അദ്ദേഹം വൈദ്യനാണെന്നു ഭാവിച്ച് പെരുമാറില്ലായിരുന്നു. പ്രതിഫലേച്ഛകൂടാതെ സേവനം നടത്തിയിരുന്ന എത്രയെത്ര സുമനസ്സുകൾ നമ്മുടെ ഗ്രാമത്തിൽ ഉണ്ടായിരുന്നു! ശങ്കരൻ വൈദ്യരുടെ ചില ഗാർഹിക വൈദ്യോപദേശങ്ങൾ മരുമകളായ ജാനകിക്ക് ലഭിച്ചിരുന്നു. ഇന്ന് അവരും ജീവിച്ചിരിപ്പില്ല.

രണ്ട്

രാവിലെ കുളി കഴിഞ്ഞശേഷമേ അമ്മ ഭക്ഷണം പാകം ചെയ്തു തുടങ്ങുകയുള്ളൂ. അച്ഛൻ രാവിലെ കുളിച്ച് തേവാരം കഴിക്കും. തേവാരം കഴിയാറാകുമ്പോഴേക്കും കുളി കഴിഞ്ഞെത്തണം. തേവാരപ്രസാദം വാങ്ങിയശേഷമേ എന്തെങ്കിലും ഭക്ഷിക്കുവാൻ തരികയുള്ളൂ. ആദ്യകാലങ്ങളിൽ ചായ കുടിക്കുന്ന പതിവുണ്ടായിരുന്നില്ല. തേവാരത്തിനു നിവേദിച്ച ഉണക്കച്ചോറ് ഉപ്പും സംഭാരവും കൂട്ടി കഴിക്കുകയാണ് പതിവ്. കുറച്ചുകാലം കഴിഞ്ഞപ്പോൾ ചായയും അപ്പവും നടപ്പിലായി. രാവിലെ ദോശയും ചായയും കഴിഞ്ഞാൽ, ഉച്ചയ്ക്ക് ഊണുകഴിക്കും. അതിനിടയിൽ ഭക്ഷണമൊന്നും പതിവില്ല.

ഉച്ചഭക്ഷണത്തിനുശേഷം നേരംപതിറ്റടി (നാലുനാലരമണി) യാകുമ്പോൾ ഇന്നത്തെപ്പോലെ കുട്ടിക്കാലത്ത് ചായ പതിവുണ്ടായിരുന്നില്ല. അന്ന് എടനേരത്ത് വിശക്കുമ്പോൾ ഊണുകഴിക്കുകയാണ് പതിവ്. എല്ലാ ഇല്ലങ്ങളിലും പ്രായേണ എടക്കൂണ് പതിവുണ്ടായിരുന്നു. കുറച്ചുകാലം കഴിഞ്ഞപ്പോൾ, എടക്കൂണിനുപകരം ചുക്കുവെള്ളവും പരത്തിയപ്പവും കഴിച്ചുതുടങ്ങി. പുഴുങ്ങലരിയും ഉഴുന്നും ഉപ്പ് ചേർത്ത് അരച്ചെടുക്കും. വെളിച്ചെണ്ണ പുരട്ടിയ അടുപ്പത്തുവെച്ച ഉരുളി ചൂടാകുമ്പോൾ, ആ പിട്ട് (അരിമാവിന് പിട്ട് എന്നാണ് വ്യവഹാരം) അതിലിട്ട് കൈകൊണ്ടുപരത്തി. വേവിച്ചെടുക്കും. ആ വലിയ പരത്തിയപ്പം ചട്ടുകം കൊണ്ട് മുറിച്ച് ചെറുകഷണങ്ങളാക്കിയാണ് അമ്മ തന്നിരുന്നത്. കുറച്ചുകാലം കൂടി കഴിഞ്ഞാണ് ചായയുടെ പുറപ്പാട്.

പരത്തിയപ്പത്തിനുപകരം ഉരുളിയിലൊഴിച്ച അപ്പം ഉണ്ടാക്കിയിരുന്നു. പുഴുങ്ങലരിയും ഉഴുന്നും ഉപ്പുചേർത്ത് മിനുസത്തിൽ അരച്ച് കുഴമ്പുരൂപത്തിലാക്കിയ പിട്ട് (അരിമാവ്) ഉപയോഗിച്ചാണ് ആ പലഹാരമുണ്ടാ

ക്കുന്നത്. ഉഴുന്ന് തീർന്ന അവസരങ്ങളിൽ വറുക്കിദോശ എന്ന പേരിലുള്ള ഒരു പലഹാരമാണ് ഉണ്ടാക്കിവന്നത്. ഉണക്കലരിയും ഉപ്പും നാളികേരവും ചേർത്ത് അരച്ച മാവ് കൊണ്ടാണ് അതുണ്ടാക്കുക.

വയറ്റിൽ കൃമിശല്യംകൊണ്ടുള്ള വേദനയോ മറ്റ് അസുഖങ്ങളോ ഉള്ള സമയത്ത് എണ്ണ ചേർന്നുള്ള പലഹാരങ്ങളൊന്നും അമ്മ തരുമായിരുന്നില്ല. പ്രത്യേകം പലഹാരമുണ്ടാക്കിത്തരും. ഉണക്കലരിയിൽ ഉപ്പും തുമ്പപ്പൂവും ചേർത്ത് അരച്ച് പ്ലാവിലയിലോ വാഴയിലയിലോ ചെറു ഉരുളകളാക്കിവെച്ച് പൊതിഞ്ഞ് ആവിയിൽ വേവിച്ചെടുക്കുന്ന ഒരുതരം അപ്പമാണത്.

രാത്രിയിൽ ചോറും കറിയും തന്നെയാണ് കഴിക്കുക. രാത്രിഭക്ഷണത്തിനുപകരം സന്ധ്യക്കുമുമ്പേതന്നെ അത് കഴിക്കുന്ന പതിവും നിലനിന്നിരുന്നു. അച്ഛമ്മമാരെല്ലാം രാത്രിഭക്ഷണം പകൽതന്നെ കഴിക്കും. രാത്രിയിൽ കിടക്കുമ്പോൾ ചുക്കുവെള്ളവും കുടിക്കും. വ്രതനാളുകളിൽ രാത്രിയിൽ ചോറുണ്ണുകയില്ല. ശനിയാഴ്ച, തിങ്കളാഴ്ച, തിരുവോണം, കറുത്തവാവ് തുടങ്ങിയ നാളുകളിൽ ഒരിക്കലാണ്. ഉച്ചയ്ക്കുമാത്രമേ ചോറ് കഴിക്കുകയുള്ളൂ. ദോശയപ്പം, ഉരുളിയിൽ ഒഴിച്ച അപ്പം തുടങ്ങിയ പലഹാരമാണ് രാത്രിയിൽ കഴിക്കുക. അച്ഛനും അമ്മയും ജീവിച്ചിരിപ്പുള്ളവർ കറുത്തവാവിന് ഒരിക്കലൂണ് എന്ന വ്രതം എടുക്കേണ്ടതില്ലെന്ന് പറഞ്ഞുകേട്ടിട്ടുണ്ട്. വ്രതദിവസങ്ങളിൽ രാത്രിയിലെ ഭക്ഷണത്തിനു ചിലപ്പോൾ ഉണ്ടയപ്പമോ, കുഴക്കട്ടയോ ഉണ്ടാക്കിവന്നിരുന്നു. പുഴുങ്ങലരി കുതിർത്ത്, പകുതി മുതിയത്തക്കവിധം അരച്ചെടുത്ത് ഉപ്പുചേർത്ത് കലക്കി കാച്ചിയെടുക്കും. അത് തണുത്തശേഷം ഉരിച്ചെടുത്ത ചെറുതേങ്ങയുടെ വലുപ്പത്തിൽ ഉരുള(ഉണ്ട)കളാക്കിയെടുത്ത് ഒരു പാത്രത്തിൽ വെച്ച് അല്പം വെള്ളമൊഴിച്ച്, ഒരു മൂടിയടച്ച് ആവി പുറത്തുപോകാതെ വേവിച്ചെടുക്കും. അതിലെ വെള്ളം മുഴുവൻ വറ്റിയശേഷമേ തീയിൽ നിന്നും വാങ്ങിവയ്ക്കാവൂ. ഇങ്ങനെയാണ് ഉണ്ടയപ്പം ഉണ്ടാക്കുന്നത്. കുഴക്കട്ടയാകട്ടെ ഉണങ്ങലരിയിൽ ഉപ്പും തേങ്ങയും ചേർത്ത് മിനുസത്തിൽ അരച്ചെടുത്ത് ചെറു ഉരുളകളാക്കി തിളയ്ക്കുന്ന വെള്ളത്തിലിട്ട് ആവി പുറത്തുപോകാതെ വേവിച്ചെടുക്കുകയാണ് ചെയ്യുന്നത്. അതിനു വെള്ളം മുഴുവൻ വറ്റിക്കാറില്ല. കൊഴുത്ത വെള്ളത്തിൽ കട്ടകളായി കിടക്കും. മുത്തശ്ശന്റെ ശ്രാദ്ധത്തിനു തലേദിവസവും മറ്റും കുഴക്കട്ട ഉണ്ടാക്കാറുണ്ട്. മോരോ തൈരോ ചേർത്താണ് ചിലർ കഴിക്കുക. ചിലർ പഞ്ചസാര ചേർത്ത പാലിൽ മുക്കിയാണ് തിന്നുക. വെല്ലം കൂട്ടി തിന്നുന്നവരുമുണ്ട്. ഉണ്ടയപ്പവും അതുപോലെതന്നെ വെല്ലത്തിൽ മുക്കിയോ മോര് ചേർത്തോ ഭക്ഷിക്കാറുണ്ട്. വളരെ സ്വാദിഷ്ഠങ്ങളായ പലഹാരങ്ങളാണിവ രണ്ടും. കുഴക്കട്ടയും ഉണ്ടയപ്പവും ഉണ്ടാക്കുന്ന പതിവ് ഇന്ന് ഇല്ലാതായിത്തീർന്നിരിക്കുന്നു. അതുപോലെ വ്രതദീക്ഷയും.

വേനൽക്കാലത്ത് ഉച്ചഭക്ഷണം ചോറല്ല; കഞ്ഞിയാണ്. വാഴപ്പോള കൊണ്ട് തട കോട്ടി, ഇലവെച്ചാണ് കഞ്ഞിവിളമ്പുക. കറികൾ വിളമ്പു

വാൻ വേറൊരു കീറ്റിലയും വെക്കും. പുളിരസമുള്ള ഒരു കറി മുഖ്യമായുണ്ടാകും. പുളിങ്കറിയോ വന്നിയോ വെക്കും. വെന്നു എന്ന പദമത്രെ വ്യവഹാരത്തിൽ വന്നിയായത്. കറികളിൽ വെന്നി (മികച്ചത്) തന്നെയാണത്. വെള്ളരിക്ക ചക്കക്കണ്ടൽ (ഇളംചക്ക) എന്നിവയാണ് ആ കറിക്ക് മുഖ്യമായും ഉപയോഗിക്കുക. പുളിയോ മാങ്ങയോ ചേർക്കും. തേങ്ങയും പറങ്കിയും അരച്ചുചേർക്കും. കടു തുടങ്ങിയ വസ്തുക്കൾ വറുത്തിടാത്തതും ഉറച്ചതുമായ കറിയാണത്. വന്നി കൂടാതെ ഉഴുന്ന് തുടങ്ങിയ ധാന്യങ്ങൾ പുഴുങ്ങിയ പുഴുക്കും ചിലപ്പോൾ ഉണ്ടാക്കും. വെള്ളരിക്ക, മാങ്ങ എന്നിവകൊണ്ടുള്ള പിരക്കും പതിവുണ്ട്.

സാധാരണ നിത്യഭക്ഷണവും വിശേഷാവസരങ്ങളിൽ തയ്യാറാക്കുന്ന ഭക്ഷണവും തമ്മിൽ വ്യത്യാസമുണ്ട്. നാലുകറി വെച്ചാലേ സദ്യയാകയുള്ളൂ. എരിശ്ശേരി, പുളിശ്ശേരി, ഉപ്പേരി, മധുരക്കറി (പ്രഥമൻ) എന്നീ നാലുകൂട്ടമാണ് നാലുകറി എന്നതുകൊണ്ട് വിവക്ഷിക്കുന്നത്. ശ്രാദ്ധാദി പിതൃകർമ്മങ്ങൾക്ക് ചുരുങ്ങിയതോതിൽ നാലുകറി വെക്കണം. പക്ഷേ, സാധാരണ കറികളിലെന്നപോലെ അവയിൽ പറങ്കി അരച്ചുചേർക്കുകയോ, വറുത്തിടുകയോ ചെയ്യാറില്ല. പിതൃക്കൾക്ക് അത് ഹിതകരമല്ലെന്നാണ് വിശ്വാസം. നിത്യഭക്ഷണത്തിനുള്ള കറികൾപോലെ ചെറിയ തോതിൽ നാലുകറി വെക്കുന്നത് അമ്മതന്നെയായിരുന്നു. എന്നാൽ വലിയ അടിയന്തിരങ്ങൾക്ക് സദ്യ വലിയതോതിൽ തയ്യാറാക്കേണ്ടിവരുമ്പോൾ ദേഹണ്ണക്കാരെ ക്ഷണിച്ചുവരുത്തും. ദേവനമ്മാവൻ ദേഹണ്ണക്കാരനായിരുന്നു. വാളക്കോട്ടില്ലത്ത് ഈശ്വരേട്ടൻ, മാധവപ്പള്ളി നാരായണേട്ടൻ പുളിക്കില്ലത്തേട്ടൻ തുടങ്ങി എത്രയോ ദേഹണ്ണക്കാരെ ഇല്ലത്തുവന്നു കണ്ടിട്ടുണ്ട്. അവരിലാരെങ്കിലും വന്നാൽ ദേഹണ്ണപ്പണം (ദേഹണ്ണദക്ഷിണ) നല്കണം.

സാധാരണദിവസങ്ങളിൽ പുളിങ്കറി, മുളോശ്യം, ഉപ്പേരി എന്നീ കറികളുണ്ടാകും. പടുവാഴക്കായകൾകൊണ്ടുള്ള ഉപ്പേരിയും ഉണ്ടാക്കുമായിരുന്നു. വാഴക്കൂമ്പ്, വാഴക്കാമ്പ് (വാഴപ്പിണ്ടി) എന്നിവ ഉപ്പേരി വെക്കും. അവയിൽ അരി വറുത്തുചേർക്കാറുണ്ട്. വാഴക്കാമ്പുകൊണ്ടുള്ള പിരക്കും ഉണ്ടാക്കാറുണ്ട്. മുതിര, തുവര, ചെറുപയർ എന്നിവകൊണ്ടുള്ള കറിയും ചിലപ്പോൾ പതിവുണ്ട്. മുതിര വേവിച്ച് അരച്ചുകലക്കിയാണ് കറിയാക്കുക. അതിൽ തേങ്ങയും അരച്ചുചേർക്കണം.

ഋതുഭേദമനുസരിച്ച് കറികൾ വെക്കുന്ന പദാർത്ഥങ്ങൾക്ക് വ്യത്യാസമുണ്ടാകും. വെള്ളരിക്ക, ചക്ക, മാങ്ങ എന്നിവ സമൃദ്ധമായി ലഭിക്കുന്ന കാലങ്ങളിൽ മിക്കവാറും അവയാണ് കറി വെക്കുക. വളരെ ചെറുപ്പത്തിലേ കണ്ടുവരുന്ന ഒരേർപ്പാടാണ് നട്ടിനടൽ. രണ്ടാം വിളവെടുപ്പുകഴിഞ്ഞാൽ ഈർപ്പമുള്ള വയലുകളിൽ പച്ചക്കൃഷി നടത്തുമായിരുന്നു. നട്ടിനടൽ എന്നാണ് ഇതിന് വ്യവഹാരം. മത്തൻ, കുമ്പളം, കക്കിരി, വഴുതിന, കുടവരിക്ക, വെള്ളരിക്ക തുടങ്ങിയവയാണ് നട്ടികൃഷിക്കുള്ള ഇനങ്ങൾ. ഇവയിൽ വെള്ളരിയാണ് കൂടുതൽ കൃഷി ചെയ്യുന്നത്. മകരമാസാ

ന്ത്യത്തിലാണ് വെള്ളരികൃഷി ആരംഭിക്കുക. അതിനാൽ, ചിലർ, ഇതിനെ ഏർപ്പുവെള്ളരി എന്നു പറഞ്ഞുകേട്ടിട്ടുണ്ട്. വിഷുവിന്നടുത്ത് കായകൾ പറിച്ചെടുക്കാം.

ഉച്ചാരുച്ചക്ക് വെള്ളരി നട്ടാൽ
വിഷു ഉച്ചക്ക് വെള്ളരി പറിക്കാം.

എന്ന് വില്ലച്ഛമ്മ പറയാറുള്ള പഴമൊഴി ഇപ്പോഴും ഓർത്തുപോകുന്നു. കൃഷി ചെയ്യുവാൻ സ്വന്തമായി കൃഷിയിടങ്ങളിലൊന്നുമില്ലെങ്കിലും ഒഴിഞ്ഞ വയലുകളിൽ നട്ടി നടുവാൻ ഉടമകൾ അനുവദിക്കുമായിരുന്നു. കുറച്ചു ഭവനക്കാർ ചേർന്ന് നട്ടിക്കണ്ടം/ വെള്ളരിക്കണ്ടം കണ്ടെത്തും. അവിടെ കാലി(കന്ന്) പൂട്ടി നിരപ്പാക്കിക്കും. ഓരോ വീട്ടുകാരും സ്ഥലം നിർണ്ണയിച്ച് തടം കോരിയാണ് വിത്തുനടുക. അമ്മയും ചിറ്റമ്മയുമൊക്കെ വെള്ളരി നടാറുണ്ടായിരുന്നു. സുബ്ബണ്ണമംഗലത്തില്ലം വകയുള്ള വയലിലായിരുന്നു സാധാരണമായി നട്ടിക്കൃഷി പടത്തിയിരുന്നത്. അവിടെ കുളമുള്ളതിനാൽ വെള്ളം കോരിയൊഴിക്കുവാൻ പ്രയാസമുണ്ടായിരുന്നില്ല. അതില്ലാത്തിടങ്ങളിൽ താല്ക്കാലികമായി വെള്ളം ലഭിക്കുവാൻ ചെറിയ കുഴിയെടുക്കും. അതിന് കൂവല് എന്നാണ് വ്യവഹാരം. കന്നുകാലികളുടെ ശല്യമുണ്ടെങ്കിൽ കൃഷിയിടത്തിനുചുറ്റും വാരിക്കിള കോരും. ആ ചെറു മതിലിന്റെ മേലെ കാശാവ് എന്ന കാട്ടുചെടിയുടെ കമ്പുകൾ കുത്തിവെക്കുമായിരുന്നു. നിത്യവും സായാഹ്നത്തിൽ വെള്ളരി/നട്ടിക്ക് നനയ്ക്കണം. അമ്മയും ചിറ്റമ്മയുമൊക്കെ വലിയ മമ്പാനി (മൺകൂടം) യുമായി പോകുമ്പോൾ ചിലപ്പോൾ ചെറുപാത്രവുമായി അവരോടൊപ്പം ചെന്ന് വെള്ളം കോരുമായിരുന്നു. വിഷുവിനടുത്ത് വെള്ളരി പറിച്ചെടുക്കുന്ന സന്ദർഭത്തിൽ അവരെ സഹായിക്കുക പതിവായിരുന്നു. വെള്ളരിക്ക സൂക്ഷിച്ചുവെച്ചാൽ ആറുമാസത്തിലധികം കേടുവരാതെ നിലനില്ക്കും. വലിയ വെള്ളരിക്ക മച്ചിന്റെ മുട്ടുകളിൽ അച്ഛൻ തൂക്കിയിടുന്നത് കണ്ടിട്ടുണ്ട്. തെങ്ങിന്റെ തിരിയോല വെയിലത്തിട്ട് വാട്ടിയെടുത്ത് കോട്ടിയ തളകളിലാണ് അവ തൂക്കുന്നത്.

ചക്കയും അതുമായി ബന്ധപ്പെട്ട വസ്തുക്കളും കിട്ടാത്തകാലം വളരെ കുറവാണ്. അത്രയും കാലം നിത്യഭക്ഷണത്തിൽ അവ ഉപയോഗിക്കുമായിരുന്നു. തുലാമാസമാകുമ്പോഴേക്കും പ്ലാവിൽ ചക്കപ്പുതൽ (ചക്കപ്പൂവൽ, ഇളംചക്ക) പൊട്ടിത്തുടങ്ങും. അത് അല്പംകൂടി വളർന്നാൽ ചക്കക്കണ്ടൽ എന്നാണ് വ്യവഹരിക്കുക. ചക്കക്കണ്ടൽ ഉണ്ടായിക്കണ്ടാൽ അമ്മ പൊട്ടിച്ചുകൊണ്ടുവരും. അത് മുറിച്ച് പുളിങ്കറിക്കു ചേർക്കാറുണ്ട്. അല്ലെങ്കിൽ കണ്ടൽക്കറി ഉണ്ടാക്കും. ചക്കക്കണ്ടൽ ചെറുതായി നുറുക്കി, പുളിയും ഉപ്പും പറങ്കിപ്പൊടി (പറങ്കി അരച്ചത്) യും ചേർത്ത് വേവിച്ച് അതിൽ കടുകും പറങ്കിയും കറിവേപ്പിലയും ഉലുവയും വറുത്തിട്ടാണ് കണ്ടൽക്കറി ഉണ്ടാക്കുന്നത്. ഊണിന് രുചികരമായ ഒരുതരം അച്ചാറാണത്. കണ്ടൽ അല്പം കൂടി വളർന്നാൽ തറിച്ച് ഉപ്പേരി വെക്കും. ഇളംചക്ക മുറിച്ച് വേവിച്ചിടിച്ച് തോരൻ വെക്കുകയും പതിവുണ്ട്. തോരന്

കടുകും പറങ്കിയും വെളിച്ചെണ്ണയിൽ വറുത്തിടുക മാത്രമല്ല, തേങ്ങ ചിരവിച്ചേർക്കുകയും ചെയ്യും. ഒരുവിധം പ്രായമായ ചക്കയാണെങ്കിൽ ചുളയും കുരുവും ചേർത്ത് ഉപ്പേരിയാക്കും. മൂത്ത ചക്കകൊണ്ടാണ് എരിശ്ശേരി വെക്കുക. വലിയ അടിയന്തിരങ്ങൾക്കുപോലും ചക്ക എരിശ്ശേരി പതിവുണ്ട്.

മകരം, കുംഭമാകുമ്പോഴേക്കും ചക്കകൾ പഴുക്കുവാൻ തുടങ്ങും. പിന്നെ കർക്കിടകം വരെ ചക്ക ലഭിക്കും. കിഴക്കെ നടയിലെ പ്ലാവ്, മുത്തപ്പൻപ്ലാവ് (അവിടെ മുത്തപ്പൻ ദൈവസ്ഥാനം സങ്കല്പിച്ചിരുന്നു), വടക്കുപുറം കക്കൂസാൻപ്ലാവ് എന്നിവയൊക്കെ ഓർത്തുപോകുന്നു. ഇവയെല്ലാം വരിക്കപ്ലാവുകളായിരുന്നു. അവയുടെ തേൻ ഊറുന്ന ചുളകൾ എത്ര സ്വാദിഷ്ടമാണെന്നോ! പറമ്പിന്റെ തെക്കുവശത്തും പടിഞ്ഞാറും രണ്ടു വലിയ പ്ലാവുകൾ അവയിൽ പഴഞ്ചക്കയാണുണ്ടാവുക. അത്ര രുചികരമല്ല പഴഞ്ചക്ക.

ഇന്ന് ചക്കയും നാടൻമാങ്ങയുമൊന്നും ആർക്കും അത്ര താല്പര്യമുള്ള വസ്തുക്കളല്ലല്ലോ. എന്നാൽ അറുപത് -എഴുപത് വർഷം മുമ്പുള്ള നില ഇതായിരുന്നില്ല. ചക്ക കട്ടുകൊണ്ടുപോകുവയെന്നത് സാധാരണ സംഭവമായിരുന്നു. അന്ന് അധികം രാത്രിയാകുന്നതിനുമുമ്പേ എല്ലാവരും ഉറക്കോടു പറ്റുമായിരുന്നു. തെക്കുപുറത്തെ പ്ലാവിൽ വലിയ വലിയ ചക്കകൾ ഉള്ള സമയം. അധികം രാത്രിയൊന്നുമായിട്ടില്ല. ആ സമയത്ത് എന്തോ വീഴുന്ന വലിയ ശബ്ദം കേട്ട് ഞെട്ടി ഉണർന്നു. ചക്ക വീഴുന്ന ശബ്ദമാണെന്നു തോന്നുന്നു. അച്ഛമ്മ പറഞ്ഞു. എല്ലാവരേയും വിളിച്ചുണർത്തി മുട്ടവിളക്കുകൾ (മണ്ണെണ്ണ ഒഴിച്ചുകത്തിക്കുന്ന ചിമ്മിണിക്കൂട്, പാട്ടവിളക്ക് എന്നീ പേരുകളിലും വ്യവഹരിക്കുമായിരുന്നു) കത്തിച്ച് പുറത്തിറങ്ങി. എല്ലാവരും കള്ളനോ എന്ന് നിലവിളിച്ചു. വണ്ണത്തരിച്ചി ചിരുതേയിയമ്മയും കക്കിയിൽ അമ്പുപൂശാരിയും ഈരോക്കി മാണിക്കവുമൊക്കെ ഓടിയെത്തി. അപ്പോഴേക്കും. ശബ്ദകോലാഹലംകേട്ട് അടുത്തുള്ള ഭാഗങ്ങളിൽനിന്നെല്ലാം ആളുകൾ ഓടിവന്നു. ഒരു വലിയ കയർ പ്ലാവിൽ തൂങ്ങിക്കിടക്കുന്നു. കയറിന്റെ തലയിൽ ചക്ക കെട്ടിയതിന്റെ തളയുണ്ട്. കെട്ടിത്താക്കുമ്പോൾ കെട്ട് ഇളകി വീണതായിരിക്കാം. ഒന്നുരണ്ടുപേർ പ്ലാവിൽ കയറി. ആരെയും മുകളിൽ കണ്ടില്ല. രസകരമായ ചക്കക്കളവിന്റെ ഇത്തരം കഥകൾ പലതും നാട്ടിൻപുറങ്ങളിൽ അന്നു കേൾക്കുമായിരുന്നു. കുഗ്രാമങ്ങളിൽ ദാരിദ്ര്യത്തിന്റെയും പട്ടിണിയുടെയും കഥകൾ കൂടിയാണിവ.

പഴുത്ത ചക്കകൊണ്ട് അനേകം ഭക്ഷ്യവിഭവങ്ങൾ പാകം ചെയ്യുമായിരുന്നു. പഴഞ്ചക്കയുടെ പഴുത്ത ചുളയും അരിയും വെല്ലവും ചിരവിയ തേങ്ങയും ചേർത്ത് അരച്ച് ഇലയിൽ കോരിയൊഴിച്ച് ചുരുട്ടി ആവിയിൽ വേവിച്ച് ചക്കയപ്പം (ചപ്പിലയിൽ ചുരുട്ടിയപ്പം) ഉണ്ടാക്കുമായിരുന്നു. പഴുത്ത വരിക്കച്ചക്കച്ചുളകൾ വെല്ലം ചേർത്ത് വേവിച്ച് വരട്ടിയെടുത്ത് സൂക്ഷിക്കുമായിരുന്നു. വറട്ടിയ ചക്ക പുത്തൻ മൺകലത്തിൽ വളരെ

ക്കാലം കേടുകൂടാതെ സൂക്ഷിക്കും. ആവശ്യാനുസരണം അതിൽ നിന്നെടുത്ത് ഇലയട (വത്സൻ) ഉണ്ടാക്കിവന്നിരുന്നു. ചായ നടപ്പിൽവന്നതോടുകൂടി വൈകുന്നേരത്തെ ചായയോടൊപ്പം വത്സനപ്പമോ ചക്കയപ്പമോ ഉണ്ടാകുമായിരുന്നു. ചക്കയപ്പം കൂടുതൽ കഴിക്കുമ്പോൾ ചക്ക തിന്നാൽ ചുക്കു തിന്നണമെന്ന് വലിയച്ഛമ്മ പറയുമായിരുന്നു.

വറട്ടിവെച്ച ചക്കകൊണ്ട് ചിലപ്പോൾ അമ്മ പ്രഥമൻ വച്ചുതരുമായിരുന്നു. സദ്യകൾക്കും ചക്കപ്രഥമൻ വെച്ചുകൊടുക്കാറുണ്ട്. ചെറുതായി നുറുക്കിയ തേങ്ങ നെയ്യിൽ വറുത്തു ചേർത്ത പ്രഥമൻ വളരെ സ്വാദുള്ളതാണ്. പഴംചക്ക വറട്ടിയെടുക്കാറില്ല. ചുളകൾ കുഴിയമ്മിയിലിട്ട് അല്പമൊന്നരച്ച്, പിഴിഞ്ഞെടുക്കുകയാണ് ചെയ്യുക. തെങ്ങോലക്കഷണങ്ങൾ ചെറുതായി മുറിച്ചിട്ടാണ് പഴംചക്ക പിഴിയുക. അതിന് വഴുവഴുപ്പുള്ളതുകൊണ്ടത്രെ അങ്ങനെ ചെയ്യുന്നത്. പിഴിഞ്ഞെടുത്ത് വെല്ലവും തേങ്ങാപ്പാലും ചേർത്താണ് പഴംചക്കപ്പായസം ഉണ്ടാക്കുന്നത്. ഈ പതിവൊന്നും ഇന്ന് അധികം കണ്ടുവരുന്നില്ല.

കായ വറുത്ത് ഉപ്പേരിയാക്കുന്നതുപോലെ ചക്കകൊണ്ടും വറുത്തുപ്പേരിയാക്കും. സദ്യകൾക്കും ചക്കച്ചുളവറുത്തുപ്പേരി വർജ്ജ്യമായിരുന്നില്ല. നാലുകൂട്ടം വറുത്തതിൽ ഒരിനം ചക്ക വറുത്തതാകാറുണ്ട്. ചക്കച്ചുള കേടുകൂടാതെ സൂക്ഷിക്കുന്ന പതിവുണ്ടായിരുന്നു. മൂത്ത ചക്കയുടെ ചുള നീളത്തിൽ കീറി, ഉപ്പും മഞ്ഞളും കലർത്തിയ വെള്ളത്തിൽ തിളപ്പിച്ചെടുത്ത് വെയിലത്തുണക്കിയെടുത്ത് സൂക്ഷിക്കും. ആവശ്യാനുസരണമെടുത്ത് വെളിച്ചെണ്ണയിൽ വറുത്തെടുത്ത് കൊണ്ടാട്ടംപോലെ ഉപയോഗിക്കുമായിരുന്നു.

ചക്കക്കുരുവിനെ പൊതിഞ്ഞുകൊണ്ടുള്ള ആവരണത്തിന് പോണ്ടി എന്നാണ് വ്യവഹാരം. പഴുത്ത ചക്കയുടെ പോണ്ടി വെള്ളത്തിലിട്ട് പുളിപ്പിച്ചശേഷം പുളിങ്കറി വെച്ചുകണ്ടിട്ടുണ്ട്. അച്ഛമ്മയ്ക്കും വലിയച്ഛമ്മയ്ക്കുമെല്ലാം പോണ്ടിപ്പുളിങ്കറി വളരെ ഇഷ്ടമായിരുന്നു. പഴുത്ത ചക്കയുടെ കുരുക്കൾ ശേഖരിച്ച് കഴുകി വൃത്തിയാക്കി വെയിലത്തിട്ട് ഉണക്കിയെടുത്തശേഷം മണ്ണിൽ പൊതിഞ്ഞുവെച്ച് സൂക്ഷിക്കാറു പതിവുണ്ടായിരുന്നു. ഇന്നും ഈ പതിവ് ദുർല്ലഭമായി പതിവുണ്ട്. മമ്പിടിക്കൽ എന്നാണ് ഇതിന് വ്യവഹാരം. മറ്റൊന്നും കൂടിക്കലരാത്ത ശുദ്ധമായ മണ്ണാണ് അതിനുപയോഗിക്കുക. ഒരു മൂലയിൽ അല്പം മണ്ണിട്ട്. ചക്കക്കുരുക്കൾ പൊതിഞ്ഞ് വീണ്ടും മണ്ണിട്ട് തട്ടിക്കൂട്ടിവെക്കും. നാലഞ്ചുമാസക്കാലം അത് കേടുകൂടാതിരിക്കും. കർക്കിടകത്തിലെ നിറയ്ക്ക് ചക്കക്കുരുവേണം. കറിവെക്കുവാൻ മറ്റു സാധനങ്ങൾ കുറവായി വരുമ്പോൾ മണ്ണിനുള്ളിലെ കുരുക്കളെടുത്ത് കറിക്കുപയോഗിക്കാറ് പതിവായിരുന്നു. ചക്കക്കുരു കുനിച്ച് കഷണമാക്കി ഓലൻ, എരിശ്ശേരി തുടങ്ങിയ കറികളിൽ ചേർക്കും. അത് പ്രത്യേകമായി ഉപ്പേരിയും വെക്കാം. ചക്കക്കുരുകൊണ്ട് വേവിച്ചടിച്ച് തോരനുമാക്കിവന്നിരുന്നു. മഴ കോരിച്ചൊരിയുന്ന മിഥുനം കർക്കിടകം മാസങ്ങളിൽ സ്വസ്ഥമായിരിക്കുന്നേരം ചക്കക്കുരുക്കൾ ചുട്ടുതിന്നുന്ന പതി

വുമുണ്ടായിരുന്നു. ചക്കകൊണ്ടുള്ള കറികൾക്ക് ആഢ്യത പോരെന്നാണ് പലരുടെയും പക്ഷം. എന്നാൽ സാധാരണക്കാരുടെ ജീവിതത്തിൽ അതിനുള്ള സ്ഥാനം വലുതാണ്. ചക്കക്കറികളോട് താല്പര്യം ഇന്നും കുറഞ്ഞിട്ടില്ല. ചക്കയെക്കുറിച്ചുള്ള ഓർമ്മകൾ പലതും ഉള്ളിലുയർന്നുവരുന്നു. തല്ക്കാലം ചക്കസ്മരണകൾക്ക് ഇവിടെ വിരാമമിടുന്നു.

ചക്ക സമൃദ്ധമായി ഉണ്ടാക്കിത്തുടങ്ങുന്ന കാലത്തുതന്നെ മാവുകളും പൂക്കുവാൻ ആരംഭിക്കും. ചുവട്ടിൽ വീണ ചെറുമാങ്ങകൾ പെറുക്കിക്കൊണ്ടുവന്ന് ഉപ്പുകല്ലും കൂട്ടി തിന്നുന്ന പതിവ് കുട്ടിക്കാലത്തുണ്ടായിരുന്നു. കണ്ണിമാങ്ങ ഉപ്പിലിടണമെന്ന് അമ്മയ്ക്ക് നിർബ്ബന്ധമായിരുന്നു. ഇല്ലങ്ങളിലും മറ്റും ചില്ലറപ്പണികൾക്ക് വരുന്ന ഒരു കമ്മാരനുണ്ട്. "എവിടെ നിന്നായാലും അയാൾ മാങ്ങ എത്തിക്കും. കണ്ണിമാങ്ങ ഉപ്പിലിട്ടു സൂക്ഷിക്കും. അതിൽ കുറച്ചുഭാഗം കണ്ണികടുമാങ്ങയാക്കാറുണ്ട്. കണ്ണിമാങ്ങയിൽ ഉപ്പുചേർത്തശേഷം പറങ്കി കടുക്, ഉലുവ, കായം എന്നിവ വറുത്തരച്ചോ പൊടിച്ചോ ചേർത്താണ് അതുണ്ടാക്കുക. അമ്മ അത് രാത്രിയിലാണ് തയ്യാറാക്കിയിരുന്നത്. അതിന് സൂര്യപ്രകാശം തട്ടരുതെന്നാണ് പറയാറ്. സൂക്ഷിക്കുന്ന പാത്രത്തിൽ എല്ലാം നിറച്ചശേഷം മേലെ അല്പം നല്ലെണ്ണയുമൊഴിച്ച് കണ്ടിട്ടുണ്ട്. ഇങ്ങനെ ഭദ്രമായി സൂക്ഷിച്ചാൽ കുറേക്കാലം കേടുവരാതെ നില്ക്കും. മാങ്ങ മൂപ്പെത്തിയാൽ വലുപ്പം കൂടിയ കഷണങ്ങളാക്കി ഉപ്പും മേൽപ്പറഞ്ഞ ചേരുവകളും ചേർത്ത് സൂക്ഷിക്കുമായിരുന്നു. ചെത്തുകടുമാങ്ങ എന്നാണ് അതിനുള്ള വ്യവഹാര രൂപം. കുരട്ടകെട്ടിയ മാങ്ങ ഉപ്പിലിട്ടു സൂക്ഷിക്കുന്ന പതിവുമുണ്ടായിരുന്നു. ഉപ്പിലിട്ട കൊരട്ടമാങ്ങയാണിത്. ഇത് കൊല്ലത്തോടുകൊല്ലം ഉപയോഗിക്കുമായിരുന്നു.

മീനം മേടമാസമായാൽ മാമ്പഴക്കാലമായി. മാവുകളുടെ ചുവട്ടിൽ നിന്ന് പിരിയാത്ത കാലം! കുട്ടികൾ മാത്രമല്ല, മുതിർന്നവരും പഴുത്ത മാങ്ങ പെറുക്കുവാൻ വരും. കാറ്റത്തുവീഴുന്ന മാങ്ങകൾക്കുവേണ്ടി മത്സരമായിരുന്നു. ജാതിമരച്ചപ്പില (തേക്കുമരത്തിന്റെ ഇലകളുടെ നാടൻ വ്യവഹാരം) ഈർക്കിൽകൊണ്ട് പിന്നിച്ചേർത്ത് ഉണ്ടാക്കിയ കുമ്പിളി(കൊട്ട)യലാണ് പഴുത്ത മാങ്ങകൾ ശേഖരിച്ചിരുന്നത്. ഇല്ലപ്പറമ്പിന്റെ തൊട്ടുപടിഞ്ഞാറ് മാങ്കുളത്തില്ലപ്പറമ്പാണ്. അവിടം മുതൽ മൂകാംബിയമ്പലത്തിനു വടക്കുള്ള പോറ്റിയില്ലംവരെയുള്ള പറമ്പുകളിലെല്ലാം പഴുത്ത മാങ്ങയ്ക്കായി പോകുമായിരുന്നു. വീണ മാങ്ങകൾ പെറുക്കിയെടുക്കുന്നതിൽ ആരും തടസ്സം പറയാറുണ്ടായിരുന്നില്ല. താഴത്തില്ലത്തെ പറമ്പിലെ തെക്കുഭാഗത്ത് പിടിച്ചാൽ പിടിയെത്താത്ത വലിയൊരു പുളിയൻമാവുണ്ടായിരുന്നു. അടുത്തകാലത്താണ് വിറ്റത്. അതിന്റെ മാങ്ങകൾ മിക്കതും തൊട്ടപ്പുറത്തെ പോറ്റിപ്പറമ്പിലെ കുളത്തിലാണ് വീഴുക. കൂടുതൽ ആഴമില്ലാത്ത ആ കുളത്തിൽ അല്പമിറങ്ങി കിട്ടാവുന്ന മാങ്ങകൾ തപ്പിയെടുക്കുമായിരുന്നു. മാങ്കുളത്തുവളപ്പിലെ മാവിന് അല്പം വലിപ്പം കൂടിയതും കൊഴുപ്പും സ്വാദുള്ളതുമായ മാങ്ങകളായിരുന്നു. ചിരുതേയിയമ്മ

യുടെ പറമ്പിലെ മാവ് വളരെ ചെറിയ ഉരുണ്ട മാങ്ങകൾ ഉള്ളതാണ്. വായിലിട്ട് നുണച്ചുരസിക്കാവുന്ന വളരെ സ്വാദിഷ്ടമായ മാങ്ങകളാണ് അതിനുണ്ടായിരുന്നത്. ഇല്ലപ്പറമ്പിന്റെ കിഴക്കെ അതിർത്തിയിലെ കൽപ്പാലത്തിനടുത്ത് വളരെ ഉയരമുള്ള ഒരു മാവുണ്ടായിരുന്നു. പാലത്താൻമാവ് എന്നാണ് അതിനെ വ്യവഹരിച്ചുപോന്നത്. ആ മാവിന്റെ മാങ്ങ കൂടുതൽ വലുപ്പമുള്ളതായിരുന്നില്ല. എന്നാൽ, വളരെ സ്വാദും മധുരവുമുള്ളതായിരുന്നു അതിന്റെ പഴുത്ത മാങ്ങകൾ. ഈ മാവുകളെല്ലാം ഇന്നെവിടെ? വലിയതെന്തോ നഷ്ടപ്പെട്ടപോലെ ഒരുദുഃഖംമാത്രം ഓർച്ചയിൽ ശേഷിക്കുന്നു. ഇല്ലപ്പറമ്പിന്റെ തെക്കെപ്പറമ്പിൽ വലിയൊരു മാവുണ്ടായിരുന്നു. പച്ചപറക്കാൻ മാവ് എന്നാണ് അതിനെ വ്യവഹരിച്ചിരുന്നത്. ബപ്പക്കായിമാവാണത്. അരിവാങ്ങുവാൻ പണമില്ലാത്ത അവസരത്തിൽ അച്ഛൻ തുച്ഛമായ വിലയ്ക്ക് അത് വിറ്റുകളഞ്ഞു. ആ മനോവിഷമം മനസ്സിൽനിന്നും ഇന്നും മാഞ്ഞിട്ടില്ല.

പഴുത്തമാങ്ങകൊണ്ട് പച്ചടിയും പെരക്കും പുളിശ്ശേരിയും ആക്കാറുണ്ടായിരുന്നു. അമ്മയും ചിറ്റമ്മയുമൊക്കെ പഴുത്തമാങ്ങ ധാരാളം ലഭിക്കുന്ന കാലങ്ങളിൽ മാങ്കാച്ച് ആക്കുമായിരുന്നു. മാങ്ങ പിഴിഞ്ഞ് കൊഴുപ്പെടുത്ത് പായയിലോ പാളയിലോ തേച്ച് വെയിലത്തുവെച്ച് ഉണക്കും. ഒരാഴ്ചയോളം മാങ്ങാക്കൊഴുപ്പ് തേച്ച് ഉണക്കിയാൽ മാങ്ങാക്കാച്ചിന് നല്ല കട്ടിയുണ്ടാകും. നല്ലപോലെ വെയിലത്തുണക്കിയാൽ വീതി കുറഞ്ഞ് നീളത്തിൽ മുറിച്ചെടുത്ത് ചുരുളാക്കി പുത്തൻകലത്തിൽ സൂക്ഷിക്കുകയാണ് ചെയ്തിരുന്നത്. മാങ്ങ കുറഞ്ഞ കാലത്ത് പ്രത്യേകിച്ച് മഴക്കാലത്ത് മാങ്കാച്ചെടുത്ത് ഉപയോഗിക്കും. മാങ്കാച്ചും തേങ്ങാപ്പൂളും ഒന്നിച്ചു തിന്നുവാൻ വളരെ സ്വാദാണ്. മാങ്കാച്ചരച്ച് പച്ചടിയും അമ്മ തയ്യാറാക്കുമായിരുന്നു. പച്ചമാങ്ങ ഉപ്പും പറങ്കിപ്പൊടിയും പുരട്ടി വെയിലത്ത് ഉണക്കി സൂക്ഷിക്കുന്ന പതിവും ഉണ്ടായിരുന്നു. എരിമാങ്ങ എന്നാണ് ഇതിന് പേർ പറഞ്ഞുവരുന്നത്. ഈ വക സാധനങ്ങൾ ഇന്ന് അപൂർവ്വമായേ കാണപ്പെടുന്നുള്ളൂ.

കുട്ടിക്കാലത്ത് ചോറിനു കൂട്ടുവാൻ ധാരാളം കാണുമായിരുന്നവയാണ് ചപ്പിലക്കറികൾ. കർക്കിടകമാസം കഴിഞ്ഞാലേ അവ കറി വെക്കുവാൻ തുടങ്ങാറുള്ളൂ. ഇലക്കറികൾക്കാണ് ചപ്പിലക്കറികൾ എന്ന് പറയുന്നത്. തമര(തവര), താള് എന്നിവ ഗ്രാമപ്രദേശങ്ങളിൽ ധാരാളം ലഭ്യമായിരുന്നു. ഇലക്കറികളിൽ കൂടുതൽ ഉപയോഗിച്ചുവന്നിരുന്നത് അവയാണ്. പുരയിടങ്ങളിൽ നട്ടുവളർത്തുന്ന ചേമ്പ്, ചേന, മുരിങ്ങ, ചീര എന്നിവയുടെ ഇലകളും ചിലപ്പോൾ അമ്മ ഉപയോഗിക്കുമായിരുന്നു. ഇല്ലത്തിന്റെ തെക്കെ പുരയിടത്തിൽ അന്ന് കുറുവക്കാട്ടില്ലത്തെ ഏതാനും വ്യക്തികളാണ് താമസിച്ചുവന്നത്. ഇലക്കറികൾക്കുവേണ്ടി അത്യധികം താല്പര്യം കാണിച്ചിരുന്ന ഒരമ്മ അവിടെയുണ്ടായിരുന്നു- തോത്തിരേടത്തി (സുഭദ്ര എന്ന പേരാണ് ഇങ്ങനെ വ്യവഹരിക്കുന്നത്). തൊട്ടാൽ ചൊറിയുന്ന കൊടുത്തൂവ പോലും കറിവെച്ച് ചോറിൽ പൊതിഞ്ഞു കഴിക്കുവാൻ

അവർ മടിക്കാറില്ല. ഭക്ഷണത്തിനു രുചി നല്കുന്ന ഉപദംശം എന്ന നിലയിലാണ് ചപ്പിലക്കറികൾ ഉപയോഗിക്കുന്നത്. ഇലക്കറികൾ മിക്കതും ഔഷധവീര്യമുള്ളവയാണ്. വേളിക്ക് മുരിങ്ങാച്ചപ്പ് കറിവെച്ചുതന്നത് ഇപ്പോൾ ഓർമ്മിച്ചുപോകുന്നു. വേളിക്കുശേഷം നാലാംവെളിക്കാണ് അന്തർജ്ജനങ്ങൾ ഈ ചടങ്ങ് നടത്തിവരുന്നത്. വരൻ വധുവിനെ പ്രാപിക്കുന്നത് അന്നാണ്. മുരിങ്ങയില മുളോഷ്യം എന്ന കറിവെച്ചാണ് ചോറോടൊപ്പം തന്നിരുന്നത്.

ചപ്പിലക്കറികൾക്ക് ആഢ്യതയും മാന്യതയും പോരെന്നാണ് ചിലർ കരുതുന്നത്. സമ്പന്ന കുടുംബങ്ങൾ ഇലക്കറികൾ ഉപയോഗിച്ചുകാണാറില്ല. സദ്യകൾക്കും അവ പാകം ചെയ്തുകാണുന്നില്ല. എന്നാൽ, ഏറെ ഗുണം ചെയ്യുന്നവയാണ് ചപ്പിലക്കറികൾ എന്നാണ് അനുഭവം.

മൂന്ന്

ജീവിതത്തിൽ അനുപേക്ഷണിയമായി ചെയ്യേണ്ടതായുള്ള കർമ്മങ്ങളാണ് സംസ്കാരക്രിയകൾ. എല്ലാ ജാതിമതസ്ഥരിലും ഈ പതിവുണ്ട്. ഇന്ന് ഇത്തരം ചടങ്ങുകൾക്ക് ലോപം സംഭവിച്ചുകൊണ്ടിരിക്കയാണെങ്കിലും അവ കൃത്യമായി ചെയ്തുവന്നിരുന്ന ഒരു കാലത്തിലൂടെയാണ് നാം കടന്നുവന്നത്. കേരള ബ്രാഹ്മണർക്ക് ഷോഡശസംസ്കാരക്രിയകൾ ചെയ്യേണ്ടതായുണ്ട്. ഗർഭധാനം മുതൽ മരണാനന്തരക്രിയകൾ വരെ അത് വ്യാപിച്ചുകിടക്കുന്നു.

ചവളം (ചൗളം) നടത്തിയതിന്റെ നേരിയ ഓർമ്മയേയുള്ളൂ. മൂന്നാം വയസ്സിലാണ് ചവളം നടത്തേണ്ടത്. എന്നാൽ കുറേ വൈകിയാണ് അത് നടത്തിയതെന്ന് അച്ഛൻ ഒരിക്കൽ പറയുന്നത് കേട്ടിട്ടുണ്ട്. ചീന്തക്കോണകവുമെടുത്ത് മടക്കിയ തോർത്ത് ചുമലിലിട്ട് അച്ഛനിരുന്നതിനു വലതുവശത്ത് പലകയിട്ട് തുടർന്നിരുന്നതായി (മറ്റൊരാൾക്കുവേണ്ടിയോ മറ്റൊരാളോടുകൂടിയോ ചെയ്യേണ്ട കർമ്മങ്ങൾക്ക് ആ ആളെ സ്പർശിക്കുന്നതിന് അവർ ഇരിക്കുന്ന പലകകളിൽ മൂന്നിഴ ദർഭയിടുന്നു. ഇതിന് തുടർന്നിരിക്കൽ എന്നോ അന്വാരബ്ദം എന്നോ പറയും) ഓർക്കുന്നു. ചൗളം എന്നാൽ ചൂഢാകർമ്മമാണ്. കുടുമവെച്ച് ക്ഷൗരകർമ്മം ആരംഭിക്കുന്ന ദിവസമാണത്. വംശീയമായി ക്ഷുരകവൃത്തി ചെയ്യുന്ന നാതിയൻ വന്നാണ് അത് നടത്തിയിരുന്നത്.

ചവളത്തിനുശേഷം നടത്തേണ്ട സംസ്കാരക്രിയയാണ് ഉപനയനം. അഞ്ചാംവയസ്സിലാണ് അതിനു വിധിച്ച കാലം. കുട്ടിക്കാലത്ത് രോഗപീഡിതനായിരുന്നുകൊണ്ട് ഏഴാംവയസ്സിലാണ് ഉപനയനം കഴിച്ചിരുന്നതെന്നാണ് ഓർമ്മ. അതിനു നടത്തിയിരുന്ന കർമ്മങ്ങളിൽ പൂണുനൂലും (യജ്ഞോപവീതം) കൃഷ്ണാജിനവും ധരിക്കുന്ന കർമ്മം, മുഖ്യമത്രെ.

കിഴക്കുപുറത്തെ കളത്തിൽ പത്മമിട്ട് (അരിപ്പൊടിയും മഞ്ഞൾപ്പൊടിയും കൊണ്ടിടുന്ന ചെറിയ കളം), നെല്ലും അരിയും വിരിച്ച് അതിൽ കിഴക്കഭിമുഖമായി നിർത്തിയാണ് യജ്ഞോപവീതം എന്നാരംഭിക്കുന്ന മന്ത്രത്തോടെ അച്ഛൻ പൂണൂൽ ധരിപ്പിച്ചത്. ഓതിക്കോൻ മന്ത്രം ആദ്യം ചൊല്ലുകയും അത് അച്ഛനോടൊപ്പം ഏറ്റുചൊല്ലുകയും ചെയ്തുകൊണ്ടാണ് അതൊക്കെ ചെയ്തിരുന്നത്. പൂണുനൂലിനോടൊപ്പം കൃഷ്ണാജിനം, മേഖല എന്നിവയും ധരിപ്പിച്ചു.

മുറ്റത്ത് പത്മത്തിൽ വിരിക്കേണ്ട അരി, നെല്ല് എന്നിവയ്ക്ക് പ്രത്യേകതയുണ്ട്. വയസ്സിന്റെ അത്ര നെല്ലും അതിൽ പകുതി അരിയുമാണ് വേണ്ടതെന്ന് അന്ന് അമ്മ പറയുന്നത് കേട്ടിട്ടുണ്ട്. ഇവ ഓതിക്കോന് (വാദ്ധ്യാന്) അവകാശപ്പെട്ടതാണ്. അന്ന് ഇല്ലത്തെ വാദ്ധ്യാവൃത്തി (ഓതിക്കൻ) ചിറ്റന്നൂരിലെ പേർക്കുളത്തില്ലക്കാർക്കായിരുന്നു. ഇല്ലത്തെ കുഞ്ഞച്ചമ്മയുടെ മകളെ ആ ഇല്ലത്താണ് വേളി കഴിച്ചുകൊണ്ടുപോയിരുന്നത്. ആ ഏച്ചിയുടെ മകനായ കേശവേട്ടനാണ് മിക്കപ്പോഴും ഓതിക്കോനായി വന്നിരുന്നത്. പൂണൂൽധാരണമെന്നതുപോലെ ഉപനയനത്തിന്റെ മുഖ്യകർമ്മാംഗമാണ് ഗായത്ര്യോപദേശം. അച്ഛനാണ് നടത്തിയതും നടത്തേണ്ടതും. അന്നുമുതൽ മൂന്നുനേരവും ചെയ്യേണ്ട സന്ധ്യാവന്ദനാദികളുടെ ഉപദേശം ഓതിക്കോനിൽനിന്നും ലഭിച്ചു. കുറച്ചുനാൾ കൊണ്ടേ ഇത്തരം കാര്യങ്ങൾ ഒരു ശീലമായുള്ളൂ. അതുവരെ അച്ഛൻതന്നെ അതതുസമയം എല്ലാം പറഞ്ഞുതന്നു.

ഉപനയനം കഴിഞ്ഞാൽ മൂന്നുവർഷം ബ്രഹ്മചര്യാശ്രമമാണ്. ആ കാലം ചില വ്രതങ്ങളും നിഷ്ഠകളും പാലിക്കേണ്ടതായുണ്ടായിരുന്നു. ദിനചര്യകളിൽ പലതും മാറ്റേണ്ടിവന്നു. ഭക്ഷണശീലത്തിലും വലിയ മാറ്റമാണ് സംഭവിച്ചത്. പ്രഭാതസ്നാനം നിർബ്ബന്ധമായിരുന്നു. രോഗാദികൾകൊണ്ടോ മറ്റോ കുളി മുടങ്ങിപ്പോയാൽ പാഹി എന്ന പ്രായശ്ചിത്തഹോമം ചെയ്യേണ്ടിവരും. ഒന്നുരണ്ടുതവണ പ്രഭാത സ്നാനം മുടങ്ങിപ്പോയിരുന്നു. ഓതിക്കോൻ വന്ന് അതിന് പ്രായശ്ചിത്തകർമ്മം നടത്തിച്ചു. ദേഹത്തിന് അശുദ്ധി തട്ടിയാൽ ഏതുസമയത്തും കുളിക്കണം. പകലുറക്കം അരുത്. മറ്റുള്ളവരുടെ കൂടെ കിടക്കരുത്. ഒറ്റയ്ക്ക് കിടക്കണം. രാത്രിയിൽ പായ വിരിച്ചുകിടക്കണം. കിടക്ക, തലയിണ തുടങ്ങിയ സാധനങ്ങൾ ഉപയോഗിക്കരുത്. പുല, വാലായ്മ തുടങ്ങിയ ആശൗചം ഉള്ളവരെ തൊട്ടുപോകരുത്. അശുദ്ധിയുള്ള സ്ത്രീകളെ സ്പർശിച്ചുകൂടാ.

ബ്രഹ്മചര്യാശ്രമത്തിൽ പഴകിയ ഭക്ഷണം കഴിക്കുവാൻ പാടില്ലെന്നാണ് നിയമം. മറ്റുള്ളവർ കുളിച്ച് ശുദ്ധമായി വേണം ഭക്ഷണം പാകം ചെയ്യുവാൻ. ഉഴുന്ന്, ഉള്ളി, കായം, കപ്പക്ക, മുരിങ്ങാക്കായ, പപ്പടം, ഉഴുന്നുചേർത്ത പലഹാരം തുടങ്ങിയവ ഭക്ഷണത്തിൽ ഉൾപ്പെടുത്തിയിരുന്നില്ല.

ഉപനയനത്തോടുകൂടി ആരംഭിക്കുന്ന ചില ശുദ്ധീകരണശീലങ്ങൾ ഉണ്ടായിരുന്നു. മൂത്രവിസർജ്ജനമോ മലവിസർജ്ജനമോ ചെയ്തുകഴി

ഞാൽ. ശുദ്ധമായ മണ്ണ് നിശ്ചിത സ്ഥലങ്ങളിൽവെച്ച്, അതു തൊട്ടു വേണം ജലംകൊണ്ട് ശുദ്ധിവരുത്തുവാൻ. ബ്രഹ്മചര്യാവ്രതകാലം കഴിഞ്ഞാലും ഈ ശുദ്ധീകരണശീലം ജീവിതത്തിൽ തുടരണമെന്നായിരുന്നു ഓതിക്കോന്റെ ഉപദേശം. ശുദ്ധമണ്ണ് ഉപയോഗിച്ചുള്ള ശുദ്ധീകരണത്തിന്റെ ഗുണതത്ത്വത്തിന്റെ പൊരുൾ മനസ്സിലാക്കുവാൻ കഴിഞ്ഞത് വളരെക്കാലം കഴിഞ്ഞാണ്.

ബ്രഹ്മചര്യാശ്രമകാലത്തെ മുഖ്യമായ ഒരു ചടങ്ങാണ് വേദാരംഭം. ഓതിക്കോന്റെ മേൽനോട്ടത്തിലാണ് അത് നടത്തിയിരുന്നത്. ആദ്യം നിലവിളക്കുവെച്ച് ഗണപതിനിവേദ്യമാണ്. പിന്നെ പേരുചൊല്ലി അച്ഛനെ അഭിവാദ്യം ചെയ്യണം. ചൊല്ലേണ്ട വേദമന്ത്രങ്ങൾ ആദ്യം ഓതിക്കോൻ ക്രമത്തിൽ ഓതിത്തന്നു. അത് അവക്രമത്തിൽ അച്ഛൻ ചൊല്ലിത്തന്നു. ഓം ഇഷേത്വോർജേ ത്വാ... എന്നാരംഭിക്കുന്ന ആ മന്ത്രങ്ങൾ ക്രമത്തിൽ ഏറ്റുചൊല്ലി. അതിന്റെ പൊരുളൊന്നും അന്ന് മനസ്സിലായിരുന്നില്ല. പില്ക്കാലത്താണ് യജുർവേദത്തിന്റെ തുടക്കമാണതെന്ന് തിരിച്ചറിയാൻ കഴിഞ്ഞത്. അന്നത്തിനും ഐശ്വര്യത്തിനും ഊർജ്ജത്തിനുമായുള്ള പ്രാർത്ഥന.

ബ്രഹ്മചര്യാശ്രമം വേദപഠനത്തിനുള്ള കാലമാണ്. യജുർവേദം മുഴുവൻ പഠിക്കണം. അത് സാധിക്കുന്നില്ലെങ്കിലും ഒരുവട്ടം ഓതി കഴിക്കണമെന്നുണ്ട്. വേദാരംഭത്തിനുശേഷമുള്ള മുറയോതിക്കൽ അതാണ്. ഇല്ലപ്പറമ്പിന്റെ തെക്കെ പുരയിടത്തിൽ അന്ന് വസിച്ചിരുന്നത് കുറുവക്കാട്ടില്ലത്തെ ഒരു താവഴിക്കാരാണെന്ന് മുമ്പു സൂചിപ്പിച്ചുവല്ലോ. അവിടത്തെ വേദപണ്ഡിതനായ ചിറ്റേട്ടനാണ് മുറയോതിച്ചത്. ശങ്കരൻ എന്നോ മറ്റോ ആയിരുന്നു അയാളുടെ പേരെന്നാണ് ഓർമ്മ. ഒരു വർഷക്കാലത്തിലധികം ഒഴിവു സമയമാകുമ്പോഴൊക്കെ അവിടെ ചെന്നിരിക്കും. അദ്ദേഹം യജുർവ്വേദഭാഗങ്ങൾ ക്രമത്തിൽ ചൊല്ലിത്തരും. അത് ഏറ്റുചൊല്ലണം. ഇതാണ് ക്രമം. ഒഴിവുണ്ടെങ്കിലും എല്ലാദിവസവും വേദം ഓതിക്കുമായിരുന്നില്ല. അനദ്ധ്യായദിവസങ്ങളിൽ വേദപഠനം പതിവില്ല. അഷ്ടമി, ത്രയോദശി, ചതുർദ്ദശി, വാവ്, പ്രതിപദം തുടങ്ങി ചില പ്രത്യേക ദിവസങ്ങളിലാണ് മുറയോതലിനു മുടക്കം. സമാവർത്തനമാകുമ്പോഴേക്കും മുറയോതിക്കഴിഞ്ഞു. പക്ഷേ, ഇവയൊന്നും മനസ്സിൽ തങ്ങിനിന്നില്ല.

ബ്രഹ്മചര്യാശ്രമത്തിൽ, ആ മൂന്നു വർഷക്കാലത്തിനിടയിൽ ഹ്രസ്വകാലയളവുകളിലുള്ള ചില വ്രതങ്ങളുണ്ട്. അതിലൊന്നാണ് ഹോദാരവ്രതം. ഇത് ഒരു ആഷാഢ(കർക്കിടക)മാസത്തിൽ ആരംഭിച്ച് അടുത്ത ആഷാഢത്തിൽ സമാപിക്കുന്ന ഒരു വർഷക്കാലത്തേക്കുള്ള വ്രതമാണ്. അതിനാൽ കർക്കിടകവ്രതം എന്നും ഇതിന് വ്യവഹാരമുണ്ട്. ഈ വ്രതകാലത്ത് ക്ഷൗരകർമ്മം നടത്തിച്ചിരുന്നില്ല. ഹോദാരവ്രതത്തിനുശേഷമാണ് കാതുകുത്തിയത്. കർണ്ണഭേദം മുഹൂർത്തം നോക്കി ചെയ്യേണ്ട ഒരു കർമ്മമത്രെ. നാരകമുള്ളുകളാണ് കാതുകുത്തുവാൻ ഉപയോഗിച്ചിരുന്നത്. നാരകമുള്ളുകൾ കത്തികൊണ്ട് ചീകി ഭംഗിപ്പെടുത്തി,

മഞ്ഞൾവെള്ളത്തിൽ പുഴുങ്ങി ശുദ്ധീകരിച്ചശേഷമാണ് ഉപയോഗിച്ചത്. അച്ഛനും ഓതിക്കോനും രണ്ടുപേരും ചേർന്ന് ഒരേസമയത്താണ് കർണ്ണവേദം നടത്തിയത്. അപ്പോഴുണ്ടായ വേദന ഇപ്പോൾ ഓർക്കുവാൻ പോലും കഴിയുന്നില്ല. കാതുകൾ തുളച്ചശേഷം അവിടെ വെള്ളവെക്കുകയാണ് ചെയ്തത്. കുറേ നാളുകൾകൊണ്ടേ ആ മുറിവുകൾ ഉണങ്ങുകയുള്ളൂ.

കർണ്ണവേധ (കാതുകുത്തൽ)ത്തിനുശേഷം ഉപനിഷദം എന്നൊരു പ്രത്യേകവ്രതം അനുഷ്ഠിക്കേണ്ടതുണ്ട്. ഇതിന് മകരവ്രതം എന്നാണ് വ്യവഹരിച്ചിരുന്നത്. മകരമാസത്തിൽ ആരംഭിച്ച് അടുത്തവർഷം മകരത്തിൽമാത്രം സമാപിക്കുന്നതായതുകൊണ്ടാണ് അതിന് മകരവ്രതം എന്നു പറഞ്ഞുവരുന്നത്. ഈ വ്രതകാലത്തും ക്ഷൗരം ചെയ്യിക്കുവാൻ അനുവദിച്ചിരുന്നില്ല. വ്രതം ആരംഭിക്കുന്നതിനു മുമ്പും വ്രതം കഴിഞ്ഞശേഷവും ക്ഷൗരം ചെയ്യിക്കാം. അതിനുശേഷം ഗോദാനം എന്നൊരു വ്രതമാണ്. പന്ത്രണ്ടുദിവസത്തേക്കാണ് ഈ വ്രതം. ഇതിന്റെ ആരംഭത്തിൽ തല മുണ്ഡനം ചെയ്തിരുന്നു. സമാപനത്തിലാകട്ടെ തലയിൽ ചെറിയൊരു കുടുമ വെച്ചു. ഈ വ്രതത്തിനുശേഷം നാലുദിവസമെടുത്ത വ്രതമാണ് ശുക്രിയം. ഇതിന് തല മുണ്ഡനം ചെയ്യുകയില്ല. ചെറിയൊരു കുടുമ തലയിൽ നിലനിർത്തി ശേഷം ഭാഗം വടിച്ചകളയുകയാണ് ചെയ്തത്. ശുക്രിയവ്രതത്തിനിടയിൽ നടത്തുന്ന അവാന്തരം എന്നൊരു ചടങ്ങുണ്ട്. ശുക്രിയവ്രതം ആരംഭിക്കുന്നദിവസം സായാഹ്നത്തിൽ ഹോമാനന്തരം ഒരു ഇണവസ്ത്രം കൊണ്ട് കണ്ണുകെട്ടുകയുണ്ടായി. അന്നും നിവേദ്യത്തിനു കാരേലപ്പം ഉണ്ടാക്കണം. കൂട്ടുകാരെല്ലാം അത് തിന്നുരസിച്ചു.

കണ്ണ് കെട്ടിയതിനാൽ ഒന്നും കാണുവാൻ സാധിച്ചില്ല. ചങ്ങാതിമാർ ശബ്ദിക്കുന്നത് കേൾക്കുമ്പോൾ കൈയിലുള്ള ദണ്ഡ്കോൽ (നീളമുള്ള ചമത ക്കോൽ) കൊണ്ട് ശബ്ദംകേട്ട ഭാഗത്തേക്ക് വീശിനോക്കി. അവരെല്ലാം ഓടിയകന്നു. അടുത്തദിവസം രാവിലെ കണ്ണഴിക്കൽ കർമ്മം നടന്നു.

അടുത്തത് ബ്രഹ്മചര്യാവ്രതത്തിന്റെ സമാപനച്ചടങ്ങായ സമാവർത്തനമാണ്. ഉപനയനാദികർമ്മങ്ങൾക്കെല്ലാം അച്ഛനെ തുടർന്നിരുന്നാൽ മതിയായിരുന്നു. കർമ്മങ്ങൾ അച്ഛൻ കഴിക്കുമായിരുന്നു. എന്നാൽ, സമാവർത്തനം അവനവൻതന്നെ ചെയ്യണം. ഓതിക്കോൻ പറഞ്ഞുതരും പ്രകാരം എല്ലാം ചെയ്തു. കൃഷ്ണാജിനവും മേഖലയുമൊക്കെ അന്ന് ദാനം ചെയ്യുന്നു. ബ്രഹ്മചര്യാവ്രതകാലത്ത് ചെയ്തുകൂടാൻ പാടില്ലാത്തതൊക്കെ അന്നു ചെയ്യാം. കണ്ണിൽ കൺമഷിയെഴുതുക, ചാന്തും ചന്ദനവും പൂശുക. കിടക്കയിൽ കിടക്കുക. ചെരുപ്പുധരിക്കുക തുടങ്ങിയ കാര്യങ്ങളെല്ലാം സമാവർത്തനത്തിന്റെ കർമ്മാംഗങ്ങളായിരുന്നു. കാതുകളിൽ കുണ്ഡലം, കടുക്കൻ എന്നിവ കൂടി ധരിക്കണമായിരുന്നു. സ്വർണ്ണം കെട്ടിച്ച ലന്തക്കുരുവാണ് കടുക്കനായി ഉപയോഗിക്കുക. ബ്രഹ്മചാരിയായിരുന്നപ്പോൾ മുണ്ടുടുക്കരുതെന്നാണ് നിയമം. ചീന്തക്കോണം (വെളുത്ത തുണി നീളത്തിൽ ചീന്തിയെടുത്ത കഷണം) മാത്രമേ ഉടുക്കാവൂ. എന്നാൽ സമാവർത്തനശേഷം മുണ്ടുടുത്തുതുടങ്ങാം.

ജീവിതത്തിൽ ചെയ്യേണ്ടിവന്ന ചില വ്രതങ്ങളും ആചരണങ്ങളും സംബന്ധിച്ച ചിന്താശകലങ്ങൾ എടുത്തുപറഞ്ഞുവെന്നേയുള്ളൂ. മാറ്റങ്ങൾക്കും കർമ്മലോപങ്ങൾക്കും വിധേയമായിക്കൊണ്ടിരിക്കുന്ന വർത്തമാനകാലത്ത് അവയെ സംബന്ധിച്ച ഓർമ്മകൾ ഉണർന്നത് സ്വാഭാവികം മാത്രമാണ്.

നാല്

കാലഭേദങ്ങളും ഋതുചാക്രികതയും ജീവിതത്തിലും മനസ്സിലും ഉണ്ടാക്കിയ മാറ്റങ്ങളും വികാരങ്ങളും നമുക്ക് ആവർത്തനപാഠങ്ങളാകാം. എന്നിരുന്നാലും എഴുപതുവർഷങ്ങൾക്കുണ്ടായ പല അനുഭവങ്ങളും വല്ലാത്തൊരോർച്ചയായി ഉള്ളിൽ ഉണർന്നുവരുന്നു.

പൊന്നിൻചിങ്ങമാസം - അന്ന് അങ്ങനെയായിരുന്നു. ഇന്നാകട്ടെ, ആ പ്രയോഗത്തിനൊന്നും ഒരർത്ഥവുമില്ല. അതുപോലെ കാണം വിറ്റും ഓണം ഉണ്ണണം എന്ന മൊഴി അക്കാലത്തെ ഒരനുഭവം തന്നെയായിരുന്നു. ഓണക്കോടികളും പഴംപച്ചക്കറികളും മറ്റു സദ്യവട്ടങ്ങളും വാങ്ങുവാൻ കൈയിൽ പണമില്ലാതെ വന്നിരുന്നതിനാൽ അച്ഛൻ വല്ല പഴയ പാത്രമോ മരമോ വിറ്റാണ് അതെല്ലാം നിർവ്വഹിച്ചിരുന്നത്. അങ്ങനെ മനോവിഷമം തോന്നിച്ച ഓണമായിരുന്നു അതെല്ലാം. ഓണത്തിനു പൂക്കളമുണ്ടാക്കുന്ന പതിവ് അന്നുള്ളതാണ്. തിരുവോണം നാളിലെങ്കിലും ഇല്ലത്തെ കിഴക്കെ ഇറയത്ത് പൂക്കളമുണ്ടാകും. ചിറ്റമ്മ (ചിറ്റപ്പന്റെ ഭാര്യയ്ക്ക് ഇതിലെല്ലാം വലിയ താല്പര്യമായിരുന്നു. ഇത്തരം കാര്യങ്ങളിലൊന്നിലും അമ്മയ്ക്ക് താല്പര്യമുണ്ടായിരുന്നില്ല. ഓണപ്പൂക്കളത്തിനു വേണ്ടുന്ന പൂക്കളിൽ വാടിപ്പോകാത്തവയൊക്കെ തലേന്നാളേ ശേഖരിക്കും. മറ്റുള്ളവ ഓണമായന്ന് രാവിലെ ചെന്നു പറിക്കും. ജാതിമര (തേക്കുമര)ത്തിന്റെ ഇലകൊണ്ട് കോട്ടിയ കുമ്പിളിലാണ് പൂക്കൾ ശേഖരിക്കാറ് പതിവ്. തുമ്പപ്പൂവ്, വട്ടപ്പലത്തിൻപൂവ് (വെളുത്തനിറം) എള്ളിൻപൂവ്, വെള്ളിലപ്പൂവ്, കാക്കാപ്പൂവ്, (നീലനിറം) കോയിപ്പൂവ് (മഞ്ഞ, വെള്ള), ചെക്കിപ്പൂവ് തുടങ്ങിയ പൂക്കളാണ് അന്ന് ഓണപ്പൂക്കളമിടുവാൻ മുഖ്യമായും ഉപയോഗിച്ചിരുന്നത്.

ഓണത്തിനു ചേടിക്കളവും വരയ്ക്കും. അമ്മയോ ചിറ്റമ്മയോ ആണ്

ചാണകം മെഴുകിയ നിലത്ത് ചേടി വരച്ചിരുന്നത്. പടിഞ്ഞാറ്റകത്തെ ഇറയം, പുറത്തെ ഇറയം, കളം എന്നിവിടങ്ങളിലെല്ലാം ചേടിക്കളം വരയ്ക്കാറുണ്ട്. വെളുത്ത കളിമണ്ണാണ് ചേടി. അത് അല്പം വെള്ളം ചേർത്ത് പാകപ്പെടുത്തി, തുണിക്കഷണം വിരലുകൾക്കിടയിൽവെച്ച് അതിൽ മുക്കിയാണ് വരയ്ക്കുക. ബ്രഹ്മാലയങ്ങൾ, അമ്പലവാസിമഠങ്ങൾ തുടങ്ങിയ ഇടങ്ങളിലെല്ലാം ഓണക്കാലത്തുമാത്രമല്ല, മറ്റു വിശേഷാവസരങ്ങളിലും ചേടിക്കളം വരയ്ക്കുമായിരുന്നു. പൂക്കുലച്ചേടി, തേങ്ങാച്ചേടി, ആൽവിളക്ക്, നിലവിളക്ക് എന്നിങ്ങനെ പലവിധമുള്ള രേഖാചിത്രങ്ങളും ഇവയിൽ കാണാറുണ്ട്.

തെയ്യം കെട്ടുന്ന ഒരു വിഭാഗമായ വണ്ണാന്മാരിൽപ്പെട്ടവർ ഒരു കുട്ടിത്തെയ്യവുമായി ഉത്രാടം/തിരുവോണം നാളിൽ വന്ന് ചെണ്ട മുട്ടി, പാട്ടുപാടി ആടിക്കാറുണ്ട്. ഈ നാട്ടുദൈവം കെട്ടുന്നത് ഒരു ആൺകുട്ടിയായിരിക്കും. മുഖത്തു തേപ്പും തലയിൽ ചെറിയ മുടിയും മറ്റു ചമയങ്ങളും ഉണ്ടാകും. ഒരുകൈയിൽ മണിയും മറുകൈയിൽ മുളകൊണ്ടുള്ള ചെറിയൊരു ഓണവില്ലും എടുത്തിരിക്കും. ഓണത്താറ് എന്നാണ് ഈ നാട്ടുദൈവത്തിന് പേർ പറഞ്ഞുവരുന്നത്. ഒപ്പമുള്ള വണ്ണാൻ ചെണ്ടമുട്ടി ഓണാർപാട്ട് പാടുന്നതിനനുസരിച്ച് മണിമുട്ടിക്കൊണ്ടാണ് ഓണത്താറ് ആടാറുള്ളത്. കുട്ടിത്തെയ്യവും സംഘവും ഭവനത്തിൽ വന്നാൽ തെയ്യം, ആടിക്കട്ടെ.... എന്നു ചോദിക്കും. അതിനു സമ്മതം മൂളിയാലേ ആടിക്കാറു പതിവുള്ളൂ. ഗൃഹത്തിൽ ആരെങ്കിലും മരിച്ചിട്ടുണ്ടെങ്കിൽ ഒരു വർഷത്തേക്ക് ഇത്തരം ആട്ടങ്ങളൊന്നും പാടില്ലെന്നുണ്ട്. തെയ്യം ആടിയാലും ആടിയില്ലെങ്കിലും അവർക്കു കൊടുക്കുവാൻ ഉദ്ദേശിച്ച പണവും അരിയും നല്കാറുണ്ട്. ഓണത്താർക്ക് ചിലപ്പോൾ വസ്ത്രവും സമ്മാനിക്കും. ഈ നാട്ടുദൈവം മഹാബലിയുടെ സങ്കല്പത്തിലുള്ളതാണെന്ന് പില്ക്കാലത്താണ് മനസ്സിലായത്.

ഓണം കഴിഞ്ഞുവരുന്ന മകം ഒരു വിശേഷദിവസമാണ്. ചില വർഷങ്ങളിൽ അത് ചിങ്ങമാസത്തിൽ വരും. ചിലപ്പോൾ കന്നിമാസത്തിലായെന്നു വരാം. ഓണം ആൺകുട്ടികൾക്കും മകം പെൺകുട്ടികൾക്കുമുള്ളതാണെന്ന് അമ്മ പറയുമായിരുന്നു. അന്ന് ഇല്ലത്ത് പെൺകുട്ടികളൊന്നുമുണ്ടായിരുന്നില്ല. എന്നിരുന്നാലും മകം മുടക്കാറില്ല. ചീവോതി (ശ്രീഭഗവതി)യെ വരവേല്ക്കുന്ന ദിവസമാണെന്നാണ് സങ്കല്പം (ചീവോതിയുടെ പിറന്നാളാണെന്ന് ചിറ്റമ്മ പറയുന്നത് കേട്ടിട്ടുണ്ട്. ചീവോതിയുടെ കാല്പാടുകളെന്ന സങ്കല്പത്തിൽ ചേടികൊണ്ട് മുറ്റം മുതൽ പണിഞ്ഞാറ്റ, വടക്കിനി തുടങ്ങിയ സ്ഥലങ്ങളിലെല്ലാം ചീവോതിക്കാല് കുറിക്കുമായിരുന്നു. ചീവോതി വിളമ്പുക എന്നൊരു ചടങ്ങുകൂടി പതിവുണ്ട്. വടക്കിനിയിൽ ചേടി വരച്ചതിന്റെ അടുത്ത് നിലവിളക്കും നിറകുടവും (ഒരു കിണ്ടിയിൽ വെള്ളം) വെച്ച് അതിനു മുമ്പിലെ നാക്കിലയിൽ ഉണങ്ങൽച്ചോറും ഇലക്കറികളും തൈരും വിളമ്പിവെക്കും. മഴക്കാലം കഴിഞ്ഞ് ചപ്പിലക്കറി (ഇലക്കറി)കൾ വെക്കുവാൻ തുടങ്ങുന്നത്

പ്രായേണ മകം മുതലായിരുന്നു. തവര, താള്, ചേമ്പ് എന്നീ ഇലകളൊക്കെ കറിവെക്കും. പുളിചേർത്താണ് താളില വെക്കുക. ചീവോതിക്ക് വിളമ്പിവെച്ചതെല്ലാം പെൺകുട്ടികൾക്ക് അവകാശപ്പെട്ടതാണ്. സഹോദരിമാർ ആരുമില്ലാത്തതുകൊണ്ട് അത് ഉണ്ണുവാൻ സമ്മതിക്കുമായിരുന്നു. മകക്കഞ്ഞിയും വെക്കുമായിരുന്നു. ഉണക്കലരി വേവിച്ച് അല്പം വെല്ലവും ചിരവിയ തേങ്ങയും അല്പം ഉപ്പും ചേർത്തുണ്ടാക്കുന്ന ഒരുതരം പായസം തന്നെയാണ് മകക്കഞ്ഞി.

ചിങ്ങമാസത്തിൽ നടത്താറുള്ള ഒരു വിശേഷമാണ് പുത്തരിയൂണ്. പുന്നെല്ലരി ആദ്യം കഴിക്കുന്ന ദിവസമാണത്. പയ്യന്നൂർ പെരുമാൾ ക്ഷേത്രത്തിൽ പുത്തരി നടത്തുന്ന ദിവസമാണ് ഈ പ്രദേശത്തുകാർ പ്രായേണ പുത്തരി നടത്തിവന്നത്. ഓണത്തിനുമുമ്പുതന്നെ പലപ്പോഴും പുത്തരിയൂണു കഴിയും. പുന്നെല്ലരി, ചിരവിയ തേങ്ങ, വെല്ലം എന്നിവ ചേർത്തുകുഴയ്ക്കും. അതിൽ നെയ്യും തേനും ചേർക്കും. ഇത് ഒരു കൊടിയിലയിൽ ചെറിയ ഉരുളകളാക്കി വെക്കും. കുരുമുളകിന്റെ ഇളയ മണികളും നവര നുറുക്കിയതും വേവിച്ച് പുത്തരിയുണ്ടകളിൽ അല്പാല്പം ചേർക്കാറുണ്ട്. തേവാരത്തിന് വിഗ്രഹങ്ങൾക്ക് (നിവേദ്യം) കഴിക്കും. എല്ലാവരും പടിഞ്ഞാറ്റയിൽ പലകയിട്ട് കിഴക്കോട്ടു തിരിഞ്ഞിരിക്കണമെന്ന് അച്ഛൻ പറയും. വലതുകൈ നീട്ടിയാൽ കൈയിൽ ഉപസ്തരിച്ച് (നെയ്യ് ഉറ്റിച്ച്) പുത്തരിയുണ്ട കൈയിൽ വെക്കും. അച്ഛൻ ഒരു മന്ത്രം ചൊല്ലിത്തരും (ഭദ്രാന്ന ശ്രേയോ) മന്ത്രാവസാനം പുത്തരിയുണ്ട കഴിക്കാം. ഇതിന് ചെറിയ പുത്തരി എന്നാണ് വ്യവഹരിക്കുക. ഇല്ലങ്ങളിൽ തേവാരപ്പുത്തരി എന്നും പറയുമായിരുന്നു. പുത്തരിക്ക് നാലുകൂട്ടം കറികളോടെ സദ്യ പതിവുണ്ടായിരുന്നു.

ഇതുകൂടാതെ, ആദ്യമായി പുന്നെല്ലരിച്ചോറ് കഴിക്കുന്ന പതിവുണ്ടായിരുന്നു. അത് വലിയ പുത്തരിയാണ്. ഇല്ലം വക സ്വന്തമായി കൃഷിയൊന്നുമുണ്ടായിരുന്നില്ല. അതിനാൽ പുത്തരിയുണ്ണുവാൻ ആരോടെങ്കിലും നെല്ല് വാങ്ങുകയാണ് പതിവ്. നല്ല ദിവസം നോക്കിയാണ് അത് കഴിക്കുക. അമ്മ കലത്തിൽ പുന്നെല്ലരി വെക്കും. അത് തിളച്ചുതുടങ്ങുമ്പോൾ പൊലുവള്ളി എന്ന ഒരു കാട്ടുവള്ളി കൊണ്ടുവന്ന് കലത്തിനു കെട്ടും. കലത്തിനു ഭസ്മം തൊടുന്നതും പതിവായിരുന്നു. വലിയ പുത്തരിക്കും നാലുകറി വെക്കുക പതിവായിരുന്നു. ഇന്ന് പുന്നെല്ലരിയുമില്ല. പുത്തരിയുമില്ല.

ചിങ്ങമാസത്തിലെ കൃഷ്ണാഷ്ടമി (അഷ്ടമിരോഹിണി)ക്ക് ശ്രീകൃഷ്ണ (വൈഷ്ണവ) ക്ഷേത്രങ്ങളിലെന്നപോലെ ബ്രഹ്മാലയങ്ങളിലും ശ്രീകൃഷ്ണപൂജയും അർഘ്യം വീഴ്ത്തും മുടങ്ങാതെ നടന്നുവന്നിരുന്ന കാലമായിരുന്നു അത്. അന്ന് രാത്രിയിൽ ചന്ദ്രോദയസമയത്താണ് അത് നടത്തുക. പശുവിൻപാൽ, ഇളനീർ, കൃഷ്ണക്രാന്തി(വിഷ്ണുക്രാന്ത) കറുക തുടങ്ങിയവ അർഘ്യത്തിനു കൂടിയേ കഴിയൂ. അച്ഛനോ അഫനോ ആണ് പൂജയും മറ്റും നടത്തിവന്നിരുന്നത്. ഉണക്കലരിച്ചോറ്,

പാൽപ്പായസം എന്നിവ കൂടാതെ ദോശ, വെല്ലം, വെണ്ണ, പഴം, ഇളനീർ, എന്നിവ നിവേദ്യവസ്തുക്കളാണ്. ദോശനിവേദ്യം കോലത്തുനാട്ടിൽ മാത്രമേ പതിവുള്ളൂവെന്നറിയുന്നു.

പൊരിവെയിൽ അനുഭവപ്പെടുന്ന കാലമാണ് കന്നിമാസം കൃഷിക്കാരുടെ ഭവനങ്ങളിലെല്ലാം കളം (മുറ്റം) കിളച്ചടിച്ച് വൃത്തിയാക്കുവാൻ ചിങ്ങത്തിലേ ആരംഭിക്കുമെങ്കിലും, കന്നിമാസത്തിലാണ് "കളംതല്ലൽ" കൂടുതലായും നടന്നിരുന്നത്. നെല്ല് മൂരുന്നത് (കൊയ്ത്ത്) മിക്കവാറും കന്നിമാസത്തിലായിരിക്കുമെന്നതാണ് അതിനു കാരണം. "കളം തല്ലുന്ന" ശബ്ദം അടുത്തുള്ള വീടുകളിൽനിന്നെല്ലാം കേൾക്കാമായിരുന്നു. 'കള'ങ്ങൾ ചാണകം മെഴുകി വെടിപ്പു വരുത്തുമായിരുന്നു. ഉണങ്ങിയ കളത്തിലാണ് കളകളിട്ടു മെതിക്കുന്നത്. വൈക്കോലെല്ലാം ഒരുവശത്ത് കൂട്ടിവെക്കും. 'കയകൂട്ടുക' എന്നാണ് അതിനു പറയുക. കളത്തിന്റെ ഒരുവശത്ത് അല്പം ഉയരത്തിൽ ചെറിയൊരു തറ തയ്യാറാക്കുമായിരുന്നു. 'പൂക്കളം' എന്നതായിരുന്നു പേർ. പൂക്കളത്തിന്റെ നടുക്ക് ഒരു മരത്തടി നാട്ടി(കുഴിച്ചിട്ട്) അതിനു ചുറ്റുമായി വൈക്കോൽ അടുക്കിവെക്കുകയാണ് പതിവ്. 'പുക്കക്കയെ' എന്നാണ് അതിനു വ്യവഹാരം. കാർഷിക കുടുംബമാണെന്നതിന്റെ ചിഹ്നമാണത്. കൃഷിയൊന്നുമില്ലാത്തതുകൊണ്ട് ഇല്ലത്ത് എല്ലാവർഷവും കളം തല്ലാറ് പതിവില്ലായിരുന്നു. എന്നിരുന്നാലും കാർഷികരംഗവുമായി ബന്ധപ്പെട്ട ഈ വക അനുഭവങ്ങൾ മനസ്സിൽ ഉന്മേഷം പകർന്നതായിരുന്നു. കൃഷിക്കാരെല്ലാം നെൽകൃഷി ഉപയോഗിച്ചതായാണ് ഇന്ന് കാണുന്നത്. അതിനാൽ അത്തരത്തിലുള്ള ഗ്രാമീണാനുഭവങ്ങളെല്ലാം പഴയ ഓർമ്മകൾ മാത്രമാണിന്ന്.

കന്നിക്കൊയ്ത്ത് നടക്കുന്ന കാലത്ത് പുള്ളുവൻ വീണയുമായി വയലിൻ വരമ്പുകളിൽ വന്നുനില്ക്കുന്ന കാഴ്ച ഇന്ന് കാണാനില്ലെങ്കിലും കുട്ടിക്കാലത്ത് കണ്ടതായി ഓർമ്മയുണ്ട്. വീണമീട്ടിക്കൊണ്ടുള്ള അവന്റെ പാട്ട് ശാലീനമധുരമാണ്. അല്പസമയം പാടിയാൽ വയലുടമ അവന് നെൽക്കറ്റ നല്കും. പിന്നെ അവൻ അടുത്ത വയലിലേക്ക് പോകുന്നു. മുപ്പതുമുപ്പത്തഞ്ചുവർഷങ്ങൾക്കു ശേഷമാണ് അവൻ പാടിക്കേട്ട പാട്ട് എന്താണെന്നു മനസ്സിലായത്. നെല്ലും തെങ്ങും തമ്മിലുള്ള തർക്കമാണ് ആ പാട്ടിൽ വിവരിക്കുന്നതെന്നും വയലുകളിൽചെന്ന് പാടുന്ന, കറ്റയ്ക്കുവേണ്ടി പാടുന്ന ആ പാട്ടിന് കറ്റപ്പാട്ട് എന്നാണ് പറയുന്നതെന്നും നാരായണൻവൈദ്യരിൽനിന്നാണ് മനസ്സിലായത്.

നവരാത്രി ആഘോഷവും ഗ്രന്ഥം വെപ്പും ചില വർഷങ്ങളിൽ കന്നിമാസത്തിൽത്തന്നെ വരും. ചില വർഷം തുലാമാസത്തിലായെന്നും വരാറുണ്ട്. അഷ്ടമിദിവസം (ദുർഗ്ഗാഷ്ടമി) അച്ഛന് ഗ്രന്ഥമിട്ടുവയ്ക്കുന്ന ചൂരൽപ്പെട്ടിത്തുറന്ന് ഗ്രന്ഥങ്ങളുടെ പൊടി തുടച്ച് പൂജയ്ക്കുവെക്കും. അന്നു രാത്രിയും മഹാനവമി നാളിൽ രണ്ടുനേരവും വിജയദശമി നാളിൽ രാവിലെയും ഗ്രന്ഥപൂജ നടത്താറുപതിവുണ്ട്. അതിനുശേഷം പൂജയ്ക്കുവെച്ച പുസ്തകങ്ങൾ അച്ഛൻ എടുത്തുതരും. പുസ്തകം വായിക്കുന്നതിനുമുമ്പ്

ഹരിശ്രീഗണപതയേനമഃ എന്ന് മൂന്നുപ്രാവശ്യം ഉച്ചരിക്കുവാൻ പറയും. പിന്നെ അക്ഷരമാലയിലെ അക്ഷരങ്ങൾ മൂന്നുവട്ടം ഉച്ചരിക്കണം. അതു കഴിഞ്ഞാൽ പുസ്തകത്തിലെ ഒരു ചെറിയ ഭാഗം വായിക്കും. അതിനു ശേഷം പൂജയ്ക്കും നിവേദ്യം കഴിച്ച അവിലും മലരും ഇളനീരും വെല്ലവും പായസവും പഴവുമൊക്കെ അമ്മ വീതിച്ചുതരുമായിരുന്നു. പുസ്തകങ്ങളും ഗ്രന്ഥങ്ങളും പൂജയ്ക്കു വെച്ചാൽ അവ എടുക്കുന്നതു വരെ ഒന്നും വായിക്കരുതെന്നാണ് നിശ്ചയം. ഇതൊക്കെ അന്ന് കൃത്യമായി പാലിച്ചിരുന്നതായി ഓർക്കുന്നു. ഏതോ ഒരു ഗ്രന്ഥമെടുപ്പുദിവസമാണ് അരിയിൽ എഴുതിച്ചത്. അച്ഛൻ തന്നെയാണ് ആ കർമ്മം നിർവ്വഹിച്ചിരുന്നത്. അതിനുശേഷം അക്ഷരങ്ങളും അക്കങ്ങളുമൊക്കെ അച്ഛൻ തന്നെ എഴുതുവാൻ പഠിപ്പിച്ചു.

തുലാമാസത്തിൽ ജനിച്ചതിനാൽ, ജന്മമാസമാണതെന്ന് അമ്മ കൂടെക്കൂടെ ഓർമ്മപ്പെടുത്തുമായിരുന്നു. ജന്മമാസത്തിൽ ക്ഷൗരം ചെയ്യിക്കുവാൻ പാടില്ലെന്നാണ് നിയമം. അത്തം നക്ഷത്രമാണ് പിറന്നാൾ. അന്ന് കറുകഹോമവും ദുർഗ്ഗാപൂജയും (ഭഗവതിസേവ)യുമൊക്കെ നടത്തിവരാറുണ്ടായിരുന്നു. പിറന്നാളിന് നാലുകറി വെച്ച സദ്യയുണ്ടാക്കും. സാധാരണമായി ശർക്കരപ്പായസം വെക്കും. കൂടാതെ പിറന്നാൾപ്പായസം എന്ന പ്രത്യേക പായസം ഉണ്ടാക്കാറുണ്ടായിരുന്നു. ഉണക്കലരി അരച്ച് വെള്ളത്തിൽ കലക്കി വെല്ലവും പാകത്തിന് ഉപ്പും ചേർത്ത് കാച്ചിയാണ് അതുണ്ടാക്കുക. കോരിക്കുടിക്കുവാൻ പാകത്തിൽ കാച്ചിയെടുത്ത് അതിൽ ചിരവിയ തേങ്ങ ചേർക്കണം. ഭക്ഷണത്തോടൊപ്പം പിറന്നാൾ പായസവും വിളമ്പുമായിരുന്നു. അയൽവാസികൾക്കും മറ്റും ഈ പായസം ദാനം ചെയ്യുക പതിവുണ്ടായിരുന്നു. ഇത്തരം ചടങ്ങുകളെല്ലാം മങ്ങിയ ഓർമ്മകളായി മാറുകയാണ്.

തുലാമാസത്തിലെ 'പത്താമുദയവും' 'പതിനൊന്നാമുദയ'വും ആഹ്ലാദം പകരുന്ന ദിനങ്ങളായിരുന്നു. ആ രണ്ടു ദിവസങ്ങളിലും അമ്മ അതിരാവിലെ എഴുന്നേറ്റ് നിലവിളക്കിൽ അനേകം തിരികൾ നിരത്തി കത്തിക്കുമായിരുന്നു. ചേടിക്കളങ്ങളിലാണ് ആ വിളക്ക് വെക്കുക. അതിനരികെ 'ഇരത്തേങ്ങ' (രണ്ടുപച്ചത്തേങ്ങകൾ പരസ്പരം കൂട്ടിക്കെട്ടിയത്)യും കിണ്ടിയിൽ വെള്ളവും വെക്കുമായിരുന്നു. അമ്മ വിളക്കുമായി പശുത്തൊഴുത്തിൽച്ചെന്ന് കന്നുകാലികളെ കണികാണിക്കുക പതിവുണ്ടായിരുന്നു. അവയ്ക്ക് എന്തെങ്കിലും പ്രത്യേക തീറ്റയും ആ സമയത്ത് നല്കും.

തുലാരംഭത്തോടെ തെയ്യക്കാലമായി. ചില തെയ്യക്കാർ തുലാമാസം ഒന്നിനുതന്നെ തെയ്യമാടാറുണ്ടെങ്കിലും പത്താമുദയത്തോടുകൂടിയാണ് സാർവ്വത്രികമായി തെയ്യം നടക്കുന്നത്. തുലാപ്പത്തുമുതൽ മലയർ 'കോതാമൂരിയാട്ടം' എന്ന കലാനിർവ്വഹണം നടത്തുവാൻ ആരംഭിക്കും. ഒന്നുരണ്ടാഴ്ചക്കാലം അതു നീണ്ടു നില്ക്കും. ഒരു കുട്ടിയാണ് 'കോതാരി' (കോതാമൂരി) എന്ന കുട്ടിത്തെയ്യത്തിന്റെ വേഷമണിയുക.

തെയ്യത്തിന് ഉപയോഗിക്കുന്ന ചില ചമയങ്ങൾ ഈ കുട്ടിത്തെയ്യത്തിനും ഉപയോഗിക്കും. മരംകൊണ്ടോ മറ്റോ ഉണ്ടാക്കുന്ന ഗോമുഖം അരയിൽ വെച്ചുകെട്ടിയിരിക്കും. കോതാരി എന്ന പശുവിന്റെ സംരക്ഷകരെന്ന നിലയിൽ മുഖത്തു കണ്ണാമ്പാള വെച്ചുകെട്ടിയ പനിയന്മാർ എന്ന രണ്ടുവേഷങ്ങളും ഒപ്പമുണ്ടാകും. കുരുത്തോലയുടുപ്പും (ഒലിയുടുപ്പം) കുരുത്തോലകൊണ്ടുള്ള പൊയ്ക്കാതും പനിയന്മാരുടെ പ്രത്യേകതയാണ്. പനിയന്മാർ പാട്ടുപാടിക്കൊണ്ട് കോതാരിയെ തട്ടിത്തെളിച്ച് ആടിക്കുകയും ചില തമാശകൾ പറയുകയും പതിവാണ്. ചെണ്ട മുട്ടുന്ന ആൾ കുരിക്കളാണ്. കുരിക്കളും പനിയന്മാരും തമ്മിലുള്ള സംവാദം ആളുകളെ ചിരിപ്പിക്കും. വലിയ രാമൻപണിക്കരും അനുജനായ കേളുപ്പണിക്കരും മകനായ ചന്തുപ്പണിക്കരും പനിയന്മാരുടെ വേഷമണിഞ്ഞ് കുട്ടിക്കാലത്ത് കണ്ടതായി ഓർക്കുന്നു. വലിയ രാമൻപണിക്കൽ പനിയനായാൽ പറയുന്ന അശ്ലീലങ്ങൾക്കും നേരമ്പോക്കുകൾക്കും കണക്കുണ്ടാവില്ല. ഈ സംഘത്തിൽ നെല്ലും അരിയും മറ്റും എടുക്കുവാനായി മലയിചെറിയ എന്നിവരും വരാറുണ്ടായിരുന്നു. കോതാരിപ്പാട്ടുകൾ പാടുന്നതിൽ അവരും പങ്കുചേരുക പതിവായിരുന്നു. സ്വരമാധുര്യമുള്ള അവരുടെ പാട്ട് മങ്ങാത്ത ഓർമ്മയായി മനസ്സിൽ തങ്ങുന്നു.

കോതാ മൂരിയാട്ടം

'കോതാരി' എന്ന വേഷം ഗോതാവരി എന്ന ദിവ്യപശുവിന്റെ സങ്കല്പത്തിലുള്ളതാണെന്ന് കുറേക്കാലം കഴിഞ്ഞാണ് മനസ്സിലാക്കുവാൻ കഴിഞ്ഞത്. കാർഷിക ഗോസമൃദ്ധിക്കുവേണ്ടിയുള്ള നാടകീയമായ ഒരു നാടൻ കലാനിർവ്വഹണമാണ് അതെന്ന് ഇന്ന് പറയുവാൻ കഴിയും. ദുർല്ലഭം. ചില പ്രദേശങ്ങളിൽ മാത്രമേ ഈ കലാരൂപം ഇന്ന് നിലവിലുള്ളൂ.

കർഷകകുടുംബങ്ങളും കന്നുകാലികളും കൂടുതൽ കാണുന്നപ്രദേശങ്ങളിലെല്ലാം തുലാമാസത്തിലെ പത്താമുദയത്തിന് 'കാലിച്ചാനൂട്ട്' എന്നൊരു ചടങ്ങ് നടത്തിക്കണ്ടിട്ടുണ്ട്. കന്നുകാലികളുടെ രക്ഷയ്ക്കായുള്ള ഒരു ചടങ്ങാണ്. ഇല്ലത്തിന്റെ വടക്കുവശത്തുള്ള വീട് കക്കിയിൽ വീട്ടിൽ വലിയ അമ്പു (പൂശാരി) എന്ന ആളുടെ ഭവനമാണ്. അയാൾ ജീവിച്ച കാലമത്രയും 'കാലിച്ചാനൂട്ട്' നടത്തിക്കണ്ടിട്ടുണ്ട്. അമ്പുപൂശാരി ഇല്ലങ്ങളിൽനിന്നെല്ലാം ഉണക്കലരിയും പാലിനു പണവും പഞ്ചസാരയും ശേഖരിക്കും. പത്താമുദയത്തിനു രാവിലെ പശുവിൻതൊഴുത്തിൽ അടുപ്പുമൂട്ടി പാൽക്കഞ്ഞി വെക്കും. കുറച്ചുപായസം കാഞ്ഞരിത്തിരകളിൽ വിളമ്പിവെക്കും. ഇവയെല്ലാം 'കാലിച്ചാ'നുള്ള നിവേദ്യമാണ്. ചിലപ്പോൾ തൊഴുത്തിന്റെ അടുത്തുചെന്നുനിന്ന് ചടങ്ങുകളെല്ലാം കാണുമായിരുന്നു. കാലിച്ചാൻ എന്നത് കാലിമേച്ചകവനാണെന്നും, പശുപാലകനായ ശ്രീകൃഷ്ണന്റെ സങ്കല്പമാണ് അതിനുള്ളതെന്നും പില്ക്കാലത്ത് പലരിൽ നിന്നും മനസ്സിലാക്കുവാൻ കഴിഞ്ഞു.

തുലാമാസത്തിലെ കറുത്തവാവ് (അമാവാസി) ഒരു വിശേഷദിനമാണ്, 'കടലാറാട്ടുവാവ്' എന്നാണ് ഇവിടങ്ങളിൽ ഇതിനു പറഞ്ഞുവന്നിരുന്നത്. ഈ ഗ്രാമത്തിൽ സമുദ്രക്കരയ്ക്കടുത്ത് നരയണ്ണൂർ എന്ന സ്ഥലത്ത് നരസിംഹമൂർത്തി (നരയൻകണ്ണൻ)യുടെ ക്ഷേത്രമുണ്ട്. ക്ഷേത്രത്തിനുനേർക്കുള്ള സമുദ്രത്തിലാണ് ജനങ്ങൾ വാവു കളിച്ചിരുന്നത്. (നരയൻ കണ്ണൂർ ക്ഷേത്രവും പരിസരപ്രദേശങ്ങളും ഇപ്പോൾ നാവികഅക്കാദമിയുടെ പരിധിയിൽപ്പെട്ടുപോയി). കുഞ്ഞിമംഗലത്തുള്ള വീരചാമുണ്ഡിക്ഷേത്രത്തിലാണ് അവിടത്തെ ശീവേലിബിംബത്തിന്റെ സൂക്ഷിപ്പ്. വാവിനുതലേന്നാൾ ആ തിടമ്പ് വാദ്യഘോഷത്തോടെ നരയൻകണ്ണൂരിലേക്ക് എഴുന്നള്ളിച്ചുകൊണ്ടുപോകും. വാവുദിവസം ആ തിടമ്പ് തലയിലെഴുന്നള്ളിച്ച് തിടമ്പുനൃത്തം ചെയ്യുന്ന പതിവുണ്ടായിരുന്നു. വാവു കുളിക്കാൻ പോയവരെല്ലാം ആ നൃത്തം കണ്ടുതൊഴും. അന്ന് സായാഹ്നത്തിൽ ആ തിടമ്പ് എഴുന്നള്ളിച്ചുകൊണ്ടുപോവുകയാണ് പതിവ്. രണ്ടു ദിവസവും വൈകുന്നേരം തിടമ്പെഴുന്നള്ളത്തുകാണുവാൻ വഴിവക്കിൽ (ഓണപ്പറമ്പിന്റെ അടുത്ത്) പോയിനിന്ന് ആ കാഴ്ച കാണുമായിരുന്നു.

തുലാമാസത്തിലെ അമാവാസിയോടനുബന്ധിച്ചുതന്നെ 'വില്ലേന്ദ്രനെ വരുത്തൽ' എന്നൊരു വിശേഷാരാധനച്ചടങ്ങുകൂടി പതിവുണ്ടായിരുന്നു. അമ്മയും ചിറ്റമ്മയുമൊക്കെ ഈ ആരാധന നടത്തിക്കണ്ട ഓർമ്മകൾ മനസ്സിൽ അവശേഷിക്കുന്നു. മൂന്നു ദിവസമാണ് ചടങ്ങ്. അമാവാസിക്കു തലേന്നാൾ തന്നെ കിണറ്റിൽനിന്ന് ചെറിയൊരു പാത്രത്തിൽ വെള്ളമെടുത്ത് കിണറ്റിൻ കരയിൽനിന്ന് പതിനാറ് ചെറുകല്ലിൻ കഷണങ്ങളെടുത്ത് ആ പാത്രത്തിൽ ആവാഹിച്ചിടും. പാതാളവാസിയായ വില്ലേന്ദ്രന്റെ (വലിയ ചന്ദ്രന്റെ) സാന്നിദ്ധ്യമുണ്ടെന്നാണ്. പ്രത്യേകരീതിയിൽ ലേപനം ചെയ്ത് ചെറുകളങ്ങൾ കുറിക്കും. കളം കുറിക്കുവാൻ അമ്മയേക്കാൾ

ചിറ്റമ്മയ്ക്കാണ് സാമർത്ഥ്യം കൂടുതൽ. ആദ്യത്തെ ദിവസം മുറ്റത്തുള്ള കളത്തിൽ പൂജിച്ചശേഷം ജലപാത്രം പടിഞ്ഞാറ്റയിൽ കൊണ്ടുവെക്കും. അടുത്ത രണ്ടുദിവസവും പൂജിക്കും. പിന്നെ ആ വെള്ളം കിണറ്റിൽത്തന്നെ ഒഴുക്കുകയാണ് പതിവ്. വില്ലേന്ദ്രന്റെ തിരിച്ചുപോക്കാണതെന്നാണ് സങ്കല്പം. മഹാബലിയുടെ വരവേല്പും യാത്രയയപ്പും തന്നെയാണ് ഈ ചടങ്ങിന്റെ പൊരുളെന്നും തുളുനാട്ടിൽനിന്നും കോലത്തുനാട്ടിലേക്ക് ആനയിക്കപ്പെട്ട ബ്രാഹ്മണകുടുംബങ്ങളിൽ മാത്രമേ ഇത് നടത്താറുള്ളൂവെന്നും പറയാതിരിക്കാനാവില്ല.

വില്ലേന്ദ്രപൂജയ്ക്ക് മത്തനപ്പമാണ് മുഖ്യനിവേദ്യം. ഉണക്കലരി അരച്ച മാവിൽ മത്തൻ (മത്തങ്ങ) ചെറുതായി നുറുക്കിയിട്ട്, ഉപ്പുചേർത്ത് കുഴച്ച് വാഴയിലയിൽ കോരിയൊഴിച്ച് ഇലപൊതിഞ്ഞ് ആവിയിൽവെച്ചുണ്ടാക്കുന്ന പലഹാരമാണ് മത്തനപ്പം. പഞ്ചസാര ചേർത്ത് കാച്ചിയ പശുവിൻപാൽ ആ അപ്പത്തിൽ ഒഴിച്ചാണ് നിവേദ്യം കഴിക്കുക. ഇന്ന് വില്ലേന്ദ്രനെ വരുത്തുന്ന പതിവ് കുറഞ്ഞുവരികയാണ്. മത്തനപ്പത്തിന്റെ കഥയും അങ്ങനെതന്നെ. മത്തനപ്പം കാച്ചിയ പാലിൽ മുക്കി തിന്നുന്നത് എന്തൊരു രസമായിരുന്നു.

വൃശ്ചികമാസത്തിൽ ഇല്ലങ്ങളിൽ മിക്കവാറും 'ഭഗവതിസേവ' നടത്തിവരാറുണ്ടായിരുന്നു. ഇല്ലത്ത് ഒരാഴ്ചക്കാലമായെങ്കിലും ഭഗവതിസേവ നടത്തിക്കണ്ടിട്ടുണ്ട്. വൃശ്ചികം ഒരു വ്രതമാസമായതിനാൽ അന്തർജ്ജനങ്ങൾ പ്രഭാതസ്നാനം മുടക്കുമായിരുന്നില്ല. കന്യകമാർ വൃശ്ചികമാസം മുഴുവൻ പ്രഭാതസ്നാനത്തോടൊപ്പം വ്രതസ്നാനവും പാർവ്വതീ പൂജയും നടത്തുമായിരുന്നു. ആ കുളിക്ക് 'വൃച്ചാരം കുളി' എന്നാണ് വ്യവഹാരം. കുളിക്കുമ്പോൾ ദശപുഷ്പങ്ങളിൽ ചിലത് കൈയിലെടുത്ത് നാലുഭാഗവും തിരിഞ്ഞ് മുങ്ങുന്നത് കണ്ടിട്ടുണ്ട്. മംഗല്യത്തിന് 'വൃച്ചാരം കുളി' നല്ലതത്രെ.

ഇല്ലപ്പറമ്പിനു തൊട്ടുവടക്കുള്ള വീട് കക്കിയിൽ അമ്പുപൂശാരിയുടെ കുടുംബമാണ്. ഏതെങ്കിലും സഹായത്തിനു പൂശാരിയെ വിളിച്ചാൽ പൂശാരിയും ഭാര്യ മാണിയമ്മയും ഓടിയെത്തുമായിരുന്നു. തലവേദന, കൊതി, കണ്ണേർ തുടങ്ങിയവയ്ക്കെല്ലാം പൂശാരി മന്ത്രം ജപിച്ച് ഊതിക്കൊടുക്കുമായിരുന്നു. ആർക്കെങ്കിലും ചെറുപനിയോ, ക്ഷീണമോ തോന്നിയാൽ പൂശാരിയെ വരുത്തി 'അരിയും ഭസ്മവും ജപിച്ച്' ഊതിക്കുക പതിവായിരുന്നു. സുബ്രഹ്മണ്യഭക്തനായ പൂശാരി ആണ്ടിയൂട്ടുത്സവം നടത്തിവന്നിരുന്നത് വൃശ്ചികമാസത്തിലായിരുന്നു. കാവടിയെടുത്താൽ പൂജാശി ആകെ മാറും. സ്വദവേ തമിഴ് വശമില്ലാത്ത പൂശാരി നിയോഗം വന്നാൽ തമിഴിൽ ചിലതൊക്കെ ഉരിയാടുമായിരുന്നു. ഈ ഗ്രാമത്തിന്റെ തൊട്ടുകിഴക്കെ ഗ്രാമമായ കുഞ്ഞിമംഗലത്ത് പൂശാരിയുടെ ഒരു ശിഷ്യ ഉണ്ടായിരുന്നു. വൃശ്ചികത്തിൽ ആണ്ടിയൂട്ടിനു കാവടിയുമെടുത്ത് വാദ്യഘോഷത്തോടെ ആ പെൺകാവടി വരുമായിരുന്നു. ആ സ്വാമിനി അടുത്തെത്താറാകുമ്പോഴേക്കും പൂജാരിക്ക് നിയോഗം വന്ന് തുള്ളുവാൻ

തുടങ്ങും. അന്ന് രാത്രി മുഴുവൻ ആണ്ടിയൂട്ടിന്റെ വിവിധ ചടങ്ങുകളാണ്. പൂശാരിക്ക് നിയോഗം വന്ന് തിളയ്ക്കുന്ന വെളിച്ചെണ്ണയിൽനിന്ന് അപ്പം വാരിയെടുക്കുന്ന സാഹസകർമ്മം ആണ്ടിയൂട്ടിന്റെ ഭാഗമാണ്. ആണ്ടിയൂട്ട് കഴിഞ്ഞതിന്റെ തൊട്ടടുത്ത ദിവസം പൂശാരിയും ശിഷ്യന്മാരും പഴനി ദർശനത്തിനു പുറപ്പെടും. തിരിച്ചുവന്നാൽ ആ ആണ്ടിയൂട്ട് സംഘത്തിന്റെ വക ഇല്ലത്തുവെച്ച് 'കാലുകുഴിച്ചൂട്ട്' എന്ന കർമ്മം നടത്തുമായിരുന്നു. ഇന്ന് പൂശാരിയുമില്ല ആണ്ടിയൂട്ടുമില്ല.

വൃശ്ചിക മാസത്തിലാണ് നരസിംഹൻ മുത്തച്ഛൻ ശ്രാദ്ധം (അച്ഛന്റെ മുത്തച്ഛൻ) കുഞ്ഞിമംഗലത്ത് മുണ്ടയാട്ടുവീട്ടിലാണ് ആ മുത്തച്ഛൻ സംബന്ധം കഴിച്ചിരുന്നത്. അതിലുള്ള ഒരേയൊരു മകളാണ് ചീയയി (ശ്രീദേവി). പ്രായമായ ചീയയിയമ്മയെ ശ്രാദ്ധത്തിനു വന്നു കണ്ടിട്ടുണ്ട്. ആണ്ടിയൂട്ട് ഉത്സവത്തിനു മമ്പേ അവരെത്തും. ഒന്നോരണ്ടോ മാസക്കാലം ഇല്ലത്ത് താമസിച്ചാണ് തിരിച്ചുപോവുക. മക്കളൊന്നും ചീയയിയമ്മയ്ക്ക് ഉണ്ടായിരുന്നില്ല. അവരുടെ ഓർമ്മപോലും മങ്ങിക്കൊണ്ടിരിക്കുകയാണ്.

ധനുമാസത്തെപ്പറ്റി ചിന്തിക്കുമ്പോൾ അതിരോത്സവമാണ് ആദ്യം മനസ്സിലുണരുന്നത്. അടുത്തുള്ള ഇല്ലങ്ങളിലെ അന്തർജ്ജനങ്ങളും കന്യകമാരും ഒന്നിച്ചുചേർന്ന് തിരുവാതിരക്കളിയിലും കുളിയിലും ഏർപ്പെടും. ചിറ്റമ്മ അതിനു നേതൃത്വം നല്കുമായിരുന്നു. അമ്മയ്ക്ക് ഇതിലൊന്നും അത്ര താല്പര്യമില്ല. അതിരാവിലെ എല്ലാവരും ചേർന്ന് കുളത്തിൽ കുളിക്കുവാൻ പോകും. അവരോടൊപ്പം കുളത്തിൽ പോകുമായിരുന്നു. മുതിർന്നവർ വെള്ളത്തിലിറങ്ങി വെള്ളം തുടിക്കുമ്പോൾ കുട്ടികൾ കരയ്ക്കിരിക്കുകയാണ് ചെയ്യുക. വെള്ളം കൊട്ടി ശബ്ദമുണ്ടാക്കി കുളം തുടിക്കുമ്പോൾ വെള്ളം പൊങ്ങി പതയ്ക്കുകയായിരുന്നു. ആ കാഴ്ച ഇന്നും ഓർക്കുന്നു. കുളിച്ചുവന്നാൽ ഗണപതിവിളക്ക് കത്തിച്ചുവെച്ച് ഗണപതിക്കു നിവേദ്യത്തിനു എട്ടങ്ങാടി എന്നു വിശേഷിപ്പിക്കപ്പെടുന്ന പുഴുക്ക് ഉണ്ടാവും. തുവര, പയറ്, ചേന, ചേമ്പ്, കാച്ചിൽ, കായ എന്നിങ്ങനെയുള്ള എട്ടുവസ്തുക്കൾക്കൊണ്ടാണ് 'പുഴുക്ക്' ഉണ്ടാക്കുന്നത്. അതിൽ വെല്ലവും ചിരവിയ തേങ്ങയും ചേർക്കാറുണ്ട്. വളരെ രുചികരമായ എട്ടങ്ങാടി വന്നുചേർന്നവർക്കെല്ലാം നല്കുമായിരുന്നു. രാത്രിയിൽ കൈകൊട്ടിക്കളി, തുമ്പിതുള്ളൽ എന്നിവയ്ക്കു പുറമെ, 'ഒരു കോര്യാ പൊന്നു തരാം പെണ്ണിനെത്തരുമോ' എന്നാരംഭിക്കുന്ന ഒരു രസകരമായ കളിയിൽ ഏർപ്പെട്ടുകണ്ടിട്ടുണ്ട്. ചിറ്റമ്മയാണ് മുൻപാട്ടു പാടുക. മറ്റുള്ളവർ അത് ഏറ്റുപാടും. വിനോദപരമായ ഒരു മത്സരത്തിലാണ് ആ കളി പര്യവസാനിക്കുന്നത്.

രാമന്തളി വടക്കുമ്പാട് സ്ഥിതി ചെയ്യുന്ന താവുരിയാട്ടു കോട്ടത്ത് കളിയാട്ടം സമാപിക്കുന്നത് ധനുമാസം പതിനാലാം തീയതിയാണ്. മുണ്ടയാട്ട് ചീയയിയമ്മ ആ കാലത്ത് മിക്കവാറും ഇല്ലത്തുണ്ടാകുമായിരുന്നു. അതിനാൽ അവരുടെ കൂടെ തെയ്യം കാണുവാൻ പോകും. അവരില്ലെ

ങ്കിൽ അച്ഛൻ കൂട്ടിക്കൊണ്ടുപോകും. ഊർപ്പഴശ്ശിദൈവം, വേട്ടയ്ക്കൊരു മകൻ എന്നിവരുടെ ആരാധനാ സങ്കേതമാണത്. താവുരിയാട്ട് കോട്ടത്തെ കളിയാട്ടത്തിന്റെ പന്തലിന്റെ തൂണുകൾ പഴുക്കകൊണ്ട് അലങ്കരിച്ചിരിക്കും. ചക്ക, മാങ്ങ തുടങ്ങിയ പുത്തൻ വസ്തുക്കളെല്ലാം അലങ്കരണത്തിനു ഉപയോഗിക്കും. വളരെ ആഹ്ലാദം തോന്നിക്കുന്ന കാഴ്ചയാണിവയെല്ലാം. വെള്ളികൊണ്ടുള്ള ആൾരൂപം. കണ്ണ്, മൂക്ക്, ചെവി തുടങ്ങിയ വസ്തുക്കൾ അവിടെ ഉണ്ടായിരിക്കും. നിശ്ചിത പണം കൊടുത്ത് പ്രാർത്ഥന പ്രകാരമുള്ള വസ്തു വാങ്ങി തെയ്യത്തിന്റെ കൈവശം സമർപ്പിക്കുന്ന പതിവുണ്ട്.

മകരമാസത്തിലാണ് 'മാഘവമാസാ'രംഭം. മാഘവമാസം ഒരു വ്രതമാസമാണ്. വലിയച്ചമ്മയും കുഞ്ഞച്ചമ്മയും മാഘമാസം മുഴുവൻ പ്രഭാതസ്നാനം ചെയ്യുക പതിവായിരുന്നു. അവർ കുളിച്ചു വന്നാൽ പച്ചമഞ്ഞൾ ചാണയിൽ ഉരച്ചെടുത്ത് അതിൽ പ്ലാശിൻ ചമതയുടെ ചെറിയ കമ്പ് കത്തിച്ച ഭസ്മം ചേർത്ത് ചുവപ്പുനിറമുള്ള കുറിയാക്കി തൊടും. മഞ്ഞളിൽ ചമതഭസ്മം ചേർത്താൽ ചുകപ്പുനിറമാകുന്ന കാഴ്ച അത്ഭുതകരമായിട്ടാണ് അന്നു തോന്നിയിരുന്നത്. *മാഘമാഹാത്മ്യം* എന്ന ഗ്രന്ഥം അച്ഛൻ മാഘമാസം മുഴുവൻ വായിക്കുകയും അതിന്റെ സാരാംശം വിശദീകരിക്കുകയും ചെയ്തിരുന്നു. അതിലെ ഉദാഹരണകഥകൾ ആകർഷകങ്ങളാണ്. സായാഹ്നത്തിലാണ് മാഘം വായന. അടുത്ത ഇല്ലങ്ങളിൽ നിന്ന് ഈ പുരാണപാരായണം കേൾക്കുവാൻ വരാറുണ്ടായിരുന്നു.

സമീപസ്ഥമായ ഒരു കാവാണ് 'പ്രമാഞ്ചേരിക്കാവ്'. മകരം ഇരുപത്തിയെട്ടാം തീയതി സമാപിക്കുന്ന ആ കാവിലെ കളിയാട്ടം മകരമാസത്തിലെ പ്രധാനപ്പെട്ട ഒന്നായി ഓർമ്മിക്കുന്നു. കൂട്ടുകാരോടൊപ്പം അവിടെ തെയ്യം കാണുവാൻ പോകുമായിരുന്നു. അവിടത്തെ മുഖ്യ തെയ്യമായ പ്രമാഞ്ചേരി ഭഗവതിയുടെ 'പുറപ്പാടു'കഴിഞ്ഞാൽ "കൊല്ലത്തുചെട്ടി ഇട്ടേച്ചു പോകുമ്പം/കാട്ടൂരഹമ്പടി ഇല്ലത്താണായി വന്നു" എന്ന് മൊഴിയാറുണ്ട്. കുട്ടിക്കാലത്തു കേട്ട ആ മൊഴിയുടെ പൊരുൾ എന്തെന്ന് അന്ന് മനസ്സിലായിരുന്നില്ല. പണ്ട് ഈ കാവിന്റെ അവകാശികൾ ചെട്ടിമാരായിരുന്നുവെന്നും, അവർ കാവ് ഉപേക്ഷിച്ചുപോയെന്നും, അപ്പോൾ ആ പ്രദേശത്തുകാരനായ കാട്ടൂർ നായർ കാവിന്റെ ചുമതലക്കാരനായിത്തീർന്നുവെന്നും മനസ്സിലാക്കുവാൻ പില്ക്കാലത്താണ് കഴിഞ്ഞത്.

ഈ പ്രദേശത്ത് മകരമാസാന്ത്യത്തിൽ 'ഏർപ്പ്' എന്നൊരുത്സവം നടത്തിവരാറുണ്ടായിരുന്നു. തണുത്തതും, ശക്തവുമായ കാറ്റടിക്കുന്ന ആ കാലത്തെ 'ഏർപ്പുകാലം' എന്നും ആ കാറ്റിനെ 'ഏർപ്പുകാറ്റ്' എന്നും പറയുമായിരുന്നു. മകരം ഇരുപത്തിയെട്ടാം തീയതി ഗൃഹങ്ങളിലെല്ലാം ഏർപ്പുപുഴുക്ക് ഉണ്ടാക്കുമായിരുന്നു. തുവര, പയറ്, അരി, ഉഴുന്ന് തുടങ്ങിയ ധാന്യങ്ങൾ അല്പം ഉപ്പും വെല്ലവും ചേർത്ത് പുഴുങ്ങിയതാണ് ആ പുഴുക്ക്. ഒരു കൊടിയിലയിൽ ഏർപ്പുപുഴുക്ക് പകർന്ന് അമ്മ അല്പസമയം മുറ്റത്ത് കൊണ്ടുവെക്കുന്നത് കണ്ടതായി ഓർക്കുന്നു. പ്രകൃതി

ക്ഷോഭം ശമിക്കാനുള്ള ഒരു ചടങ്ങാണതെന്ന് പറയുന്നതു കേട്ടിട്ടുണ്ട്. ഏർപ്പ് പുഴുക്ക് തിന്നുവാൻ സ്വാദുള്ളതാണ്. ഏർപ്പുപുഴുങ്ങലും ഏർപ്പ് പുഴുക്കുമൊന്നും ഇന്ന് കാണാറില്ല.

രാമന്തളി ശ്രീശങ്കരനാരായണ ക്ഷേത്രത്തിൽ ഏർപ്പുത്സവം പ്രധാനമാണ്. ഉത്സവത്തിനു തിടമ്പുനൃത്തമുണ്ടാകും. അച്ഛനോടൊപ്പം അക്കാലത്ത് ഏർപ്പുത്സവത്തിനു പോകുമായിരുന്നു. വാരണാസി നാരായണേട്ടൻ വാരണാസി വിഷ്ണുവേട്ടൻ എന്നിവരുടെ തിടമ്പുനൃത്തം അക്കാലത്താണ് കാണുവാൻ കഴിഞ്ഞത്. ശ്രീശങ്കരനാരായണ ക്ഷേത്രത്തിൽ ഒരു വിശേഷമുണ്ട്. നാലമ്പലത്തിനുള്ളിൽ കരിങ്കൽ പടുതികൾക്കിടയിലൂടെ കദളിവാഴ പൊടിച്ചുവളരും. ഈ ക്ഷേത്രത്തിന് കദളീവനം എന്നു കൂടി പേർ പറഞ്ഞുവരുന്നത് അതുകൊണ്ടാണത്രെ.

ഏർപ്പുകാലത്ത് മുതിർന്നവർ കുട്ടികളെ വിഡ്ഢികളാക്കുകയും അലച്ചലിലാക്കുകയും ചെയ്യുന്ന പതിവ് അന്നുണ്ടായിരുന്നു. 'ഏർപ്പുവരയുന്ന കോലും പരിപ്പ് മുറിക്കുന്ന കത്തിയും' അടുത്ത ഭവനത്തിൽ ഉണ്ടെന്നും കുട്ടികളോടു പറയും. അതുവാങ്ങുവാൻ അടുത്ത ഭവനത്തിലേക്ക് കുട്ടികളെ അയക്കും. അവിടെ ചെന്നു ചോദിച്ചാൽ അടുത്ത ഭവനത്തിൽ കൊണ്ടു പോയിരിക്കുകയാണെന്നും അവിടെനിന്ന് കിട്ടുമെന്നും പറഞ്ഞ് കുട്ടികളെ അയക്കും. ഇങ്ങനെ കുട്ടികൾ പല ഭവനങ്ങളിൽ കയറിയിറങ്ങുമ്പോൾ, മുതിർന്നവർ തങ്ങളെ വിഡ്ഢികളാക്കുകയാണെന്ന വസ്തുത കുട്ടികൾക്കു ബോദ്ധ്യപ്പെടും. 'ഈ 'കോലും' 'കത്തി'യും യഥാർത്ഥത്തിൽ ഉള്ളതല്ല, വെറും സങ്കല്പമാണ്. 'ഏപ്രിൽ ഫൂൾ' പോലുള്ള ഇത്തരം നേരമ്പോക്കുകളൊന്നും ഇന്ന് കാണുന്നില്ല.

പുഞ്ചവിളക്കൊയ്ത്തു കഴിഞ്ഞാൽ (രണ്ടാം വിളവെടുപ്പിനുശേഷം) ഇടവിളയായി 'നട്ടി' നടുന്ന പതിവുണ്ട്. ഈ സമ്പ്രദായം ഇന്ന് കുറഞ്ഞു വന്നിരിക്കുകയാണ്. വെള്ളരി, കുമ്പളം, മത്തൻ, കക്കിരി തുടങ്ങിയ പച്ചക്കറികൾ കൃഷിചെയ്യുന്നതിനാണ് 'നട്ടിക്കൃഷി' എന്നു വ്യവഹരിക്കുന്നത്. അന്ന് എല്ലാ വീട്ടുകാരും 'നട്ടി' നടും. മകരമാസാന്ത്യത്തിലാണ് കൃഷിയാരംഭം. ഏർപ്പുകാലമാണത്. നട്ടിക്കൃഷിയിൽ മുഖ്യം വെള്ളരികൃഷിയാണ്. അതിനാൽ ഏർപ്പുവെള്ളരി എന്നാണ് ഇതിനെ വ്യവഹരിച്ചു വന്നിരുന്നത്. വിഷുവിനുമുമ്പേ വിളവെടുപ്പു നടക്കും. വിഷുസംക്രാന്തിക്കടുത്താണ് പ്രായേണ കായകൾ പറിച്ചെടുക്കുക. വിഷുവിനു കണികാണുവാൻ വെള്ളരിക്ക വേണം. അമ്മയും ചിറ്റമ്മയും വെള്ളരി നടാറുണ്ടായിരുന്നു. കാലിപൂട്ടി (കന്നുപൂട്ടി) ശരിപ്പെടുത്തിയ വയലിൽ തടം കോരിയാണ് പച്ചക്കറിവിത്തുകൾ പാവുന്നത്. നിത്യവും സായാഹ്നത്തിൽ വെള്ളമൊഴിക്കണം. അമ്മയോടൊപ്പം ചെറിയ പാത്രവുമെടുത്ത് വെള്ളമൊഴിച്ചിരുന്നത് ഓർമ്മയിൽ തെളിഞ്ഞുവരുന്നു. സ്വന്തമായി കൃഷിപ്പാട്ടമില്ലാത്തവർക്ക് അന്യരുടെ സ്ഥലത്ത് നട്ടിക്കൃഷി നടത്തുവാൻ അനുവദിക്കുമായിരുന്നു. സുവർണ്ണമംഗലം നാരായണേട്ടന്റെ 'കണ്ട'ത്തിലായിരുന്നു പ്രായേണ വെള്ളരി നട്ടിരുന്നത്. വെള്ളരിയും മറ്റും പറിച്ചെടുക്കുന്നത്

എല്ലാവരും ഒരേ സമയത്തായിരിക്കും. വെയിലിന്റെ ചൂട് ശമിച്ചശേഷമേ അവ പറിക്കാറുള്ളൂ. വെള്ളരിയും മറ്റും പറിച്ചെടുക്കുന്ന ആഹ്ലാദത്തിൽ പങ്കുചേരുവാൻ കഴിഞ്ഞിരുന്ന നാളുകൾ ഓർക്കുന്നു.

കൊല്ലത്തോടുകൊല്ലം വെള്ളരിക്ക സൂക്ഷിച്ചുവെക്കുവാൻ കഴിയുമായിരുന്നു. നാടൻ പച്ചിലവളങ്ങൾ ജൈവവളങ്ങൾ മാത്രമേ കൃഷിക്ക് ഉപയോഗിച്ചിരുന്നുള്ളൂ. അതിനാൽ കായകൾക്ക് പെട്ടെന്ന് കേട് സംഭവിക്കാറില്ലായിരുന്നു. തെങ്ങിന്റെ തിരിയോല വെയിലത്തിട്ട് വാട്ടിയെടുത്ത് അവകൊണ്ട് 'തള' കോർത്ത് വെള്ളരിക്ക മച്ചിന്റെ വിട്ടത്തിന് അച്ഛൻ തൂക്കിയിട്ട് കണ്ടിട്ടുണ്ട്. ആ വെള്ളരിക്ക നിറ കഴിഞ്ഞാലും കേടുവരാതെ നില്ക്കും.

കുംഭമാസത്തിൽ, ശിവരാത്രിയാണ് എടുത്തുപറയത്തക്ക വിശേഷം. അമ്മ ശിവരാത്രിക്ക് ഒന്നൊന്നരമാസം മുമ്പുതന്നെ ചാണകം കുഴച്ച് ഉരുളകളാക്കി ഉണക്കിവെച്ചിരിക്കും. ശിവരാത്രി ദിവസം സന്ധ്യാനേരത്ത് ആ ഉരുളകൾ ഒന്നിച്ച് കൂട്ടിവെച്ച് തീ കൊടുക്കും. അതെല്ലാം പിറ്റന്നാളത്തേക്ക് കത്തി വെള്ളരിയായിത്തീരും. അത് വലിയൊരു പാത്രത്തിൽ വാരിയിട്ട് വെള്ളമൊഴിച്ച് കലക്കി അരിച്ചെടുത്ത് തെളിയാൻ വെക്കുമായിരുന്നു. വെണ്ണീ(ഭസ്മ)രെല്ലാം അടിയിൽ ഊറിക്കൂടി, വെള്ളം മേലെ തെളിയുമ്പോൾ, വെള്ളം ഊറ്റിക്കളയും. അടിയിൽതങ്ങിയ ഭസ്മം ഉരുളകളാക്കി ഉണക്കിയെടുത്തു സൂക്ഷിക്കും.

ഭസ്മത്തിനുവേണ്ടിയുള്ള ചാണക ഉരുളകളെക്കുറിച്ചു പറഞ്ഞപ്പോഴാണ് കത്തിക്കുവാൻ ഉപയോഗിക്കുന്ന 'വരടി (വരളി)യെക്കുറിച്ച് ഓർത്തുപോയത്. ഉമി വിതറി ചാണകം കുഴച്ച് വലിയ പപ്പടത്തിന്റെ വലുപ്പത്തിൽ ഉണക്കിയെടുത്തതാണത്. വേനൽക്കാലത്ത് അമ്മ വരട്ടി പരത്തി സൂക്ഷിക്കുമായിരുന്നു. കന്നുകാലികളുള്ള ഭവനങ്ങളിലെല്ലാം ഈ പതിവ് കണ്ടിട്ടുണ്ട്. ഇന്ന് ചാണകം തന്നെ ദുർല്ലഭമായ വസ്തുവായിത്തീർന്നിരിക്കുന്നു.

അന്ന് ശിവരാത്രി നോമ്പ് നോക്കുന്നവർ കുറവായിരുന്നില്ല. ഇല്ലത്ത് അമ്മയും ചിറ്റമ്മയും നോമ്പ് നോല്ക്കും. നോമ്പുകാർ രാത്രി ശിവപൂജയ്ക്കുശേഷം നിവേദ്യം കഴിച്ച ഇളനീരും പഴവും ഭക്ഷിക്കും. കൂടാതെ മുത്താറിപ്പൊടിയും വെല്ലവും ഇളനീർ വെള്ളവും ചേർത്ത് കുഴച്ചു കഴിക്കാം. നോമ്പില്ലാത്തവർക്ക് രാത്രിയിൽ ചോറ് തരികയില്ല. മുത്താറിപ്പൊടി കുഴച്ചതും പഴവുമൊക്കെ കഴിക്കുവാൻ തരും.

അടുത്തുള്ള ശിവക്ഷേത്രമാണ് 'തിരുവില്ലാംകുന്ന്' ശിവരാത്രിക്ക് അവിടെ തിടമ്പു നൃത്തമുണ്ടാകും. അലങ്കരിച്ച തിടമ്പ് (എഴുന്നള്ളിക്കുന്ന വിഗ്രഹം) തലയിൽവെച്ച് ചെയ്യുന്ന നൃത്തമാണത്. നൃത്തം കഴിഞ്ഞാൽ ശാന്തിക്കാരൻ കാരിയിലപ്പം (ഉണ്ണിയപ്പം) വിതരണം ചെയ്യും. ഓരോ ഉണ്ണിയപ്പമാണ് കിട്ടുക. അതിനു വളരെ സ്വാദ് തോന്നുമായിരുന്നു.

ഈ ക്ഷേത്രത്തിൽ തന്നെ, തെക്കുവശം അയ്യപ്പ പ്രതിഷ്ഠയുള്ള ഒരു കാവുണ്ട്. അവിടെ മിക്കവാറും കുംഭമാസത്തിൽ തന്നെ 'അയ്യപ്പൻ

കൂത്ത്' (തീയാട്ട്) പതിവുണ്ട്. ഷൊർണൂരിനു തെക്കുനിന്ന് വരുന്ന 'തീയാട്ടിനമ്പ്യാർ' എന്ന വിഭാഗക്കാരാണ്. 'കൂത്ത്' നടത്തുന്നത്. അന്നൊക്കെ ദേവസ്വം വകയായും പ്രാർത്ഥനയായും അനേകം ദിവസം കൂത്തുണ്ടാകും. ചില ദിവസങ്ങളിലെല്ലാം അച്ഛനോ, അമ്മയോ അതു കാണുവാൻ കൂട്ടിക്കൊണ്ടുപോകുമായിരുന്നു. ഉച്ചയ്ക്കു തന്നെ കൂത്തിന്റെ ചടങ്ങുകൾ തുടങ്ങും. പഞ്ചവർണ്ണപ്പൊടി കൊണ്ടുള്ള അയ്യപ്പൻകളം സന്ധ്യയോടുകൂടി പൂർത്തിയാകും.

പറ എന്ന വാദ്യം കൊട്ടി തീയാടിനമ്പ്യാർ ശാസ്താംപാട്ടുകൾ പാടും. വേഷമണിഞ്ഞുള്ള അയ്യപ്പൻ കഥാഭിനയമാണ് പിന്നെ. കൈമുദ്രകളിലൂടെയാണ് കഥാവിഷ്കാരം നടത്തുന്നത്. ഒടുവിൽ കോമരം തുള്ളുകയും കളം മായ്ക്കുക (അഴിക്കുക)യും ചെയ്യും. ആ പൊടിയാണ് പ്രസാദമായി വിതരണം ചെയ്യുന്നത്. തീയാടി നാരായണൻ നമ്പ്യാർ എന്ന ആളാണ് അന്ന് കൂത്ത് നടത്താറുള്ളതെന്ന് അച്ഛൻ പറഞ്ഞതുകേട്ട ഓർമ്മയുണ്ട്. ചില ദിവസങ്ങളിൽ നാരായണൻ നമ്പ്യാരുടെ തായമ്പകയും ഉണ്ടാകുമായിരുന്നു. ദശാബ്ദങ്ങൾക്കു ശേഷമാണ്. തീയാട്ടിനെക്കുറിച്ച് കൂടുതൽ മനസ്സിലാക്കുവാൻ ഈ പ്രശസ്ത കലാകാരനെ കണ്ട് പരിചയപ്പെടുവാൻ കഴിഞ്ഞത്.

മീനമാസത്തിൽ പൂരമാണ് വിശേഷം. മീനമാസത്തിലെ പൂരത്തിനു സമാപിക്കത്തക്കവിധം ഒൻപതു നാളുകൾ കാമദേവനെ പൂവിട്ടു പൂജിക്കുന്ന പതിവ് ഈ പ്രദേശത്ത് എല്ലാ ഭവനങ്ങളിലും നടക്കും. ഇല്ലങ്ങളിൽ അഞ്ചോ ഏഴോ ദിവസങ്ങളിൽ മാത്രമേ പൂവിടാറുള്ളൂ. അമ്മയും ചിറ്റമ്മയുമൊക്കെ അതിനു മേൽനോട്ടം വഹിക്കുമായിരുന്നു. പെൺകുട്ടികളുടെ ആഘോഷമത്രെ 'കാമനാർ പൂരം'. അന്ന് ഇല്ലത്ത് പെൺകുട്ടികളില്ലാതിരുന്നതിനാൽ, പൂക്കൾ ശേഖരിക്കുവാനും മറ്റും സഹായിക്കേണ്ടതായി വന്നിട്ടുണ്ട്. കട്ടപ്പൂ (പുല്ലാഞ്ഞിവള്ളിയിൽ ഉണ്ടാവുന്ന ഇടപ്പൂവ്), മുരിക്കിൻപൂവ്. തോരാണിപ്പൂ, ചമ്പകപ്പൂ, പാലപ്പൂ, അതിരാണിപ്പൂ (തോട്ടുവരമ്പത്തും മറ്റും കാണുന്ന വയലറ്റ് നിറമുള്ള പൂവ്) തുടങ്ങിയ പൂക്കളാണ് പൂരപ്പൂക്കളായി ശേഖരിച്ചുവന്നിരുന്നത്. പൂരം നാളിൽ രാവിലെ, പുഷ്പങ്ങളെല്ലാം ചേർത്ത് പൂക്കാമനെ ഉണ്ടാക്കുമായിരുന്നു.

പൂരം നാളിൽ രാവിലെ കാമദേവനു (പൂക്കാമന്) നിവേദിക്കുവാൻ അമ്മയാണ് പൂരക്കഞ്ഞി വെച്ചിരുന്നത്. ഉണക്കലരി വേവിച്ച് അല്പം വെല്ലം ചേർത്ത് തേങ്ങ ചിരവിയിട്ട പായസമാണത്. അല്പം ഉപ്പും ചേർക്കും. പഴവും ചെറുതായി മുറിച്ചിടും. സായാഹ്നത്തിൽ കാമന് പൂരടയാണ് നിവേദിക്കുക. ഉണക്കലരി അരച്ച മാവിൽ വെല്ലവും ചിരകിയ തേങ്ങയും ചേർത്ത് കുഴച്ച് പ്ലാവിലയിൽ ഉരുട്ടിവെച്ച്, പ്ലാവില മടക്കി അല്പമൊന്ന് പരത്തി. ആവിയിൽ വേവിച്ചുണ്ടാക്കുന്നതാണ് അട. കാമനെ പൂജിച്ചശേഷം ആ പൂക്കളെല്ലാം കൊട്ടയിൽ വാരിയെടുത്ത് നിലവിളക്കുമായി പ്ലാവിന്റെ മുരട്ടേക്ക് പോകും. അപ്പോൾ മണിയും മുട്ടാറുണ്ട്.

ഇല്ലത്ത് അന്ന് പെൺകുട്ടികൾ ഇല്ലാതിരുന്നതുകൊണ്ട് അമ്മ തന്നെ ആ പൂക്കളെല്ലാം പ്ലാവിൻ മുരട്ടിൽ ചെരിയും. ഏതാനും അടകളും ആ പൂക്കളോടൊപ്പം വെക്കും. (കാമനെ യാത്രയയച്ചശേഷം ആരെങ്കിലും ആ അടകൾ എടുത്തുകൊണ്ടുപോവുകയാണ് പതിവ്). പൂക്കൾ ചൊരിഞ്ഞ് കാമനെ യാത്രയാക്കുമ്പോൾ, അമ്മ

"കല്ലിലെ മുള്ളിലെ പോലെ കാമാ
പട്ടറാറാട്ടിനു പോലെ കാമാ
കുഞ്ഞാങ്ങലത്താറാട്ടിനു പോണേ കാമാ

എനിയത്തെ കൊല്ലവും വരണേ കാമാ നേരത്തെ കാലത്തെ വരണേ കാമാ" എന്ന് അടക്കം പറയും. മറ്റുള്ളവരെല്ലാം അത് ഏറ്റ് പറയും. കുടുംബത്തിലെ എല്ലാവരും ചേർന്നുള്ള ഒരു യാത്രയയപ്പ്. ഇന്ന് സ്വന്തമായൊരാളെ അന്യദേശത്തേക്ക് യാത്രയയക്കുമ്പോൾ പോലും കാണാത്ത ഒരു കൂട്ടായ്മയും ഗൃഹാതുരത്വവും വൈകാരിക ഭാവവും. ഇന്നും ഈ അനുഭവങ്ങളെല്ലാം ഓർച്ചയായി മനസ്സിലുണർന്ന് വെളിപ്പെടുത്തുവാൻ കഴിയാത്തൊരു വൈകാരികഭാവം മനസ്സിലുണർത്തുന്നു.

മീനപ്പൂരത്തിനു മാടായിക്കാവി(തിരുവർക്കാട്ടുകാവി)ലെ പൂരോത്സവം പ്രശസ്തമാണ്. കാവിനു തെക്ക് മാടായിപ്പാറയിൽ. വടുകുന്ന് ശിവക്ഷേത്രത്തിനു സമീപം ഒരു ജലാശയമുണ്ട്. അവിടെയാണ് പൂരോത്സവത്തിന്റെ ആറാട്ട്. പ്രകൃതി നിർമ്മിതമായ ഒന്നത്രെ ആ ആറാട്ടുകടവ്. സൂര്യൻ ഉദിച്ചുയരുമ്പോൾ, കാവിൽനിന്ന് ഭഗവതിയുടെ അലങ്കരിച്ച തിടമ്പ് മൂത്തമ്പിരാടൻ (ശാന്തിക്കാരൻ-പിഷാരവിഭാഗത്തിൽപെട്ട ബ്രാഹ്മണൻ) തലയിൽവെച്ച് എഴുന്നള്ളിക്കുന്ന കാഴ്ച ആകർഷകമാണ്.

പൂരക്കടവിന്റെ അരികത്ത് പ്രത്യേകം നിർമ്മിതമായ മേൽപ്പുരയോടുകൂടിയ ഒരു തറ കാണാം. പൂരം കുളി കഴിഞ്ഞാൽ ഭഗവതിയുടെ തിടമ്പ് അവിടെ എഴുന്നള്ളിച്ചു വെക്കുക പതിവാണ്. ആ സന്ദർഭത്തിൽ ഭഗവതിക്ക് 'ചോപ്പ്' ഒപ്പിക്കാം. നിശ്ചിത സംഖ്യ കൊടുത്താൽ 'ചോപ്പ്' (ചുകന്നപട്ട്) അവിടെനിന്നു ലഭിക്കും. അത് ഭഗവതിയുടെ മുമ്പിൽ സമർപ്പണം നടത്തുകയാണ് പതിവ്.

പൂരോത്സവത്തിന് മാടായിപ്പാറയിൽ വലിയ ഉത്സവച്ചന്തയുണ്ടാകും. അച്ഛനോടൊപ്പം ഉത്സവത്തിനുചെന്ന് ഭഗവതിക്ക് 'ചോപ്പ്' ഒപ്പിച്ചതും. ചന്തയിൽ ചുറ്റിനടന്ന് ഈത്തപ്പഴവും മധുരനാരങ്ങയും മറ്റും വാങ്ങിയതുമൊക്കെ ഓർമ്മിക്കുന്നു. ചില കൊല്ലങ്ങളിൽ കുളപ്രം എന്ന സ്ഥലത്തുള്ള അമ്മാത്ത് (അമ്മ ജനിച്ച ഇല്ലം) പോകുമായിരുന്നു. വില്ലമ്മാമനോ, ദേവനമ്മാമനോ ആരെങ്കിലും കൂട്ടിക്കൊണ്ടുപോകും. കാവിൽ പൂരോത്സവത്തിനു അതിനു സമീപമുള്ള എലിപുരത്ത് ചിറയ്ക്കൽ കോവിലകം വകയായുള്ള ശ്രീകൃഷ്ണക്ഷേത്രത്തിന്റെ സമീപത്തുള്ള മഠത്തിൽ ഉച്ചയ്ക്ക് കഞ്ഞി നല്കുമായിരുന്നു. ഒരിക്കൽ വലിയമ്മാമനോടൊപ്പം അവിടെ ചെന്ന് കഞ്ഞികുടിച്ചിരുന്നു.

മീനപ്പൂരോത്സവത്തിനുള്ള ഒരു സവിശേഷത, മുച്ചിലോട്ടുകാവിൽ

നിന്നുള്ള 'പോതിയേളത്ത്' ആണ്. രാമന്തളി മുച്ചിലോട്ടുകാവിലെ മുച്ചിലോട്ടുഭഗവതി, കണ്ണങ്ങാട്ട് ഭഗവതി തുടങ്ങിയ നാലു ദേവതകളുടെ പ്രതിപുരുഷന്മാരായി നാല് കോമരങ്ങൾ പൂരം നാൾ മുതൽ ഭവനം തോറും എഴുന്നള്ളുകയും കുറികൊടുക്കുകയും ചെയ്യും. 'പൊതിയേളത്ത്' (ഭഗവതിക്കോമരങ്ങളുടെ സന്ദർശനം) പൂരം കഴിഞ്ഞ് നാലാം ദിവസമോ അഞ്ചാം ദിവസമോ ആണ് ഇല്ലത്തെത്തുക. അപ്പോൾ വിളക്കുകത്തിച്ചു വെച്ച് കോമരങ്ങൾക്ക് പണം നല്കി കുറിവാങ്ങുകയും ചെയ്യണം. ഈ പതിവ് ഇന്നും നടന്നുപോരുന്നു.

നീലേശ്വരം തളി ശിവക്ഷേത്രത്തിൽ മീനമാസത്തിലെ കൃഷ്ണ പഞ്ചമിക്കാണ് ഉത്സവം കൊടികയറുക. എട്ടാം ദിവസം ആറാട്ടും നടക്കും. കുട്ടിക്കാലത്ത് മറ്റുള്ളവരോടൊപ്പം പോയി ഒന്നുരണ്ട് ദിവസം അവിടെ കഴിയാറുണ്ടായിരുന്നു. അവിടെ ഉത്സവത്തിനുള്ള വിശേഷങ്ങളിലൊന്ന് ഉച്ചയ്ക്ക് കഞ്ഞിയും രാത്രി ചോറും നല്കുമെന്നതായിരുന്നു. അറുപത്തിനാല് വിഭവ(കറി)ങ്ങളോടുകൂടിയാണ് കഞ്ഞി. പലതരത്തിലുള്ള പുഴുക്കുകളും കറികളും ചേർത്ത് അറുപത്തിനാല് എണ്ണം തികഞ്ഞിരിക്കും. ഇത്തരത്തിലുള്ള ഒരു കഞ്ഞി മറ്റൊരിടത്തും പതിവുള്ളതായി അറിയില്ല. വടക്കൻ കേരളത്തിലെ മറ്റു ക്ഷേത്രങ്ങളിലെന്നപോലെ തളി ക്ഷേത്രത്തിൽ 'തിടമ്പ്' എഴുന്നള്ളിക്കാറില്ല. തെക്കൻ മാതൃകയിലുള്ള കോലമാണ് ആനപ്പുറത്ത് എഴുന്നള്ളിക്കാറ്.

മീനത്തിലെ വെളുത്ത നവമി!- അന്നാണ് മുത്തശ്ശന്റെ ശ്രാദ്ധം. അച്ഛന്റെ ഒരു ജ്യേഷ്ഠത്തിയും ഒരനുജത്തിയും അന്നു ജീവിച്ചിരിപ്പുണ്ടായിരുന്നു. കൈതപ്രത്ത് പെരിങ്ങോട്ടില്ലത്താണ് ജ്യേഷ്ഠത്തി. ചിറ്റന്നൂര് എത്തക്കോട്ടില്ലത്താണ് അനുജത്തി. ആ രണ്ട് ഏച്ചിമാരും (സുവർണ്ണേ്യച്ചിയും താത്തിയേച്ചിയും) രണ്ടു ദിവസം മുമ്പേ വന്നുചേരുമായിരുന്നു. ശ്രാദ്ധത്തിനു തലേന്നാൾ ഒരിക്കലൂണാണ്. രാത്രിഭക്ഷണം പലഹാരമേ പാടുള്ളൂ. അന്ന് സേവകയുണ്ടാക്കും. അത് ഒരു പ്രത്യേക തരം പലഹാരമാണ്. അതുണ്ടാക്കുവാൻ ആവശ്യമായ സേവകനാഴി ഇല്ലത്തുതന്നെ ഉണ്ടായിരുന്നു. അടിയിൽ അരിപ്പപോലെ ദ്വാരമുള്ള ചെറിയൊരു പാത്രമാണത്. മരം കൊണ്ടുള്ള സ്റ്റാന്റിലെ മദ്ധ്യത്തിലുള്ള വൃത്തത്തിലൂടെ അത് ഇറക്കിവെക്കാം. അരിയും ഉപ്പും ചിരവിയ തേങ്ങയും കൂട്ടി അരച്ച് വെള്ളത്തിൽ കലർത്തി കാച്ചിയെടുത്ത് തണുത്തശേഷം ഉരുളകളാക്കി വെക്കും. അവയോരോന്നായി സേവകനാഴിയിലിട്ട് മരംകൊണ്ടുള്ള അമർത്തുന്ന ഒരു ഉപകരണം നാഴിയിൽ താഴ്ത്തി അമർത്തുമ്പോൾ, അടിയിൽ വെക്കുന്ന പാത്രത്തിലേക്ക് നുറുങ്ങുകളായി വീഴും. സേമിക പോലെയുള്ള ആ വസ്തുവിനാണ് 'സേവക്' എന്ന് പറഞ്ഞുവരുന്നത്. അതുണ്ടാക്കുവാൻ സാധിക്കാതെ വന്നാൽ കൊഴുക്കട്ടയോ ഉണ്ടയപ്പമോ ഉണ്ടാക്കുമായിരുന്നു.

മേടത്തിൽ വിഷുവാണ് പ്രധാനം. വിഷുക്കണിക്കുള്ള സാധനങ്ങളെല്ലാം സംക്രമദിവസം തന്നെ ഒരുക്കും. ഇല്ലത്തിനു തൊട്ടുവടക്കുള്ള

കക്കിയിൽ അമ്പു പൂശാരിയുടെ പറമ്പിൽ വലിയൊരു കൊന്നമരമുണ്ടായിരുന്നു. സംക്രാന്തിദിവസം രാവിലെ ആരെങ്കിലും ആ കൊന്ന മേൽകയറി പൂ പറിക്കും. അവിടെച്ചെന്ന് കൊന്നപ്പൂവ് കൊണ്ടുവരും. മൺകലത്തിലും അണക്കത്തിലും അരിനിറച്ച്, അതിന്റെ മേലെ രണ്ടു വെള്ളരിക്കവെച്ച് കണിക്കുവെക്കണം. സംക്രമദിവസമോ അതിനുമുമ്പോ തന്നെയോ ചിറ്റമ്മ അത് തയ്യാറാക്കി വെക്കുമായിരുന്നു. കലത്തിന്റെയും അണക്കത്തിന്റെയും പുറംഭാഗം കരി(എണ്ണപുരട്ടിയ തുണി കത്തിച്ചുണ്ടാക്കിയ മഷി) തേച്ച് ചേടികൊണ്ടും ചെങ്കൽച്ചാന്തുകൊണ്ടും പ്രത്യേക രേഖാ ചിത്രങ്ങൾ കുറിച്ചിരിക്കും. കൊന്നപ്പൂക്കുല, ചെമ്പകപ്പൂക്കുല, മാങ്ങാക്കുല, പഴുക്കടയ്ക്ക, വെറ്റില തുടങ്ങിയവ പടിഞ്ഞാറ്റയിൽ കണി സ്ഥലത്ത് കെട്ടിത്തൂക്കി അലങ്കരിക്കും. രണ്ട് തൂക്കുവിളക്കുകൾ തൂക്കിയിടും. നിലവിളക്കും വെക്കും. തോട്ടുകരമഠത്തിൽ പാർവ്വതിയമ്മ ചെക്കിമാല കൊണ്ടുവരുമായിരുന്നു. അത് തേവര (വിഗ്രഹ)ത്തിന് അച്ഛനാണ് അലങ്കരിച്ചുവെക്കുക.

സംക്രമദിവസം തന്നെ വിഷുവിനുള്ള പ്രത്യേക പലഹാരമുണ്ടാക്കുമായിരുന്നു. ഒന്നുകിൽ കാരയിലപ്പം (ഉണ്ണിയപ്പം), അല്ലെങ്കിൽ അരിവട. പിറ്റേന്നാൾ പ്രഭാതത്തിൽ കണികാണാൻ വരുന്നവർക്കെല്ലാം അപ്പം കൊടുക്കുമായിരുന്നു.

മേടം ഒന്നിനു അതിരാവിലെ വിഷുക്കണി കാണണം. ഇല്ലത്തുനിന്ന് അല്പമകലെ ഒണക്കന്റെ കണ്ണൻ എന്നയാളുടെ വീട്ടുപറമ്പിൽ മുത്തപ്പൻ ദൈവത്തിന്റെ 'പൊടിക്കള'മുണ്ട്. അവിടെയുള്ളവർ വിഷുക്കണി കാണുന്നത് മുത്തപ്പൻ വെള്ളാട്ടത്തെയാണ്. ഉദ്ദേശം നാലു മണിയോടുകൂടി മുത്തപ്പൻ വെള്ളാട്ടം പുറപ്പെടും. അപ്പോഴുള്ള വാദ്യമേളത്തിന്റെ ശബ്ദം കേട്ടായിരിക്കും രാവിലെ ഉണരുക. അലക്കുവസ്ത്രമുടുത്ത് കണ്ണടച്ച് തപ്പിത്തടഞ്ഞ് പടിഞ്ഞാറ്റയിൽ കയറി പലകയിൽ ഇരുന്ന ശേഷമേ കൺമിഴിക്കാവൂ. അമ്മയും അച്ഛനുമൊക്കെ അതിനുമുമ്പേ, എഴുന്നേറ്റ് വിളക്കൊക്കെ കത്തിച്ചുവെക്കും. വലത്തെകൈയിൽ സ്വർണ്ണപ്രഭ ചൊരിഞ്ഞ് അച്ഛൻ ശുഭാശുഭഫലം നോക്കുക പതിവായിരുന്നു. പണം മലർന്നുവീണാൽ ശുഭവും കമിഴ്ന്നുവീണാൽ അശുഭവും ഫലമെന്നാണ് പറയുക. ഇല്ലത്തെ തേവാരം കണി കണ്ടശേഷം പുതിയമ്പലം എന്ന വിഷ്ണുക്ഷേത്രത്തിൽ ചെന്നു തൊഴും. അടുത്തുള്ള ഇല്ലങ്ങളിലെല്ലാം കണികാണുവാൻ പോകുന്ന പതിവുണ്ടായിരുന്നു. ഇല്ലത്തിനു തൊട്ടു കിഴക്കുള്ള 'നാരാങ്ങല' (നാരായണമങ്ങല)ത്താണ് ആദ്യം പോവുക. അവിടെ നിന്ന് സുബ്രഹ്മണ്യേട്ടൻ, അനിയേട്ടൻ എന്നിവരും ഒപ്പം കൂടും. അങ്ങനെ ഒരു സംഘമായാണ് മറ്റില്ലങ്ങളിൽ കണികാണുവാൻ പോയിരുന്നത്.

ചെറുകുന്ന് അന്നപൂർണ്ണേശ്വരിക്ഷേത്രത്തിൽ മേടം ഒന്നുമുതൽ ഏഴു ദിവസത്തെ വിഷുവിളക്കുത്സവമാണ്. ആദ്യമായി വിഷുവിളക്കുത്സവത്തിനു പോയത് അച്ഛനോടൊപ്പമായിരുന്നു. ഒരുദിവസം അവിടെ തങ്ങി.

രാവിലെ സദ്യ, ഉച്ചയ്ക്കു കഞ്ഞി, രാത്രി ഊണ് എന്നിങ്ങനെ ഊട്ടിൽ ഭക്ഷണം കിട്ടും. രാവിലത്തെ സദ്യ ഉഷഃപൂജ കഴിഞ്ഞശേഷവും ഉച്ച പൂജ കഴിഞ്ഞ ശേഷവും ഉണ്ട്. ഉച്ചയ്ക്ക് ചാക്യാർകൂത്ത്, പ്രത്യേകം കൂത്തമ്പലമില്ല. ഗോപുരത്തിന്റെ ഉൾഭാഗത്തെ തെക്കെ തട്ടിൽ വെച്ചാണ് കൂത്തു നടത്തുക. ആദ്യമായി ചാക്യാർകൂത്ത് കണ്ടത് അവിടെ വെച്ചായിരുന്നു. ശ്രീകൃഷ്ണന്റെയും അന്നപൂർണ്ണേശ്വരിയുടെയും ക്ഷേത്രങ്ങൾ പരസ്പരം തൊട്ടുരുമ്മിക്കൊണ്ടാണ് ക്ഷേത്രം നിർമ്മിച്ചിട്ടുള്ളത്. ഗോപുരത്തിനു പുറത്ത് ഉത്സവത്തിന് വിസ്താരമേറിയ പന്തൽ നിർമ്മിച്ചിരിക്കും. വട്ടപ്പന്തൽ എന്നാണ് അതിനു പേർ. രാത്രിയിൽ വട്ടപ്പന്തലിൽ വെച്ചാണ് തിടമ്പുനൃത്തം. അന്ന് രാത്രി വെളുപ്പാൻ കാലത്ത് വെടിക്കെട്ടുണ്ടായിരുന്നു. കിഴക്കേ നടയിൽ വെച്ചാണ് നടന്നത്. ഭയം തോന്നിച്ച ഒന്നായിരുന്നു അത്. ഭീകരമായ ശബ്ദവും പ്രകാശവും ഉണ്ടാകുമ്പോൾ അച്ഛന്റെ പിറകിൽ പറ്റിക്കൂടുകയാണ് ചെയ്തത്.

ഇല്ലത്തുനിന്ന് ഒന്നൊന്നര കിലോമീറ്റർ അകലെയാണ് പാറോക്കാവ് (പാറമേൽക്കാവ്), മേടമാസം ഇരുപത്തിനാലിനാണ് അവിടെ കളിയാട്ടം സമാപിക്കുക. അച്ഛന്റെ ഒപ്പമാണ് അന്നൊക്കെ തെയ്യം കാണുവാൻ പോയിരുന്നത്. പാറോപ്പോതി (പാറമേൽക്കാവിൽ ഭഗവതി) വിഷ്ണുമൂർത്തി, കുണ്ടോറ ചാമുണ്ഡി, വെളുത്ത ഭൂതം എന്നീ തെയ്യങ്ങളാണ് കെട്ടിപ്പുറപ്പെടുക. തലേന്നാൾ വൈകുന്നേരം മാഞ്ഞാളിയമ്മ എന്നൊരു തെയ്യമുണ്ടാകും. നാവ് പുറത്തേക്കുനീട്ടിയ മട്ടിൽ പൊയ്നാക്ക് വെച്ച തെയ്യമാണത്. സമാപനദിവസം അതിരാവിലെ ഭൂതത്താറ് പുറപ്പെടുന്നതുകൊണ്ട് അച്ഛൻ അതിരാവിലെ കൂട്ടിപ്പോകുമായിരുന്നു. അതു കണ്ട് വേഗത്തിൽ മടങ്ങും. മറ്റു തെയ്യങ്ങൾ കാണുവാൻ കുറെ കഴിഞ്ഞാണ് പോവുക. പൂതത്താറ് 'പണ' ചുറ്റാൻ പോകുന്ന ഒരു പതിവുണ്ട്. കൂരിരുട്ടത്ത് ഒറ്റയ്ക്ക് കാടുകേറിപ്പോകും. കാവ് ചുറ്റി കുറേ കഴിഞ്ഞാണ് വരിക. കാട്ടിൽ നിധി സൂക്ഷിച്ച ഒരു കിണറുണ്ടെന്നും നിധി സൂക്ഷിപ്പുകാരനായ പൂതം അത് നോക്കുവാനാണ് ഒറ്റയ്ക്ക് പോകുന്നതെന്നും പറഞ്ഞുകേൾക്കാറുണ്ട്.

കളിയാട്ടമുള്ള കാവുകളിലെല്ലാം ഉത്സവച്ചന്ത ഉണ്ടാവുക സ്വാഭാവികമാണ്. അവിടെ ലഭിക്കാത്ത വസ്തുക്കൾ കുറവാണ്. പാറോക്കാവിലും ചന്ത കാണാമായിരുന്നു. തെയ്യം കാണാൻ പോയാൽ, ചന്തയിൽ ചുറ്റിനടന്ന് എന്തെങ്കിലും വാങ്ങുകയെന്നത് അച്ഛന്റെ പതിവായിരുന്നു. ഈത്തപ്പഴമോ മധുരനാരങ്ങയോ വാങ്ങുക പതിവാണ്. പാറോക്കാവിലെ ചന്തയ്ക്ക് പലതരത്തിലുള്ള പഴുത്ത മാങ്ങകൾ വില്പനയ്ക്കുണ്ടാകും. ബപ്പക്കായിമാങ്ങ, കുഞ്ഞാങ്ങലം മാങ്ങ എന്നീ പേരുകളിലുള്ള മാങ്ങകൾ മിക്കവാറും വാങ്ങുമായിരുന്നു.

വൈശാഖമാസം മേടത്തിൽ തുടങ്ങി ഇടവത്തിൽ അവസാനിക്കും. ഈയൊരു മാസം വൈഷ്ണവപൂജയ്ക്കും ദാനധർമ്മാദികൾക്കും ഉത്തമമത്രെ. വൈശാഖമാസത്തിൽ അച്ഛൻ *വൈശാഖ മാഹാത്മ്യം* എന്നൊരു

ഗ്രന്ഥം വായിച്ച് സാരാംശം പറയുമായിരുന്നു. ഉച്ചയ്ക്കു ശേഷമാണ് 'വൈശാഖം വായന' അടുത്തുള്ള ഇല്ലങ്ങളിൽ നിന്നൊക്കെ അത് കേൾക്കുവാൻ വരുമായിരുന്നു. ദാനധർമ്മാദികളുടെ ഫലത്തെ ഉദാഹരിക്കുന്ന നിരവധി കഥകൾ ആ പുരാണത്തിലുണ്ട്. അവയിൽ പലതും മനുഷ്യനെ നന്മയിലേക്ക് നയിക്കുന്നവയാണെന്ന് അന്ന് പൂർണ്ണമായി തിരിച്ചറിയുവാൻ കഴിഞ്ഞിരുന്നില്ല.

ഇടവത്തിലും മിഥുനത്തിലും എടുത്തുപറയത്തക്ക വിശേഷങ്ങളൊന്നും അനുഭവപ്പെടാറുള്ളതായി ഓർക്കുന്നില്ല. ഇടിയും മഴയും അതിശക്തമായുണ്ടാകും. വയലുകളിൽനിന്ന് ഞാറുപറിച്ചുനടന്ന സ്ത്രീകൾ ഉച്ചത്തിൽ പാടുന്ന പൊരിപ്പാട്ട് കേൾക്കാമെന്നത് എടുത്തു പറയാം. കർക്കിടകത്തിലും മഴ തുടരും. കർക്കിടകം ഏഴാം നാളും പതിനാറാം നാളും കാളികൂളികൾ (ദുർദ്ദേവതകൾ) ഇറങ്ങി സഞ്ചരിക്കുന്ന കാലമാണെന്നും അതിനാൽ ആ സമയങ്ങളിൽ പുറത്തിറങ്ങരുതെന്നും വില്ലച്ചമ്മ പറയുമായിരുന്നു. ഇത്തരം വിശ്വാസങ്ങൾ അന്ന് നാട്ടിൽ പൊതുവെ നിലനിന്നിരുന്നു. മഴയുടെ ശക്തിയും ഇടിയുടെ മുഴക്കവും കൊണ്ട് പുറത്തിറങ്ങുവാൻ ഭയമുണ്ടാകുമെന്നതാണ് വാസ്തവം.

കർക്കിടകം പതിനാറാം നാളിൽ മലയൻരാമൻ പണിക്കരും ചെറിയയും ഒരു കുട്ടിത്തെയ്യവുമായി ഭവനം തോറും വന്ന് ആടിക്കുമായിരുന്നു. വേടൻ (ആടിവേടൻ) എന്നാണ് ആ തെയ്യത്തിനു പേർ. ഒരാൺകുട്ടിയാണത് കെട്ടുക. പണിക്കർ ചെണ്ട മുട്ടിക്കൊണ്ട് വേടൻപാട്ട് പാടുമ്പോൾ വേടൻ തെയ്യം കൈയിലുള്ള മണിമുട്ടിക്കൊണ്ട് ആടും. പണം, അരി, തുണി എന്നിവ തെയ്യത്തിനു നല്കും.

കർക്കിടകം ഇരുപത്തെട്ടാം നാളിൽ 'കർക്കടോത്തി' (കർക്കടവത്തി) എന്ന കുട്ടിത്തെയ്യവുമായി പെരുവണ്ണാനാണ് വരിക. ഭവനങ്ങളിൽ നിന്നു കിട്ടുന്ന അരിയും മറ്റുമെടുക്കുവാൻ പെരുവണ്ണാത്തിയും ഒപ്പമുണ്ടാകും. നാട്ടിലെ ദുരിതങ്ങളും രോഗങ്ങളുമൊക്കെ അകലുവാനാണ് ഈ തെയ്യങ്ങൾ വന്നാടുന്നതെന്ന് അമ്പുപ്പൂശാരിയും മറ്റും പറയുമായിരുന്നു.

വണ്ണാൻ, മലയൻ തുടങ്ങിയ വംശീയ കലാകാരന്മാർ ഗ്രാമപ്രദേശങ്ങളിൽ കലാവതരണം നടത്തുന്നതിനും മറ്റും 'ജന്മം' എന്നാണ് വ്യവഹരിക്കുക. ഏതേത് പ്രദേശങ്ങളിലാണ് 'ജന്മം' നടത്തേണ്ടതെന്നതിന് അതിർത്തികളും അവകാശങ്ങളും കല്പിക്കപ്പെട്ടിട്ടുണ്ട്. ഇല്ലപ്പറമ്പിന്റെ വടക്കേപ്പറമ്പിൽ (കൊടൽ വള്ളിപ്പറമ്പിൽ) രണ്ട് കുളങ്ങളുണ്ട്. ആ ഇരട്ടക്കുളമാണ് അവർക്ക് ജന്മം നടത്തുവാനുള്ള പ്രദേശത്തിന്റെ അതിർത്തി. ഒരു ഭാഗത്ത് കുന്നരു ദേശക്കാരും മറ്റേ വശത്ത് രാമന്തളി ദേശക്കാരുമാണ് അവകാശികൾ. ഇല്ലം ഇരട്ടക്കുളത്തിനടുത്ത് (അതിർത്തിയിൽ) സ്ഥിതിചെയ്യുന്നതിനാൽ 'നാട്ടുദൈവ' (കുട്ടിത്തെയ്യ)ങ്ങൾ രണ്ടു വശത്തുനിന്നും വന്ന് ആടുക പതിവാണ്. ഇത്തരം 'ജന്മാവകാശം' നടത്തുവാനൊക്കെ നാടൻ കലാവകാശികൾക്കൊക്കെ ഇന്ന് മുമ്പുള്ളത്ര താല്പര്യം കാണുന്നില്ല.

കർക്കിടക മാസത്തിലെ കറുത്തവാവ് ഓർക്കാതിരിക്കാൻ കഴിയുകയില്ല. അന്ന് 'ഒരിക്ക'ലായിരിക്കും. രാത്രിയിൽ ചോറ് തരില്ലായിരുന്നു. വാവിന് രാത്രിയിൽ കഴിക്കുവാൻ കൊട്ട എന്നൊരപ്പം ഇല്ലത്തുണ്ടാക്കുമായിരുന്നു. അരിയും ഉഴുന്നും ഉപ്പും കൂടി അരച്ച് മാവ് വാട്ടിയ വാഴയിലയിലൊഴിച്ച് പൊതിഞ്ഞ് ആവിയിൽ വേവിച്ചുണ്ടാക്കുന്ന പലഹാരമാണത്. വാഴയില കൊട്ട പോലെ കോട്ടുന്നതുകൊണ്ടാണ് അതിന് കൊട്ടയപ്പം എന്നുപറയുന്നത്. വാവിന് വരുന്നവർക്കെല്ലാം അപ്പം കൊടുക്കുന്ന പതിവ് അടുത്തകാലം വരെ നടന്നിരുന്നു. അടുത്ത വീടുകളിൽനിന്നെല്ലാം സ്ത്രീകളും കുട്ടികളും ഇല്ലത്ത് 'വാവിന്റെ അപ്പം' വാങ്ങുവാൻ വരാറുണ്ടായിരുന്നു. അമ്മ അവർക്കെല്ലാം കൊട്ടയപ്പം നല്കും.

കർക്കിടകമാസത്തിലാണ് ഇല്ലം നിറ. പയ്യന്നൂർ പെരുമാൾ ക്ഷേത്രത്തിൽ കണിശൻ വന്ന് മുൻകൂട്ടി മുഹൂർത്തം വിധിക്കും. ആ മുഹൂർത്തത്തിനുതന്നെയാണ് ഈ പ്രദേശത്തും നിറയ്ക്കുന്നത്. തലേന്നാൾ തന്നെ നിറോലവും നെൽക്കതിരും അമ്പുപൂശാരി ഇല്ലത്തെ മുറ്റത്തുള്ള തുളസിത്തറയിൽ കൊണ്ട് വെക്കുമായിരുന്നു. നെല്ലിയില, മാവില, ആലില, അരയാലില, കാഞ്ഞിരത്തില, മുളയില, ചോലുവള്ളിയില തുടങ്ങിയ ഇലകൾ വട്ടപ്പലത്തിലയിൽ പൊതിഞ്ഞ് തെങ്ങിന്റെ പാന്തം കൊണ്ട് കെട്ടിയതാണ് നിറോലം. നിറയെ പലതരം ഓല(ഇല)കൾ അടങ്ങിയതുകൊണ്ടാണ് ആ പേരുണ്ടായത്.

നിറയ്ക്ക് ഇല്ലത്തിനകത്തും പുറത്തും ചാണകം മെഴുകി ശുദ്ധമാക്കുമായിരുന്നു. ചേടിയും വരയ്ക്കും. നിറപൂജ (കതിർപൂജ)യ്ക്കുള്ള കളം അരിച്ചാന്തുകൊണ്ടാണ് കുറിക്കുക. കളത്തിൽ ആവണപ്പലകവെച്ച്, ആ പലകയിൽ അരിച്ചാന്തുകൊണ്ടുതന്നെ. 'ശ്രീ' എന്ന് എഴുതും. 'നിറോലം' അകത്ത് പലകയിൽ കൊണ്ടുവെക്കും. നിറമുഹൂർത്തം ആരംഭിച്ചാൽ അച്ഛൻ കിണ്ടിവെള്ളവും ഇളനീരുമായി മുറ്റത്തേക്കിറങ്ങും. അമ്മയോ മറ്റാരെങ്കിലുമോ വിളക്കുമായി ഒന്നിച്ചുപോകും. തുളസിത്തറയിൽ വെച്ച കതിരിൽ നീര് വീഴ്ത്തിയശേഷം, ഇളനീർ തുരന്ന് കതിരുകലശമാടും. അതിനുശേഷം കതിരുമെടുത്ത് അച്ഛൻ അകത്തേക്കുവരും. കതിർ എഴുന്നള്ളിക്കുമ്പോൾ,

'നിറ നിറാ പൊലി പൊലി,
മാടായ്യഴിപോലെ
മക്കത്തുകപ്പലുപോലെ
നിറഞ്ഞു പൊലിഞ്ഞുവരണേ"

എന്ന് മൊഴിയുമായിരുന്നു. കതിരുകൾ കളത്തിൽ പലകയിൽ വെച്ച് ശ്രീഭഗവതിപൂജ (കതിർപൂജ) നടത്തും. മലര്, അവില്, തേങ്ങാപ്പൂള്, ചുട്ട ചക്കക്കുരു, ചുട്ടട(ഉണക്കലരി അരച്ച്, ഉപ്പുചേർക്കാതെ, ഇലയിൽപ്പരത്തി, കനലിൽ പൂഴ്ത്തി ചുട്ടെടുത്ത അട) എന്നിവയാണ് നിവേദ്യവസ്തുക്കൾ നെൽക്കതിരിനും ഗണപതിക്കുമാണ് നിവേദ്യം. കതിരിനു നിവേദിച്ച വസ്തുക്കൾ പുത്തരി കഴിയുംമുമ്പേ ഭക്ഷിക്കരുതെന്നാണ് നിയമം. അതി

നാൽ ഗണപതിക്കു നിവേദിച്ചവ മാത്രമേ ഭക്ഷിക്കാവൂ. കതിരിനു നിവേദിച്ചവ അമ്പുപൂജാരിക്കു നല്കുകയാണ് പതിവ്.

കതിര് അകത്തുകയറുമ്പോഴേക്കും അമ്മ അടുപ്പത്ത് കലത്തിൽ അരിവെച്ചിരിക്കും. 'പുതിയോൻ വരുമ്പം പഴയോൻ തുള്ളണം' എന്നാണ് മൊഴിയെന്ന് വലിയമ്മ ഓർമ്മപ്പെടുത്തുമായിരുന്നു. നിറദിവസം പഴയ വെള്ളരിക്കയും ചക്കക്കുരുവും കൂടി ഓലൻ വെക്കുക പതിവുണ്ടായിരുന്നു. ഓലനിൽ ഉഴുന്നുപരിപ്പ് വെളിച്ചെണ്ണയിൽ വറുത്തിടും. തൊണ്ടോലൻ എന്നാണ് ഈ കറിക്കു പറഞ്ഞുവന്നിരുന്നത്. മമ്പിടിച്ച ചക്കക്കുരുവാണ് തൊണ്ടോലനു ചേർക്കുവാൻ കിട്ടുക. പഴുത്ത ചക്ക സമൃദ്ധമായി കിട്ടുന്ന കാലത്ത് അവയുടെ കുരുക്കൾ കഴുകി ഉണക്കി ചായിപ്പിന്റെ മൂലയിൽ നല്ല മണ്ണിന്റെ ഉള്ളിൽ പൂഴ്ത്തി സൂക്ഷിക്കുന്നതിനാണ് 'മമ്പിക്കൽ' എന്ന് പറയുന്നത്. എത്രയോ മാസം ഇങ്ങനെ ചക്കക്കുരു കേടുവരാതെ സൂക്ഷിക്കാറുണ്ട്.

കർക്കിടകവാവോടുകൂടി ഉന്മേഷത്തിന്റെ സമയമായെന്നാണ് നാടൻവിശ്വാസം. കോരിച്ചൊരിയുന്ന മഴക്കാലത്തിൽനിന്നുള്ള മോചനം! പിന്നെ നിറയും പുത്തരിയും ഓണം സമൃദ്ധിയും ഉന്മേഷവും നിറഞ്ഞ കാലം. അതിനുശേഷം ഉന്മേഷം കുറയുമത്രെ.

"വാവു വന്നു വാതിൽ തുറന്നു നിറ വന്നു തിറ കൂടി
പുത്തരി വന്നു പുത്തരി വെച്ചു ഓണം വന്നു ക്ഷീണം കൂടി"

എന്നൊരു പഴയ വാമൊഴി വലിയച്ഛമ്മ മൊഴിയുമായിരുന്നു. കാലഭേദം മനുഷ്യമനസ്സിൽ ഭാവഭേദങ്ങൾ ഉണ്ടാക്കാറുണ്ടെന്ന വസ്തുത ഈ മൊഴി വ്യക്തമാക്കുന്നുണ്ടെന്ന് തോന്നാറുണ്ട്.

അഞ്ച്

കാലം-ഇന്ത്യ സ്വതന്ത്രമാകുന്നതിനു രണ്ടുമാസം മുമ്പ്, സ്ഥലം-കുന്നരു. എലിമെന്ററി സ്കൂൾ. അന്നാണ് ഒരു വിദ്യാർത്ഥിയെന്ന നിലയിൽ വിദ്യാലയത്തിന്റെ പടികയറിയത്. പ്രായക്കൂടുതലുള്ളതിനാൽ ഒരു വയസ്സ് കുറച്ചാണ് സ്കൂൾ രേഖകളിൽ കുറിക്കപ്പെട്ടത്. ശൈശവകാലത്തെ രോഗപീഡകൾകൊണ്ടാണ് സ്കൂളിൽ ചേർക്കുവാൻ വൈകിയതെന്ന് അമ്മ പറയാറുണ്ട്.

ഇന്നു കാണുന്ന പഴയ കെട്ടിടവും ഒരു കിണറും കുറച്ചു മാവുകളും അതാണ് അന്നത്തെ വിദ്യാലയം. ഒന്നുമുതൽ അഞ്ചുവരെ ക്ലാസുകൾ. മറ്റൊരു തരത്തിൽ പറഞ്ഞാൽ ഇതൊരു എലിമെന്ററി സ്കൂളായിരുന്നു. ആറ്, ഏഴ്, എട്ട് തരങ്ങൾകൂടി ഉണ്ടായാലേ ഹയർ എലിമെന്ററി വിദ്യാലയമാകുകയുള്ളൂ. അന്ന് കുന്നത്തെരുവിലുള്ള ചിദംബരനാഥ് സ്കൂളാണ് അടുത്ത ഹയർ സെക്കന്ററി വിദ്യാലയം. അതല്ലെങ്കിൽ ഈ അംശം മാറി. പുതിയ പുഴ കടന്ന് കുഞ്ഞിമംഗലത്തുള്ള ഗോപാലൻ ഹയർസെക്കന്ററി വിദ്യാലയത്തിൽ പോകണമായിരുന്നു.

ക്ലാസ് മുറികൾ തട്ടിക്കൊണ്ട് വേർതിരിച്ച് മറയ്ക്കുന്ന പതിവ് അന്നുണ്ടായിരുന്നില്ല. എല്ലാവർക്കും എല്ലാവരെയും കാണാം. ഏറ്റവും പടിഞ്ഞാറെ അറ്റത്താണ് അഞ്ചാംതരം. ഹെഡ്മാസ്റ്ററുടെ സ്ഥാനവും ഓഫീസുമൊക്കെ അവിടെത്തന്നെ. പകുതി ചരിവുള്ള മൂടിയുള്ള മേശ. അതിന്മേലാണ് മണി-പൂജാമണി പോലുള്ള ഒരു മണി.

വേങ്ങര ദേശത്തുള്ള ടി വി ചന്തനായരാണ് സ്കൂൾ മാനേജർ എന്ന് അന്നേ മനസ്സിലാക്കുവാൻ കഴിഞ്ഞിരുന്നു. ചുമരിലെ സ്ഥിതി വിവര ബോർഡിൽ മാനേജരുടെ പേരും എഴുതിക്കാണാമായിരുന്നു. ചില ആഘോഷാവസരങ്ങളിൽ ചില കൂട്ടുകാരുമൊത്ത് അദ്ദേഹം വരുമായിരുന്നു. മാനേജരുടെ മരുമകനായ ടി വി കുഞ്ഞിരാമൻ മാസ്റ്റർ പ്രധാന

അദ്ധ്യാപകനാണ്. വളരെ ചെറുപ്പത്തിലേ അദ്ധ്യാപകനാവുകയും ദീർഘ കാല സേവനം അനുഷ്ഠിക്കുകയും അദ്ധ്യാപക അവാർഡിന് അർഹ നാവുകയും ചെയ്ത ആ പുണ്യാത്മാവ് ഇന്ന് ജീവിച്ചിരിപ്പില്ല. എങ്കിലും, ഈ ഗ്രാമവാസികളുടെ ഓർമ്മയിൽ അദ്ദേഹം ജീവിക്കുന്നു.

സ്ഥിരമായോ താല്ക്കാലികമായോ സേവനമനുഷ്ഠിച്ച അനേകം അദ്ധ്യാപകരുടെ മുഖങ്ങൾ ഓർമ്മയിലൂടെ കടന്നുപോകുന്നു. ഉണ്ണിമാഷ്, മാരാർ മാഷ്, അടിയോടി മാഷ്, പി വി നാരായണൻ മാസ്റ്റർ, കെ പി യും ടി വിയും ഇങ്ങനെ പോകുന്നു ഗുരുനാമങ്ങൾ.

ഒന്നാംതരത്തിലും രണ്ടാംതരത്തിലും പഠിക്കുവാൻ ഉണർവ്വ് കുറ വായിരുന്നു. ഗുരുനാഥന്മാരുടെ വാക്കുകൾ ഉള്ളിൽക്കടക്കാതെ പലതും പുറമെ ഒഴുകിപ്പോയോ! മൂന്നാം തരത്തിലെത്തിയപ്പോൾ പഠിക്കാനുള്ള താല്പര്യം അല്പമുണ്ടായിത്തുടങ്ങി. പ്രായമുള്ള ഒരു നാരായണൻ മാസ്റ്റ റാണ് അന്ന് ക്ലാസ് അദ്ധ്യാപകൻ. കുപ്പായത്തിന്റെ കുടുക്കുകൾ കഴു ത്തുവരെ ഇട്ടിരിക്കും. കുപ്പായത്തിന്റെ കൈകൾ മുട്ടുകടന്നിരിക്കും. മറ്റു വിശദാംശങ്ങളൊന്നും ഓർമ്മയില്ല. ഇടയ്ക്കിടെ അടുത്തുവന്ന് പഠിക്ക ണമെന്ന് ഉപദേശിക്കുമായിരുന്നു. വളരെ സൗമ്യമസൃണമായ വാക്കു കൾ!

അക്കാലത്ത് എൻ വി ചിണ്ടൻ എന്നൊരദ്ധ്യാപകൻ അല്പം നാളു കൾ ഇവിടെ അദ്ധ്യാപകനായുണ്ടായിരുന്നു. അദ്ദേഹം ഒരുദിവസം ക്ലാസിൽ കടന്നുവന്നു. ഒരു കവിത ചൊല്ലി കഥ പറഞ്ഞു. 'മാമ്പഴം!' കവിതാസ്വാദനമെന്ന ഒന്നുണ്ടെന്ന് അന്നാണ് ആദ്യമായി ഉള്ളറിഞ്ഞത്. ആ 'മാമ്പഴം' വൈലോപ്പിള്ളിയുടെ മനോഹരമായൊരു കവിതയാണെന്നു തിരിച്ചറിഞ്ഞത് വർഷങ്ങൾക്കുശേഷമാണ്. തിരുവില്ലാംകുന്നമ്പലത്തിന്റെ വടക്കുള്ള ഒരു വീട്ടിലെ എൻ വി രാമൻ എന്നാളുടെ അനുജനാണ് ചിണ്ടൻ മാഷെന്ന് പിന്നീട് ആരോ പറഞ്ഞറിഞ്ഞു. വളരെക്കാലത്തിനു ശേഷം മാവിലരുടെ പാട്ടുകൾ ശേഖരിക്കുവാനിറങ്ങിയ യാത്രാവേളയിൽ ഭീമനടി എന്ന സ്ഥലത്തിനു സമീപം വെച്ച് ചിണ്ടൻമാഷെ കാണുവാനി ടയായി.

നാലാം തരവും അഞ്ചാം തരവും ഉണർവ്വിന്റെയും ഉന്മേഷ ത്തിന്റെയും കാലമായിരുന്നു. നാലാംതരത്തിലെ ക്ലാസ് അദ്ധ്യാപകൻ വി വി നാരായണൻ മാസ്റ്ററും അഞ്ചാം തരത്തിലെ ക്ലാസ് അദ്ധ്യാപകൻ ടി വി കുഞ്ഞിരാമൻ മാസ്റ്ററുമായിരുന്നു. ഈ രണ്ടു ക്ലാസുകളിലും പരീ ക്ഷയിൽ ഏറ്റവും കൂടുതൽ മാർക്ക് ലഭിച്ചിരുന്നു. അക്കാലത്തെ നോട്ടു പുസ്തകങ്ങളും പരീക്ഷാപേപ്പറുകളും അടുത്ത കാലത്താണ് കൈമോശം വന്നുപോയത്. ഭൂമിശാസ്ത്ര നോട്ടുപുസ്തകത്തിൽ ഇന്ത്യ യുടെ ഭൂപടം വരയ്ക്കണമായിരുന്നു. വരച്ച ഭൂപടം അത്ര നന്നായിരു ന്നില്ല. "ഇത് ഇന്ത്യയാണോ" കുഞ്ഞിരാമൻ മാഷ് ചുവന്ന മഷിയിൽ സ്റ്റീൽ പെൻ മുക്കി എഴുതിയ ചോദ്യമാണിത്. അന്നു കുറിച്ച ഈ ചോദ്യം ഇന്നും മുഴങ്ങിക്കേൾക്കുന്നു! വിദ്യാർത്ഥികൾക്ക് ചെറിയ തോതിലുള്ള

ശിക്ഷ നല്കുന്നതിൽ ഈ രണ്ട് അദ്ധ്യാപകരും ഏർപ്പെടാറില്ലെന്നു പറഞ്ഞുകൂടാ. ഒരദ്ധ്യാപകന്റെയും ശിക്ഷാനടപടികൾക്ക് വിധേയമാകേണ്ട അവസരം ഉണ്ടായിട്ടില്ലെന്നുമാത്രമല്ല, അവരിൽനിന്ന് നല്ല വാക്കുകൾ കേൾക്കുവാനേ കഴിഞ്ഞിരുന്നുള്ളൂ.

ഒരു ക്ലാസിൽ ഇരിക്കുമ്പോൾ മറ്റു ക്ലാസുകളിൽ നടക്കുന്ന കാര്യങ്ങൾ കേൾക്കുവാനും കാണുവാനും കഴിയുമായിരുന്നു. നാലാംതരത്തിൽ പഠിക്കുന്ന കാലത്ത് അതിനുതൊട്ട ക്ലാസ് കെ പി കണ്ണൻ മാസ്റ്റർ പഠിപ്പിക്കുന്ന ക്ലാസാണ്. വളരെ ആകർഷകമായിരുന്നു അദ്ദേഹത്തിന്റെ ക്ലാസ്. സൗമ്യവും സ്നേഹപൂർണ്ണവുമായ പെരുമാറ്റം! പാടുന്നതിലും പറയുന്നതിലുമൊക്കെ ശുദ്ധിയും മാധുര്യവും! ഇതാണ് കണ്ണൻ മാഷ്.

ഒന്നിലോ രണ്ടിലോ പഠിപ്പിച്ചുകൊണ്ടിരുന്ന ഒരു നാരായണൻ മാസ്റ്റർ. നിദ്രാദേവിയുടെ അനുഗ്രഹം അദ്ദേഹത്തിനു വേണ്ടതിലേറെ ഉണ്ടായിരുന്നു. ഉച്ചയ്ക്ക് ഇടവേളയിൽ അദ്ദേഹത്തിന്റെ മേശയ്ക്കരികെ ചെന്നു നില്ക്കുന്നത് രസകരമാണ്. മേശമേൽ കാലെടുത്തുവെച്ച് കസേരയിൽ ഇരുന്നുകൊണ്ട് അദ്ദേഹം എല്ലാവരോടും കുശലാന്വേഷണം നടത്തുമായിരുന്നു. ഓരോരുത്തരുടെയും ഭവനത്തിലെ അംഗങ്ങളുടെ പേരുകൾ. അവരുടെ ജോലി തുടങ്ങിയവയൊക്കെ മാഷ് ചോദിച്ചറിയും. കറിയുടെയും കഞ്ഞിയുടെയും കാര്യങ്ങളാണ് മറ്റൊരന്വേഷണവിഷയം. പോണ്ടിച്ചുള കറി, ഉപ്പിലിട്ട മാങ്ങ എന്നിവയെക്കുറിച്ചെല്ലാം ചോദിക്കുമായിരുന്നു. ഇതൊക്കെ ചിരിക്ക് വക നല്കുന്നതാണ്. എന്നാൽ, ചിരിക്കുവാൻ മാത്രമുള്ള നിസ്സാര കാര്യങ്ങളല്ല അതെല്ലാമെന്ന് ഇന്ന് മനസ്സിലാക്കുന്നു. വിദ്യാർത്ഥികളുമായി ഒരദ്ധ്യാപകൻ ഇടപഴകേണ്ടതെങ്ങനെയെന്നതിന് ഒരു മാതൃകയാണത്. ഇതിനൊരു മറുവശം. ഒരു ഉണ്ണിമാസ്റ്റർ, അദ്ദേഹത്തിന്റെ ദണ്ഡപാരുഷ്യം അസ്സഹനീയമായിരുന്നു. അത് അനുഭവിക്കേണ്ടിവന്നിരുന്നെങ്കിലും എത്രയോ തവണ ദൃക്സാക്ഷിയാകേണ്ടിവന്നു.

മുണ്ടയാടൻ ഗോവിന്ദൻ മാഷ് കണക്കിലും മറ്റും നല്ല അറിവുള്ള വ്യക്തിയാണ്. ആ അറിവുകൾ കുട്ടികൾക്ക് വേണ്ടവിധം പകർന്നു കിട്ടിയോ എന്നു സംശയം. ഉച്ചയ്ക്കുശേഷം ഒടുവിലത്തെ പിരീഡ് മിക്കവാറും കളിയുടെ സമയമായിരിക്കും. അത്തരം സമയങ്ങളിൽ പലപ്പോഴും കോൽക്കളി കളിപ്പിക്കുമായിരുന്നു. മാരാർ മാഷാണ് അതിനു നേതൃത്വം വഹിച്ചിരുന്നത്.

കുന്നരു ഓണപ്പറമ്പിന്റെ സമീപപ്രദേശങ്ങളിലുള്ള സഹപാഠികളെല്ലാം ഒത്തുചേർന്ന് ഒപ്പമാണ് വിദ്യാലയത്തിലേക്ക് പോയിരുന്നത്. സമയമറിയുവാൻ ആർക്കും ഒരു ഉപാധിയുമില്ലാതിരുന്ന കാലം! എല്ലാവരും നേരത്തേ പുറപ്പെടും. വയലുകളിലെ വരമ്പിലൂടെ നടന്ന് 'വില്ല വഴി'ക്കു കൂടിയാണ് പോവുക. അന്ന് ഗതാഗതത്തിനു റോഡുകളൊന്നുമുണ്ടായിരുന്നില്ല. അല്പം വീതികൂടിയ വഴി! അതാണ് 'വില്ലവഴി (വലിയ വഴി), ചിലപ്പോൾ 'അച്ഛൻ പട്ടരെയിട'യിൽക്കൂടി ചെന്ന് വയലിറങ്ങും. ഇല്ലത്തിന്റെ ഏതാനും പറമ്പ് തെക്ക് വശത്ത് വലിയൊരു കുണ്ടിട (ആ

ഴമേറിയതും വെള്ളം കുത്തിയൊലിക്കുന്നതുമായ ഇടവഴി) ഉണ്ടായിരുന്നു. അതാണ് 'അച്ഛൻ പട്ടരെയെട' ഇന്ന് അത് കുന്നരു-രാമന്തളി റോഡിന്റെ ഭാഗമായിത്തീർന്നു. സന്ധ്യാനേരത്തോ നട്ടുച്ചയ്ക്കോ രാത്രിയിലോ ഈ ഇടവഴിയിൽ കൂടി പണ്ട് ആരും പോകുമായിരുന്നില്ല.

വിദ്യാലയത്തിലേക്കു രാവിലെ പോകുമ്പോൾ, ഞാറ് പൊരിച്ചു നടുകയും കളപറിക്കുകയും ചെയ്യുന്ന സ്ത്രീകൾ പാട്ടുകൾ പാടുന്നുണ്ടാവും. ഈ കൃഷിപ്പാട്ടുകൾക്ക് പൊരിപ്പാട്ട്, നാട്ടിപ്പാട്ട്, കളപ്പാട്ട് എന്നൊക്കെയാണ് പേരുകൾ. ഞാറ് പൊരിക്കുമ്പോൾ (പറിക്കുമ്പോൾ) പാടുന്നതിനാൽ 'പൊരിപ്പാട്ട്' എന്നും, പറിച്ച ഞാറ് നടുമ്പോൾ (നാട്ടുമ്പോൾ) പാടുന്നതിനാൽ നാട്ടിപ്പാട്ടെന്നും നെൽച്ചെടികൾക്കിടയിൽ മുളയ്ക്കുന്ന കളകൾ പറിച്ചു കളയുമ്പോൾ പാടുന്നതിനാൽ 'കളപ്പാട്ട്' എന്നും പറയും. വരമ്പിലൂടെ വഴി പോകുമ്പോൾ പാട്ടുകാരായ പെണ്ണുങ്ങൾ പോകുന്നവരെ കളിയാക്കും. "അടിച്ചുവാരാനോ ഇത്രനേരത്തെ പോകുന്നത്" എന്ന് അവർ ചോദിക്കുക പതിവായിരുന്നു. ഒരു കണക്കിൽ അതിൽ സത്യമില്ലെന്നു പറഞ്ഞുകൂടാ. വിദ്യാലയത്തിനകത്തും പുറത്തും ശുദ്ധീകരണം നടത്തുന്നതിൽ കുട്ടികൾ പ്രധാന പങ്കുവഹിച്ചിരുന്നു. കിളച്ചടിച്ച നിലം. പലേടത്തും കിളർന്ന് പൊടി പാറും. വെള്ളമെടുത്ത് നിലത്തു കുടഞ്ഞു കൊടുക്കുന്നത് ആൺകുട്ടികളാണ്. പെൺകുട്ടികൾ നിലമടിച്ച് വൃത്തിയാക്കും. ഇതിലൊന്നും പോരായ്മയുള്ളതായി അന്ന് തോന്നിയിരുന്നില്ല. ഒരു കടമയെന്നോണം സന്തോഷത്തോടെയാണ് അതൊക്കെ ചെയ്തുപോന്നത്.

വിദ്യാലയത്തിലേക്ക് പോകുന്ന വഴിക്ക് ഒരു തോടുണ്ട്. പരപ്പത്തോട് എന്നാണ് പേര്. പേര് പറയുമ്പോലെ തന്നെ പരപ്പുള്ളതാണത്. തോട് കടക്കുവാൻ ഒരു തെങ്ങിൻ തടിയാണ് പാലം. അതു കടക്കുമ്പോഴുണ്ടായിരുന്ന ഭയം ഇന്നും വിട്ടുമാറിയിട്ടില്ല.

വിദ്യാലയം വിട്ടു മടങ്ങുമ്പോൾ വയലുകളിൽനിന്ന് സ്ത്രീകൾ ഉച്ചസ്ഥായിയായി പാടുന്നുണ്ടാകും. നാടിന്റെ നേരുകൾ നിറഞ്ഞ എത്രയെത്ര പാട്ടുകൾ! എത്രയെത്ര കഥയില്ലാത്ത അസംബന്ധപ്പാട്ടുകൾ!

കൈവീച്ചല് കണ്ടാലും (കുഞ്ഞിക്കണ്ണൻ)
കാൽ നടത്തം കണ്ടാലും (കുഞ്ഞിക്കണ്ണൻ)

എന്നിങ്ങനെ ആളും തരവും നോക്കി പേരുകൾ ചേർത്തു പാടും. 'തന്നെ പരിഹസിച്ചു പാടുകയാണോ?' ഓരോരുത്തരും സംശയിക്കും.

അന്ന് ശീലക്കുട ദുർല്ലഭമായേ കാണുമായിരുന്നുള്ളൂ. പെണ്ണുങ്ങൾ വയലിലിറങ്ങുമ്പോൾ 'കളക്കുട' എന്ന പേര് പറയുന്ന ഒരു തരം കുടയാണെടുക്കുക. അതിന്റെ കാല് ചുമലിൽ വെച്ച് പണിയെടുക്കുവാൻ പാകത്തിലുള്ളതാണ്. മഴയ്ക്ക് പണിക്കിറങ്ങുന്ന പുരുഷന്മാർ 'തൊപ്പിക്കുട' തലയിൽ ധരിക്കും. 'കൊരമ്പ' ധരിക്കുന്നവരുമുണ്ട്.

വയലിൽ നാട്ടിപ്പാട്ട് (കളപ്പാട്ട്/പൊരിപ്പാട്ട്) പാടുന്ന എത്രയെത്ര പെണ്ണുങ്ങൾ ഉപ്പാട്ടിപ്പാറു, വേലൂരത്തെ പാറു, ഈരോക്കി ദേവകി, കൊറ്റ

മ്പള്ളി പടിഞ്ഞാറേ വീട്ടിൽ മാണിക്കം... ഇങ്ങനെ പോകുന്നു അവരുടെ പേരുകൾ. അവരൊക്കെ മണ്ണോടു ചേർന്നു കഴിഞ്ഞു. അവർ അന്ന് പാടി ക്കേട്ട പാട്ടുകളുടെ ഓർമ്മ നാല്പതുവർഷങ്ങൾക്കുശേഷമാണ് മനസ്സിൽ ഉണർന്നത്. അവയുടെ മൂല്യം തിരിച്ചറിയുവാൻ കഴിയുമ്പോഴേക്കും പഴയ പാട്ടുകാരൊക്കെ മിക്കവാറും ഇല്ലാതായി. എങ്കിലും ചില കുഗ്രാമങ്ങളിലും ചെന്ന് ചാരൻ പാട്ടുകാരെ കണ്ടെത്താനാവും. മുന്നൂറിൽപ്പരം പാട്ടുകഥ കൾ സമാഹരിക്കുവാനും കഴിഞ്ഞുവെന്നത് ഓർക്കാതിരിക്കുവാൻ കഴി യുകയില്ല.

വിദ്യാലയം വിട്ട് ഇല്ലത്തെത്തുമ്പോഴേക്കും സമയം 'പതിറ്റടി' കഴി ഞ്ഞിരിക്കും. സൂര്യപ്രകാശത്തിൽ നിഴലിന്റെ നീളം നോക്കി സമയമറി യുന്ന അടിയളവുരീതി അന്നു നിലവിലുണ്ടായിരുന്നു. സമയമറിയുവാ നുള്ള വാച്ച്, ഘടികാരം തുടങ്ങിയ ഉപകരണങ്ങൾ അന്ന് ദുർല്ലഭമായി രുന്നു. ഉച്ചതിരിഞ്ഞ് പത്തടിനിഴലിൽ കാണപ്പെടുന്ന സമയത്തെയാണ് 'പതിറ്റടി' എന്നു വ്യവഹരിച്ചിരുന്നത്. ഏകദേശം പതിറ്റടിനേരത്തെ പൂക്കൾ വിടരുന്ന ഒരു ചെടിയുണ്ട്. അതിനു 'പതിറ്റടിച്ചെടി' എന്നു പറയും.

ഇല്ലത്തെത്തിയാൽ കുപ്പായം മാറ്റി, കുളികഴിച്ചാലേ അകത്തു കയ റാവൂ എന്നാണ് അന്നുള്ള നിശ്ചയം. രാവിലെ തേവാരച്ചോറ് (പൂജയ്ക്ക് നിവേദിച്ച ഉണക്കച്ചോറ്) ഭക്ഷിച്ച് വിദ്യാലയത്തിൽ പോയി, പതിറ്റടിക്കു മടങ്ങുമ്പോഴുണ്ടാകുന്ന വിശപ്പ് എത്ര മാത്രമെന്ന് അമ്മയ്ക്കറിയാം. കുള ത്തിൽ കുളിക്കുവാൻ പോകുമ്പോൾ മുരുടയിൽ ചായയുമായി കുളക്കട വിലേക്ക് അമ്മയെത്തുമായിരുന്നു. മുങ്ങിക്കയറിയാൽ കുളക്കടവിൽ നിന്നുതന്നെ അമ്മ ചായ തരും. അമ്മയുടെ വാത്സല്യം ഏറെ അനുഭവി ച്ചറിഞ്ഞ കാലമായിരുന്നു അത്. മറ്റു ഭക്ഷണം വല്ലതും കഴിക്കണമെ ങ്കിൽ ഇല്ലത്ത് കയറണം.

'പതിറ്റടി സമയം' (സായാഹ്നം) വാഴയുടെ കൂമ്പ് വിടർന്നുവരും. കൂമ്പിന്റെ തേൻ നുകരാൻ എന്തൊരു സ്വാദാണെന്നോ! അണ്ണാറക്കൊ ട്ടൻ (അണ്ണാൻ) വന്ന് തേൻ കുടിക്കുന്നതിനുമുമ്പേ കൂമ്പിന്റെ പോള അടർത്തിയെടുത്ത് തേൻ കുടിക്കുക അക്കാലത്തെ ഒരു പതിവായിരുന്നു.

1948 ജനുവരി 31. അന്നുണ്ടായ ഒരു സംഭവം ഓർമ്മയിൽ വരുന്നു. സമയം രാവിലെ എട്ടുമണിയായിക്കാണും. വിദ്യാർത്ഥികളിൽ കുറെപ്പേർ വിദ്യാലയത്തിൽ എത്തിയിട്ടുണ്ട്. അന്ന് ഉണ്ണിമാഷ് നേരത്തേ എത്തിയി രുന്നു. മാഷ് മാവിൻ മുകളിൽ കയറി മാങ്ങ പറിച്ച് മുറിച്ച് തിന്നുകയാണ്. ഒരു പിശാൻകത്തി (പേനക്കത്തി) എപ്പോഴും മാഷെ കൈയിൽ ഉണ്ടാ യിരിക്കും. അതുകൊണ്ട് പെൻസിലിനു മുന വരുത്തുവാൻ മാഷെയാണ് സമീപിച്ചിരുന്നത്.

പ്രധാന അദ്ധ്യാപകനായ കുഞ്ഞിരാമൻ മാഷ് വെങ്ങരയിൽനിന്ന് മൂലക്കടവ് കടന്നാണ് വരേണ്ടത്. പതിവിലും നേരത്തെയാണ് മാഷിന്റെ വരവ്. ഉച്ചയ്ക്കേക്കുള്ള ഭക്ഷണമെടുക്കുന്ന ചോറ്റുപാത്രം കൈയിലില്ല. മുഖത്തൊരു വിഭ്രാന്തി! കുട്ടികളെല്ലാം പിറുപിറുത്തു. "കുഞ്ഞിരാമൻ

മാഷ് വരുന്നുണ്ട്.! കുറച്ചടുത്തെത്തിയപ്പോൾ കുഞ്ഞിരാമൻ മാഷ് അല്പം ഇടറിക്കൊണ്ട് വിളിച്ചു പറഞ്ഞു. "മാഷെ നമ്മളെ രാഷ്ട്രപിതാവ് ഇന്നലെ വെടിയേറ്റു മരിച്ചു." ഉണ്ണിമാഷ് ബദ്ധപ്പെട്ട് മാവിൽനിന്ന് ഇറങ്ങുവാൻ ശ്രമിച്ചു. താഴത്തെ കൊമ്പിലെത്തിയപ്പോൾ മാഷ് താഴേക്കു തുള്ളി. തീരാത്തൊരു നഷ്ടത്തിന്റെ കഥ ആ അദ്ധ്യാപകരുടെ ചുണ്ടിലൂടെ ശ്രവിച്ചു. മഹാത്മജിയുടെ ദാരുണമായ അന്ത്യം! വല്ലാത്തൊരു വിഷാദം! ഒരു ഞെട്ടൽ! ആ നഷ്ടബോധം ഇന്നും കെട്ടടങ്ങിയില്ല. കോരൻ മാഷ് ആ വർത്തമാനപ്പത്രവും കക്ഷത്തിലിറുക്കി സ്കൂളിലെത്തി. വാർത്തകൾ അറിയുവാനുള്ള ഉപാധികൾ അന്ന് ഇന്നാട്ടിൽ നന്നേ കുറവായിരുന്നു. പൊതുവായനശാലകൾ പത്തു പന്ത്രണ്ടു വർഷങ്ങൾ കഴിഞ്ഞാണ് ഈ പ്രദേശത്തുണ്ടായത്. റേഡിയോ വളരെ വിരളം. കുന്നരു വടക്കുഭാഗത്ത് ചന്ദ്രമന ഇല്ലത്തുമാത്രമേ അന്ന് റേഡിയോ ഉണ്ടായിരുന്നുള്ളൂവെന്നാണ് ഓർമ്മ.

വിദ്യാലയങ്ങൾ സ്ഥിതി ചെയ്യേണ്ട പരിസരങ്ങളെക്കുറിച്ച് ചിന്തകന്മാർ എഴുതിക്കണ്ടിട്ടുണ്ട്. അത്തരത്തിലുള്ള അനുഗുണമായ അന്തരീക്ഷം കുന്നരു സ്കൂളിനുണ്ടോ? നിശ്ചയമില്ല. ഒരു കാര്യം തീർച്ച. ബാലമനസ്സുകളെ നന്മയിലേക്കും വിശാലതയിലേക്കും നയിക്കുന്നതായിരുന്നു അന്നത്തെ ചുറ്റുപാടുകൾ. സ്കൂളിനു തൊട്ടു പടിഞ്ഞാറ് നാടൻ രീതിയിൽ നെല്ലിടിച്ച് അവിലുണ്ടാക്കുന്ന വീടാണ്. 'ഇടിയന്റെ വീട്' എന്നാണ് ആളുകൾ പറഞ്ഞിരുന്നത്. അതിനപ്പുറം കണിയാട്ടുപറമ്പ് എന്ന മലയപ്പുര. രാമൻ പണിക്കരുടെയും ചെറിയ എന്നിവരുടെയും വീടാണത്. മക്കൾ ചന്തുവും രാമനും കേളുവും ബാലനും. സഹപാഠിയാണ് ബാലൻ. അവിടെനിന്ന് പലപ്പോഴും ചെണ്ടയുടെ ശബ്ദം കേൾക്കും. ഒഴിവുസമയമാണെങ്കിൽ പലരും അവിടേക്ക് ഓടിച്ചെല്ലും. കോതാരി (കോതാമു)പ്പാട്ടും തോറ്റവും! ചെറിയ എന്നിവരുടെ കണ്ണേർ പാട്ട്! ഇതൊക്കെ എത്രയോ തവണ കേട്ടവയാണ്. കുട്ടികളോടു വളരെ സ്നേഹമുള്ളവരാണ് ചെറിയ. അവരുടെ ഭർത്താവാണ് രാമൻ പണിക്കർ. കുട്ടികൾക്ക് പണിക്കരെ പൊതുവെ ഭയമാണ്. മിക്കപ്പോഴും മദ്യത്തിൽ മുഴുകിയിരുന്നതാണ് അതിന് ഹേതു.

അവിടെനിന്ന് വടക്കോട്ടു തിരിഞ്ഞാൽ കണിശൻ രാമൻകുരിക്കളുടെ വീടാണ്. വെളുത്ത(മില്ലു)മുണ്ട് നെരിയാണിയോളം താഴ്ത്തിയുടുത്തിരിക്കും. മുൻ കുടുമയും ഭസ്മക്കുറിയും! അതാണ് ശാന്തശീലനായ കുരിക്കൾ. ചിലപ്പോൾ പുല്ലുപായയിട്ടിരുന്ന് കവടി നിരത്തി പ്രശ്നം പറയുന്നുണ്ടാവും. അദ്ദേഹത്തിന്റെ ഭാര്യ മുറ്റത്ത് തണലിലിരുന്ന് ഓലക്കുട കെട്ടുന്നുണ്ടാവും. എല്ലാം ഇന്നും മുന്നിൽ കാണുന്നതുപോലെ തോന്നുന്നു. കുരിക്കളുടെ വീടിനു (കണിയാപ്പുര) നേരെ കിഴക്ക് കൊല്ലന്റെ പണിയാല! തീയിലിട്ടു പഴുപ്പിച്ച ഇരുമ്പ് വലിയ ചുറ്റികകൊണ്ടടിച്ചു പരത്തുന്നതും ചാണകവെള്ളത്തിൽ മുക്കുന്നതുമൊക്കെ അവിടെ കാണാം. നാടൻ സാങ്കേതികവിദ്യയുടെയും നാടൻ പാട്ടിന്റെയും

കലയുടെയുമൊക്കെ എത്രയോ അറിവുകൾ പകർന്നു തന്നിരുന്നതായിരുന്നു ആ ചുറ്റുപാടുകളെന്ന് ഇന്ന് തിരിച്ചറിയുന്നു. സ്കൂളിൽ ഒഴിവു കിട്ടുന്ന ഇടവേളകളിൽ ആ പരിസരത്തിൽ ചുറ്റിക്കറങ്ങിയ മുഹൂർത്തങ്ങൾ വിസ്മരിക്കുവാൻ കഴിയുന്നതെങ്ങനെ!

നവരാത്രി വന്നു. സ്കൂളിൽ ഗ്രന്ഥപൂജ പതിവുണ്ടായിരുന്നു. അഷ്ടമി ദിവസം ക്ലാസ് വിടുമ്പോൾ ക്ലാസ് അദ്ധ്യാപകനെ പുസ്തകം ഏല്പിക്കണം. പിന്നെ ദശമി ദിവസം രാവിലെ എത്തിയാൽ മതി. അവിലും മലരും പഴവും ഇളനീരും വെല്ലവും ഉണക്കലരിയുമൊക്കെ ഓരോരുത്തരും കഴിയും വിധം കൊണ്ടുപോകുമായിരുന്നു. കൊടിയില (നാക്കില) നിരത്തിവെച്ച് അവയെല്ലാം ചെരിഞ്ഞുവെക്കും. അടുത്തുള്ളൊരു വീട്ടിൽ നിന്ന് നിലവിളക്ക് കൊണ്ടുവരും. മണിയും കൊടിവിളക്കും ചന്ദനവും രാമൻ കുരിക്കളുടെ വീട്ടിൽനിന്ന് കിട്ടും. പൂക്കളെല്ലാം കുട്ടികൾ തയ്യാറാക്കും. കുപ്പായം അഴിച്ചുവെച്ച്, കുഞ്ഞിരാമൻ മാഷാണ് പൂജയ്ക്കിരിക്കുക. അതു കഴിഞ്ഞാൽ വഴിക്കുവഴി പേരു വിളിച്ച് പുസ്തകം തിരിച്ചു കൊടുക്കും. അപ്പോൾ വെറ്റിലയും അടയ്ക്കയും പണവും ദക്ഷിണ നല്കി വന്ദിക്കണം. അയൽവാസികളായ ചിലർ കൊച്ചുകുട്ടികളെ അരിയിലെഴുതിക്കുവാൻ കൊണ്ടുവരുമായിരുന്നു. ഒടുവിൽ നിവേദ്യസാധനങ്ങളെല്ലാം എല്ലാവർക്കും വിതരണം ചെയ്യും.

അന്ന് അവിടെ പഠിച്ചിരുന്നവരിൽ ഒരു ശങ്കരൻ, ഒരു കേശവൻ, ഒരു കൃഷ്ണൻ, ഒരു ഈശ്വരൻ, ഒരു വിഷ്ണു, ഒരു ശംഭു എന്നിങ്ങനെ ചുരുക്കം നമ്പൂതിരി കുട്ടികളേ ഉണ്ടായിരുന്നുള്ളൂ. ശുദ്ധാശുദ്ധം, അയിത്താചാരം എന്നിവയുടെ പാലനത്തിൽ കൂടുതൽ വിട്ടുവീഴ്ച ചെയ്യാതിരുന്ന കാലം! അന്ന് ബ്രാഹ്മണക്കുട്ടികൾ പുറമെനിന്ന് ഭക്ഷണം കഴിക്കുമായിരുന്നില്ല. അതിനാൽ, പുസ്തക പൂജ കഴിഞ്ഞ് മറ്റുകുട്ടികൾക്ക് മലരും അവിലുമൊക്കെ കൊടുക്കുമ്പോൾ ബ്രാഹ്മണക്കുട്ടികൾക്ക് ഓരോ ഇളനീർ തരികയായിരുന്നു പതിവ്. അത് ഇല്ലത്തെത്തി. കുളി കഴിച്ച ശേഷമേ കുടിക്കാവൂ.

ഇതുപോലുള്ള മറ്റൊരു സംഭവം കൂടി ഓർമ്മയിലെത്തുന്നു. അക്കാലത്ത് സ്കൂളിൽ വൈകുന്നേരം പാൽപ്പൊടി കലക്കി കാച്ചി തരുമായിരുന്നു. നമ്പൂതിരി, നമ്പീശൻ എന്നീ വിഭാഗങ്ങളിൽപ്പെട്ടവർ അന്നത് വാങ്ങിക്കുടിക്കാറുണ്ടായിരുന്നില്ല. ചിലപ്പോഴൊക്കെ കുഞ്ഞിരാമൻ മാഷിന്റെ അരികിൽ ചുറ്റിപ്പറ്റി നില്ക്കുമായിരുന്നു. പാൽപ്പൊടിക്കാണെന്നു മനസ്സിലായാൽ ഉണ്ണിമാഷിന്റെ മുമ്പിലുള്ള പത്തായംപോലുള്ള മേശ തുറന്ന് പാൽപ്പൊടിയെടുത്തു തരും. ഈ പാൽപ്പൊടി ഇല്ലത്ത് വലിയ കാര്യമായിരുന്നു. അതുകൊണ്ട് അമ്മ തൈരുണ്ടാക്കും.

അന്നത്തെ പിറന്നാളാഘോഷം! അതൊരു മധുര സ്വപ്നമായി മനസ്സിൽ കടന്നുവരുന്നു. പിറന്നാൾ ദിവസം സകൂളിൽ പോകുമായിരുന്നില്ല. തലേന്നാൾ ഉച്ചയ്ക്കോ മറ്റോ ഒഴിവുസമയത്ത് ക്ലാസ് അദ്ധ്യാപകന്റെ അടുത്തു ചെന്ന് അടുത്ത ദിവസം അവധി തരണമെന്ന് ആവശ്യപ്പെടു

മായിരുന്നു. പിറന്നാൾ സദ്യക്ക് അദ്ദേഹത്തെ ക്ഷണിക്കുകയും ചെയ്യും. അദ്ധ്യാപകരാരും ഈ ക്ഷണം സ്വീകരിക്കാതിരുന്നിട്ടില്ല. കസേര, മേശ തുടങ്ങിയ ഉപകരണങ്ങളൊന്നും അന്ന് ഇല്ലത്തുണ്ടായിരുന്നില്ല. പുല്ലു പായ നിലത്തിട്ടാണ് അതിഥികളെ ഇരുത്തുക. അന്നത്തെ നാട്ടുനടപ്പും അതായിരുന്നു. അതുകൊണ്ട് ആർക്കും പരിഭവമുണ്ടായിരുന്നില്ല. പി വി നാരായണൻ മാഷും കുഞ്ഞിരാമൻ മാഷുമൊക്കെ പിറന്നാൾ സദ്യക്ക് വന്നിരുന്നത് ഇന്നും ഓർമ്മയിലുണ്ട്.

കളിയുടെ സമയത്തും മറ്റ് ഒഴിവുസമയങ്ങളിലും ഏതാനും വിനോദങ്ങളിലും കളികളിലും ഏർപ്പെടുമായിരുന്നു. പൂഴിപ്രദേശമായതിനാൽ ഇച്ചൂളിയോ ഈർക്കിലോ പൂഴ്ത്തിക്കൊണ്ടുള്ള കളികൾ പ്രധാനമായിരുന്നു. കോട്ടികളിയാണ് മറ്റൊരിനം. കവുങ്ങിൻ തോട്ടത്തിൽ ഭരതനും മറ്റും കരിങ്കല്ലിന്റെ കോട്ടികൾ ഉണ്ടാക്കിക്കൊണ്ടുവരുമായിരുന്നു. കോട്ടേക്കുത്ത്, കുട്ടീം കോലും (ചേരീം കോലും) തലമകളി, തൂപ്പുവെച്ചുകളി എന്നിങ്ങനെ എത്രയെത്ര കളികൾ! ഇന്നത്തെ കുട്ടികൾക്ക് കേട്ടുപരിചയം പോലുമില്ലാത്ത പലതരം കളികൾ! അന്നത്തെ അത്തരം കളികളുടെ ഓർമ്മകളാണ് പില്ക്കാലത്ത് കളികളെക്കുറിച്ച് ഒരു പഠനഗ്രന്ഥമിറക്കുവാൻ മുഖ്യമായും പ്രേരകമായിത്തീർന്നത്.

നാലാം തരത്തിലും അഞ്ചാം തരത്തിലും പഠിച്ചിരുന്ന കാലത്താണ് കഥകളി കാണുവാനുള്ള ഭ്രമം തോന്നിത്തുടങ്ങിയത്. കടലായി (ചിറയ്ക്കൽ) ശ്രീകൃഷ്ണ ക്ഷേത്രത്തിൽ മകരമാസത്തിലാണ് ഉത്സവം. ഈ പ്രദേശത്തുനിന്ന് ചില നമ്പൂതിരിമാർ ഉത്സവത്തിനു പോകുമായിരുന്നു. മുതിർന്നവർ മാത്രമല്ല സമപ്രായക്കാരായവരും അതിലുണ്ടാകും. രണ്ടു നേരവും ഊട്ടുപുരയിൽ ഭക്ഷണം ലഭിക്കും. ഉത്സവം കാണുകയും ചെയ്യാം. സമീപത്തുള്ള ഉപ്പിളിശ്ശേരി ഇല്ലത്തെ കേശവേട്ടൻ. മക്കളായ ശംഭുവേട്ടനെയും കൃഷ്ണനെയും കൂട്ടി പുറപ്പെടും. നാലഞ്ചു ദിവസമെങ്കിലും ഉത്സവത്തിനു നില്ക്കുമായിരുന്നു.

ഉത്സവത്തിന് പടിത്തരമായി കഥകളിയുണ്ടാകും. രാത്രിയിൽ തിടമ്പു നൃത്തം കഴിഞ്ഞശേഷം പന്ത്രണ്ടുമണിയോടുകൂടിയാണ് അരങ്ങത്ത് വിളക്കുവെക്കുക പതിവ്. തുടർച്ചയായി കഥകളി കാണുവാനും കഥകളിക്കാരുമായി അടുത്തു പരിചയപ്പെടുവാനും തുടങ്ങിയത് അതോടു കൂടിയാണ്. കൊച്ചു ഗോവിന്ദനാശാൻ, തളിപ്പറമ്പുകാരൻ നാരായണൻ നായർ, കടമ്പേരിക്കാരൻ നാരായണൻ നമ്പ്യാർ, സ്വാമി കണ്ണമാരാർ, ഐങ്കോടൻ കൃഷ്ണൻ നായർ, പാട്ടാളി കുഞ്ഞിക്കണ്ണൻ, ചിണ്ടൻ പണിക്കർ, ഗോവിന്ദനാശാന്റെ ശിഷ്യന്മാരായ കുഞ്ഞിരാമൻ, രാഘവൻ ഇങ്ങനെ പോകുന്നു വേഷക്കാർ. ഗോവിന്ദമാരാരുടെ ചെണ്ട, കുഞ്ഞിരാമ മാരാരുടെ മദ്ദളം, താമരക്കുളം നമ്പൂതിരിയുടെ പാട്ട്, മുണ്ടോട്ട് നമ്പൂതിരിയുടെ ദാസി (കുചേലവൃത്തം)– ഇതൊക്കെ മറക്കാൻ കഴിയാത്ത ഓർമ്മകളാണ് കാനാ കണ്ണനാശാനും പറശ്ശിനി മഠപ്പുര കളിയോഗത്തിൽ അല്പകാലം ഉണ്ടായിരുന്നു. കലാമണ്ഡലം കൃഷ്ണൻ നായരുടെ വേഷം ആദ്യ

മായി കണ്ടത് ഏകദേശം ആ കാലഘട്ടത്തിൽ തന്നെയായിരുന്നു. നീലേ ശ്വരം കോവിലകത്തെ ഒരു വിവാഹാഘോഷവേളയിൽ, കൃഷ്ണൻ നായ രുടെ മകളുടെ പൂതനയും അന്നു കണ്ടതായി ഓർക്കുന്നു. സ്കൂളിൽ പോകാതെ 'തെണ്ടിനടന്നി'രുന്ന ആ ദിനങ്ങൾ ജീവിതത്തിൽ ഒരു നഷ്ട മായി തോന്നിയിട്ടില്ല. പില്ക്കാലത്ത് ജീവിതത്തിലെ ഒരു വഴിത്തിരിവിനും തിരിച്ചറിവിനും ഹേതുകമായിരുന്നു അതെല്ലാമെന്ന് ഇന്നാണ് മനസ്സിലാ ക്കുന്നത്. നല്ലതുപോലെ പഠിക്കുന്നുവെന്നതിനാൽ സ്കൂളിൽ ചിലപ്പോ ഴൊക്കെ പോകാതിരുന്നാൽ അദ്ധ്യാപകർ വഴക്കൊന്നും പറയുമായിരു ന്നില്ല.

സ്കൂൾ വാർഷികോത്സവം വളരെക്കാലം കൂടുമ്പോഴേ നടക്കാ റുള്ളൂ. അഞ്ചാം തരത്തിൽ പഠിക്കുമ്പോഴാണ് വാർഷികോത്സവം നട ന്നത്. അതിനു ഒരു പുരാണ സംഗീതനാടകം-കുചേലവൃത്തം വേണ മെന്ന് അദ്ധ്യാപകരെല്ലാം ചേർന്നു തീരുമാനിച്ചു. ചിദംബരനാഥ് സ്കൂൾ അദ്ധ്യാപകനായിരുന്ന ആറ്റുപുറം ഈശ്വരൻ മാഷും ആ സന്ദർഭത്തിൽ വന്നിരുന്നു. അടുത്ത ദിവസം വേഷക്കാരെയൊക്കെ നിർദ്ദേശിച്ചു. "വിഷ്ണു കുചേലന്റെ വേഷമെടുക്കണം." കുഞ്ഞിരാമൻ മാഷിന്റെ നിർദ്ദേശമാണ്! നിഷേധിക്കുന്നതെങ്ങനെ? ശരീര പ്രകൃതി അതിനു യോജിച്ചതത്രെ. വല്ലാത്തൊരു ഭയം! എങ്കിലും, രംഗത്തു ശോഭിച്ചുവെന്ന് പലരും അഭിപ്രായം പറഞ്ഞു.

അന്ന് കുടുമ വെക്കാറുണ്ടായിരുന്നു. നമ്പൂതിരിക്കുട്ടികളുടെയെല്ലാം പതിവായിരുന്നു അത്. ചിലരൊക്കെ ആ നിയമം വകവെക്കാതെ ക്രോപ്പ് ചെയ്യുമായിരുന്നു. പെട്ടെന്നാണ് കുടുമ മുറിക്കണമെന്ന് തോന്നിയത്.

ഈ പ്രദേശത്തുള്ള ബ്രാഹ്മണരിൽ 'കുടുമ മുറി' മുമ്പ് വലിയ പ്രശ്നം സൃഷ്ടിച്ചിരുന്നതായും അതിന്റെ പേരിൽ 'പുതിയതും', 'പഴയതും' എന്നൊരു ചേരിതിരിവുതന്നെ കൂട്ടായ്മയ്ക്കിടയിൽ ഉണ്ടായിരുന്നതായും പറഞ്ഞുകേട്ടിട്ടുണ്ട്. ആലപ്പടമ്പ് മരങ്ങാട്ടില്ലത്തെ ഒരാളായിരുന്നുവത്രെ 'പുതിയ'തിനു തുടക്കംകുറിച്ചത്. അതിനെ എതിർത്തവർ 'പഴയ'തെന്ന പേരിൽ അറിയപ്പെട്ടു. ഈയൊരു സാഹചര്യം ശക്തികുറഞ്ഞ നിലയി ലെങ്കിലും അന്ന് നിലവിലിരുന്നു. ഈ 'കുടുമ മുറി' നടന്നത് അക്കാല ത്താണ്. അതിനാൽ സമൂഹത്തിനിടയിൽ മുറുമുറുപ്പ് ഉണ്ടായില്ലെന്നു പറഞ്ഞുകൂടാ. ഇല്ലത്തുനിന്ന് ആരും വഴക്കുപറഞ്ഞില്ല. എന്നാൽ യാഥാ സ്ഥിതികരായ ചിലർക്കൊക്കെ അതിഷ്ടമായില്ലെന്ന് കേട്ടിട്ടുണ്ട്. 'വഷളൻ, തലമുറിയൻ' എന്നൊക്കെ പരിഹാസം കലർന്ന ശകാരവാക്കുകൾ.' അതൊന്നും കേട്ടതായി ഭാവിച്ചില്ല. കുഞ്ഞിരാമൻ മാഷ്ക്കും അല്പം നീരസമാണുണ്ടായത്. നാടകത്തിൽ വേഷത്തിനു കുടുമ വേണം! മേക്കപ്പ് റൂമിൽ വെങ്ങരയിലെ കേശവൻ മാഷ്ണ്ട്. അദ്ദേഹം ചിരിച്ചുകൊണ്ടു നോക്കി. കുടുമ വെക്കുവാൻ 'വിഗ്' കുറവാണ്. ഒരു യുക്തി തോന്നി. കഥകളിയിൽ ബ്രാഹ്മണവേഷത്തിനു കുടുമകെട്ടി വെക്കാറില്ല. കൈയി ലുണ്ടായിരുന്ന തോർത്ത് മടക്കി തലയിലിട്ടു. ഇല്ലത്തുനിന്നു കരുതിയ

ഭസ്മം വെള്ളം ചേർത്ത് തൊട്ടു. 'മതി, മതി' കേശവൻ മാഷ് പറഞ്ഞു. അരങ്ങത്തുകയറി. കഥകളിയിലെ ആഹാര്യം അനുകരിച്ചത് മോശമായെന്ന് ആരും പറഞ്ഞില്ല. പാട്ടും പ്രോസുമൊക്കെ ഹൃദിസ്ഥമാക്കിയിരുന്നു. എങ്കിലും, 'ഭഗവാനേ!...' എന്നാരംഭിക്കുന്ന ഭാഗം പെട്ടെന്നുകിട്ടിയില്ല കെ പി കണ്ണൻ മാസ്റ്റർ നാടക പുസ്തകവുമായി കർട്ടനു പിന്നിലുണ്ട്. 'ഭഗവാനേ!' മാഷിന്റെ സൗമ്യമായ ശബ്ദം! അങ്ങനെ രക്ഷപ്പെട്ടു.

നാടകം കഴിഞ്ഞ് പിന്നിൽ വന്നപ്പോൾ ഉയരം അല്പം കുറഞ്ഞ് തടിച്ച്, പകുതി കൈയുള്ള കുപ്പായവും ധരിച്ച് ഒരാൾ അടുത്തെത്തി. വാരിക്കര മാധവൻ നായനാർ മാഷ്! കുഞ്ഞിമംഗലം ഹയർ എലിമെന്ററി സ്കൂളിലെ ഒരദ്ധ്യാപകൻ! നാടകാദികലകളിലൊക്കെ അതീവ തല്പരനായിരുന്നു അദ്ദേഹം. പേർ ചൊല്ലി വിളിച്ച് അഭിനന്ദിച്ചു. പേർ എങ്ങനെ മനസ്സിലാക്കിയെന്നറിയില്ല. തുടർന്നുള്ള പഠിത്തം കുഞ്ഞിമംഗലത്താകട്ടെ എന്നു തോന്നുവാനുള്ള പ്രേരണ ആ പേര് ചൊല്ലിവിളിയായിരുന്നു.

ആ വാർഷികാഘോഷത്തിന്റെ ഓർമ്മകൾ നിലനിർത്തുവാനെന്നോണം കുറച്ചു സോപ്പുപെട്ടികളും കുപ്പിഗ്ലാസുകളും പ്രത്യേകം സൂക്ഷിച്ചുവെച്ചിരുന്നു. സമ്മാനം ലഭിച്ച വസ്തുക്കളാണവ. കൂടുതൽ മാർക്ക് ലഭിച്ചതിന്. കൃത്യതയ്ക്ക്, വൃത്തിക്ക്, നാടകത്തിൽ പങ്കെടുത്തതിന് ഇങ്ങനെ പോകുന്നു സമ്മാനകഥകൾ.

ഉച്ചയ്ക്കു ഭക്ഷണമില്ല. സ്കൂൾ വിട്ട് ഇല്ലത്തെത്തിയാൽത്തന്നെ കുളി കഴിച്ചാലേ ഭക്ഷണം തരികയുള്ളൂ. ആദ്യമാദ്യം ഇങ്ങനെയൊക്കെയായിരുന്നു. ക്രമേണ ആ നിയമത്തിൽ അയവുണ്ടായി. അഞ്ചാം തരത്തിലെത്തുമ്പോഴേക്കും വല്ലതും ഭക്ഷിച്ചിട്ട് കുളിച്ചാൽ മതിയെന്ന നില വന്നു. കാലംകുറേക്കൂടി കഴിഞ്ഞപ്പോൾ, കുളിച്ചില്ലെങ്കിലും അകത്തുകയറാമെന്ന നിലയിലായി.

കുന്നരു സ്കൂളിന്റെ തെക്കുവശത്തും 'വലിയ വഴി' ഉണ്ടായിരുന്നു. കാവടിക്കാരും കേളിപ്പാത്രവും ഭവനം തോറും വീടുകൾ തോറും സഞ്ചരിക്കും. ചിലപ്പോൾ സ്കൂളിനു സമീപമുള്ള 'വലിയ വഴി'യിൽ കൂടിയായിരിക്കും സഞ്ചാരം. കുട്ടികൾ ആകാംക്ഷയോടെ പുറത്തേക്കു നോക്കുമ്പോൾ ചില അദ്ധ്യാപകർ കാണുവാൻ വിടുമായിരുന്നു. ആ 'വില്ല വഴി'യൊക്കെ ഇന്ന് നിരത്തായി മാറി.

സ്കൂളിനു കുറച്ചകലെ 'അണീക്കരക്കാവ്' അവിടെ പാട്ടുത്സവം. 'കളത്തിലരിയും പാട്ടും' വൃശ്ചികത്തിലാണ് പാട്ടുത്സവമെന്നാണ് ഓർമ്മ. ആ സന്ദർഭത്തിൽ സ്കൂളിൽനിന്ന് അവിടെ പോകുവാൻ അനുവദിക്കുമായിരുന്നു.

ഏഴുദിവസത്തെ പാട്ടുത്സവമാണെങ്കിലും നാലാം പാട്ടും ആറാം പാട്ടുമാണ് പ്രധാനം. കണിശന്മാരാണ് പാട്ടുപാടുവാനുള്ള അവകാശികൾ.

മീനത്തിലെ പൂരോത്സവത്തിന് അണീക്കരക്കാവിൽ പൂരക്കളി നടക്കുമായിരുന്നു. ചില വർഷങ്ങളിൽ പൂരക്കളിയുമായി ബന്ധപ്പെട്ട 'മറ

ത്തുകളി'യും പതിവുണ്ട്. പൂരക്കളിയും മറത്തുകളിയും ആദ്യമായി കണ്ടത് അണീക്കര കാവിൽ വെച്ചായിരുന്നു.

പാറോക്കാവിൽ കളിയാട്ടം മേടമാസത്തിലായിരുന്നതിനാൽ അവധിക്കാലമാണ് അതെങ്കിലും കളിയാട്ടത്തിനുവന്ന സഹപാഠികളെ കാണാമായിരുന്നു. അദ്ധ്യാപകരിൽ ചിലരും അവിടെ വന്നു കണ്ടിട്ടുണ്ട്. കുഞ്ഞിരാമൻ മാഷ് തന്റെ ചില സുഹൃത്തുക്കളോടുകൂടി കാവിലെത്തുമായിരുന്നു.

ഈ കൊച്ചു ഗ്രാമത്തിലെ ചില പൊതുപരിപാടികൾ – അത് ആരുടെ വകയായാലും, എല്ലാവർക്കും ഒത്തുചേരുവാനുള്ള സന്ദർഭങ്ങളായിരുന്നു. സ്കൂളിനു പടിഞ്ഞാറെ വയലിൽ വെച്ച് ഒരു സംഗീതനാടകം നടന്നതായി ഓർമ്മയുണ്ട്. ദ്രൗപദികീചകം! വലിയ രാമൻ പണിക്കർ, അനുജൻ കേളുപ്പണിക്കർ, മക്കൾ ചന്തുപ്പണിക്കർ, ചെറിയ രാമൻ പണിക്കർ എന്നിവരൊക്കെ അതിലെ വേഷക്കാരായിരുന്നു.

രാഷ്ട്രീയ പൊതുയോഗങ്ങൾ!- അത് ആരുടേതായാലും പോകാത്തവർ ചുരുങ്ങും. അന്നൊക്കെ പരിപാടികളുടെ നോട്ടീസിൽ 'യോഗത്തിൽ ഉച്ചഭാഷിണി ഉണ്ടായിരിക്കും' എന്ന് പ്രത്യേകം അച്ചടിക്കുമായിരുന്നു. രാഷ്ട്രീയ പ്രസംഗങ്ങൾ, ചില നാടകങ്ങൾ, പ്രഹസനങ്ങൾ, കഥാപ്രസംഗങ്ങൾ- ഏതായാലും നാട്ടുകാർ വന്നുചേരുമായിരുന്നു. എ വി ശ്രീകണ്ഠപ്പൊതുവാളുടെ ചില പ്രഹസനങ്ങൾ കണ്ടതായി ഓർക്കുന്നു.

കുന്നരു സ്കൂളിൽ അന്ന് പ്രത്യേക ഓഫീസുമുറിയൊന്നുമില്ലായിരുന്നതിനാൽ, രക്ഷാകർത്താക്കളോ മറ്റ് അതിഥികളോ വന്നാൽ നേരെ കുഞ്ഞിരാമൻ മാസ്റ്റർ ഇരിക്കുന്നേടത്തേക്കാണ് (അഞ്ചാം ക്ലാസിലേക്ക്) എത്തിച്ചേരുക. അതിനാൽ അത്തരം വ്യക്തികളിൽ ചിലരെ തിരിച്ചറിയുവാൻ അവസരം ലഭിച്ചിരുന്നുവെന്നത് സ്മരണീയമാണ്. എൻ വി കോരൻമാസ്റ്റർ, നാരായണൻ ജ്യോത്സ്യൻ, താന്ത്രാടൻ കൃഷ്ണൻ വൈദ്യർ, പടപ്പിൽ നാരായണൻ വൈദ്യർ, നാരായണൻ ഗുരുക്കൾ എന്നിങ്ങനെ എത്രയെത്ര വ്യക്തികൾ!

അന്ന് ഖദർ വസ്ത്രം ധരിച്ചിരുന്ന ചുരുക്കം ചിലരിൽ ഒരാളായിരുന്നു എൻ വി കോരൻ (മാസ്റ്റർ). ഖദർ വസ്ത്രത്തിനു എന്തോ മഹത്ത്വമുണ്ടെന്ന് ഇത്തരക്കാരിൽനിന്നാണ് അന്ന് മനസ്സിലായത്. കെ പി കുഞ്ഞിക്കണ്ണൻ മാസ്റ്ററും ഖദർധാരിയാണ്. കാലം മുമ്പോട്ടുപോയപ്പോൾ ഖദർധാരികളുടെ എണ്ണം വർദ്ധിച്ചു. അതിന്റെ നന്മതിന്മകൾ തിരിച്ചറിയുവാൻ ഇന്ന് കഴിയാതായി. കാപട്യത്തിന്റെ ആവരണമായി ഖദർവസ്ത്രം മാറുമോ? അങ്ങനെ സംഭവിക്കാതിരിക്കട്ടെ.

എലിമെന്ററി വിദ്യാലയത്തിൽ പഠിച്ചിരുന്ന കാലത്തെപ്പറ്റി ഒരിരുപ്പിൽ തോന്നിയ ഓർമ്മകൾ ഇവിടെ കുറിച്ചുവെന്നേയുള്ളൂ. ഇത് ഒരു വ്യക്തിയുടെ ഓർമ്മക്കുറിപ്പാണെന്നു പറയാമെങ്കിലും ഒരു വ്യക്തിയുടേതു മാത്രമല്ല, ഒരു കുഞ്ഞൻ കുട്ടിയുടെ, ഒരു രാഘവന്റെ, ഒരു ഭരതന്റെ, ഒരു ഗോപാലന്റെ, ഒരു രാഘവന്റെ, ഒരു ഗോവിന്ദന്റെ, ഒരു കോരന്റെ,

ഒരു സുഭദ്രയുടെ, ഒരു ജാനകിയുടെ, ഒരു കുഞ്ഞമ്പുവിന്റെ, ഒരു കേശവന്റെ, ഒരു ബാലന്റെ, ഒരു കുഞ്ഞിരാമന്റെ.... ഓർമ്മകൾ കൂടിയാണെന്നു തിരിച്ചറിയുന്നു.

ശിഷ്യന്മാരിൽ ചിലരുടെ നന്മകളെ പുരോഗതിയെക്കുറിച്ചു പറയുമ്പോൾ കുഞ്ഞിരാമൻ മാഷ്ക്കും നാരായണൻ മാഷ്ക്കുമൊക്കെ ആയിരം നാക്കാണെന്ന് അവരുമായി അടുത്തു ബന്ധമുള്ള ചിലരൊക്കെ പറഞ്ഞു കേട്ടിട്ടുണ്ട്. ശിഷ്യവാത്സല്യത്തിന്റെ പ്രതീകങ്ങളായ അദ്ധ്യാപകർ തൊഴുതു പിരിഞ്ഞ ഈ വിദ്യാലയത്തെക്കുറിച്ച് ഓർമ്മിക്കുമ്പോൾ ചിരിയും കളിയും കരച്ചിലുമായി കഴിഞ്ഞ സഹപാഠികളുടെ കഥകളോർക്കുമ്പോൾ മനുഷ്യസ്നേഹത്തിന്റെ ആഴവും പരപ്പും ഇന്ന് ഓർമ്മിച്ചറിയുന്നു. ആ ഓർമ്മകൾ ഒരോർച്ചയായി മാറുന്നു. കണ്ണുകൾ നനയുന്നു! പേന വെക്കട്ടെ!

തണലും തണുപ്പും ഫലവുംതന്ന ചക്കരച്ചി മാവേ! മഹാത്മജിയുടെ സ്മരണയുണർത്തുന്ന മഹാവൃക്ഷമേ, നന്ദി!

അക്കാലത്ത് ഗ്രാമത്തിലെ മിക്ക തറവാടുകളിലും പശുക്കളും പശുത്തൊഴുത്തുകളുമുണ്ടായിരുന്നു. കന്നുകാലി വളർത്തൽ അന്ന് ഗ്രാമീണരുടെ മുഖ്യതൊഴിലുകളിലൊന്നായിരുന്നു. പലരുടെയും ഉപജീവമാർഗ്ഗവും അതായിരുന്നു. 'കറക്കാനും കാച്ചാനും കലക്കാനുമില്ലാത്തവര്' ചുരുങ്ങും. ഇല്ലത്തും മൂന്ന് നാല് പശുക്കളുണ്ടായിരുന്നതായി ഓർക്കുന്നു. ഇല്ലപ്പറമ്പിന്റെ തെക്ക് കിഴക്കുഭാഗത്താണ് പശുത്തൊഴുത്ത്. ചോക്കച്ചി, കണ്ണാടിച്ചി എന്നീ പേരുകളിലുള്ള രണ്ടുപശുക്കളെ പ്രത്യേകം ഓർത്തുപോകുന്നു. പേര് ചൊല്ലി വിളിച്ചാൽ കാതുകളുയർത്തി എവിടെ നിന്നാലും ഓടിയെത്തുമായിരുന്നു. മനുഷ്യനിൽപ്പോലും ഇത്ര പ്രതികരണശേഷിയും മമതയും കണ്ടിട്ടില്ല.

രാവിലത്തെ കറവയെല്ലാം കഴിഞ്ഞാൽ ആലയും കടാത്തണ്ടും തുറന്ന് പശുക്കളെ മേയുവാൻ വിടുകയായിരുന്നു പതിവ്. കാട്ടിൽച്ചെന്നാണ് അവ മേച്ചിൽ നടത്തുന്നത് അന്ന് അതിനൊക്കെ സൗകര്യമുണ്ടായിരുന്നു. നേരം പതിറ്റടി (ഉദ്ദേശം നാലര അഞ്ച് മണി) ആകുമ്പോൾ, അവ ആലയിൽ വന്നു കൂടുമായിരുന്നു. ചില ദിവസങ്ങളിൽ അവ ആ സമയത്ത് എത്തിയില്ലെന്നു വരാം. അവയെത്തേടി പോകുന്നത് മനസ്സിന് ഉല്ലാസമരുളുന്ന ഒരനുഭവമായി തോന്നാറുണ്ട്. കണ്ണാടിച്ച്യേ, ചോകച്ച്യേ... എന്നിങ്ങനെ വിളിച്ചുകൊണ്ട് അവയെ അന്വേഷിച്ചു പോകുമ്പോൾ അടുത്തെങ്ങാനുമുണ്ടെങ്കിൽ തലയുയർത്തി, ചെവി വിടർത്തി വേഗത്തിൽ അടുത്തേക്കെത്തുമായിരുന്നു. നേരിട്ടു കണ്ടാൽ പിന്നെ, താമസമില്ല, ഒപ്പം വരും. സാധാരണ വഴിക്കല്ല അവയുടെ വരവ്. കാടിന്റെ ഇടകളിലൂടെയും ഇടവഴികളിലൂടെയുമായിരിക്കും അവയുടെ വരവ്. ഇന്ന് തൊഴുത്തുമില്ല. പശുക്കളുമില്ല. എല്ലാം ഒരു സ്വപ്നം.

ആറ്

കുന്നരു എലിമെന്ററി സ്കൂളിൽനിന്ന് 1952 ജൂണിൽ വിടുതൽ സർട്ടിഫിക്കറ്റ് വാങ്ങി. തുടർന്ന് എവിടെ പഠിക്കണം! അഭിപ്രായ വ്യത്യാസം ആർക്കുമില്ല- ഗോപാലൻ മാഷെ സ്കൂളിൽ! കുഞ്ഞിമംഗലം ഗോപാൽ ഹയർ എലിമെന്ററി സ്കൂളിനെ പലരും അങ്ങനെയാണ് വിളിച്ചിരുന്നത്. ചേമ്പള്ളി ഗോപാലൻ നമ്പ്യാർ മാഷാണ് മാനേജരും ഹെഡ്മാസ്റ്ററും. കുന്നരുവിൽനിന്ന് മിക്ക കുട്ടികളും ആ വിദ്യാലയത്തിലേക്കാണ്. കുഞ്ഞിരാമൻ മാഷും ഒപ്പം വന്നിരുന്നു. പുതിയ പുഴക്കരയെത്തി തോണി കയറി കടവ് കടന്ന് അല്പം നടക്കണം. പുഴ കടന്നുള്ള ആ യാത്ര ദുർഘടമായിരുന്നു. കാറ്റും കോളും വരുമ്പോൾ തോണി 'ഉരുളും' പെരളും' ചെയ്യും. തോണിയിൽ താണിരിക്കണമെന്ന് തോണിക്കാരൻ പറയും. അപ്പോൾ ഉടുത്ത മുണ്ട് മിക്കവാറും നനയും വല്ലാത്ത ഭയം തോന്നിച്ചിരുന്ന സമയമായിരുന്നു അത്.

ഏഴിമല റെയിൽവേ സ്റ്റേഷനുമുമ്പിലാണ് പ്രസ്തുത വിദ്യാലയം. അതിന്റെ മുമ്പിലുള്ള മൈതാനത്തിൽ അഞ്ചാറ് വലിയ മാവുകൾ! അവിടെ കാറ്റേറ്റ് ഇരിക്കുന്നത് സുഖപ്രദമാണ്. എല്ലാവരും വിദ്യാലയത്തിലെത്തി. കുഞ്ഞിരാമൻ മാഷ് എല്ലാവരെയും പരിചയപ്പെടുത്തി. താമസിയാതെ, മാഷ് കുന്നരുവിലേക്കു മടങ്ങി.

ആറു മുതൽ എട്ടുവരെയാണ് ഹയർ എലിമെന്ററി ക്ലാസുകൾ. ആറാം തരത്തിലാണ് ഇംഗ്ലീഷ് പഠനം തുടങ്ങുക. പുതിയ അന്തരീക്ഷം! പുതിയ കൂട്ടുകാർ! കൊടൽ വള്ളി സുബ്രഹ്മണ്യൻ നമ്പൂതിരിമാഷ്. കാരക്കാട് കൃഷ്ണൻ നമ്പൂതിരി മാഷ്, വി വി മാധവൻ നായനാർ മാഷ്, എം കെ കുഞ്ഞിരാമൻ നമ്പ്യാർ മാഷ്. മണ്ടൂരിൽനിന്ന് വരുന്ന ഒരു നാരായണൻ മാഷ്- ഇവരൊക്കെ അന്നത്തെ അദ്ധ്യാപകരായിരുന്നു. കുറച്ചുകാലം ഇ

കുഞ്ഞിമംഗലം ഗോപാൽ യു പി സ്കൂൾ

കെ കുഞ്ഞിരാമൻ മാഷും ഉണ്ടായിരുന്നു. ഭൂമിശാസ്ത്രമാണ് മാഷ് എടുത്തിരുന്നത്. കൃഷ്ണൻ മാഷ് ഇംഗ്ലീഷാണ് പഠിപ്പിച്ചത്. സുബ്രഹ്മണ്യൻ മാഷ് കണക്കും മലയാളവുമൊക്കെ പഠിപ്പിച്ചിരുന്നു. മറ്റു ചിലരുടെ ഇടയിൽ വരികയും പോകയും ചെയ്തിരുന്നതായി ഓർക്കുന്നു. പക്ഷേ, അവരുടെ പേരുകളൊന്നും ഓർമ്മയില്ല.

എട്ടാം തരത്തിൽ എം കെ കുഞ്ഞിരാമൻ മാഷാണ് മലയാളമെടുത്തിരുന്നത്. ഭാഷയുടെ അടിസ്ഥാനപരമായ അറിവുകളും പലതും ലഭിച്ചത് അദ്ദേഹത്തിൽനിന്നായിരുന്നു. സന്ധിയും സമാസവും വൃത്താലങ്കാരങ്ങളും വ്യാകരണവുമൊക്കെ അന്ന് പഠിപ്പിച്ചത് ഭാവിയിൽ ഭാഷാപഠനത്തിൽ അഭിരുചിയുണ്ടാക്കുവാനും പില്ക്കാലത്തുണ്ടായ പഠനങ്ങൾക്ക് അടിത്തറയായിത്തീരുവാനും വഴിയൊരുക്കിയെന്നു തന്നെ പറയണം. കുഞ്ഞിമംഗലം ബാലൻ മാഷും കുഞ്ഞിമംഗലം വിജയൻ മാഷും വിഭിന്ന കാലങ്ങളിലായി അദ്ധ്യാപകരായിരുന്നിട്ടുണ്ട്. സ്നേഹസമ്പന്നരായ അദ്ധ്യാപകരായിരുന്നു മേല്പറഞ്ഞവരെല്ലാം. ഗോപാലൻ മാഷെ കുട്ടികളിൽ പലർക്കും പേടിയായിരുന്നു. എന്നാൽ പഠിക്കുന്നവരോട് അദ്ദേഹത്തിനും ഉള്ളറിഞ്ഞ സ്നേഹമുണ്ടായിരുന്നുവെന്നതാണ് അനുഭവം.

ഉച്ചയ്ക്ക് ഭക്ഷണമില്ല. അന്ന് നമ്പൂതിരിക്കുട്ടികൾ പുറമെനിന്ന് അത്യാവശ്യം ചായ കുടിക്കുവാൻ തുടങ്ങിയിരുന്നു. ദുർല്ലഭം ചിലർ ഉച്ചയ്ക്ക് ചായപ്പീടികയിൽ ചെന്ന് ചായ കുടിക്കുമായിരുന്നു. ഏഴിമല

റെയിൽവേസ്റ്റേഷനു പിറകിൽ ഒരു മല്ലരുടെ ചായപ്പീടികയുണ്ടായിരുന്നു. ഉച്ചയ്ക്ക് അവിടെച്ചെന്ന് ചായ കുടിക്കുക പതിവാക്കി. വെള്ളച്ചായയും (പാലും വെള്ളവും) പാലും പഞ്ചസാരയും ചേർത്ത അവിലുമാണ് പതിവായി കഴിച്ചിരുന്നത്. ചിലപ്പോൾ 'പെട്ടിയപ്പം', മറ്റു ചിലപ്പോൾ 'പഞ്ചസാരപ്പാറ്റ' (ഒരുതരം പലഹാരം).

മഞ്ചക്കല്ല് നാരായണശർമ്മ, കുണ്ടുംകര മാധവൻ, കാരക്കാട് ഗോവിന്ദൻ, കാരഭട്ടതിരി കേശവൻ (പില്ക്കാലത്ത് ശബരിമല മേൽശാന്തിയായി), കല്ലമ്പള്ളി ശങ്കരൻ, ഹള്ളിയൂർ ബദിരമന വിഷ്ണു- എന്നിങ്ങനെ ഏതാനും നമ്പൂതിരിക്കുട്ടികൾ അന്നത്തെ സഹപാഠികളിൽപ്പെട്ടവരാണ്. ശർമ്മ നല്ലവണ്ണം പഠിക്കും. ഇല്ലത്ത് ട്യൂഷൻ മാഷുണ്ട്. ട്യൂഷനൊന്നുമില്ലെങ്കിലും പലപ്പോഴും പരീക്ഷകളിൽ ശർമ്മയേക്കാൾ മാർക്ക് ലഭിച്ചിരുന്നുവെന്നാണ് ഓർമ്മ.

ഏഴാം തരത്തിൽ എത്തിയപ്പോൾ മഞ്ചക്കല്ലില്ലത്ത് ഉച്ചഭക്ഷണത്തിനു ഏർപ്പാട് ചെയ്തു. ഇല്ലത്തെ നരസിംഹൻ മുത്തച്ഛന്റെ മകളായ ചീയയി (ശ്രീദേവി) അമ്മയുടെ വീട് (മുണ്ടയാട്ട് വീട്) മഞ്ചക്കല്ലില്ലത്തിനു കിഴക്കുവശത്തായിരുന്നു. മഞ്ചക്കല്ലില്ലത്ത് ഉച്ചഭക്ഷണമാക്കാമെന്ന് അവരാണ് പറഞ്ഞത്. ഇല്ലത്ത് അരിയുള്ള സമയം അമ്മ അവിടേക്ക് അരി കൊടുത്തയക്കുമായിരുന്നു. അതൊന്നും അവിടെ ഒരു പ്രശ്നമായിരുന്നില്ല.

നാരായണശർമ്മ, കുണ്ടുംകരമാധവൻ എന്നിവരോടൊപ്പം ഉച്ചയ്ക്ക് ശർമ്മയുടെ ഇല്ലത്തുപോകും. ശർമ്മയുടെ അമ്മയും അച്ഛമ്മയും ഇല വെച്ച് തെളിഞ്ഞ മുഖത്തോടെ കാത്തുനില്ക്കുന്നുണ്ടാകും. പടിഞ്ഞാറ്റയുടെ ഇറയത്താണ് എല്ലാവരും ഊണിനിരിക്കുക. രുചികരമായ നാടൻ ഭക്ഷണം! കപ്പക്കയും കാമ്പുംകൊണ്ടുള്ള പുളിങ്കറി! പല വിധത്തിലുള്ള ഇലക്കറികൾ മാറി മാറി നിത്യവുമുണ്ടാകും. ചേമ്പില, തവരയില, താളില, പയറില, വാഴക്കൂമ്പ്, വാഴക്കാമ്പ് എന്നിവയെല്ലാം ഉപ്പേരിവെക്കുവാൻ ഉപയോഗിക്കുമായിരുന്നു. കണ്ണിക്കടുമാങ്ങയും! അവയുടെയൊക്കെ രുചി എത്രയെന്ന് പറയുവാനാവില്ല. കറിക്കു മുറിക്കുന്നതുതന്നെ ശ്രദ്ധയോടും ചിട്ടയോടും കൂടിയായിരുന്നു. എങ്ങനെയെങ്കിലും അരിഞ്ഞിടുക പതിവില്ലായിരുന്നു.

അന്ന് ചോറു വിളമ്പിത്തന്ന ആ അമ്മയ്ക്ക് (ശർമ്മയുടെ അമ്മ) ഇന്ന് ഏറെ പ്രായമായി. അടുത്തകാലത്ത് പൊങ്ങിലാട്ടമ്പലത്തിൽ ഒരു സാംസ്കാരിക പരിപാടിയിൽ പങ്കെടുക്കുവാൻ ചെന്നപ്പോൾ ശർമ്മയുടെ ഒരനുജനായ തിലകനെ കാണുവാനിടയായി. അമ്മയുടെ സുഖവിവരങ്ങളെക്കുറിച്ചാരാഞ്ഞു. അന്നദായിനിയായിരുന്ന ആ അമ്മയെ ഒന്നു കാണണം. മടക്കയാത്രയിൽ പത്മനാഭൻ മാഷ് അവിടെ എത്തിച്ചു. അമ്മയെ കണ്ട് തൊഴുതു വന്ദിച്ചു. കഴിഞ്ഞ കാര്യങ്ങളെല്ലാം അമ്മയ്ക്ക് ഓർമ്മയുണ്ട്. അമ്മയെ നമസ്കരിച്ചു. രണ്ടു കൈയും തലയിൽവെച്ച് അമ്മ അനുഗ്രഹിച്ചു. "മോനേ! നന്നായിരിക്കും." നനഞ്ഞ കണ്ണോടെ

യാണ് അവിടെനിന്ന് മടങ്ങിയത്.

നാരായണശർമ്മയുടെ അച്ഛൻ പരമേശ്വരേട്ടൻ! വെളുത്ത ഖദർ വസ്ത്രധാരി. സ്നേഹമസൃണമായ പെരുമാറ്റം! ചിറ്റാരിപ്പറമ്പിൽ അവരുടെ ഇല്ലംവക കശുമാവിൻ തോട്ടമുണ്ട്. മിക്കവാറും അവിടെയാണ് താമസം. ചിലപ്പോഴൊക്കെ ഇല്ലത്തുവരും. ആ സമയത്ത് ഉച്ചഭക്ഷണത്തിനു പോയ സന്ദർഭങ്ങളിൽ പരമേശ്വരനെ കാണാറുണ്ട്. കാപട്യസ്പർശമില്ലാത്ത ഒരു യഥാർത്ഥ കോൺഗ്രസുകാരനാണ് അദ്ദേഹമെന്ന് പലരും പറഞ്ഞു കേട്ടിട്ടുണ്ട്. കുഞ്ഞിമംഗലത്തെ കമ്യൂണിസ്റ്റുകാരിൽ ശ്രദ്ധേയനായിരുന്ന തമ്പാൻ വൈദ്യരെപ്പോലുള്ളവർ അദ്ദേഹത്തെ ആദരിച്ചിരുന്നു. ആദരണീയമായ ഒരു വ്യക്തിത്വത്തിന്റെ ഉടമയായിരുന്നു പരമേശ്വരേട്ടൻ. അദ്ദേഹത്തിന്റെ ഓർമ്മ മാത്രമേ ഇന്നുള്ളൂ. ഒരു വാഹന അപകടത്തിൽപ്പെട്ടാണ് അദ്ദേഹം മരണമടഞ്ഞത്.

സ്കൂളിന്റെ മൈതാനിയിൽ, മാവിൻ തണലിൽ കാറ്റുമേറ്റ് പലപ്പോഴും ഒരാൾ നില്ക്കുന്നതു കാണാമായിരുന്നു. വളർത്തിയ മുടിയും താടിയും! വെള്ളക്കുപ്പായവും മുണ്ടും! കണ്ണുകൾ അല്പം ചിമ്മിയ പോലെ തോന്നും - ആ വ്യക്തിയാണ് തമ്പാൻ വൈദ്യർ. വിഷ ചികിത്സ അറിയാമായിരുന്നതുകൊണ്ടാണ് 'വൈദ്യർ' എന്ന് അറിയപ്പെട്ടത്. ജനപ്രിയനായിരുന്നു അദ്ദേഹം. വിദ്യാർത്ഥികളിൽ പലരും ചിലപ്പോഴൊക്കെ അദ്ദേഹത്തെ ചെന്നുകാണുക പതിവായിരുന്നു. വിദ്യാർത്ഥികളോടെല്ലാം അദ്ദേഹത്തിനു താല്പര്യമാണ്. ചിലപ്പോഴൊക്കെ വൈദ്യരുടെ അടുത്ത് ചെന്നിട്ടുണ്ട്. അറിയേണ്ട വിഷയങ്ങളെക്കുറിച്ചെല്ലാം അദ്ദേഹം സംസാരിക്കും. പ്രത്യേകിച്ചും സാഹിത്യ വിഷയങ്ങളെക്കുറിച്ച് പറയുന്നത് അദ്ദേഹത്തിന് ഇഷ്ടമാണ്. സ്കൂൾ സാഹിത്യസമാജത്തിന് ചിലപ്പോഴെല്ലാം തമ്പാൻ വൈദ്യരെ വിളിക്കുക പതിവായിരുന്നു.

മാസത്തിൽ രണ്ടു ദിവസമെങ്കിലും സാഹിത്യസമാജം നടത്തപ്പെടുമായിരുന്നു. വൈകുന്നേരം മൂന്നുമണിക്കുശേഷമാണ് സാഹിത്യസമാജം. വിഷയം അവതരിപ്പിച്ചുകൊണ്ട് ചിലപ്പോഴെല്ലാം സംസാരിക്കാറുണ്ടായിരുന്നു. എട്ടാം തരത്തിൽ എത്തിയപ്പോൾ, സാഹിത്യസമാജം സെക്രട്ടറിയുടെ തിരഞ്ഞെടുപ്പു വന്നു. കെ എം കേശവൻ സ്വയം സ്ഥാനാർത്ഥിയായി നിന്നു. വിദ്യാർത്ഥികളുടെ ഇടയിൽ നിന്ന് മറ്റൊരു പേരുയർന്നു. അത് കേട്ട് ഒന്നു ഞെട്ടി. എം കെ കുഞ്ഞിരാമൻ മാഷിന്റെ പ്രേരണയാണ് അതിനു പിന്നിലെന്നു മനസ്സിലായി. പഠനകാര്യത്തിൽ ശ്രദ്ധ കുറവായിരുന്നുവെങ്കിലും സ്ഥാനലബ്ധിക്ക് കേശവന് വലിയ ആഗ്രഹമാണ്. അതിനാൽ, അതിനെതിരായി മത്സരിക്കുന്നില്ലെന്നു തീരുമാനിച്ച്, പേര് പിൻവലിച്ചു.

അമ്മയുടെ/അമ്മാവന്റെ തറവാടാണ് 'അമ്മോലം'. ചിലർ 'അമ്മാത്ത്' എന്നും പറയും. കുളപ്രം ദേശത്ത് ഗരുഡമങ്ങലം എന്ന ഇല്ലമാണ് അമ്മോലം. ഒഴിവുകാലത്ത്, കൊല്ലത്തിൽ രണ്ടോ മൂന്നോ തവണ അമ്മാത്ത് പോകുമായിരുന്നു. ആദ്യമാദ്യം അമ്മയോടൊപ്പമാണ്

പോയിരുന്നത്. പുതിയ പുഴക്കടവ് കടന്ന് തെക്കോട്ടു തിരിയുന്ന വഴിയിലൂടെ പോയാൽ, കുഞ്ഞിമംഗലം തെക്കുമ്പാടുവഴി പോകാം. അണീക്കരയും റെയിൽപ്പാളവും കടന്നാൽ കൊവ്വൽപ്പുറം. അവിടെയാണ് ഉദയപുരം ക്ഷേത്രം. അതേവഴിക്കുപോയാൽ ശ്രീരാഘവപുരം ക്ഷേത്രത്തിന്റെ (ഹനുമാരമ്പലത്തിന്റെ) വടക്കുവശത്തുകൂടി മണ്ടൂർ റോഡിലെത്തും. ആ റോഡ് മുറിച്ചുകടന്നാൽ വിശാലമായ പുഞ്ചനെൽപ്പാടം. മഴക്കാലത്ത് വയലും തോടും കടന്നുപോകുവാൻ പ്രയാസം. വയലിലെ വലിയ വരമ്പിലൂടെ വിലങ്ങനെ ചെന്നാൽ കരയ്ക്ക് കയറാം. അവിടെ എത്തിയാൽ "നമ്മൾ ഒണ്ടം പുളിയുടെ അടുത്തെത്തി" എന്ന് അമ്മ പറയുമായിരുന്നു. വലിയൊരു പുളിമരം നിന്ന സ്ഥലമായിരുന്നുവത്രെ അത്. ഇപ്പോൾ, പുളിമരമൊന്നും ആരും ഓർക്കാറില്ല. ചരൽ പറമ്പിലൂടെ അല്പം നടന്നാൽ 'ചീത്ത' എന്ന സ്ഥലത്തെത്തും. 'ശ്രീസ്ഥ'യാണ് നാടൻ വ്യവഹാരത്തിൽ 'ചീത്ത'യായത്.

വില്ലമ്മോൻ (മാധവൻ), ചിറ്റു അമ്മോൻ (നാരായണൻ), ദേവനമ്മോൻ (ശംഭു), എന്നിങ്ങനെ മൂന്ന് അമ്മാവന്മാർ, തറവാട്ടിൽ (വലിയ അമ്മോലത്ത്) ചിറ്റമ്മോനാണ് താമസം. മറ്റ് രണ്ടുപേരും അതിനു പടിഞ്ഞാറുള്ള 'മഠ'ത്തിലും. രാത്രിയിലെ കിടപ്പ് വലിയ അമ്മോലത്തായിരിക്കും. ചിറ്റു അമ്മോന്റെ മകൻ വിഷ്ണു കൂട്ടിനുണ്ടാവും. പ്രായം അവന് രണ്ട് മൂന്ന് വയസ്സ് കുറവാണെങ്കിലും സമപ്രായക്കാരെപ്പോലെയായിരുന്നു പെരുമാറ്റം.

മൂന്ന് അമ്മാവന്മാരും തറവാട്ടു സ്വത്തുക്കൾ ഭാഗം വെച്ചപ്പോൾ കുടിയാൻ കൈവശമുള്ള കുറെ പുഞ്ചനെല്പാടമാണ് വില്ലമ്മോനും കുഞ്ഞമ്മോനുമെടുത്തത്. (ഭൂനിയമം വന്നപ്പോൾ അവയൊക്കെ നഷ്ടപ്പെടുകയും ചെയ്തു). ചിറ്റമ്മോന് വലിയ ഇല്ലവും ഇല്ലപ്പറമ്പും! അദ്ധ്വാനശീലനായ ചിറ്റമ്മോൻ തനിക്ക് ലഭിച്ച സ്ഥലത്ത് സ്വയം അദ്ധ്വാനിച്ച് പല വിധ കൃഷികൾ നടത്തി.

പുരോഗമനാശയക്കാരനായിരുന്നു ചിറ്റമ്മോൻ (നാരായണൻ അമ്മോൻ) സാമൂഹിക-രാഷ്ട്രീയ രംഗങ്ങളിൽ നന്മയേറിയ സേവനങ്ങൾ പലതും അദ്ദേഹം ചെയ്തിരുന്നതായി ഓർക്കുന്നു. സമൂഹത്തിൽ പൊതുവെ തൊഴിലില്ലായ്മയുടെയും ദാരിദ്ര്യത്തിന്റെയും പട്ടിണിയുടെയും കാലമായിരുന്നു അത്. അടുത്തുള്ളവരുടെ അത്തരം വിഷമങ്ങൾ ഒട്ടൊന്നു പരിഹരിക്കുവാൻ അമ്മാമൻ ശ്രമിക്കാതിരുന്നില്ല. സ്വന്തം ഇല്ലം നാലുകെട്ട് ഭവനമാണ്. നാലുകെട്ടിനു വിശാലമായ അട്ടവുമുണ്ട്. താഴെയുള്ള തെക്കെവരാന്തയിൽനിന്ന് അട്ടത്തേക്ക് കയറുവാൻ കോണിപ്പടിയും വാതിലും വെച്ചു. ചർക്കയിൽ നൂലെടുക്കുന്ന ഒരു കേന്ദ്രം അവിടെ ആരംഭിച്ചു. കുളപ്രം (ശ്രീസ്ഥ) ദേശത്തെ നിർദ്ധനരായ പലരും അന്ന് അവിടെ വന്ന് നൂൽ നൂറ്റാണ് ജീവിതം നയിച്ചത്.

കാർഷിക പ്രസ്ഥാനത്തിലും അമ്മാമൻ പ്രവർത്തിച്ചിട്ടുണ്ട്. 1948–50 കാലം. കമ്യൂണിസ്റ്റ് നേതാക്കളെ പൊലീസ് നായാടിയിരുന്ന കാലം!

അതിയടം, കുളപ്രം പ്രദേശങ്ങളിലെ പല ഉന്നത നേതാക്കന്മാരും ഒളിവിൽ പാർത്തിരുന്നത് 'വലിയമ്മോല'ത്തായിരുന്നു. പക്ഷേ, പില്ക്കാലത്ത് അവരിൽ ഒരാളുപോലും അമ്മാവന്റെ പേര് ഓർക്കുകപോലും ചെയ്തില്ല! ചരിത്രത്തിൽ അർഹമായ ഇടം കിട്ടാതെ പോയ സമൂഹ സ്നേഹിയായ ഒരു വലിയ മനുഷ്യനായിരുന്നു ഗരുഡമംഗലം നാരായണൻ നമ്പൂതിരി എന്ന 'ചിറ്റമ്മോൻ.'

ഒടുവിൽ, അമ്മാമൻ അമ്മായിയെയും കുട്ടികളെയും കൂട്ടി വയനാട്ടിലെ പുൽപ്പള്ളിയിലെത്തി. അതുവരെ പൂജാദികർമ്മങ്ങളിൽ ശ്രദ്ധിക്കാതിരുന്ന അമ്മാവൻ, പുൽപ്പള്ളിയിലെ സീതാദേവി ക്ഷേത്രത്തിൽ ശാന്തിക്കാരനായി, ആ ശാന്തി അമ്മാവന് മനശ്ശാന്തി നല്കിയിരുന്നു. അതിനുശേഷം ഒരിക്കൽ ഇല്ലത്തു വന്നിരുന്ന അമ്മാമൻ പറഞ്ഞു. "കുട്ടികളുമൊത്ത് വാല്മീകിയാശ്രമത്തിൽ ജീവിച്ച സീതയാണ് അവിടത്തെ ദേവത. നാടുവിട്ട് കുട്ടികളോട് കൂടി പുൽപ്പള്ളിയിൽ ജീവിക്കുന്ന എന്റെ അവസ്ഥ അതിനു സമാനമാണ്. "അതു പറഞ്ഞുകഴിഞ്ഞ് അമ്മാമൻ നെടുവീർപ്പിട്ടു. ഉള്ളിൽ മനോവേദനയോടെയാണ് അത് പറഞ്ഞതെന്നു തോന്നി. നാടുവിട്ടു വയനാടൻ മലയിലേക്ക് പോകേണ്ടിവന്ന കാര്യങ്ങൾ ഓർത്തുള്ളതായിരിക്കണം ആ നെടുവീർപ്പ്.

ക്ഷേത്രഭാരവാഹികൾ അമ്മാവനോടു കനിഞ്ഞു. കുറച്ചു ഭൂമി അമ്മാവനു പതിച്ചു കൊടുത്തു. അവിടെ ചെറിയൊരു ഭവനം കെട്ടി താമസമാക്കി. പൊന്നുവിളയുന്ന മണ്ണ്! അദ്ധ്വാനശീലനായ അമ്മാമന് അവിടെ സമൃദ്ധി വിളയിക്കുവാൻ പ്രയാസമുണ്ടായില്ല. അമ്മാമന്റെ മകൻ വിഷ്ണു പുൽപ്പള്ളി ടൗണിൽ ഒരു തുണിക്കച്ചവടം തുടങ്ങി. ക്രമേണ അത് അഭിവൃദ്ധിപ്പെട്ടു. അമ്മാമൻ അതിനിടെ മരണപ്പെട്ടു. കുറേക്കാലം കഴിഞ്ഞാണ് (1978 ൽ) പുൽപ്പള്ളിയിൽ പോകുവാൻ കഴിഞ്ഞത്.

അമ്മാത്ത് ഒഴിവുകാലത്ത് അമ്മയോടൊപ്പം പോകാറുണ്ടായിരുന്നുവെന്ന് പറഞ്ഞുവല്ലോ. 'കുളപ്രത്തുകാവ്' എന്ന പ്രശസ്ത ശാസ്താം കാവ് അവിടെ അടുത്താണ്. അവിടെ തീയാട്ട് (അയ്യപ്പൻ കൂത്ത്) നടക്കുന്നത് ഏകദേശം ഡിസംബർ ഒഴിവുകാലത്തായിരിക്കും. കൂടുതൽ ആൾത്തിരക്കൊന്നുമില്ലാത്ത ഒരു കാവാണത്. പക്ഷേ, കൂത്ത് നടക്കുന്ന കാലത്ത് രാത്രിയിൽ കളംകുറിച്ച് കൂത്ത് ആരംഭിക്കുമ്പോഴേക്കും അസംഖ്യം ജനങ്ങൾ വന്നുചേരുക പതിവത്രെ. അമ്മയും അമ്മായിയുമൊക്കെ കൂത്തിനു പോകും. അവരോടൊപ്പം പലതവണ പോയതോർമ്മയുണ്ട്. കൂത്തിനു ശേഷം കാവിൽ നിന്ന് നെയ്യപ്പം (ഉണ്ണിയപ്പം) പ്രസാദമായി ലഭിക്കുമായിരുന്നു.

"നെയ്യപ്പം തിന്നാൽ രണ്ടുണ്ടുകാര്യം
വായും മിനുങ്ങും വയറും നിറയും."

എന്നാണ് വലിയച്ചമ്മ പറയാറുള്ളത്. എന്നാൽ, വയറുനിറയുവാനൊന്നും ആ ഉണ്ണിയപ്പം കൊണ്ടാവില്ല. പക്ഷേ, വായ മിനുങ്ങുവാൻ അതുമതി.

കുന്നരു തിരുവില്ലാംകുന്ന് ശിവക്ഷേത്രത്തിൽ അയ്യപ്പൻ കൂത്ത് നടത്താറുണ്ടെന്ന് അന്യത്ര പ്രസ്താവിച്ചു. കുളപ്രത്ത് കാവിൽ ഒരു മാസത്തിലധികം കാലം തുടർച്ചയായി തീയാട്ട് ഉണ്ടാകാറുണ്ട്. അതിനുശേഷമാണ് കുന്നരുവിലേക്ക് വന്നിരുന്നത്. തിരുവില്ലാംകുന്ന് ക്ഷേത്രത്തിൽ നാലഞ്ചുകളം കൂത്തേ ഉണ്ടാകാറുള്ളൂ. തീയാടി നാരായണൻ നമ്പ്യാരെയും, അനുജൻ ശങ്കരൻ നമ്പ്യാരെയും കണ്ട് തീയാട്ടിനെക്കുറിച്ച് കൂടുതൽ മനസ്സിലാക്കുവാനും ഒരു പുസ്തകമെഴുതുവാൻ തന്നെയും പ്രേരകമായത് കുട്ടിക്കാലത്ത് തീയാട്ടു കണ്ട അനുഭവമാണ്.

ആറാം തരത്തിൽ പഠിച്ചിരുന്ന കാലത്താണെന്നാണ് ഓർമ്മ. ഒരു പ്രദർശനവണ്ടി (എക്സിബിഷൻ ട്രെയിൻ) കേന്ദ്രസർക്കാർ വകയായി കണ്ണൂരിൽ വന്നിട്ടുണ്ടെന്നറിഞ്ഞു. ചില സഹപാഠികളൊക്കെ പോകുന്നുണ്ട്. കൈയിൽ പണം കരുതിയിരുന്നില്ല. എം കെ കുഞ്ഞിരാമൻ മാഷിനോട് അഞ്ചു രൂപ ആവശ്യപ്പെട്ടു. ഉടനെ അദ്ദേഹം പണം തന്നു. പതിനൊന്നുമണിക്ക് ഏഴിമല റെയിൽവേസ്റ്റേഷനിൽനിന്ന് കണ്ണൂരിലേക്ക് പോകുന്ന ഒരു വണ്ടിയുണ്ട്. കൂട്ടുകാരെല്ലാം ചേർന്ന് ആ വണ്ടിക്കാണ് പോയത്. എട്ടണ (ഇന്നത്തെ അമ്പത് പൈസ)യാണ് കണ്ണൂരേക്ക് ടിക്കറ്റ് ചാർജ്. പന്ത്രണ്ടുമണിയോടെ കണ്ണൂരിലെത്തി. റെയിൽവേസ്റ്റേഷനിൽ ചെന്നു അവസാനത്തെ പാത (ട്രാക്ക്)യിൽ പ്രദർശനവണ്ടി നിർത്തിയിട്ടിരിക്കുന്നു. വഴിക്കുവഴി ഒരറ്റത്തുകൂടി കയറി പ്രദർശനം കണ്ട് മറ്റേ അറ്റത്തുകൂടി പുറത്തേക്കു കടന്നുപോകാം. സ്വതന്ത്രഭാരതം ഏതാനും പഞ്ചവത്സരപദ്ധതികളിലൂടെ നേടിയ പുരോഗതിയുടെ പ്രധാനവശങ്ങൾ പ്രദർശനത്തിൽ മുഖ്യമായും ഉണ്ടായിരുന്നു. അണക്കെട്ടുകളുടെയും പാതകളുടെയും മറ്റും മാതൃകകൾ കാണാമായിരുന്നു. എല്ലാ ഇനങ്ങളും ഇന്ന് ശരിക്ക് ഓർമ്മയിലില്ല. ഓരോന്നിനെക്കുറിച്ചും വിശദീകരിച്ചു. പറഞ്ഞു തരുവാൻ ആളുകളുണ്ടായിരുന്നു. ആ കാഴ്ചകളെല്ലാം കണ്ടശേഷം പുറത്തിറങ്ങി. പിന്നീട്, എല്ലാവരും കൂടി കണ്ണൂർ നഗരം ചുറ്റിക്കണ്ടു. മൂന്നര മണിക്കുള്ള വണ്ടിക്കു മടങ്ങി.

ഗോപാൽ ഹയർ എലിമെന്ററി സ്കൂളിൽ ഒരു വാർഷികാഘോഷം നടന്നു. ഏഴാം തരത്തിൽ പഠിക്കുന്ന കാലത്തായിരുന്നു അത്. മാധവൻ മാസ്റ്ററുടെ സംവിധാനത്തിൽ 'സഞ്ചാരി' എന്നൊരു നാടകം! ഈ നാടകം പിന്നീട് ഗ്രാമത്തിന്റെ പലഭാഗങ്ങളിലും അരങ്ങേറിയിരുന്നു. വാർഷികാഘോഷത്തിനു പ്രച്ഛന്നവേഷമത്സരമുണ്ടായിരുന്നു. വെളിച്ചപ്പാടിന്റെ വേഷത്തിൽ കുഞ്ഞിക്കണ്ണൻ അരങ്ങിൽ വന്നതായി ഓർക്കുന്നു. അതിന്റെ പിന്നിലും മാധവൻ മാഷ് ഉണ്ടായിരുന്നു. പൊതുവേദിയിൽ വെളിച്ചപ്പാടിന്റെ വേഷമിറങ്ങിക്കണ്ടത് അതാദ്യമായിരുന്നു. ഇതിന്റെ പേരിൽ അന്നും ചിലർക്ക് അഭിപ്രായവ്യത്യാസമുണ്ടായിരുന്നുവത്രെ. പരീക്ഷയിൽ ഉന്നത വിജയം ലഭിച്ചതിന് (ജനറൽ പ്രൊഫിഷ്യൻസി) വാർഷികാഘോഷവേളയിൽ ഒരു പുസ്തകം സമ്മാനമായി ലഭിച്ചു. തായാട്ടുശങ്കരന്റെ *കുലപതികൾ* എന്ന പുസ്തകം. അന്ന് വളരെ പ്രയോജനപ്പെട്ട ഒരു പുസ്തക

മാണത്. ഇത് ഇന്നും കൈയിലുണ്ട്. അന്ന് പരീക്ഷയ്ക്ക് ഹിന്ദി ഒരു നിർബ്ബന്ധ വിഷയമായിരുന്നില്ല. എങ്കിലും എട്ടാം തരത്തിൽ വെച്ച്, അന്നൂർ സ്വദേശിയായ ചിണ്ടപ്പൊതുവാൾ മാഷ് ഹിന്ദി അക്ഷരം മുതൽ ചില ബാലപാഠങ്ങൾ പഠിപ്പിച്ചിരുന്നതായി ഓർക്കുന്നു.

മദിരാശി സംസ്ഥാനത്തിന്റെ ഭാഗമായ മലബാർ ഡിസ്ട്രിക്ടിൽപ്പെട്ടതാണ് അന്ന് ഈ പ്രദേശങ്ങളെല്ലാം. എട്ടാം തരത്തിലെ വാർഷിക പരീക്ഷ പൊതുപരീക്ഷയായാണ് അന്ന് നടത്തപ്പെട്ടിരുന്നത്. ഇ എസ് എൽ സി (എലിമെന്ററി സ്കൂൾ ലീവിങ് സർട്ടിഫിക്കറ്റ്) പരീക്ഷ എന്നായിരുന്നു അതിന്റെ പേർ. 1955 മാർച്ച് മാസത്തിലാണ് ആ പരീക്ഷയ്ക്ക് എഴുതിയത്. ഉയർന്ന മാർക്കോടെ ആ സർക്കാർ പൊതുപരീക്ഷയിൽ വിജയിച്ചു. ഗോപാൽ ഹയർ എലിമെന്ററി വിദ്യാലയത്തിൽനിന്ന് വിടുതൽ സർട്ടിഫിക്കറ്റ് വാങ്ങി ഇനി എന്തു ചെയ്യണം!

ഏഴ്

സാമ്പത്തികശേഷി ഇല്ലാത്തൊരു തറവാട്! തൃക്കരിപ്പൂർ ചക്രപാണിക്ഷേത്രത്തിൽ അച്ഛന് ആറുമാസം ശാന്തിയുണ്ട്. അവിടെനിന്ന് ലഭിക്കുന്ന ലഘുവായ പ്രതിഫലം കൊണ്ടുവേണം കുടുംബം പുലരുവാൻ! തുടർന്ന് പഠിക്കണമെന്ന് മോഹമുണ്ട്. അച്ഛനോടും അമ്മയോടും ചോദിച്ചു. 'നിന്റെ ഇഷ്ടംപോലെ' എന്നാണ് എല്ലാവരുടെയും മറുപടി! ആരും തുടർന്നു പഠിക്കേണ്ടെന്നു പറഞ്ഞില്ല. ഏതായാലും ഹൈസ്കൂളിൽ ചേരുകതന്നെ എന്നു തീരുമാനിച്ചു. പയ്യന്നൂർ ബോർഡ് ഹൈസ്കൂളിലാണ് പോകേണ്ടത്. പുഴയും തോടും കടന്ന് നാലഞ്ചു നാഴികദൂരം പോകണം!

'ചെറു കുഞ്ഞിയേട്ടൻ!' എന്നു വിളിക്കാറുള്ള ടി വി ഈശ്വരൻ നമ്പൂതിരി അന്ന് അവിടെ പഠിക്കുന്ന കാലമാണ്. തലേദിവസംതന്നെ ചെറു കുഞ്ഞിയേട്ടനെ ചെന്ന് കണ്ടു സ്കൂളിനെക്കുറിച്ചെല്ലാം ചോദിച്ചറിഞ്ഞു. പിറ്റന്നാൾ രാവിലെ ഒൻപതുമണിയോടുകൂടി കുറുംകടവിൽ ചെന്ന് തോണി കടന്ന് പയ്യന്നൂരിലേക്ക് നടന്നുപോയി. ഇല്ലത്തുനിന്ന് ഒപ്പം ആരും ഉണ്ടായിരുന്നില്ല. ഹൈസ്കൂളിലെത്തി ഈശ്വരേട്ടനെ ചെന്നു കണ്ടു. അപേക്ഷാഫോറം വാങ്ങി പൂരിപ്പിച്ച് അവിടെ കൊടുത്തു. ഫീസും അടച്ചു നൈൻത്ത് ഫോം (ഒൻപതാം തരം) 'ഡി' ഡിവിഷനിൽ ചെന്നിരിക്കുവാൻ ഓഫീസിൽനിന്ന് പറഞ്ഞു. 'തേവാരിക്കുളം' എന്നു പറയാറുള്ള കുളത്തിന്റെ കിഴക്കെ കെട്ടിടത്തിലായിരുന്നു 'ഡി' ഡിവിഷൻ. പതിനൊന്നു മണിയാകുമ്പോഴേക്കും നാല്പതോളം വിദ്യാർത്ഥികൾ എത്തിച്ചേർന്നു. അവരിൽ ചിലരൊക്കെ പരിചയമുള്ളവരായിരുന്നു.

മലബാർ ഡിസ്ട്രിക്ട് ബോർഡിന്റെ കീഴിലുള്ള ഒരു ഹൈസ്കൂൾ ആയിരുന്നതിനാൽ അദ്ധ്യാപകരിൽ പലരും വന്നു പോയിരുന്നു. അതി

നാൽ എല്ലാവരെയും ഓർക്കുവാൻ കഴിയുന്നില്ല. നാണുമാഷ്, രാധാമണി ടീച്ചർ, നാരായണൻ നമ്പൂതിരി മാസ്റ്റർ എന്നിവരൊക്കെ ഒന്നു രണ്ടു വർഷം കഴിഞ്ഞപ്പോൾ സ്ഥലം മാറിപ്പോയി. സയൻസ് അദ്ധ്യാപകനായിരുന്നു നാരായണൻ നമ്പൂതിരി മാസ്റ്റർ. നീണ്ടു നിവർന്നു നില്ക്കുന്ന ശരീരം! സൗമ്യ പ്രകൃതി! അദ്ദേഹമെടുത്ത ക്ലാസുകളെല്ലാം ആകർഷകം! ടി കെ നാരായണൻ മാഷ് ആയിരുന്നു കണക്ക് പഠിപ്പിച്ചത്. എല്ലാവർക്കും എളുപ്പം മനസ്സിലാകത്തക്ക വിധമായിരുന്നു അദ്ദേഹത്തിന്റെ ക്ലാസുകൾ. പതിനൊന്നാം തരത്തിൽ എത്തിയപ്പോൾ കെ വി കൃഷ്ണൻ മാഷ് കണക്കെടുത്തു. ആദ്യകാലത്ത് മലയാളമെടുത്തത് ഒരു കേളൻ മാഷായിരുന്നു അദ്ദേഹം സ്ഥലം മാറിപ്പോയി. മാവിച്ചേരിയിൽ താമസിച്ചിരുന്നു കണ്ണൻ മാഷ്. വി പി ബാലകൃഷ്ണപ്പൊതുവാൾ മാഷ്, എസ് പി മാധവൻ നമ്പ്യാർ മാഷ് എന്നിവർ മലയാളം പഠിപ്പിച്ചിരുന്ന അദ്ധ്യാപകരായിരുന്നു. സാമൂഹ്യപാഠം അദ്ധ്യാപകരായിരുന്നു അബ്ദുള്ള മാഷ്. കല്യാണറാം മാഷ് എന്നിവർ. വളരെ ആകർഷകമായിരുന്നു അവരുടെ ക്ലാസുകൾ. ടി എസ് രാമചന്ദ്രൻ മാഷ് നല്ലൊരു സയൻസ് അദ്ധ്യാപകനായിരുന്നു.

ഹിന്ദി നിർബ്ബന്ധ പഠനവിഷയമല്ലായിരുന്നു. എങ്കിലും ഹിന്ദിക്ക് അദ്ധ്യാപകനുണ്ട്. 'പീരങ്കിനമ്പീശൻ' എന്നപേരിൽ അറിയപ്പെട്ടിരുന്ന ഗോവിന്ദൻ നമ്പീശൻ മാഷായിരുന്നു ഹിന്ദി എടുത്തിരുന്നത്. ഇടയ്ക്കിടെ നർമ്മമൂറുന്ന വാക്കുകൾ പറഞ്ഞിരുന്നതിനാൽ ആർക്കും വിരസത അനുഭവപ്പെട്ടിരുന്നില്ല.

അന്നത്തെ കായികാദ്ധ്യാപകരിൽ പി ഒ ജി മാഷും, ശ്രീധരൻ മാഷും പ്രധാനികളായിരുന്നു. പി ഒ ജിയെ എല്ലാവർക്കും ഭയമാണ്. അദ്ദേഹത്തിന്റെ തല കണ്ടാൽ എല്ലാം നിശ്ശബ്ദമാകും. മാഷിന്റെ തമാശ കലർന്ന ശകാരം! അതാർക്കും വിഷമമുണ്ടാക്കിയിരുന്നില്ല. ചാവോക്കിന്റെ നേരിയ വടിയുമായി വരുമ്പോൾ നില്ക്കരുത്. ഓടണം, നിന്നുപോയാൽ അടി നിശ്ചയം. ഓടിയാൽ അദ്ദേഹം ചിരിക്കും. അക്കാലത്ത് വിദ്യാലയത്തിന്റെ പൊതുവായ അച്ചടക്കത്തിന് പി ഒ ജി മാഷ് പ്രധാന കാരണക്കാരനായിരുന്നു.

സ്കൂളിലേക്ക് നടന്നുപോകണം. അവിടെ എത്തുമ്പോൾ തന്നെ ക്ഷീണിക്കും. പന്നെ തിരിച്ച് എത്തിയാൽ മാത്രമേ വല്ലതും കഴിക്കാനാവുകയുള്ളൂ. അതിനാൽ, കളികളിലൊന്നിലും സജീവമായി പങ്കെടുക്കുവാൻ കഴിയുമായിരുന്നില്ല. ഉച്ചയ്ക്ക് വല്ലതും വാങ്ങി കഴിക്കുവാൻ കൈയിൽ പണമുണ്ടാകില്ല. ക്ലാസ് മുറിവിട്ട് ഉച്ചയ്ക്ക് പുറത്തൊന്നും പോകാറില്ല. സഹപാഠികളിൽ പലരും ഇതിനെക്കുറിച്ച് ചോദിക്കാറുണ്ട്. 'ശുദ്ധം കൊണ്ടാണോ?' എന്നാണ് ചിലരുടെ സംശയം. അതിന് ആരോടും മറുപടി പറയാറുപതിവില്ല. കൈയിൽ പണമില്ലെന്ന കാര്യം ആരെയും അറിയിക്കണമെന്ന് താല്പര്യമില്ലായിരുന്നു. മാസത്തിൽ നൂറു രൂപ വീതം ഫീസടയ്ക്കണം. വളരെ പ്രയാസപ്പെട്ടാലേ അതു തന്നെ തികയൂ.

ഹൈസ്കൂളിൽ എത്തിയ കാലത്ത്, പുറമെനിന്ന് ഭക്ഷണം കഴിക്കരുതെന്നുള്ള നില ഇല്ലാതായി. എങ്കിലും, കുളിക്കാതെ, ഇല്ലത്തിനകത്ത് കടക്കരുത്. ക്രമേണ ഇതിലും കുറച്ചൊക്കെ മാറ്റം വന്നു. വിദ്യാലയം വിട്ടുവന്നാൽ കുളിയും ലഘുഭക്ഷണവും. ഗൃഹപാഠങ്ങൾ സന്ധ്യക്കു മുമ്പേതന്നെ ചെയ്തുതീർക്കുവാൻ ശ്രമിക്കും. രാത്രിയിൽ വായിക്കുകയെന്നത് ക്ലേശകരമായിരുന്നു. 'ചിമ്മിണിക്കൂട്' എന്നു പറയുന്ന ചെറിയ മണ്ണെണ്ണ വിളക്കിന്റെ നേരിയ പ്രകാശത്തിലാണ് വായിക്കേണ്ടത്. ആ വിളക്കിന്റെ പുക മുറിയിൽ വ്യാപിച്ചിരിക്കും. കുറച്ചുകാലം കഴിഞ്ഞപ്പോൾ 'മേശവിളക്ക്' (ടേബിൾ ലാംബ്) എന്ന ഒരു തരം മണ്ണെണ്ണ വിളക്ക് നടപ്പിൽ വന്നു. ജോലി ലഭിച്ച് അല്പകാലം കഴിഞ്ഞ ശേഷമേ ഭവനം വൈദ്യുതീകരിക്കുവാൻ സാധിച്ചുള്ളൂ.

പയ്യന്നൂരിലേക്ക് നടന്നുപോകേണ്ടത് കണ്ടംകാളി വഴിയാണ്. അവിടെ പുതുക്കുളം എന്നൊരില്ലമുണ്ട്. ചിലപ്പോഴെല്ലാം അവിടെ ചില 'ക്രിയ'കൾക്കു പോകേണ്ടിവരാറുണ്ടായിരുന്നു. സ്കൂൾ വിട്ട് മടങ്ങുമ്പോൾ ആ ഇല്ലത്തെ വലിയേട്ടൻ റോഡരികിലുള്ള കണ്ണൻ വൈദ്യരുടെ മരുന്നുകടയിൽ കാത്തുനില്ക്കുന്നുണ്ടാവും. കണ്ടാൽ അടുത്തദിവസത്തെ 'ക്രിയ'ക്ക് ഏല്പിക്കും. അവിടെ പോകേണ്ട ദിവസങ്ങളിൽ, സ്കൂളിലേക്ക് അല്പം നേരത്തെ പുറപ്പെടും. അവിടെ എത്തിയശേഷമേ കുളിക്കുക പതിവുള്ളൂ. ക്രിയയ്ക്കു കൂടിയശേഷം അതിവേഗത്തിൽ നടന്ന് സ്കൂളിൽ എത്തുകയാണ് പതിവ്. അന്ന് അത് വലിയ കാര്യമായിരുന്നു. ഫീസടയ്ക്കുവാൻ ആ തുക കുറച്ചെല്ലാം ഉപയോഗപ്പെട്ടു.

അന്നത്തെ പ്രഥമാദ്ധ്യാപകൻ കുഞ്ഞിരാമൻ അടിയോടി മാഷ് ചിലപ്പോഴൊക്കെ വരാന്തയിലൂടെ ചുറ്റി നടക്കുമായിരുന്നു. പിറകെ ചൂരൽവടിയുമായി ശിപായി ഉണ്ടെങ്കിൽ ഏതോ വിദ്യാർത്ഥിക്കു ശിക്ഷ ലഭിക്കുമെന്നു നിശ്ചയം. ഹെഡ്മാസ്റ്റർ കഴിഞ്ഞാൽ മുതിർന്ന അദ്ധ്യാപകൻ ശിവരാമകൃഷ്ണ അയ്യരായിരുന്നു. കുഞ്ഞിരാമൻ അടിയോടി മാഷും അയ്യർമാഷും മുണ്ടുടുത്ത് പ്രത്യേകതരം കോട്ട് ധരിച്ചാണ് സ്കൂളിൽ വരാറുണ്ടായിരുന്നത്.

സ്കൂളിൽ കൃത്യസമയത്ത് എത്തണമെങ്കിൽ എട്ടരമണിക്കുമുമ്പേ പുറപ്പെടണം. യാത്ര, മഴക്കാലത്ത് പ്രത്യേകിച്ചും, വിഷമമുള്ളതായിരുന്നു. തോണി (ചീന)യിൽ ആളുകൾ തികഞ്ഞാലേ കടവ് കടത്തുകയുള്ളൂ. കുറുംകടവ് എന്ന പേരുതന്നെ അക്കാലത്ത് ഭയമുണ്ടാക്കുന്നതായിരുന്നു. തോണിയപകടത്തിൽ പെട്ട് മരിച്ചുപോയവരുടെ കഥകൾ പലതും പറഞ്ഞുകേട്ടിട്ടുണ്ട്. പുഴ കടന്നുപോകുമ്പോൾ ചപോക്ക് ഇരുന്ന ഒരു വിശാലമായ പറമ്പ്, അതിനു സമീപത്തു തന്നെ വലിയൊരു ശ്മശാനവും! ആ പറമ്പിൽ തൂങ്ങിമരണങ്ങൾ പലതും നടന്നതായി പറഞ്ഞു കേൾക്കാം. ജനവാസം വളരെ കുറഞ്ഞതായിരുന്നു അന്ന് ആ പ്രദേശം. നടന്ന് റെയിൽപ്പാളം മുറിച്ചു കടന്നാൽ.'കുന്നൂറെ തോട്!' (കുന്നൂർ കുറുപ്പന്മാരുടെ വീട് ആ പരിസരത്തിലായതുകൊണ്ടത്രെ' കുന്നൂറെ തോട് എന്ന്

ജനങ്ങൾ പറയുന്നത്) മഴക്കാലത്ത് കരകവിഞ്ഞ് കുത്തിയൊലിക്കുന്ന വെള്ളം! പാലമൊന്നുമില്ല. ഉടുവസ്ത്രം മിക്കവാറും നനഞ്ഞേ തോട് കടക്കുവാൻ കഴിഞ്ഞിരുന്നുള്ളൂ.

അക്കാലത്തുണ്ടായ ഒരു സംഭവം ഓർമ്മയിൽ വരുന്നു. കോരിച്ചൊരിയുന്ന മഴ! കാലാവസ്ഥ പ്രതികൂലമായിരുന്നാലും സ്കൂളിൽ പോകേണ്ടെന്നു വെക്കാറില്ല. പതിവായി പോകുന്ന സമയത്തുതന്നെ പുറപ്പെട്ടു. കുറുംകടവ് എന്നാണ് പേരെങ്കിലും വീതികൂടിയ പുഴയാണ്. കടത്തുകാരൻ കുഞ്ഞിക്കോരൻ സാധാരണമായി തോണി കടത്തുവാൻ മടികാണിക്കാറില്ല. പക്ഷേ, കാറ്റും കോളുമുള്ളതിനാൽ പെട്ടെന്ന് തോണി വിട്ടില്ല. ഒന്നിച്ചുപോകാറുള്ള കൂട്ടുകാരെയും കണ്ടില്ല. കുറേ സമയം കാത്തിരുന്നപ്പോൾ ചില യാത്രക്കാർ കൂടി വന്നു ചേർന്നു. തോണി 'ഉരുളും പെരളും' ചെയ്യുന്നു. എല്ലാവർക്കും ഭയം തോന്നി. 'തോണിയിൽ നില്ക്കരുത്, എല്ലാവരും താണിരിക്കണം.' കുഞ്ഞിക്കോരൻ പറഞ്ഞു. തോണിയിലെ വെള്ളം ശരിക്കും കോരി പുറത്തുകളയാതിരുന്നതിനാൽ ഉടുവസ്ത്രമെല്ലാം നനഞ്ഞു. തോണി ഒരുവിധത്തിൽ അക്കരയ്ക്കെടുത്തു. നടന്ന് കുന്നൂറെ തോടിന്റെ അരികിലെത്തി. കലക്കുവെള്ളം കുത്തിയൊലിക്കുന്നു. എങ്ങനെ തോടു കടക്കും! തോട്ടിൽ അല്പം ഇറങ്ങി നോക്കി. ഉടുവസ്ത്രം മുഴുവൻ അഴിച്ചാലേ തോടു കടക്കുവാൻ കഴിയൂ. തോട്ടിൽ ഇറങ്ങുവാൻ ധൈര്യമുണ്ടായില്ല. നീന്തുവാൻ വശമില്ല. അതിനാൽ വെള്ളത്തെ എപ്പോഴും ഭയമാണ്. സ്കൂളിൽ എത്താതെ തിരിച്ചു പോരുവാൻ മനസ്സനുവദിച്ചതുമില്ല. തോട് കടക്കുവാനുള്ള ശ്രമം ഉപേക്ഷിച്ച്, റെയിൽപ്പാളത്തിലൂടെ അല്പം വടക്കോട്ടു നടന്നു. വിശാലമായ വയലും നെല്ലും! അതിനിടയിൽക്കൂടി ചെറിയൊരു വരമ്പുവഴി കണ്ടു. ആ വഴിക്കു നീങ്ങി. അവിടെ തോടിന്റെ വാലുണ്ട്. എങ്കിലും ആഴവും ഒഴുക്കും കുറവാണ്. അത് കടന്ന് വയൽക്കരക്കെത്തി. ഏതൊക്കെയോ വഴികളിലൂടെ നടന്ന് ഒരുവിധം റോഡ് കണ്ടു. വസ്ത്രങ്ങളെല്ലാം ഒരുവിധം നനഞ്ഞിട്ടുണ്ട്. സ്കൂളിലെത്തി. ആദ്യത്തെ പിരീഡ് കഴിഞ്ഞിട്ടില്ല. കുന്നരുവിൽ നിന്ന് പയ്യന്നൂരിൽ എത്തിച്ചേരുവാനുള്ള പ്രയാസങ്ങൾ അറിയാവുന്ന ആളാണ് ക്ലാസ് അദ്ധ്യാപകനായ ടി കെ നാരായണൻ മാഷ്. അദ്ദേഹം ക്ലാസിൽ കയറിയിരിക്കുവാൻ പറഞ്ഞു. എല്ലാവരും തണുത്തുവിറച്ചിരിക്കുന്നു! മഴയുടെ ശക്തി എല്ലാവരെയും ബാധിച്ച പോലെ തോന്നി. അദ്ധ്യാപകരാരും പാഠമെടുക്കുവാൻ ആരംഭിച്ചില്ല. കുറച്ചു കഴിഞ്ഞപ്പോൾ മരത്താൻ (ഒരു പ്യൂൺ) മെല്ലെ നീങ്ങി കൂട്ടമണിയടിച്ചു. അപ്പോഴേക്കും മഴ അല്പമൊന്നു ശമിച്ചു.

അന്നത്തെ പയ്യന്നൂർ ബസാർ ഇന്നുള്ളവർക്ക് ചിന്തിക്കുവാൻ പോലും കഴിയുകയില്ല. അത്രകണ്ട് മാറ്റങ്ങൾ സംഭവിച്ചിട്ടുണ്ട്. പെരുമ്പയിൽനിന്ന് പടിഞ്ഞാറോട്ടുള്ള വഴി, പയ്യന്നൂർ റെയിൽവേ സ്റ്റേഷനിൽ നിന്ന് പുറപ്പെട്ട് പടിഞ്ഞാറുവശത്ത് എത്തിച്ചേരുന്ന വഴി, കണ്ടങ്കാളിയും മാവിച്ചേരിയും കടന്ന് തെക്കുവശത്തുനിന്ന് വരുന്ന വഴി, സർക്കാർ ആശു

പത്രി വഴി ഹൈസ്കൂളിന്റെ മുമ്പിലൂടെ വരുന്നവഴി എന്നിവ നാലും കൂടിച്ചേരുന്ന സ്ഥലമാണ് കേന്ദ്രസ്ഥാനം. അവിടെ എത്താറാവുമ്പോൾ റോഡുകൾക്ക് അല്പം വീതി കൂടിയിരിക്കും. പയ്യന്നൂർ ബസാറിനു കൊക്കാണിശ്ശേരി എന്നു പേർ പറയുമായിരുന്നു. കൊങ്ങണശ്ശേരിയാണ് കൊക്കാണിശ്ശേരിയായത്. കൊങ്ങിണിമാർ കൂടുതൽ ഈ പ്രദേശത്ത് ഉള്ളതുകൊണ്ടത്രേ ആ പേർ വന്നത്. പയ്യന്നൂർ ബസാറിൽ കൊങ്ങിണിമാരുടെ പീടികകൾ അന്ന് കൂടുതൽ ഉണ്ടായിരുന്നു. ഇംഗ്ലീഷ് മരുന്നുഷാപ്പിൽ നാരായണഷേണായിയുടെ മരുന്നുഷോപ്പും, ആയുർവ്വേദമരുന്നുഷാപ്പിൽ ഉപേന്ദ്ര ഷേണായിയുടെ മരുന്നു ഷാപ്പും പ്രശസ്തങ്ങളായിരുന്നു. കോമള വിലാസം ഹോട്ടൽ കൊങ്ങിണിമാരാണ് നടത്തിയിരുന്നത്. ഏതാനും സ്വർണ്ണക്കടകളും തുണിഷോപ്പുകളും ബസാറിനെ കേന്ദ്രീകരിച്ചുണ്ടായിരുന്നു. തെക്കെ ബസാറിൽ സ്കന്ദ വിലാസം ഹോട്ടൽ പ്രധാനമായിരുന്നു. അതിന്റെ മേലെയായിരുന്നു വിദ്യാർത്ഥി പ്രസ്ഥാനത്തിന്റെ മുഖ്യ പ്രവർത്തനരംഗം. കമ്യൂണിസ്റ്റ് പാർട്ടി നേതാവായിരുന്ന സുബ്രഹ്മണ്യ ഷേണായിയുടെ വകയായിരുന്നു ആ കെട്ടിടം. സ്റ്റേഷനറിക്കടകളിൽ കുഞ്ഞിക്കണ്ണൻ നായരുടെ പീടികയാണ് ഏറെ പരിചയം ബീരാൻ, സൂപ്പി എന്നിവരുടെ കടകളും അന്നുണ്ടായിരുന്നു. നോട്ടു പുസ്തകങ്ങളും മറ്റും മിക്കവാറും കുഞ്ഞിക്കണ്ണൻ നായരുടെ കടയിൽ നിന്നാണ് വാങ്ങാറുണ്ടായിരുന്നത്. ചായപ്പൊടി മാത്രം വില്ക്കുന്ന ഒരു പീടിക തെക്കബസാറിൽ ഉണ്ടായിരുന്നു. അതിന്റെ എതിർവശം ഒരു അയ്യരുടെ അനാദിക്കച്ചവടവും വാസുദേവ പൈയുടെ കച്ചവട പീടിക ബസാറിൽ കിഴക്കു വശത്താണ്.

പയ്യന്നൂർ ടൗണിൽ ആദ്യകാലം മുതല്ക്കേ ഉണ്ടായിരുന്നതാണ് ചിത്രാസ്റ്റുഡിയോ, അതിന്റെ മാനേജർ ബാലൻ ഏവർക്കും പ്രിയംകരനായിരുന്നു. വിദ്യാർത്ഥികൾക്കെല്ലാം ബാലനുമായി അടുത്ത പരിചയമുണ്ടായിരുന്നു. സ്റ്റുഡിയോവിന്റെ മേലെ കുറെ ഭാഗം ഓടുമേയുന്നതിനു പകരം ഗ്ലാസാണുണ്ടായിരുന്നത്. ഫോട്ടോകളെടുക്കുവാൻ ആവശ്യമായ സൂര്യവെളിച്ചം അപ്രകാരമായിരുന്നു ലഭ്യമാക്കിയിരുന്നത്.

ഇന്നത്തെ പഴയ ബസ് സ്റ്റാന്റിന്റെ വടക്കുവശമുണ്ടായിരുന്ന വയലിൽ ഒരു സിനിമാ ടാക്കീസുണ്ടായിരുന്നു. അടുത്ത പ്രദേശങ്ങളിൽ നിന്നെല്ലാം സിനിമ കാണുവാൻ ആളുകൾ അവിടെ നടന്നെത്തുമായിരുന്നു. അക്കാലത്ത് ചില ചങ്ങാതിമാരുമൊത്ത് സിനിമയ്ക്ക് പോകുവായിരുന്നു. ദുർല്ലഭം ചിലപ്പോൾ രണ്ടാമത്തെ കളിക്കാണ് പോയിരുന്നത്. രാത്രി ഭക്ഷണം അല്പം നേരത്തെ കഴിച്ച് പോകും. രാത്രിയിൽ സിനിമ കണ്ട് മടങ്ങിയെത്തുമ്പോൾ കടത്തുകാരനുണ്ടാവില്ല. അതിനാൽ കണ്ടങ്കാളി പുതുക്കുളത്തില്ലത്താണ് കിടന്നിരുന്നത്. പോകുമ്പോൾ തന്നെ പായകൾ പുറത്തുവെക്കുവാൻ അവിടെ ഏല്പിക്കും. *നല്ലതങ്കാൾ, ഹരിശ്ചന്ദ്രൻ, ലൈലാമജ്നു* തുടങ്ങി അന്നുകണ്ട സിനിമകളുടെ ചില പേരുകൾ മാത്രമേ ഓർമ്മയുള്ളൂ.

ടി ഗോവിന്ദൻ

ആരൊക്കെയായിരുന്നു അന്നത്തെ സതീർത്ഥ്യന്മാർ? എല്ലാവരുടെയും പേരുകൾ ഓർമ്മയിലില്ല. അഞ്ചു ഡിവിഷനുകൾ ഉണ്ടായിരുന്നതിനാൽ ചിലരെയൊക്കെ കണ്ടു പരിചയമേയുള്ളൂ. കുറുവംകടവ് കടന്ന് സ്കൂളിലേക്ക് നടന്നു പോയിരുന്നവരിൽ കുഞ്ഞാൻകുട്ടി, രാഘവൻ ബാലൻ, ഗോവിന്ദൻ, പീനിക്കാട് വിഷ്ണു തുടങ്ങിയവർ പെടും. വാരണാസി വാമനന്മാർ, ചന്ദ്രമന ശങ്കരൻ, പോറ്റി ശ്രീധരേട്ടന്റെ മകനായ ശ്രീധരൻ എന്നിവർ മുതിർന്ന ക്ലാസുകളിൽ പഠിക്കുന്നവരായിരുന്നു. വിദ്യാർത്ഥി നേതാവായിരുന്ന ടി ഗോവിന്ദനെപ്പോലും അന്ന് അടുത്ത പരിചയമുണ്ടായിരുന്നില്ല. പില്ക്കാലത്താണ് ഗോവിന്ദനെ അടുത്തറിഞ്ഞത്. രാഷ്ട്രീയ പ്രവർത്തകനും എം പിയുമൊക്കെ ആയിരുന്ന ഗോവിന്ദൻ സാഹിത്യത്തിൽ നല്ലൊരു പ്രഭാഷകൻ കൂടിയായിരുന്നു. പ്രശസ്ത പൂരക്കളി കലാകാരനായിരുന്നു ടി രാമപ്പണിക്കരുടെ മകനായ അദ്ദേഹത്തിനു അടിസ്ഥാനപരമായ ഭാഷാ പരിജ്ഞാനവും സംസ്കൃത സാഹിത്യതല്പരതയും ഉണ്ടെന്നു തെളിയിക്കുന്നതാണ് ആ സാഹിത്യ പ്രഭാഷണങ്ങൾ. കുന്നരു എൽ പി സ്കൂളിൽ കുറച്ചുകാലം അദ്ധ്യാപകനായും ഗോവിന്ദൻ പ്രവർത്തിച്ചിട്ടുണ്ട്. ഇത്തരം കാര്യങ്ങളൊക്കെ അധികമാരും ശ്രദ്ധിച്ചിരിക്കാൻ സാദ്ധ്യതയില്ല. സർവ്വോപരി ഒരു മനുഷ്യസ്നേഹിയായിരുന്നു ടി ഗോവിന്ദൻ.

എല്ലാ വർഷവും സ്കൂളിൽ വാർഷികോത്സവം നടത്തിയിരുന്നില്ല.

പതിനൊന്നാം ക്ലാസിൽ പഠിക്കുമ്പോഴാണ് ഒരു വാർഷികോത്സവം നടന്നത്. അതിനോടനുബന്ധിച്ച് നടന്ന ശാസ്ത്ര-സാംസ്കാരിക പ്രദർശനം ഇന്നും ഓർക്കുന്നു. വി വി കെ (കവി) തിക്കോടിയൻ എന്നീ സാഹിത്യകാരന്മാരെ ആദ്യമായി കണ്ടതും അവരുടെ പ്രസംഗങ്ങൾ കേട്ടതും അന്ന് ആദ്യമായിരുന്നു. നാടകകൃത്തായ തിക്കോടിയനെ കോഴിക്കോട്ടുവെച്ച് പിന്നീട് കാണുവാനും പരിചയപ്പെടുവാനും കഴിഞ്ഞു. വി വി കെയുടെ കവിതകൾ വായിച്ചതല്ലാതെ, പിന്നീട് അദ്ദേഹത്തെ നേരിട്ടുകാണുവാൻ കഴിഞ്ഞിരുന്നില്ല.

1958 മാർച്ചിലാണ് എസ് എസ് എൽ സി പരീക്ഷയെഴുതിയത്. പരീക്ഷയ്ക്ക് ഉന്നതവിജയം (ഫസ്റ്റ് ക്ലാസ്) നേടുവാൻ കഴിഞ്ഞു. തുടർന്ന് കോളേജിൽ ചേർന്നു പഠിക്കണമെന്ന് മോഹമുണ്ടായിരുന്നു. തലശ്ശേരിയിലോ മംഗലാപുരത്തോ പോയാൽ മാത്രമേ അത് സാധിക്കുകയുള്ളൂ. പക്ഷേ, സാമ്പത്തികശേഷി അതിനനുവദിച്ചില്ല.

എട്ട്

കരകൗശല വിദ്യകൾ പഠിപ്പിക്കുന്ന ഒരു സ്ഥാപനം തിരുവല്ല കേന്ദ്രമാക്കി പ്രവർത്തിച്ചിരുന്നു. വനജ ഇൻസ്റ്റിറ്റ്യൂട്ട് എന്ന ആ സ്ഥാപനത്തിന്റെ ശാഖ തൃക്കരിപ്പൂരിൽ രണ്ടുമാസത്തെ പരിശീലനക്ലാസ് ആരംഭിക്കുന്നുണ്ടെന്നറിഞ്ഞു. ഒഴിവുകാലമാണ് ഏതായാലും അവിടെ ചേരാം. വർണ്ണക്കടലാസുകൾകൊണ്ട് പുഷ്പങ്ങളും മാലകളും അലങ്കരണ വസ്തുക്കളും നിർമ്മിക്കൽ, ചന്ദനത്തിരി നിർമ്മാണം ബുക്ക് ബയന്റിങ്, ഫയൽ നിർമ്മാണം തുടങ്ങി ഏതാനും വിഷയങ്ങളിലുള്ള പരിശീലനമായിരുന്നു അത്. അവിടെനിന്ന് ഒരു സർട്ടിഫിക്കറ്റും ലഭിച്ചു. അതിനു കൂടുതൽ വിലകല്പിക്കേണ്ടതില്ലെങ്കിലും, അഭ്യസിച്ച വിദ്യകൾ വളരെ പ്രയോജനപ്പെട്ടു.

അക്കാലത്താണ് പെരളശ്ശേരി സുബ്രഹ്മണ്യക്ഷേത്രത്തിൽനിന്ന് അല്പം ദൂരെയുള്ള വടക്കുമ്പാട് അമ്പലത്തിൽ ശാന്തിക്ക് ഒരാളെ വേണമെന്ന് വിവരം ലഭിച്ചത്. പെരളശ്ശേരി അമ്പലത്തിൽ ശാന്തിക്കാരനായിരുന്ന മരങ്ങാട്ടില്ലത്ത് ഈശ്വരേട്ടൻ, പോറ്റിയില്ലത്ത് ശങ്കരേട്ടൻ എന്നിവർ മുമ്പ് പരിചയമുള്ളവരാണ്. അവിടെ താമസിച്ചുകൊണ്ട് വടക്കുമ്പാടമ്പലത്തിൽ രണ്ടുനേരവും പോയി വരാമായിരുന്നു. പൂവും മാലയും ഒരുക്കിത്തരേണ്ട നാരായണവാരിയർ പെരളശ്ശേരി അമ്പലത്തിൽനിന്നാണ് വരേണ്ടത്. അങ്ങനെ, വടക്കുമ്പാടമ്പലത്തിൽ ശാന്തിക്കാരനായി. അവിടെ ചില അദ്ധ്യാപകരെയും മറ്റും പരിചയപ്പെട്ടു. ഒഴിവു സമയത്ത് പുഷ്പങ്ങളും മാലകളും നിർമ്മിക്കുവാൻ അവരെ പരിശീലിപ്പിച്ചു.

പെരളശ്ശേരിയിൽ താമസിക്കുന്ന കാലത്താണ് അദ്ധ്യാപക പരിശീലന കോഴ്സിനുള്ള അപേക്ഷ ക്ഷണിച്ചുകണ്ടത്. അഭിമുഖത്തിനു വിളിച്ചപ്പോൾ വനജ ഇൻസ്റ്റിറ്റ്യൂട്ടുകാരുടെ സർട്ടിഫിക്കറ്റ് ഉപയോഗപ്പെടുത്തു

വാൻ കഴിഞ്ഞു. ആ കൈവേല പരിശീലനത്തെ കേന്ദ്രീകരിച്ചാണ് കൂടുതൽ ചോദ്യങ്ങളുണ്ടായത്. വടക്കുമ്പാട് ക്ഷേത്രത്തിൽ മൂന്നുമാസക്കാലം മാത്രമേ ശാന്തിക്കാരനുണ്ടായിരുന്നുള്ളൂ.

അദ്ധ്യാപക പരിശീലനത്തിനു തെരഞ്ഞെടുത്ത ഉത്തരവുകിട്ടി. സാമ്പത്തിക മാർഗ്ഗങ്ങളൊന്നും തുറന്നു കണ്ടില്ല. സാമ്പത്തിക സഹായത്തെപ്പറ്റി അച്ഛൻ ഒരു ഉറപ്പും പറഞ്ഞില്ല. അല്ലെങ്കിൽ ഉറപ്പു പറയുവാൻ കഴിയാത്ത അവസ്ഥയിലായിരുന്നു. ദേവനമ്മാവനെ ചെന്നു കണ്ടു. "ചിറക്കൽ ഡോക്ടർ തമ്പുരാന്റെ അടുത്ത് പാചകക്കാരനായി ഒരാളെ വേണം. നമുക്കുപോയി നോക്കാം." അമ്മാമൻ പറഞ്ഞു. അടുത്ത ദിവസം അവിടെ ചെന്ന് ജോലിയിൽ പ്രവേശിച്ചു. അവിടെനിന്ന് കണ്ണൂർ അദ്ധ്യാപക പരിശീലന കേന്ദ്രത്തിൽ പോയി വരുവാൻ തുടങ്ങി. വളരെ രാവിലെ എഴുന്നേറ്റ് ഒൻപതു മണിക്കുമുമ്പേ ചോറും കറിയുമൊക്കെയാക്കണം. വളരെ കഷ്ടപ്പെട്ട് രണ്ടാഴ്ചയോളം അവിടെ തങ്ങി. ദേഹണ്ണമൊന്നും ശരിയായി അറിയാതിരുന്നതിനാൽ തൃപ്തികരമാകണമെന്നില്ലല്ലോ. മാത്രമല്ല, കെട്ടിലമ്മയ്ക്ക് സസ്യേതര ഭക്ഷണത്തിലാണ് താല്പര്യമെന്നും മനസ്സിലായി. രണ്ടാഴ്ച കഴിഞ്ഞപ്പോൾ ഒരു സസ്യേതര പാചകക്കാരൻ പ്രത്യക്ഷപ്പെട്ടു. അതോടെ അവിടം വിട്ടു. ഇനി എവിടേക്ക്?

ചിറക്കൽ ചിറയുടെ കിഴക്കെ കരയിൽ ഒരു ശ്രീകൃഷ്ണ ക്ഷേത്രമുണ്ട്. അവിടെ കാരാട്ട് (കാരയാട്ട്) അള്ളക്കാട്ടില്ലത്ത് പത്മനാഭൻ ഏട്ടനാണ് ശാന്തിക്കാരൻ. അദ്ദേഹത്തെ പരിചയമുണ്ട്. അവിടെ ചെന്ന് പത്മനാഭൻ ഏട്ടനെ കണ്ട് പ്രയാസങ്ങളെല്ലാം ധരിപ്പിച്ചു. അദ്ദേഹം കഷ്ടിച്ച് സമ്മതിച്ചു. അങ്ങനെ, അവിടെനിന്ന് കണ്ണൂരിൽ പോയി വരുവാൻ തുടങ്ങി. ആഴ്ചതോറും നാട്ടിൽ വരും. അരിയോ കറിക്കുള്ള സാധനങ്ങളോ വല്ലതും ഇല്ലത്തുണ്ടെങ്കിൽ പോകുമ്പോൾ കൊണ്ടുപോകും.

അമ്പലത്തിൽനിന്ന് അല്പം അകലത്തുള്ള മാര്യാത്താണ് പത്മനാഭൻ ഏട്ടൻ സംബന്ധം കഴിച്ചിരുന്നത്. പ്രായക്കൂടുതലുള്ള അദ്ദേഹത്തിനു മുട്ടുവേദന തുടങ്ങിയ അസുഖങ്ങളുണ്ട്. അതിനാൽ അതിരാവിലെ കുളിച്ച് അമ്പലത്തിൽ എത്തുവാൻ പ്രയാസമുണ്ട്. "രാവിലെ പൂജാദികളെല്ലാം ചെയ്തുകൊള്ളാം. പത്മനാഭൻ ഏട്ടൻ മെല്ലെ കുളിച്ചുവന്നാൽ മതി" എന്നു അദ്ദേഹത്തോടു പറഞ്ഞു. അത് അദ്ദേഹത്തിനു ഒരാശ്വാസമായി തോന്നിയിരിക്കാം. ഏതായാലും അദ്ദേഹത്തെ സഹായിക്കുവാനുള്ള അവസരമുണ്ടായി. പ്രഭാതത്തിനുമുമ്പ് കുളിച്ചു നട തുറന്ന് വിളിക്കുവെക്കുകയും അഭിഷേകാദികൾ നടത്തുകയും ചെയ്യുക ഒരു ശീലമായി. ഉണക്കലരി നിവേദ്യം വെച്ച് പൂജയും നിവേദ്യവും കഴിഞ്ഞശേഷം ചോറിൽ നിന്ന് അല്പമെടുത്ത് ഉപ്പും സംഭാരവും കൂട്ടി ഭക്ഷിക്കും. അപ്പോഴേക്കും പത്മനാഭൻ ഏട്ടൻ എത്തും. വന്നില്ലെങ്കിൽ ശ്രീകോവിലുകളും തടപ്പള്ളിയും പൂട്ടി, താക്കോൽ വാര്യത്ത് ഏല്പിച്ചാണ് കണ്ണൂരേക്ക് പോവുക. വൈകുന്നേരം അദ്ദേഹം മിക്കവാറും കുളിക്കാറ് പതിവില്ല.

അതിനാൽ കണ്ണൂരിൽനിന്ന് വന്ന് കുളികഴിച്ച് സന്ധ്യക്ക് നട തുറന്ന് വിള ക്കുവെക്കും. അത്താഴപൂജയും കഴിക്കും.

ചിറക്കലിൽ നിന്ന് കണ്ണൂരിലേക്ക് ഇഷ്ടം പോലെ ബസുണ്ട്. പക്ഷേ, ബസിനു പോകാറില്ല. കൈയിൽ പണമില്ലാത്തതു തന്നെ കാരണം. ചിറ ക്കലിൽ നിന്ന് പള്ളിക്കുന്നു വഴി നടന്നുപോകും. അത് നിത്യപരിചയമാ യിത്തീർന്നു. അതുകൊണ്ട് പ്രയാസം തോന്നാറില്ല. രണ്ടുനേരവും നടത്തം തന്നെ. കൃത്യസമയത്തുതന്നെ ട്രെയിനിങ് സ്കൂളിലെത്തും. അടുത്തു തന്നെ ഒരു ചായക്കടയുണ്ട്- അച്ഛന്റെ പീടിക! ഉച്ചയ്ക്ക് അവിടെനിന്ന് ചായയും ലഘുവായ എന്തെങ്കിലും 'കടി'യും കഴിക്കും.

കുപ്പായവും മുണ്ടും അമ്പലത്തിനുള്ളിൽ കയറ്ററുതെന്നാണ് നിയമം. അതിനാൽ അടുത്തുള്ള വാര്യത്താണ് അതു വെക്കുക. വലിയ മുണ്ടും കുപ്പായവും മാറ്റി ചെറിയ മുണ്ടുടുത്ത് വസ്ത്രങ്ങളുമായി അമ്പലത്തിൽ വരും. കുളി കഴിച്ചശേഷമേ വൈകുന്നേരം ഉള്ളിൽ കടക്കാറുള്ളൂ. അകത്ത് എത്തിയാലും ഒരു കട്ടൻ കാപ്പി വെച്ചുകഴിക്കുക മാത്രമേ പതിവുള്ളൂ. പട്ടിണി എന്താണെന്ന് ശരിക്കും അനുഭവിച്ചറിഞ്ഞ കാലമായിരുന്നു അത്. രാത്രിയിൽ പത്മനാഭേട്ടനും ഊണിനുണ്ടാവും. ഉച്ചയ്ക്ക് വെച്ച കറി അദ്ദേഹം അടച്ചുവെച്ചിരിക്കും. അതുകൊണ്ട് രാത്രിയിൽ ഒരു കറി കൂട്ടി ഭക്ഷിക്കാം.

അമ്പലത്തിനുള്ളിൽ വൈദ്യുതീകരിച്ചിരുന്നില്ല. ഗണപതി വിളക്കിലെ നേരിയ തിരിയുടെ പ്രകാശം മാത്രമേയുള്ളൂ. അതിനാൽ വായിക്കുവാനോ എഴുതുവാനോ ഒട്ടും സൗകര്യപ്പെട്ടിരുന്നില്ല. രാത്രിയിൽ നാലമ്പലത്തി നുള്ളിൽ ഏകാന്തമായി കഴിയണം! പടിഞ്ഞാറെ ഗോപുരത്തിൽ നിറയെ ഭിക്ഷാംദേഹികളായ സഞ്ചാരികളായിരിക്കും. പലതരക്കാരായ അവരുടെ ആത്മാലാപനങ്ങളും കീർത്തനങ്ങളുമൊക്കെ കേൾക്കാമായിരുന്നു. നാല മ്പലത്തിനുള്ളിൽ പടിഞ്ഞാറ് വശത്ത് ഒരു ജനലുണ്ട്. അതിൽക്കൂടി നോക്കിയാൽ അവരെ കാണാം. അതിനാൽ ഏകാന്തത കൂടുതൽ അനു ഭവപ്പെട്ടിരുന്നില്ല.

ഒരു വർഷക്കാലത്തോളം ചിറക്കലിൽ കഴിഞ്ഞു. അപ്പോഴാണ് അപ്പനും ചിറ്റമ്മയും ചിറ്റമ്മയുടെ തറവാടായ അണലക്കാട്ടില്ലത്തേക്കു താമസം മാറിയത്. അച്ഛനും ജ്യേഷ്ഠനും തൃക്കരിപ്പൂർ ചക്രപാണി ക്ഷേത്രത്തിൽ ശാന്തി കഴിക്കുമായിരുന്നു. അതിനാൽ ഇല്ലത്ത് പതിവായി നടത്തിവരാറുള്ള പൂജാദികർമ്മങ്ങൾ കഴിക്കുവാൻ ആളില്ലാതെ വന്നു.

അവയെല്ലാം എങ്ങനെയെങ്കിലും നിലനിർത്തണമെന്നായിരുന്നു അച്ഛന്റെയും അമ്മയുടെയും ആഗ്രഹം. കണ്ണൂരിലേക്ക് നാട്ടിൽ (കുന്നരു) നിന്ന് നിത്യവും തീവണ്ടിക്കു പോയി വരിക മാത്രമേ വഴിയുള്ളൂ. ഏഴി മല റെയിൽവേ സ്റ്റേഷനിൽനിന്ന് കണ്ണൂരിലേക്ക് നൂറു രൂപയാണ് ഒരു മാസത്തേക്ക് സീസൺ ടിക്കറ്റിനു നല്കേണ്ടത്. അത് നല്കി സീസൺ ടിക്കറ്റെടുത്തു.

തീവണ്ടിയുടെ സമയം രാവിലെ ആറുമണിയാണ്. പുതിയ പുഴ

കടന്നാൽ മാത്രമേ ഏഴിമല റെയിൽവേ സ്റ്റേഷനിൽ എത്തുവാൻ കഴിയുകയുള്ളൂ. സമയമറിയുവാൻ വാച്ചോ ക്ലോക്കോ ഒന്നും അന്നുണ്ടായിരുന്നില്ല. ഇരുട്ടത്ത് നടക്കുവാൻ ടോർച്ചുമില്ല. കുളിച്ച് 'തേവാരം ' (ദേവപൂജ നടത്തിവേണം പോകുവാൻ. അമ്മ വിളിച്ചുണർത്തും. ആ സമയം അർദ്ധരാത്രി കഴിഞ്ഞിട്ടേ ഉണ്ടാവൂ. ഏതായാലും അതിരാവിലെ എഴുന്നേല്ക്കണം. കുളിച്ച് പൂജ നടത്തണം. ചായയും ദോശയും അമ്മ തയ്യാറാക്കിയിട്ടുണ്ടാവും. അത് കഴിച്ച് പുറപ്പെടും. ഇരുട്ടിൽ തട്ടിത്തടഞ്ഞ് നടക്കും. "വില്ലവഴി" (വീതികൂടിയ വഴി)ക്കെത്തിയാൽ നാട്ടുവെളിച്ചത്തിൽ വഴി കുറേശ്ശെ കാണാം. പുതിയ പുഴയ്ക്കെത്തിയാൽ പലപ്പോഴും വെളിച്ചമാകാൻ ഏറെ സമയം വേണ്ടിവരും. അവിടെ അസ്സീസിന്റെ പീടികയുണ്ട്. അവിടെ പുറത്ത് ഒരു ബെഞ്ചു കാണാം. അവിടെ കിടക്കും. രാവിലെ തോണി കടന്നുപോകേണ്ടവർ കുറച്ചുപേരുണ്ട്. എല്ലാവരും എത്തിച്ചേരുമ്പോഴേക്കും കടത്തുകാരനുമെത്തും. തോണികടന്ന് അക്കരെ എത്തുമ്പോഴേക്കും തീവണ്ടി മിക്കവാറും പയ്യന്നൂർ റെയിൽവേ സ്റ്റേഷനിൽ എത്തിയിരിക്കും. വണ്ടിയുടെ ചൂളം വിളി കേട്ടാൽ പിന്നെ ഓട്ടമാണ്. വണ്ടിയെത്തുവാൻ അല്പനിമിഷങ്ങളേ ഉണ്ടാവൂ. എങ്കിലും ഒരു വിധത്തിൽ ഓടിയെത്തും. വൈകുന്നേരത്തെ പാസഞ്ചർ വണ്ടിയും ഏഴിമല റെയിൽവേസ്റ്റേഷനിൽ എത്തുമ്പോൾ സമയം ഇരുളും. കടവുകടന്ന് ഇരുട്ടത്ത് തപ്പിത്തടഞ്ഞാണ് ഇല്ലത്തെത്തിയിരുന്നത്. രാത്രിയിൽ മടങ്ങിവരുമ്പോൾ ഒരു ഹോമിയോ ഡോക്ടറായിരുന്ന ജോർജ്ജും കുറച്ചു ദൂരം വരെ ഒപ്പമുണ്ടാകും. അദ്ദേഹത്തിന്റെ വീട് കഴിഞ്ഞാൽ പിന്നെ ഒറ്റയ്ക്ക് വരണം. അമ്മ ചായവെച്ച് കാത്തിരിക്കുന്നുണ്ടാവും. അതു കഴിച്ചശേഷം കുളിയും സന്ധ്യാനമസ്കാരവും നടത്തും. അതുകഴിഞ്ഞാണ് രാത്രി ഭക്ഷണം. അതുകഴിഞ്ഞാൽ എഴുതുവാനോ വായിക്കുവാനോ കഴിഞ്ഞിരുന്നില്ല. ക്ഷീണംകൊണ്ട് ഉറങ്ങിപ്പോകും.

ആ ദിവസങ്ങളെല്ലാം എങ്ങനെ കടന്നുപോയെന്നറിയില്ല. ആ കാലം ഓർക്കുവാൻ പോലും കഴിയാത്ത മട്ടിൽ ക്ലേശപൂർണ്ണമായിരുന്നു. തമോമയമായിരുന്നു. ഒരൊറ്റ ലക്ഷ്യമേ അന്നുണ്ടായിരുന്നുള്ളൂ. എങ്ങനെയെങ്കിലും പരിശീലനം പൂർത്തിയാക്കി ഒരദ്ധ്യാപകനാകണം. ദാരിദ്ര്യത്തിന്നൊരു അറുതി കാണണം! ഇല്ലത്തിന്റെ പലഭാഗങ്ങളും വീണു നശിച്ചിരിക്കുന്നു. അപ്പക്കാടും ആനക്കുറുന്തോട്ടിയും അവിടെയെല്ലാം മുളച്ചിരിക്കുന്നു! മനസ്സിനു താങ്ങുവാൻ കഴിയാത്തത്ര പ്രയാസങ്ങൾ! ഇതൊക്കെ എപ്പോൾ നേരെയാകും? ഈ വിചാരം മനസ്സിനെ അലട്ടിക്കൊണ്ടിരുന്നു.

ഒൻപത്

അദ്ധ്യാപക പരിശീലനം 1960 ലാണ് പൂർത്തിയായത്. ആ വർഷം ജൂണിൽത്തന്നെ താല്ക്കാലികമായി നിയമനം ലഭിച്ചു. പാലക്കോട് എം എൽ പി സ്കൂളിലായിരുന്നു ആദ്യ നിയമനം. അബ്ദുൾ റഹ്മാൻ മാഷായിരുന്നു പ്രധാനാദ്ധ്യാപകൻ. കാര്യശേഷിയുള്ള ഒരാളായിരുന്നു അദ്ദേഹം. ആ അദ്ധ്യയനവർഷംതന്നെ പെരുവാമ്പ സ്കൂളിലും ഏതാനും

എം വി വിഷ്ണു നമ്പൂതിരിയും ഭാര്യ സുവർണ്ണനിയും

മാസം ജോലി ചെയ്യേണ്ടതായി വന്നു. അവിടെയുള്ള നീലമന ഇല്ലത്താണ് അന്ന് താമസിച്ചത്. അടുത്തവർഷം പോത്താംകണ്ടം സ്കൂളിൽ നിയമിതനായി. ഒരു വർഷക്കാലം അവിടെ കഴിഞ്ഞു. 1962 ജൂൺ മാസത്തിൽ വീണ്ടും പാലക്കോട് സ്കൂളിലെത്തിച്ചേർന്നു.

അതേ മാസം തന്നെയാണ് വിവാഹിതനായത്. പുറച്ചേരി മരങ്ങാട്ടില്ലത്ത് സുവർണ്ണനിയാണ് വധു.

അവളുടെ സഹോദരന്മാരുമായി മുമ്പു തന്നെ പരിചയമുണ്ടായിരുന്നു. അദ്ധ്യാപകനായി പി എസ് സി നിയമനം ലഭിച്ചത് 1962 നവംബർ മാസത്തിലാണ്.

ഏകദേശം ആ കാലത്താണ് ഓണപ്പറമ്പ് വായനശാലയുമായി ബന്ധപ്പെട്ടത്. രാമന്തളി വില്ലേജിന്റെ നാനാഭാഗത്തും പയ്യന്നൂർ ബ്ലോക്ക് ഡെവലപ്മെന്റ് ഓഫീസിൽനിന്നുള്ള സഹായധനം ഉപയോഗപ്പെടുത്തി വായനശാലകൾ നിർമ്മിക്കുന്ന കാലം! താഴത്തെ വട്ടപ്പറമ്പ് ഈശ്വരേട്ടൻ ഒരു കമ്മിറ്റി രൂപീകരിച്ച് ഗ്രാന്റിനു അപേക്ഷിച്ചു. അതിനാവശ്യമായ സ്ഥലം നല്കിയതും അദ്ദേഹമാണ്.

കല്ല്, മരം തുടങ്ങിയവ കുറേ ഭാഗം പൊതുപിരിവായി ലഭിച്ചു. ഓണപ്പറമ്പ് വായനശാലയ്ക്ക് ഒരു മന്ദിരമുണ്ടായത് അപ്രകാരമാണ്. അതേ കാലഘട്ടത്തിൽത്തന്നെയാണ് കാരന്താറ്റ് ഗാന്ധിസ്മാരക വായനശാല, തെക്കേഭാഗത്ത് ടാഗോർ വായനശാല, കല്ലേറ്റും കടവ് വായനശാല തുടങ്ങിയവയും നിർമ്മിതമായത്.

ഓണപ്പറമ്പ് വായനശാല കുറേക്കാലം ഉദ്ഘാടനം ചെയ്യപ്പെടാതെ പൂട്ടിക്കിടന്നിരുന്നു. 1961 ലാണെന്നു തോന്നുന്നു. വായനശാലയുടെ ഉത്തരവാദിത്വം പുതിയ കമ്മിറ്റിക്കു കൈമാറി. വായനശാലയുടെ താക്കോൽ ഗ്രാമസേവകനിൽനിന്ന് പി വി നാരായണൻ മാസ്റ്ററാണ് ഏറ്റുവാങ്ങിയത്. താമസിയാതെ പുതിയ വായനശാലാകമ്മിറ്റി നിലവിൽ വന്നു. അതോടൊപ്പം 'ബ്രദേർസ് ക്ലബ്' എന്നൊരു കലാ-സാംസ്കാരിക കൂട്ടായ്മയ്ക്കും രൂപംനല്കപ്പെട്ടു. വായനശാലയുടെയും ക്ലബ്ബിന്റെയും പ്രവർത്തനങ്ങളിൽ അക്കാലത്ത് പങ്കാളിയാകുവാൻ കഴിഞ്ഞുവെന്ന വസ്തുത ഓർത്തുപോകുന്നു.

കുന്നരു തെക്കെഭാഗത്ത് ടാഗോർ സ്മാരക വായനശാലയും ഫ്രൻസ് യൂണിയൻ ക്ലബ്ബും പ്രവർത്തിച്ചു തുടങ്ങിയതും അതേ കാലത്തുതന്നെയാണ്. പാലക്കോട് സ്കൂളിൽ അദ്ധ്യാപകനായിരുന്ന കാലം! ഏഴെട്ട് കിലോമീറ്റർ നടന്നുവേണം അവിടെ എത്തുവാൻ. വൈകുന്നേരം തിരിച്ചുവരുമ്പോൾ ടാഗോർ സ്മാരകവായനശാലയിൽ കയറി പത്രങ്ങളൊക്കെ വായിക്കുക പതിവായിരുന്നു. അതിനു സമീപമുള്ള കുഞ്ഞപ്പന്റെ പീടികയിൽ ചായ കഴിക്കും. പ്രസ്തുത വായനശാലയിൽ ഓണാഘോഷ പരിപാടികളൊക്കെ സജീവമായി നടത്തിവന്നിരുന്നു. അത്തരം പരിപാടികളിൽ പങ്കെടുക്കുവാൻ പലപ്പോഴും അവസരമുണ്ടാകാറുണ്ട്. ചിത്രകലാദ്ധ്യാപകൻ പി പി കുഞ്ഞമ്പു മാസ്റ്ററും മറ്റും ചേർന്ന് കൈയെ

ഴുത്തുമാസികയ്ക്ക് രൂപംനല്കും. ഗ്രാമീണ നാടകങ്ങളും അവിടെ അരങ്ങേറുക പതിവായിരുന്നു.

ഓണപ്പറമ്പ് വായനശാലയിലും ഓണാഘോഷം പതിവുണ്ടായിരുന്നു. വാർഷികാഘോഷപരിപാടികളും കുറച്ചുകാലം മുടങ്ങാതെ നടന്നു. ബ്രദേർസ് ക്ലബ്ബിന്റെ മേൽനോട്ടത്തിൽ നാടകാഭിനയവും നടക്കും. നാടകാഭിനയത്തിൽ താല്പര്യമൊന്നും തോന്നിയിരുന്നില്ല. എങ്കിലും അഭിനയ സന്ദർഭത്തിൽ മറ്റുള്ളവർക്കുവേണ്ട ഒത്താശകൾ ചെയ്തുകൊടുക്കുവാനും അവരെ പ്രോത്സാഹിപ്പിക്കുവാനും താല്പര്യമുണ്ടായിരുന്നു. കട്ടൻകാപ്പിയോ ചുക്കുവെള്ളമോ ഇല്ലത്തുനിന്ന് ഉണ്ടാക്കിക്കൊണ്ടുകൊടുക്കും. സുബ്രഹ്മണ്യമംഗലത്ത് നാരായണേട്ടന്റെ ഒരു മഠം ആൾപ്പാർപ്പില്ലാതെ കിടപ്പായിരുന്നു. അവിടെ വെച്ചാണ് മിക്കപ്പോഴും നാടകാഭിനയം നടന്നത്. കുറച്ചുകാലത്തിനുശേഷം ചന്ദ്രമനമില്ലം വകയായുള്ള 'വടക്കിനക'ത്തുവെച്ചും അഭിനയം നടന്നിട്ടുണ്ട്. ടി എം സുബ്രഹ്മണ്യൻ നമ്പീശൻ മാഷ്, ടി സി ഗോവിന്ദൻ നമ്പൂതിരി മാഷ്, പി വി നാരായണൻ ടെയ്ലർ, കോരൻ മാഷ്, ടി വി ഈശ്വരൻ നമ്പൂതിരി മാഷ്, ടി വി ഗോവിന്ദൻ നമ്പൂതിരി, അണലക്കാട് ശംഭുനമ്പൂതിരി, കുഞ്ഞിവീട്ടിൽ നാരായണൻ, പത്മനാഭൻ, രവീന്ദ്രനാഥ് മാഷ്, വടക്കിനകത്തു വീട്ടിൽ നാരായണൻ തുടങ്ങി എത്രയോ പേർ പല അവസരങ്ങളിലായി അന്ന് അരങ്ങേറി. ക്ലബ്ബിന്റെ പ്രവർത്തനം അധികകാലം തുടർന്നുപോയില്ല. പ്രവർത്തകരുടെ അഭാവംതന്നെ അതിനു കാരണം.

ഓണപ്പറമ്പ് വായനശാല ഒരു ഗ്രന്ഥാലയമായി കാണുവാൻ ഏവരും ആഗ്രഹിച്ചതാണ്. ചിലരൊക്കെ അതിനു മുന്നിട്ടിറങ്ങി. രവീന്ദ്രനാഥ് മാഷ്, എസ് എം ശങ്കരൻ മാഷ്, എ നാരായണൻ നമ്പൂതിരി തുടങ്ങിയവർ അതിനുവേണ്ടി ഏറെ പ്രവർത്തിച്ചവരാണ്. അവരെല്ലാം ഇല്ലത്തു വന്നു. പരീക്ഷകളുടെ ആവശ്യാർത്ഥമായും മറ്റും വാങ്ങിയ കുറേ പുസ്തകങ്ങൾ കൈയിൽ ഉണ്ടായിരുന്നു. അതിൽനിന്ന് കുറേ പുസ്തകങ്ങൾ അവർക്കു കൈമാറി. ഭവനം തോറും കയറിയിറങ്ങിയും കുറച്ചു പുസ്തകങ്ങൾ ലഭിച്ചു. എസ് എം ശങ്കരന്റെ കൈയിലുണ്ടായിരുന്ന ഗ്രന്ഥങ്ങളും വായനശാലയിലെത്തി. കുറേ പുസ്തകങ്ങൾ മറ്റു പലരിൽ നിന്നുമായി സംഭാവനയായി ലഭിച്ചു. കൂട്ടായ ഈ പ്രവർത്തനത്തിലൂടെ ഒരു ഗ്രന്ഥാലയത്തിനു രൂപംനല്കുവാൻ കഴിഞ്ഞു. ഗ്രന്ഥശാലാ സംഘത്തിന്റെ അംഗീകാരം ലഭിക്കുവാനും പ്രയാസമുണ്ടായില്ല. എസ് എം ശങ്കരന്റെ അകാലമരണം ഗ്രന്ഥശാലയെ സംബന്ധിച്ചു മാത്രമല്ല, ഈ പ്രദേശത്തിന്റെ കലാസാംസ്കാരിക പ്രവർത്തനങ്ങൾക്കുതന്നെ വലിയ നഷ്ടമാണ് വരുത്തിയത്. ഓണപ്പറമ്പ് ഗ്രന്ഥാലയത്തിന്റെ ഇന്നത്തെ പ്രവർത്തനം കൂടി സൂചിപ്പിക്കാതെ ഈ ഓർമ്മകൾക്ക് കടിഞ്ഞാണിടുന്നത് ശരിയല്ലെന്നു തോന്നുന്നു. വായനശാലയുടെയും ഗ്രന്ഥാലയത്തിന്റെയും പ്രവർത്തനം രവീന്ദ്രനാഥ് മാഷ്, ബാലകൃഷ്ണൻ, എ നാരായണൻ നമ്പൂതിരി തുടങ്ങിയവരുടെ മേൽനോട്ടത്തിൽ തുടർന്നു. എല്ലാവ

രുടെയും ശ്രമഫലമായി ഗ്രന്ഥശാലാ സംഘത്തിന്റെ ധനസഹായം ഉപയോഗപ്പെടുത്തിക്കൊണ്ട് ഒരു ഇരുനില കെട്ടിടമുയർന്നു. ഇന്ന് യുവാക്കളായ കുറെപ്പേർ ഈ സ്ഥാപനത്തിന്റെ പ്രവർത്തനത്തിൽ കാര്യക്ഷമമായ പ്രവർത്തനം കാഴ്ചവെക്കുന്നുണ്ടെന്നത് ശുഭോദർക്കമാണ്.

ഇനി ഏതാനും വർഷം അദ്ധ്യാപനവൃത്തിയും പരീക്ഷകൾക്കുള്ള പഠനവും ഒപ്പം നിർവ്വഹിച്ചുകൊണ്ടിരുന്ന നാളുകളാണ്. കൂടുതൽ പഠിച്ച് ഉന്നത വിദ്യാഭ്യാസ യോഗ്യത നേടണമെന്ന മോഹം! അതിനുള്ള മാർഗ്ഗം വിഷമമുള്ളതാണ്. ഏതായാലും അതെല്ലാം നേരിടാം! കാരാട്ട് അണല കാട്ടില്ലത്ത് സുബ്രഹ്മണ്യൻ നമ്പൂതിരി മാഷ് പഠനമാർഗ്ഗത്തിൽ കുറച്ചു സഞ്ചരിച്ചിരുന്ന ആളാണ്. മാഷെ ചെന്നു കണ്ടു. മലയാള സാഹിത്യ വിശാരദ് പരീക്ഷ ജയിച്ച ആളാണ് അദ്ദേഹം. ആ പരീക്ഷ നിർത്തലാക്കപ്പെട്ടിരിക്കുന്നു. കേരള സർവ്വകലാശാല മലയാളത്തിൽ വിദ്വാൻ പരീക്ഷ നടത്തിവരുന്നുണ്ട്. വിദ്വാൻ പ്രിലിമിനറി, വിദ്വാൻ ഫൈനൽ എന്നിങ്ങനെ രണ്ടുഘട്ടങ്ങളായാണ് പരീക്ഷ നടത്തപ്പെടുന്നത്. ആദ്യം പ്രിലിമിനറി പരീക്ഷ എഴുതി ജയിക്കണം. പിന്നെ രണ്ടുവർഷം കഴിഞ്ഞേ ഫൈനൽ പരീക്ഷയ്ക്ക് എഴുതാവൂ. രണ്ടു പരീക്ഷകൾക്കും കൂടി ബി എ മലയാളം പരീക്ഷയ്ക്കു പഠിക്കേണ്ടതിനേക്കാൾ മലയാള പുസ്തകങ്ങൾ പഠിക്കണം. ഇംഗ്ലീഷിലും സംസ്കൃതത്തിലും ഓരോ പേപ്പർ എഴുതണം.

പുസ്തകങ്ങൾ പലതും അച്ചടിയിൽ ഇല്ലാത്തവയാണ്. ലഭിക്കുന്നവതന്നെ വില കൊടുത്തുവാങ്ങാൻ നല്ല സാമ്പത്തികശേഷി വേണം. ഗ്രന്ഥശാലകളെ ആശ്രയിക്കാതെ വഴിയില്ല. രാമന്തളി ഗ്രാമപഞ്ചായത്ത് ഗ്രന്ഥാലയത്തിൽ കുറച്ചു നല്ല പുസ്തകങ്ങളുണ്ട്. ഈശ്വരൻ നമ്പീശൻ പഞ്ചായത്ത് പ്രസിഡന്റായിരുന്ന കാലത്ത് കുറേ നല്ല പുസ്തകങ്ങൾ അവിടെ വാങ്ങിവെച്ചിരുന്നു. അവിടെ അംഗത്വമെടുത്തു. കുറച്ചു പുസ്തകങ്ങൾ അവിടെനിന്നു ലഭിച്ചു. തൃക്കരിപ്പൂർ കുലേരിയിലുള്ള ഗ്രന്ഥാലയവും ഉപയോഗപ്പെടുത്തി. പില്ക്കാലത്ത് എം എൽ എ ആയ ഭരതനായിരുന്നു അന്ന് അവിടെ ലൈബ്രേറിയനായി പ്രവർത്തിച്ചിരുന്നത്. അദ്ദേഹത്തിന്റെ സഹായത്തോടെ ആവശ്യമുള്ള ഗ്രന്ഥങ്ങൾ കുറച്ചു കിട്ടി. ചില പുസ്തകങ്ങൾ പയ്യന്നൂർ പൊതുഗ്രന്ഥാലയത്തിൽനിന്നാണ് ലഭിച്ചത്. പഠിക്കേണ്ട ഭാഗങ്ങൾ മിക്കതും ബൗണ്ട് പുസ്തകങ്ങളിൽ പകർത്തിയെടുക്കുകയാണ് ചെയ്തത്.

കോഴിക്കോട് ഗുരുവായൂരപ്പൻ കോളേജാണ് വിദ്വാൻ പരീക്ഷയ്ക്കുള്ള അടുത്ത പരീക്ഷാകേന്ദ്രം. ചെറുകുഞ്ഞിയേട്ടൻ (ടി വി ഈശ്വരേട്ടൻ) അവിടെ പഠിക്കുന്ന സമയമായിരുന്നു അത്. പൊക്കുന്നിന്റെ വടക്കെ ചെരിവിൽ ഒരു വാടക വീട്ടിൽ ഈശ്വരേട്ടനും മറ്റു കുറച്ചുപേരും താമസിക്കുകയായിരുന്നു. ആ വീട് കണ്ടുപിടിച്ചു. അവിടെ താമസിച്ചാണ് പ്രിലിമിനറി പരീക്ഷ എഴുതിയത്. ചെറുകാടിന്റെ മരുമകനായ സി നാരായണൻ അന്ന് ഡിഗ്രിക്കു പഠിക്കുകയായിരുന്നു. നാരായണനും മറ്റുമാ

യിരുന്നു. മെസ്സിന്റെ മേൽനോട്ടം. പിന്നീട് അദ്ദേഹത്തിന്റെ പ്രവർത്തന ങ്ങളെല്ലാം. പലവഴിക്കും മനസ്സിലാക്കുവാൻ കഴിഞ്ഞിരുന്നു. പക്ഷേ, മുഖ ദാവിൽ കാണുവാൻ അവസരമുണ്ടായില്ല.

വിദ്വാൻ പ്രിലിമിനറി പരീക്ഷയ്ക്കെഴുതി വിജയിച്ചത് 1962 ലായി രുന്നു. അടുത്തവർഷം ജൂണിൽത്തന്നെ ഭാഷാദ്ധ്യാപകനായി താല്ക്കാ ലിക സ്ഥാനക്കയറ്റം ലഭിച്ചു. ബേക്കൽ ഹൈസ്കൂളിലായിരുന്നു ആദ്യ നിയമനം. ഡോ. പി കെ കുഞ്ഞിരാമൻ അന്ന് അവിടെ ഹിന്ദി അദ്ധ്യാപ കനായിരുന്നു. നാരായണൻ നായർ മാഷും ഗോവിന്ദൻ മാഷും താമസി ക്കുന്ന ഒരു ചെറിയ വാടകക്കെട്ടിടം! താമസം അവരോടൊപ്പമാക്കി. നല്ലൊരു ചിത്രകല അദ്ധ്യാപകനാണ് നാരായണൻ മാഷ്. ചെറുവത്തൂ രാണ് വീട്. എല്ലാവരും വെള്ളിയാഴ്ച വീട്ടിൽ പോകും. ഞായറാഴ്ച വൈകുന്നേരമോ തിങ്കളാഴ്ച രാവിലെയോ തിരിച്ചുവരും. ചോറും ചായയും ഹോട്ടലിൽ. ചെലവ് അല്പം കൂടുമെങ്കിലും പൊതുവെ തൃപ്തി കരമായിരുന്നു.

അന്നു മാതമംഗലം ഹൈസ്കൂളിൽ കാഞ്ഞങ്ങാട്ടിനു സമീപമുള്ള ഗംഗാധരൻ നായർ ഭാഷാദ്ധ്യാപകനായി ജോലിചെയ്യുന്നുണ്ടായിരുന്നു. അദ്ദേഹത്തിന് ബേക്കൽ ഹൈസ്കൂളിൽ കിട്ടിയാൽ സൗകര്യമാണ്. ഗംഗാ ധരൻ മാഷ് വന്നു കണ്ടു. പരസ്പരമാറ്റത്തിന് സമ്മതിച്ച് ഒപ്പിട്ടു കൊടുത്തു. മൂന്ന് നാല് മാസത്തിനകം മാതമംഗലം ഹൈസ്കൂളിലേക്ക് മാറ്റം കിട്ടി. അന്ന് മാതമംഗലത്ത് ദിവസവും പോയി വരികയെന്നത് പ്രയാ സകരമായിരുന്നു. കുന്നരുവിൽനിന്ന് എട്ടൊമ്പത് കിലോമീറ്റർ നടന്നാലേ പയ്യന്നൂരിൽ എത്തുകയുള്ളൂ. അവിടെനിന്ന് മാതമംഗലത്തേക്ക് ബസു

കൈതപ്രത്തോടൊപ്പം

കൾ അന്ന് കുറവായിരുന്നു. കൈതപ്രം എന്ന സ്ഥലം മാതമംഗലത്തിനടുത്താണ്. അച്ഛന്റെ മൂത്ത സഹോദരിയുടെ ഇല്ലം (പെരിങ്ങോട്ടില്ലം) അവിടെയാണ്. ഭാര്യയുടെ മൂത്ത സഹോദരിയുടെ ഇല്ലവും (മംഗലത്തില്ലം) അവിടെയുണ്ട്. അവിടെ താമസിക്കാമെന്ന് മംഗലത്തില്ലത്തെ കുഞ്ഞൂട്ടിയേച്ചി പറഞ്ഞു. ആ ഇല്ലത്തു നിന്ന് മാധവനും വിഷ്ണുവും വാസുദേവനും ഹൈസ്കൂളിലേക്ക് വരുന്നവരാണ്. അതിന്റെ അടുത്താണ് എം നാരായണൻ നമ്പൂതിരിമാഷിന്റെ ഇല്ലം. ഒപ്പം പോയി വരാം. ഈ സൗകര്യങ്ങളെല്ലാം പരിഗണിച്ചാണ് മംഗലത്തില്ലത്ത് താമസമാക്കിയത്.

കൈതപ്പുറത്തുനിന്ന് മാതമംഗലം ഹൈസ്കൂളിലേക്കു നടന്നുപോകുമ്പോൾ ഏതാനും വിദ്യാർത്ഥികൾ ഒപ്പമുണ്ടാകും. കെ ദാമോദരൻ, കെ പി കുഞ്ഞിക്കണ്ണൻ, കണ്ണാടി ദാമോദരൻ, കണ്ണാടി വാസുദേവൻ കടവക്കാട് മാധവൻ തുടങ്ങിയവരെല്ലാം അന്ന് അവിടെ വിദ്യാർത്ഥികളായിരുന്നു. ദാമോദരനും വാസുദേവനുമൊക്കെ ചിലപ്പോൾ മങ്ങലത്തില്ലത്തുവരും. കണ്ണാടി ദാമോദരൻ (കൈതപ്രം ദാമോദരൻ നമ്പൂതിരി) പില്ക്കാലത്ത് ചലച്ചിത്രഗാന കവിതാരംഗങ്ങളിൽ പ്രശസ്തനായിത്തീർന്നു.

സഹാദ്ധ്യാപകനായിരുന്ന എം പി നാരായണൻ നമ്പൂതിരി, എം എൻ നമ്പൂതിരി, ഗോവിന്ദൻ മാഷ്, വർമ്മ മാഷ് തുടങ്ങിയവരുടെ ഓർമ്മ മാത്രമാണുള്ളത്. ആ അദ്ധ്യയന വർഷം മാത്രമേ മാതമംഗലത്തുണ്ടായിരുന്നുള്ളൂ. എങ്കിലും ആ ഭാഗത്തുള്ള പലരേയും അന്ന് പരിചയപ്പെടുവാൻ കഴിഞ്ഞു.

അടുത്ത വർഷം (1965) ജൂണിൽ ശ്രീകണ്ഠാപുരം ഹൈസ്കൂളിലെത്തി. ദൂരെനിന്നുള്ള അദ്ധ്യാപകരായിരുന്നു അന്നവിടെ കൂടുതലും. അവർ ചേർന്ന് 'മെസ്' ഏർപ്പാട് ചെയ്തിരുന്നു. എം ഗോവിന്ദൻ നമ്പൂതിരി, കെ വിഷ്ണുനമ്പൂതിരി എന്നീ അദ്ധ്യാപകന്മാർ അന്നവിടെ ഉണ്ടായിരുന്നു. വാടക മുറിയിൽ അവരോടൊപ്പമാണ് കഴിഞ്ഞത്. നാട്ടിൽനിന്ന് അകന്നു ജീവിക്കേണ്ടിവന്ന ആ കാലത്ത് സാമ്പത്തിക പ്രയാസങ്ങൾ അനുഭവിച്ചുകൊണ്ടാണ് നാളുകൾ നീക്കിയത്.

മലയാളം വിദ്വാൻ ഫൈനൽ പരീക്ഷയ്ക്ക് വായിച്ചുകൊണ്ടിരുന്ന അവസരമായിരുന്നു അത്. പരീക്ഷയ്ക്കെഴുതുവാൻ കോഴിക്കോട് ഗുരുവായൂരപ്പൻ കോളേജിൽത്തന്നെ പോകേണ്ടിവന്നു. ചന്ദ്രമനയില്ലത്ത് കേശവേട്ടനും അനുജൻ ശങ്കരനും ജോലി സംബന്ധമായി അന്ന് കോഴിക്കോടായിരുന്നു. അവർ വെസ്റ്റ് ഹിൽ എന്ന സ്ഥലത്ത് ഒരു ലോഡ്ജിലായിരുന്നു താമസം. പരീക്ഷക്കാലം അവരോടൊപ്പം കഴിഞ്ഞു. 1965 ൽ വിദ്വാൻ ഫൈനൽ പരീക്ഷയിൽ വിജയിച്ചു.

സ്വദേശമായ രാമന്തളിയിലെ ഗവ. ഹൈസ്കൂളിലേക്ക് 1966 ജൂൺ മാസത്തിലാണ് മാറ്റം ലഭിച്ചത്. ടി സി ഗോവിന്ദൻ നമ്പൂതിരിയും ആ സന്ദർഭത്തിൽ അവിടെ എത്തിച്ചേർന്നു. സ്കൂളിൽ എത്തിയ ദിവസം തന്നെ വൈകുന്നേരം എന്തോ പരിപാടി! വനമഹോത്സവമോ മറ്റോ

ആണെന്നാണ് ഓർമ്മ. ചടങ്ങിൽ സംസാരിക്കണമെന്ന് പ്രധാന അദ്ധ്യാപകന്റെ ചുമതല വഹിക്കുന്ന ഗോപാലകൃഷ്ണൻ മാഷ് ആവശ്യപ്പെട്ടു. വിദ്യാർത്ഥികളെയോ സഹപ്രവർത്തകരെയോ പരിചയപ്പെട്ടുകഴിഞ്ഞിട്ടില്ല. പെട്ടെന്നുള്ള ക്ഷണം അല്പം പ്രയാസം തോന്നിക്കാതിരുന്നില്ല. ശാകുന്തളത്തിലെ പ്രകൃതിസ്നേഹവും, മഹാകവി കുമാരനാശാന്റെ 'തരുപക്ഷിമൃഗാദികളോടും മനുഷ്യരോടുമുള്ള 'സരളസ്നേഹരസ'വുമൊക്കെ മനസ്സിലൂറി. അല്പസമയം സംസാരിച്ചു. സദസ്സിൽനിന്ന് അപശബ്ദങ്ങളൊന്നുമുയർന്നില്ല.

അദ്ധ്യാപകരിൽ ചിലരൊക്കെ മുൻ പരിചയമുള്ളവരാണ്. കെ വി കൃഷ്ണൻ, കെ പി കൃഷ്ണൻ നായർ, പി രാഘവൻ നമ്പ്യാർ, ടി സി കൃഷ്ണൻ നമ്പൂതിരി, കെ കൃഷ്ണൻ നായർ, ടി പി കുഞ്ഞമ്പു, കുഞ്ഞികൃഷ്ണൻ മാസ്റ്റർ, വാസുദേവൻ നമ്പീശൻ എന്നിവരുടെ പേരുകൾ പെട്ടെന്ന് ഓർമ്മയിൽ വരുന്നു. ടി സി ഗോവിന്ദൻ നമ്പൂതിരി പ്രധാന അദ്ധ്യാപകന്റെ ചുമതല താല്ക്കാലികമായി ഏറ്റെടുത്തതും അന്നാണ്. രാജരാജവർമ്മ തമ്പുരാൻ, ശങ്കരൻ അടിയോടി. ടി ഇ പത്മനാഭൻ നമ്പൂതിരി, കുഞ്ഞികൃഷ്ണൻ, കുഞ്ഞപ്പൻ നമ്പ്യാർ, എം എ കണ്ണൻമാഷ്, ആന്റണി, കുമാരൻ, മാർത്താണ്ഡൻ, രംഗനാഥൻ, ഭൈമി, റഹിയാനത്ത്, ജനാർദ്ദനൻ, രാമകൃഷ്ണൻ, മാധവൻ, വിശാലാക്ഷൻ എന്നിങ്ങനെ വിഭിന്ന പ്രകൃതികളായ വ്യക്തിത്വങ്ങളുടെ ഉടമകളായ സഹാദ്ധ്യാപകരോടൊപ്പം കഴിഞ്ഞ നാളുകൾ ഓർക്കുന്നു.

എം എ വറീദ് മാഷ്! രാമന്തളി ഹൈസ്കൂളിലെ ആദ്യത്തെ പ്രധാനാദ്ധ്യാപകൻ! ആ കാലഘട്ടത്തിലാണ് മോത്തിലാൽ നെഹ്റു മെമ്മോറിയൽ പ്രബന്ധമത്സരത്തിൽ കെ കെ കുഞ്ഞമ്പുവിനെ പങ്കെടുപ്പിച്ചതും ഷീൽഡ് നേടിയതും. വലിയൊരു ഘോഷയാത്ര സംഘടിപ്പിച്ച് അതൊരു വലിയ സംഭവമാക്കിത്തീർക്കുവാൻ വറീദ് മാഷ് മുൻകൈ എടുത്തു.

വിദ്യാലയത്തിന്റെ ആരംഭകാലത്ത് ഏതാനും വർഷം കൈയെഴുത്തു മാസിക തയ്യാറാക്കുവാനുള്ള ശ്രമം നടത്തിയിരുന്നു. അവയുടെ പഴയ കോപ്പികൾ സ്കൂൾ ലൈബ്രറിയുടെ മൂലയിൽ ഒരുപക്ഷേ, കണ്ടു കൂടായ്കയില്ല. കൈയെഴുത്തു മാസിക ആദ്യമിറക്കിയത് 1968 ലാണ്. അന്നത്തെ സ്കൂൾ ലീഡർ പി പി ദാമോദരൻ, ചിത്രം വരയ്ക്കാറുള്ള എം കെ ബാലകൃഷ്ണൻ, എ മാധവൻ, രമേശൻ തുടങ്ങിയ വിദ്യാർത്ഥികൾ അതിനു ഉത്സാഹപൂർവ്വം പ്രവർത്തിച്ചവരായിരുന്നു. വറീദ് മാഷിന്റെ കാലം തൊട്ട് ഗോപാലകൃഷ്ണ കമ്മത്ത് ഹെഡ്മാസ്റ്ററായിരുന്ന കാലം വരെ കൈയെഴുത്തുമാസികയുടെ പ്രവർത്തനം തുടർന്നിരുന്നുവെന്നാണ് ഓർമ്മ.

ഗോപാലകൃഷ്ണ കമ്മത്ത്! ഹിന്ദി, സംസ്കൃതം, പാലി, മലയാളം, ഇംഗ്ലീഷ് എന്നീ ഭാഷകളിലുള്ള പാണ്ഡിത്യം! എഴുത്തും വായനയും നിത്യശീലം! ആത്മധൈര്യമുള്ള ഹെഡ്മാസ്റ്റർ! തലശ്ശേരിയിൽവെച്ച് നടക്കാറുണ്ടായിരുന്ന സാഹിത്യ സമിതിയുടെ സമ്മേളനങ്ങളിൽ പങ്കെടു

ക്കുവാൻ ഒന്നിച്ചുപോകാറുണ്ടായിരുന്ന നാളുകൾ ഓർക്കുന്നു. പി കെ കുഞ്ഞികൃഷ്ണപിള്ള, എൻ പ്രഭാകരൻ നായർ, ജാനകിക്കുട്ടി ടീച്ചർ, കെ വി കൃഷ്ണയ്യർ, പി കെ രാമവർമ്മ, ശാന്തകുമാരി ടീച്ചർ, ഷംസുദ്ദീൻ, ജോസഫ് എന്നിങ്ങനെ വിഭിന്ന വ്യക്തിത്വങ്ങളോടു കൂടിയവർ വിവിധ കാലഘട്ടങ്ങളിലായി ഇവിടെ പ്രധാന അദ്ധ്യാപകരായിരുന്നു.

രാമന്തളി ഹൈസ്കൂൾ നിർമ്മാണ കമ്മിറ്റിയുടെയും തുടർന്ന് രക്ഷാകർത്തൃ സമിതിയുടെയും ഭാരവാഹികളായിരുന്ന പി കെ വലിയ ചിണ്ടപ്പൊതുവാൾ, ഇ അബ്ദുൾ റഹ്മാൻ സാഹേബ്, വി പി കുഞ്ഞിരാമപ്പൊതുവാൾ, എൻ വി കോരൻമാസ്റ്റർ, ടി എച്ച് ഗോപാലൻ നമ്പ്യാർ, പി വി കുഞ്ഞിക്കണ്ണപ്പൊതുവാൾ, സി കെ കുഞ്ഞിരാമപ്പൊതുവാൾ, ഒ കെ കുഞ്ഞിക്കണ്ണൻ, പി കെ സി ചിണ്ടപ്പൊതുവാൾ, എം കൃഷ്ണപ്പണിക്കർ, പി കെ കോമൻ നായർ, സി കെ നാരായണപ്പൊതുവാൾ, പി കുഞ്ഞിക്കണ്ണൻ, കെ കെ രാഘവപ്പൊതുവാൾ തുടങ്ങിയവരെയെല്ലാം സ്നേഹാദരങ്ങളുടെ ചിഹ്നമായി മനസ്സിൽ സ്മരിക്കുന്നു.

തലസ്ഥാന നഗരിയിൽ ആദ്യമായി ചെന്നത് രാമന്തളി ഹൈസ്കൂളിൽ അദ്ധ്യാപകനായിരുന്ന കാലത്താണ്. കൃത്യമായി പറഞ്ഞാൽ 1966 ഡിസംബർ മാസത്തിൽ! പൂജപ്പുര ഹൈസ്കൂളിൽവെച്ച് പത്തുദിവസത്തെ ഇൻസർവ്വീസ് കോഴ്സ്! അന്ന് തിരുവനന്തപുരത്തേക്ക് തുടർച്ചയായി തീവണ്ടി ഇല്ലായിരുന്നു. ഷൊർണൂരിൽ ഇറങ്ങി അവിടെനിന്ന് മറ്റൊരു തീവണ്ടിയിൽ കയറിയാണ് പോകേണ്ടിയിരുന്നത്.

നാല്പത് അദ്ധ്യാപകരാണ് ആ ക്യാമ്പിൽ ഉണ്ടായിരുന്നത്. അദ്ധ്യാപകർക്കുള്ള കൈപ്പുസ്തകം (ഹാൻഡ് ബുക്ക്) തയ്യാറാക്കുന്നതിനുള്ളതായിരുന്നു ആ കോഴ്സ്. അതിനിടയിൽ ഒരുദിവസം കന്യാകുമാരി സന്ദർശനം നടത്തുവാൻ അവസരം ലഭിച്ചു. ഒരു ടൂറിസ്റ്റ് ബസിലായിരുന്നു യാത്ര. പത്മനാഭപുരം കൊട്ടാരം, നാഗർകോവിൽ, ശുചീന്ദ്രം ക്ഷേത്രം, കന്യാകുമാരി എന്നിവിടങ്ങളിലെല്ലാം പോകുവാൻ സാധിച്ചു.

പൂജപ്പുരയിലെ പത്തുദിവസത്തെ താമസത്തിനിടയിൽ പ്രശസ്ത സാഹിത്യകാരനായ പി കെ പരമേശ്വരൻ നായരുടെ വസതിയിൽ ചെന്ന് അദ്ദേഹത്തെ കാണുവാൻ കഴിഞ്ഞു. ഖദർ വസ്ത്രധാരി! അതിന്റെ മഹിമ നിലനിർത്തുന്ന സൗമ്യപ്രകൃതി! വിനയാന്വിതമായ പെരുമാറ്റം! ഒപ്പം എം കെ കുഞ്ഞിരാമൻ മാഷും, കെ ഗോവിന്ദൻ മാഷും ഉണ്ടായിരുന്നു. വടക്കേ മലബാറിൽ നിന്നു വന്നതാണെന്നറിഞ്ഞപ്പോൾ, അദ്ദേഹം ഏറെ സന്തോഷവാനായി. തന്റെ ഷഷ്ഠ്യബ്ദപൂർത്തി സ്മരണിക കൈയൊപ്പ് വെച്ചു തന്നു. ഒരു പുരസ്കാരമെന്നപോലെയാണ് അന്നത് ഏറ്റുവാങ്ങിയത്. ആ യാത്രയിൽ തലസ്ഥാന നഗരിയെക്കുറിച്ച് കൂടുതലായൊന്നും മനസ്സിലാക്കുവാൻ കഴിഞ്ഞില്ല. പൂജപ്പുര മണ്ഡപം ബസിറങ്ങുമ്പോൾ തന്നെ കാണാം. ശ്രീ പത്മനാഭസ്വാമിക്ഷേത്രവുമായി ഇതിനുള്ള ബന്ധം ചോദിച്ചറിയുവാൻ കഴിഞ്ഞു.

ആ യാത്രയിൽ എം കെ കുഞ്ഞിരാമൻ മാഷ്, കെ ഗോവിന്ദൻ മാഷ്

എന്നിവർ പയ്യന്നൂർ മുതൽ ഒപ്പമുണ്ടായിരുന്നു. കുഞ്ഞിരാമൻ മാഷ് ഗുരുവായിരുന്നുവെങ്കിലും ഒരുത്തമ സുഹൃത്തിന്റെ നിലയിലായിരുന്നു പെരുമാറ്റം. അവരോടൊപ്പമാണ് താമസവും സഞ്ചാരവും. ആ കൂട്ടായ സഹവാസം ഒരു കുളിർമ്മയേകുന്ന ഓർമ്മയായി ഇന്നും മനസ്സിൽ ഉയരുന്നു.

അന്ന് വിദ്യാലയ സഹകരണസംഘത്തിന്റെ ചുമതല കെ കൃഷ്ണൻ നായർ മാഷിനായിരുന്നു. ഒരു ദിവസം എട്ടാം തരം പാഠപുസ്തകമായി അടുത്തുവന്ന് 'മാഷിന്റെ ഒരു പാഠം ഇതിലുണ്ടല്ലോ' എന്നു പറഞ്ഞു. പെട്ടെന്ന് അത്ഭുതമാണ് തോന്നിയത്. ഇതെങ്ങനെ സംഭവിച്ചു? 'നാടോടി വിജ്ഞാനീയത്തിന്നൊരു മുഖവുര' എന്ന പുസ്തകത്തിലെ 'പഴഞ്ചൊല്ലുകൾ' എന്നൊരു ഭാഗം പാഠപുസ്തകത്തിൽ ഉൾക്കൊള്ളിച്ചു കാണുന്നു! അന്ന് പാഠപുസ്തക കമ്മിറ്റിയിൽ അംഗമായിരുന്ന പി ടി ഭാസ്കരപ്പണിക്കരാണ് അതിൽ താല്പര്യമെടുത്തിരുന്നതെന്ന് തിരിച്ചറിയുവാൻ കുറേക്കാലം കഴിയേണ്ടിവന്നു.

ഇരുപത് വർഷത്തിലധികംകാലം സ്കൂൾ ലൈബ്രറിയുടെ ചുമതല! അത് ജീവിതത്തിൽ ഏറെ ഗുണം ചെയ്തു. അന്ന് കുറെ നല്ല പുസ്തകങ്ങൾ ലൈബ്രറിയിൽ എത്തിക്കുവാൻ കഴിഞ്ഞു. സാഹിത്യചരിത്രം, നിരൂപണം, കവിത, ഉപന്യാസം, ഭാഷാശാസ്ത്രം, ചരിത്രം, നാടോടി വിജ്ഞാനീയം എന്നീ ഇനങ്ങളിലെ മുഖ്യകൃതികൾ! എം എ പരീക്ഷയ്ക്ക് അവ പ്രയോജനം ചെയ്തു.

അദ്ധ്യാപക വൃത്തിയുടെ ആദ്യഘട്ടത്തിലാണ് (1970 നു മുമ്പ്) പട്ടാമ്പിയിൽവെച്ചുനടന്ന സാഹിത്യസമിതിയുടെ ഒരു ക്യാമ്പിൽ പങ്കെടുക്കുവാൻ കഴിഞ്ഞത്. സാഹിത്യകാരന്മാരുമായി ബന്ധപ്പെട്ടുള്ള ഒരാഴ്ചക്കാലത്തെ കൂട്ടായ ജീവിതം നല്ലൊരനുഭവമായിരുന്നു. പട്ടാമ്പിയിൽ ഭാരതപ്പുഴയുടെ തീരത്തുള്ള ഒരു കൊട്ടാരത്തിലായിരുന്നു ക്യാമ്പ്. ചെറുകാടിന്റെ നാടായതുകൊണ്ട് എല്ലാ കാര്യത്തിലും അദ്ദേഹത്തെയാണ് മുമ്പിൽ കണ്ടത്. സാഹിത്യകാരനായ അദ്ദേഹം കറിക്കുവേണ്ട ഒരു ചക്കയുമായി വരുന്ന ദൃശ്യം ഇന്നും മനസ്സിൽ കാണുന്നു. തായാട്ടുശങ്കരൻ, എം എസ് മേനോൻ, എം ആർ ചന്ദ്രശേഖരൻ, പാലക്കീഴ് നാരായണൻ, എസ് ഗുപ്തൻ നായർ, കുഞ്ഞുണ്ണി മാഷ്, എൻ എൻ കക്കാട്, എം പി വി നമ്പൂതിരി, പാലൂർ തുടങ്ങിയവർ അവിടെ സജീവമായുണ്ടായിരുന്നു. അവരുമായി പരിചയപ്പെടുവാൻ ആ ക്യാമ്പ് സന്ദർഭമൊരുക്കി.

അദ്ധ്യാപകവൃത്തിയിൽ പ്രവേശിച്ചശേഷമാണ് ഉന്നത പരീക്ഷകൾക്കിരുന്നത്. ക്ലേശപൂർണ്ണമായ ആ കാലഘട്ടത്തെക്കുറിച്ചുള്ള ഓർമ്മകൾ മനസ്സിൽനിന്ന് മാഞ്ഞുപോകുന്നില്ല. കുടുംബം പുലർത്തുവാൻ ഒരു ജോലി വേണമെന്നേ ആദ്യം ലക്ഷ്യമുണ്ടായിരുന്നുള്ളൂ. വിദ്വാൻ പരീക്ഷയിൽ വിജയിച്ചപ്പോൾ ഭാഷയിൽ കൂടുതൽ പഠനം നടത്തണമെന്ന മോഹം ജനിച്ചു. എം എ പരീക്ഷയ്ക്കു പോകണം. വിദ്വാൻ പരീക്ഷ കഴിഞ്ഞാൽ നേരിട്ട് എം എയ്ക്കു പോകുവാൻ കഴിയുമായിരുന്നില്ല. അതിനാൽ ബി എ പരീക്ഷയ്ക്കു എഴുതേണ്ടിവന്നു. പരീക്ഷകൾ നിറഞ്ഞൊരു

ജീവിതം.

എം എ പരീക്ഷയുടെ പാഠ്യപദ്ധതി നോക്കി. എത്രയെത്ര പുസ്തകങ്ങൾ! ഇവയെല്ലാം കാണുവാൻ പറ്റുമോ? ഏതായാലും, 1970 ൽ ശ്രമം ആരംഭിച്ചു. ഭാഷാശാസ്ത്രം, പൗരസ്ത്യസാഹിത്യമീമാംസ, പാശ്ചാത്യ സാഹിത്യമീമാംസ എന്നിവ അന്ന് അപരിചിതങ്ങളായിരുന്നു. വായിച്ചും കുറിപ്പ് തയ്യാറാക്കിയും നീങ്ങി. കിട്ടുന്ന പുസ്തകങ്ങളൊക്കെ വായിച്ചു. പാഠ്യപദ്ധതിയിൽ നിർദ്ദേശിക്കപ്പെട്ട പുസ്തകങ്ങളിൽനിന്നു മാത്രമല്ല, മറ്റു പുസ്തകങ്ങളിൽനിന്നും കാര്യങ്ങൾ ഗ്രഹിക്കുവാൻ കഴിഞ്ഞു. ശുഭാപ്തിവിശ്വാസം അല്പാല്പമുണ്ടായി. പയ്യന്നൂർ സെന്റ് മേരീസ് ഹൈസ്കൂളിലെ കണ്ണപ്പൊതുവാൾ മാഷ് പരീക്ഷയ്ക്കിരിക്കുവാൻ ശ്രമിച്ചിരുന്ന കാലമായിരുന്നു അത്. ഒരു ധൈര്യം കിട്ടി.

അന്ന് മലയാളം എം എ പരീക്ഷയ്ക്ക് ഒരു പേപ്പറിനു പകരം ഒരു നിബന്ധം തയ്യാറാക്കി സമർപ്പിച്ചാൽ മതിയായിരുന്നു. അതാണ് തിരഞ്ഞെടുത്തത്. നിബന്ധത്തിനു സ്വീകരിച്ച വിഷയം 'ഉപന്യാസ സാഹിത്യം' എന്നതായിരുന്നു. ഈ വിഷയത്തെ പുരസ്കരിച്ച് ഒറ്റപ്പെട്ട ചില ലേഖനങ്ങളല്ലാതെ ഒരു പഠനഗ്രന്ഥം മലയാളത്തിൽ ഉണ്ടായിരുന്നില്ല. ആ പ്രബന്ധം തയ്യാറാക്കുവാൻ അനേകം ഗ്രന്ഥങ്ങൾ വായക്കേണ്ടിവന്നു. എഴുതിവന്നപ്പോൾ ഉപന്യാസത്തിന്റെ ഉത്ഭവം, വളർച്ച, ലക്ഷണം, ആംഗ്ലേയ-മലയാള ഭാഷകളിലെ ഉപന്യാസ വൈവിദ്ധ്യം എന്നിവയൊക്കെ പ്രതിപാദിക്കുന്ന ഒരു ഗ്രന്ഥമായിത്തീർന്നു.

എം എ പരീക്ഷ ഒരു മാസത്തിലധികം നീണ്ടു നില്ക്കുന്നതാണ്. അഡ്വ. ടി വി ഈശ്വരേട്ടൻ (ചെറു കുഞ്ഞിയേട്ടൻ) തൃശൂരിലാണ് താമസം. അദ്ദേഹം കേരളവർമ്മ കോളേജിലെ അദ്ധ്യാപികയായ എം സി ശ്രീദേവിയെയാണ് വിവാഹം കഴിച്ചത്. അവിടെച്ചെന്ന് കോളേജും പരിസരവും പരിചയപ്പെട്ടു. ആ യാത്രയിലാണ് പ്രൊഫസർ നാരായണൻ പോറ്റിയെ കാണുവാൻ കഴിഞ്ഞത് ഉപന്യാസ സാഹിത്യരചന പ്രസിദ്ധീകരിക്കണമെന്ന് അവരെല്ലാം പറഞ്ഞു. എം എ പരീക്ഷയ്ക്കു വേണ്ടിയാണ് ആദ്യമായി ഒരു പഠന ഗ്രന്ഥം തയ്യാറാക്കിയത്. പക്ഷേ, അത് പുസ്തകരൂപത്തിൽ പ്രസിദ്ധീകരിക്കുവാൻ അല്പ കാലം കഴിഞ്ഞേ സാധിച്ചുള്ളൂ.

ജീവിതചര്യകളിലും ശീലങ്ങളിലും എം എ പരീക്ഷയോടെ ചില മാറ്റങ്ങൾ കുറിക്കപ്പെട്ടു. കവിതയെഴുതുന്ന ശീലം ഇല്ലാതായി. പരീക്ഷാർത്ഥം സാഹിത്യചരിത്രങ്ങളും മറ്റും വായിച്ചപ്പോൾ ചില നാടൻ പാട്ടുകളെയും നാടൻ കലകളെയുംകുറിച്ച് അപൂർണ്ണമായ കുറിപ്പുകൾ മാത്രമാണ് കാണുവാൻ കഴിഞ്ഞത്. കുട്ടിക്കാലത്തെ അനുഭവങ്ങളും ഓർമ്മകളും ഉള്ളിലുണർന്നു. കുട്ടിക്കാലത്ത് മലയി ചെറിയയും പണിക്കരും പാടിക്കേട്ട കോതാമൂരിപ്പാട്ടിന്റെയും കാവുകളുടെയും തെയ്യങ്ങളുടെയും പൂരക്കളിയുടെയും നെല്പാടങ്ങളിൽ മുഴങ്ങിയിരുന്ന ചാരൻ പാട്ടുകളുടെയും ഓർമ്മകൾ മനസ്സിൽ തെളിഞ്ഞു. അവയൊക്കെ അറിയേണ്ട, പഠിക്കേണ്ട കാര്യങ്ങളാണെന്നു തോന്നി. നാട്ടറിവിന്റെ വഴിക്കു ചിന്ത നീങ്ങി

യത് അപ്രകാരമാണെന്നു തോന്നുന്നു.

ഫോക്‌ലോർ ഫെലോസ് ഓഫ് മലബാർ ട്രസ്റ്റിനു രൂപംനല്കപ്പെട്ടത് 1982 ഏപ്രിൽ 18-ാം തീയതി പയ്യന്നൂർ ജ്യോതിസദനത്തിൽ ചേർന്ന യോഗത്തിൽ വെച്ചായിരുന്നു. 1983 മാർച്ച് 31 ന് ട്രസ്റ്റ് രജിസ്റ്റർ ചെയ്തു. എ കെ കൃഷ്ണപ്പൊതുവാൾ (ചെയർമാൻ), എം സി അപ്പുണ്ണി നമ്പ്യാർ (വൈസ് ചെയർമാൻ), ജി ഭാർഗ്ഗവൻ പിള്ള (സെക്രട്ടറി), ഡോ. എം വി വിഷ്ണുനമ്പൂതിരി (ജോ. സെക്രട്ടറി), എം എം നമ്പൂതിരി (ട്രഷറർ) രാഘവൻ പയ്യനാട്, എം എൻ കക്കാട്, ഡോ. കെ കെ കരുണാകരൻ, കെ വി കണ്ണപ്പെരുവണ്ണാൻ എന്നിവരാണ് ആദ്യഭാരവാഹികൾ. ട്രസ്റ്റിന്റെ വകയായി *നാടോടി* എന്നൊരു മാസികയും ആരംഭിച്ചു. 1983 ഡിസംബർ മാസത്തിലാണ് അതിന്റെ ഒന്നം ഘട്ടമിറങ്ങിയത്.

യുവകലാസാഹിതിയുടെ ആഭിമുഖ്യത്തിൽ പയ്യന്നൂരിൽ വെച്ച് 1984 ൽ നടന്ന സംസ്ഥാന നാടൻ കലാമേള ഓർമ്മയിൽവരുന്ന ഒരു മുഖ്യസംഭവമാണ്. അതിന്റെ ചെയർമാൻ സ്ഥാനം ഏറ്റെടുക്കേണ്ടതായി വന്നു. നാടൻ കലകളെയും നാടൻ കലാകാരന്മാരെയും അവജ്ഞയും അനാദരവും കലർന്ന മനോഭാവത്തോടെയാണ് അന്ന് പലരും വീക്ഷിച്ചിരുന്നത്. അതിനു അല്പമെങ്കിലും മാറ്റം കുറയ്ക്കുവാൻ ഈ കലാമേളയിലൂടെ സാധിക്കണമെന്ന ആഗ്രഹത്തോടെയാണ് അതിനു തുനിഞ്ഞത്. നാടൻ കലാകാരന്മാരെ ആദരിക്കുന്ന ഒരു ചടങ്ങ് കലാമേളയുടെ പ്രധാനമായൊരു ഇനമായിരിക്കണമെന്ന് ആദ്യമേ അറിയിച്ചു. എല്ലാവരും അതിന് അനുകൂലിച്ചു. നിരിച്ചൻ കാഞ്ഞൻ പൂജാരി, ഇടച്ചിരിയൻ കരിഞ്ചി, കെ പി ചന്തു പടുത്തടവൻ, വയലിൻ കുഞ്ഞിരാമൻ പണിക്കർ, നർത്തകരത്നം കണ്ണപ്പെരുവണ്ണാൻ, സി എം മമ്മു തുടങ്ങിയ കലാകാരന്മാരാണ് അന്ന് ആദരിക്കപ്പെട്ടത്. ഇത്തരമൊരു ചടങ്ങ് ഈ പ്രദേശത്ത് ആദ്യമായിരുന്നു.

ഔദ്യോഗികമായി ചില ഉന്നത സ്ഥാനങ്ങളിലേക്ക് നിയമന ഉത്തരവ് ലഭിച്ചത് രാമന്തളി ഹൈസ്കൂളിൽ ജോലി ചെയ്തിരുന്ന കാലത്താ

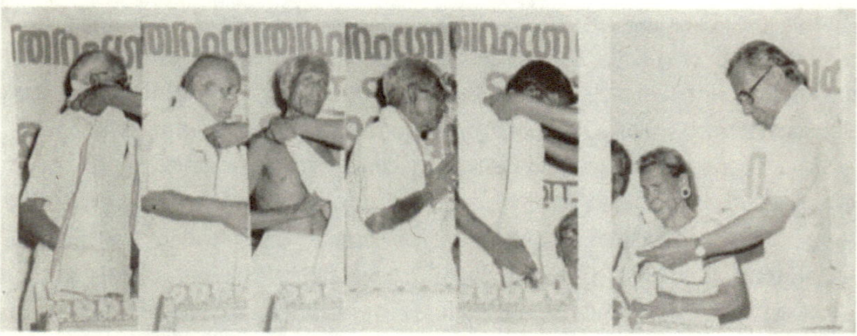

നാടൻ കലാകാരന്മാരെ ആദരിക്കുന്ന ചടങ്ങ്

യിരുന്നു. കേരള സർവ്വകലാശാലയിൽ ലെക്സിക്കൻ വകുപ്പിൽ സബ് എഡിറ്റർ തസ്തികയിൽ നിയമന ഉത്തരവ് ലഭിച്ചത് മുഖ്യമായ ഒന്നായിരുന്നു. കേരള സർവ്വകലാശാലയിൽ ഹസ്ത ലിഖിത ഗ്രന്ഥാലയത്തിൽ ക്യൂറേറ്ററായി ഉത്തരവ് ലഭിച്ചതാണ് മറ്റൊരു സംഭവം. ഇതൊന്നും സ്വീകരിക്കാൻ പറ്റാത്ത ഒരു നിയമവ്യവസ്ഥയാണ് അന്ന് പൊതുവിദ്യാഭ്യാസ വകുപ്പിൽ നിലനിന്നിരുന്നത്. പൊതു വിദ്യാഭ്യാസ വകുപ്പിൽനിന്ന് സാധാരണഗതിയിൽ റിലീവ് ചെയ്ത സർവ്വകലാശാലപോലുള്ള സ്വയംഭരണാധികാരമുള്ള സ്ഥാപനങ്ങളിൽപോകുവാൻ അന്ന് നിയമം അനുവദിച്ചിരുന്നില്ല. സർക്കാർ വിദ്യാലയങ്ങളിൽ മാത്രമേ ഈ നിയമം ബാധകമായിരുന്നുള്ളൂ. സ്വകാര്യ വിദ്യാലയങ്ങളിൽനിന്ന് എപ്പോൾ വേണമെങ്കിലും മറ്റു സ്ഥാപനങ്ങളിലേക്ക് മാറിപ്പോകുവാൻ നിയമതടസ്സമുണ്ടായിരുന്നില്ലെന്നതാണ് വിചിത്രമായ കാര്യം.

ഡി ഇ ഒ ഓഫീസ് മുതൽ ഡി പി ഐ ഓഫീസ് വരെ ചെന്നു ഡി പി ഐ ഓഫീസിൽ പ്രൊഫ. പത്മന രാമചന്ദ്രൻ നായരും ഒപ്പം വന്നു. അദ്ദേഹത്തിന് അവിടെ ചിലരെ പരിചയമുണ്ടായിരുന്നു. അവിടെ നിന്ന് ചിലർ അനുകൂലമായി സംസാരിച്ചുവെങ്കിലും അന്തിമമായി ഡി പി ഐ അതിനു അനുമതി നിഷേധിച്ചു. രാജിയെഴുതിക്കൊടുത്താൽ മാത്രമേ റിലീവ് ചെയ്യുവാൻ നിർവ്വാഹമുള്ളൂവെന്ന് തീർത്തും വ്യക്തമാക്കപ്പെട്ടു. സർവ്വകലാശാലയിലെ ആ തസ്തികയ്ക്കു നിശ്ചയിച്ച പ്രായപരിധി കഴിഞ്ഞതിനാൽ ഡി പി ഐ യുടെ ഉത്തരവുണ്ടെങ്കിലേ ജോലിയിൽ പ്രവേശിക്കുവാൻ കഴിയുകയുള്ളൂവെന്ന് സർവ്വകലാശാലയെ അറിയിച്ചു. യോഗ്യത പരിഗണിച്ചുകൊണ്ടുള്ള നിയമനോത്തരവുകൾ ലഭിച്ചിട്ടും സ്വീകരിക്കുവാൻ കഴിയാതെ പോയ ഭാഗ്യദോഷത്തെക്കുറിച്ചോർത്ത് മനഃപ്രയാസമുണ്ടാകാതിരുന്നില്ല. തിരുവനന്തപുരത്ത് ഏതെങ്കിലും തിരിമറിയോ സ്വാധീന പ്രയോഗമോ ഉണ്ടായോ എന്നറിയില്ല. സൂത്രപ്പണികൾ കൊണ്ട് ഉദ്യോഗം നേടിയവരുണ്ടെന്ന് കേട്ടിട്ടുണ്ട് ഏതായാലും ഇത്തരം സൂത്രപ്പണികൾക്കൊന്നും തുനിഞ്ഞില്ല. അന്ന് പൊതുവിദ്യാഭ്യാസ വകുപ്പിന്റെ കാർക്കശ്യനിയമത്തെ അതിജീവിക്കുവാൻ കഴിഞ്ഞില്ല. ഈ നിയമം ഇപ്പോൾ നിലവിലില്ലത്രെ.

ഉന്നത പദവിയിലുള്ള ജോലിയിൽ നിയമനോത്തരവ് ലഭിച്ചിട്ടും അത് സ്വീകരിക്കാതിരുന്നതിനെ ചൊല്ലി ചിലരൊക്കെ ചോദിക്കാതിരുന്നില്ല. യാഥാർത്ഥ്യം വെളിപ്പെടുത്തുവാൻ ശ്രമിച്ചുവെങ്കിലും പലരും അത് വിശ്വസിച്ചില്ല. അതേസമയം കാര്യം ഗ്രഹിച്ചവരും ഉണ്ടായിരുന്നു. പ്രയാസങ്ങളെല്ലാം വിസ്മരിക്കുവാൻ ശ്രമിച്ചുകൊണ്ട് നാടോടിവിജ്ഞാനീയ രംഗത്ത് അന്വേഷണപഠനങ്ങളിൽ മുഴുകി കാലം കഴിച്ചു. നാട്ടറിവിന്റെ പല സ്രോതസ്സുകളും കണ്ടെത്തുവാൻ ശ്രമിച്ചു. കൂടുതൽ കലാകാരന്മാരെ (ആവേദകരെ) കണ്ട് സൗഹൃദം പുലർത്തി.

ഇരുപത്തിയഞ്ചു വർഷക്കാലം മുന്നിലൂടെ കടന്നുപോയ വിദ്യാർത്ഥി ലോകം! പലരുടെയും പേരുകൾ ഓർമ്മയിൽ വരുന്നില്ല. അവരെല്ലാം

സ്നേഹത്തിന്റെ മാകന്ദമഞ്ജരികൾ മാത്രമേ ദക്ഷിണ നല്കിയിട്ടുള്ളൂ. അവരെക്കുറിച്ച് മറിച്ചൊരു ചിന്തയ്ക്കിടമില്ല.

നാടോടി വിജ്ഞാനീയരംഗത്ത് നടത്തിയ ശേഖരണ പഠനശ്രമങ്ങളിൽ നല്ലൊരു ഭാഗം രാമന്തളി ഹൈസ്കൂളിൽ അദ്ധ്യാപകനായിരുന്ന കാലത്ത് നടത്തപ്പെട്ടവയാണ്. ഗ്രാമ ഗ്രാമാന്തരങ്ങളിലൂടെയുള്ള സഞ്ചാരം! കേരളത്തിന്റെ നാനാമൂലകളിലുമുള്ള ജനക്കൂട്ടായ്മകളുടെ ജീവിത സംസ്കാരങ്ങൾ അറിയുവാനുള്ള വ്യഗ്രത! സ്വന്തം കുടുംബത്തിന്റെ ക്ഷേമത്തിനു വേണ്ടി കൂടുതൽ ശ്രദ്ധിക്കുവാൻ കഴിയാതെ പോയ കാലം! അതൊരു വിചിത്രമായ ജീവിതചര്യയായിരുന്നു. മനോഗതി അധികം പേർക്കും തിരിച്ചറിയുവാൻ കഴിയാതിരുന്ന കാലം! സഹപ്രവർത്തകരിൽ ചിലർക്കെങ്കിലും തെറ്റായ ധാരണകൾ ആ കാലത്ത് ഉയർന്നിരിക്കാം.

സംസ്കാരം ഭിന്നമാണെന്നും അവയ്ക്കു ഉത്തമാധമത്വം കല്പിക്കുന്നത് ശരിയല്ലെന്നും, ഓരോന്നിനും അതിന്റേതായ വ്യതിരിക്തതയും മഹത്ത്വവുമുണ്ടെന്നും പൂർണ്ണമായും ഗ്രഹിക്കുവാൻ ആ വൈജ്ഞാനിക തീർത്ഥയാത്രയിലൂടെ കഴിഞ്ഞു. സ്നേഹത്തിന്റെ വിശാലമായ ലോകം തുറന്നു കാണുവാനാണ് അതിലൂടെ സാധിച്ചത്. കർമ്മങ്ങളുടെ ഉദ്ദേശശുദ്ധി തിരിച്ചറിയാതിരുന്ന ചിലർ അവഹേളിച്ചിരിക്കാം. ചുണ്ടോടടുത്തത് പലതും താഴെ വീണു. കൈയിൽ കിട്ടിയത് ചിലത് വലിച്ചെറിഞ്ഞു. പദവിയേക്കാളും പണത്തേക്കാളും എന്തോ ഒന്നിനു വില കല്പിച്ചു കൊണ്ടുള്ളതായിരുന്നു. ക്ലേശപൂർണ്ണമായ ആ സഞ്ചാരം അന്യരുടെ പ്രീതിയോ അപ്രീതിയോ നോക്കാതെ, മനസ്സാക്ഷിക്കൊത്ത് പ്രവർത്തിക്കുക! ആ പ്രവർത്തനത്തിന്റെ ലക്ഷ്യവും ഫലപ്രാപ്തിയും വിദൂരമാണ്. നെഞ്ചു കീറിയാലും അതിന്റെ നേര് അന്യർ ഉൾക്കൊള്ളണമെന്നില്ല.

രണ്ടായിരത്തോടെ മിക്ക ഹൈസ്കൂളുകളിലും ഹയർ സെക്കന്ററി ക്ലാസുകൾ ആരംഭിച്ചു. എം എ ഡിഗ്രിയെടുത്ത ഹൈസ്കൂൾ അദ്ധ്യാപകർക്കെല്ലാം ഹയർ സെക്കന്ററി വിഭാഗത്തിലേക്ക് പ്രൊമോഷൻ ലഭിച്ചു തുടങ്ങി. എം എ, പി എച്ച് ഡി, ബിരുദങ്ങൾ ഉണ്ടായിട്ടും ബി എഡ് ഇല്ലെന്ന കാരണത്താൽ പ്രൊമോഷൻ നിഷേധിക്കപ്പെടുകയാണുണ്ടായത്. നിരാശയും മനോവേദനയും ആ സന്ദർഭത്തിൽ എത്രമാത്രം ഉണ്ടായെന്ന് പറഞ്ഞറിയിക്കേണ്ടതില്ലല്ലോ. എം എ (ഫസ്റ്റ് ക്ലാസ്)യും പി എച്ച് ഡിയും ഉള്ള ആളെ പരിഗണിക്കാതെ കഷ്ടിച്ച് എം എ ജയിക്കുക മാത്രം ചെയ്തവർക്കുപോലും ഉദ്യോഗക്കയറ്റം നല്കുന്നതിലെ വൈരുദ്ധ്യം 2001 ൽ അന്നത്തെ വിദ്യാഭ്യാസ മന്ത്രിയുടെയും വിദ്യാഭ്യാസ സെക്രട്ടറിയുടെയും ശ്രദ്ധയിൽപ്പെടുത്തി. അവർക്ക് കാര്യം ബോദ്ധ്യപ്പെട്ടു. മന്ത്രിയുടെ പേർസണൽ സെക്രട്ടറി അറിവും വകതിരിവും പരിചയസമ്പത്തുമുള്ള ഒരാളായിരുന്നു. ഇത്തരത്തിലുള്ള നിയമക്കുരുക്കൾ നിലനില്ക്കുന്നത് നീതിക്കു യോജിച്ചതല്ലെന്ന് അദ്ദേഹം വ്യക്തമാക്കി. പി എച്ച് ഡി ബിരുദധാരികളെ നിയമിക്കണമെന്ന ഒരുപൊതു ഉത്തരവ് അതിന്റെയൊക്കെ

വെളിച്ചത്തിൽ പുറത്തിറങ്ങി.

അതുപ്രകാരം 1991 നവംബറിൽ ഹയർസെക്കന്ററി സ്കൂളിലേക്ക് പ്രൊമോഷൻ ലഭിച്ചു. മണത്തണ ഹയർ സെക്കന്ററി സ്കൂളിലാണ് നിയമനം. കണ്ണൂർ ജില്ലയിൽ തന്നെയാണ് ആ വിദ്യാലയം. എങ്കിലും, വയനാടൻ പ്രദേശത്തിന്റെ അതിർത്തിയോടടുത്താണ്. രാമന്തളിയിൽനിന്നും നാലുമണിക്കൂറുകളിലധികം യാത്ര ചെയ്താൽ മാത്രമേ അവിടെ എത്തുവാൻ കഴിയുകയുള്ളൂ. താമസസൗകര്യങ്ങൾ പരിമിതമായിരുന്നൊരു സ്ഥലം! അവിടെ അദ്ധ്യാപകനായിരുന്ന നാരായണൻ നമ്പൂതിരി അദ്ദേഹത്തോടൊപ്പം കഴിയാമെന്നു പറഞ്ഞു. അതേ വിദ്യാലയത്തിൽ ജോലി ചെയ്യുന്ന ദേവകിടീച്ചർ അദ്ദേഹത്തിന്റെ ഭാര്യയാണ്. അവരുടെ മകൻ അനിൽ ഹയർ സെക്കന്ററി സ്കൂളിൽ വിദ്യാർത്ഥിയായിരുന്നു. അവരുടെ മഠത്തിൽ ചെറിയൊരു മുറി സൗകര്യപ്പെടുത്തിത്തന്നു. നാലഞ്ചു വർഷം അവിടെ കഴിഞ്ഞു. കേന്ദ്ര സാംസ്കാരികവകുപ്പിന്റെ സീനിയർ ഫെലോഷിപ്പോടുകൂടി വടക്കൻ പാട്ടുകളുടെ (ചാരൻ പാട്ടുകൾ) സമാഹരണവും പഠനവും നടത്തിക്കൊണ്ടിരുന്ന കാലമായിരുന്നു അത്. അദ്ധ്യാപനത്തിനു കൂടുതൽ സമയം ആവശ്യമില്ലാതിരുന്നതിനാൽ, പഠനത്തിൽ കൂടുതൽ ശ്രദ്ധിക്കുവാൻ കഴിഞ്ഞു. ആ 'അജ്ഞാതവാസം' ഒരു തരത്തിൽ ഒരനുഗ്രഹമായിരുന്നു. 1995 മാർച്ചുമാസത്തിൽ അവിടെനിന്നു തന്നെയാണ് സർവ്വീസിൽ നിന്ന് വിരമിച്ചത്.

കാലടി ശ്രീശങ്കരാചാര്യ സംസ്കൃത സർവ്വകലാശാലയുടെ പ്രാദേശിക കേന്ദ്രങ്ങൾ കേരളത്തിന്റെ നാനാഭാഗത്തും സ്ഥാപിതമായിക്കൊണ്ടിരുന്ന കാലമായിരുന്നു അത്. അന്നത്തെ ഗവ. ചീഫ് സെക്രട്ടറിയായ

ഡോ. എൻ വി പി ഉണ്ണിത്തിരിയോടൊപ്പം

ആർ രാമചന്ദ്രൻ നായരായിരുന്നു സർവ്വകലാശാലയുടെ ആദ്യത്തെ വൈസ് ചാൻസലർ. മുൻപരിചയമുള്ള വ്യക്തിയാണദ്ദേഹം. മണത്തണ ജോലിചെയ്യുമ്പോൾ രാജഗോപാൽ എന്ന ഡീൻമുഖേന കൊയിലാണ്ടി സെന്ററിൽ ജോയിൻ ചെയ്യാമോ എന്ന് അന്വേഷിച്ചു. വിരമിക്കാൻ ഏതാനും കാലമേ ശേഷിച്ചുള്ളൂ അതിനാൽ സർവ്വീസിൽനിന്ന് പിരിഞ്ഞശേഷം പോകുന്നതാണ് നല്ലതെന്ന് തോന്നി. 1995 ജൂണിൽ പയ്യന്നൂർ പ്രാദേശികകേന്ദ്രം ആരംഭിച്ചപ്പോൾ, അവിടെ മലയാള വിഭാഗത്തിൽ നിയമിതനായി. നാലുവർഷക്കാലത്തിലധികം വകുപ്പിന്റെ ചുമതല കൂടി ഉണ്ടായിരുന്നു. രാമചന്ദ്രൻ നായർക്കുശേഷം ഡോ. എൻ വി ഉണ്ണിയാണ് വി സി സ്ഥാനത്ത് വന്നത്. ഡോ. കെ ജി പൗലോസ് രജിസ്ട്രാറായിരുന്നു. ഡോ. എൻ വി പി ഉണിത്തിരി പ്രിൻസിപ്പൽ ഡീൻ ഓഫ് സ്റ്റഡീസ് എന്ന ഔദ്യോഗികസ്ഥാനമാണ് വഹിച്ചത് അവരെല്ലാം മുൻപരിചയമുള്ളവരായിരുന്നു. പയ്യന്നൂർ പ്രാദേശിക കേന്ദ്രത്തിൽ ആറു വർഷത്തിലധികം അദ്ധ്യാപകനായിരുന്നു.

ശ്രീ ശങ്കരാചാര്യ സർവ്വകലാശാലയിലെ മലയാളം എം എ പരീക്ഷയ്ക്കുള്ള സിലബസിൽ ഒരു പഠനവിഷയമായി ഫോക്‌ലോർ അംഗീകരിക്കപ്പെട്ടത് അന്നാണ്. ഒരു ഭാഷാദ്ധ്യാപകനെന്ന നിലയിൽ ഫോക്‌ലോർ വിഷയങ്ങൾ മാത്രമല്ല, ഭാഷാശാസ്ത്രം, പൗരസ്ത്യ സാഹിത്യമീമാംസ, രാമചരിതാദി പ്രാക്തന കൃതികൾ തുടങ്ങിയവയൊക്കെ അക്കാലത്ത് പഠിപ്പിക്കേണ്ടതായിവന്നിട്ടുണ്ട്. എം എ വിദ്യാർത്ഥികൾ സമർപ്പിക്കേണ്ട നിബന്ധം മിക്കതും ഫോക്‌ലോർ വിഷയത്തിലുള്ളതാവാൻ വിദ്യാർത്ഥികളെ പ്രേരിപ്പിച്ചിരുന്നു. അതിനാൽ കുറേ ലഘുപഠനങ്ങൾ അക്കാലത്തുണ്ടായി.

പയ്യന്നൂർ പ്രാദേശിക കേന്ദ്രത്തിൽ ഡോ. വി ലിസിമാത്യു ആരംഭം തൊട്ടേ പ്രവർത്തിച്ചുവന്നു. ഡോ. അനിൽ വള്ളത്തോൾ, ഡോ. കെ എം ഭരതൻ, ഡോ. വസന്തകുമാരി, ഡോ. വിദ്യാസാഗർ തുടങ്ങിയവർ ആദ്യകാലത്ത് മലയാള വിഭാഗത്തിൽ അദ്ധ്യാപകരായുണ്ടായിരുന്നു. ഡോ. കുമാരൻ വയലേരി അവിടെ നിയമിതനായതും അക്കാലത്തുതന്നെയാണ്.

പയ്യന്നൂർ പ്രാദേശിക കേന്ദ്രം ആരംഭിച്ചപ്പോൾ പയ്യന്നൂർ സ്വദേശിയായ ഗോപാലൻ നായരാണ് പ്രാദേശിക കേന്ദ്രം ഡയറക്ടറായിരുന്നത്. എന്നാൽ വിദ്യാഭ്യാസയോഗ്യതയുടെ അപര്യാപ്തത കാരണം അദ്ദേഹത്തിനു തുടരുവാൻ കഴിഞ്ഞില്ല. ഹിന്ദി പ്രൊഫസറായിരുന്ന ഡോ. ബാലകൃഷ്ണൻ ആസ്ഥാനത്ത് നിയമിതനായി. ചരിത്രവിഭാഗത്തിലെ ഡോ. എം ടി നാരായണൻ, എം എസ് ഡബ്ല്യു വിഭാഗത്തിലെ വിശ്വം, സംസ്കൃത വിഭാഗത്തിലെ ഡോ. ഇ ശ്രീധരൻ, ഡോ. കെ വിഷ്ണുനമ്പൂതിരി, ഡോ. നമ്പ്യാതിരി, ഹിന്ദി പ്രൊഫസർ ഡോ. കെ ബാലകൃഷ്ണൻ, പ്രൊഫ. ഗോവിന്ദൻ നമ്പീശൻ തുടങ്ങി സ്നേഹനിധികളായ ഒട്ടേറെ സഹപ്രവർത്തകരുടെ സാന്നിദ്ധ്യം അക്കാലത്ത് മനസ്സിനു ഉന്മേഷം പകർന്നിരുന്നു.

ശ്രീശങ്കരാചാര്യ സർവ്വകലാശാലയിൽ അദ്ധ്യാപകനായി നിശ്ചിത കാലാവധി കഴിഞ്ഞ സന്ദർഭത്തിലാണ് കണ്ണൂർ സർവ്വകലാശാലയിൽ കാഞ്ഞങ്ങാട് പി സ്മാരകം ആസ്ഥാനമാക്കി മലയാള വിഭാഗം ആരംഭിച്ചത്. ഡോ. പി കെ രാജനായിരുന്നു സർവ്വകലാശാലയുടെ വൈസ് ചാൻസലർ, മുമ്പ് പരിചയമുള്ള വ്യക്തിയാണ്. അദ്ദേഹത്തെ ചെന്നു കണ്ടു. ക്യാമ്പസ് ഡയറക്ടറുടെ നിയമനം കഴിഞ്ഞുവെന്നും, താല്പര്യമുണ്ടെങ്കിൽ ലക്ചററായി ചേർന്നുകൊള്ളുകയെന്നുമാണ് അദ്ദേഹം പറഞ്ഞത്. അതു പ്രകാരം മലയാള വിഭാഗത്തിൽ (പി സ്മാരകമന്ദിരത്തിൽ) ചെന്ന് ജോലിയിൽ പ്രവേശിച്ചു. പഠനത്തിൽ താല്പര്യമുള്ള വിദ്യാർത്ഥികൾ! അവിടെയും ഭാഷാശാസ്ത്രം, പൗരസ്ത്യസാഹിത്യമീമാംസ, പ്രാക്തന-മദ്ധ്യകാലകൃതികൾ എന്നിവയാണ് പഠിപ്പിക്കേണ്ടിവന്നത്. ഒരു അദ്ധ്യയന വർഷം അവിടെ കഴിഞ്ഞു. അവിടെ തുടരുന്നതിൽ ക്യാമ്പസ് ഡയറക്ടർക്ക് താല്പര്യക്കുറവുണ്ടെന്നു മനസ്സിലാക്കുവാൻ പ്രയാസമുണ്ടായില്ല. പ്രശ്നങ്ങൾ വി സിയുടെ ശ്രദ്ധയിൽപ്പെടുത്തുവാനൊന്നും തുനിഞ്ഞില്ല. അവിടെ തുടരുന്നില്ലെന്നു തീരുമാനിച്ച്, രാജി സമർപ്പിച്ചു. വിദ്യാർത്ഥികൾക്കുണ്ടായ വൈഷമ്യം അവർ അറിയിച്ചുവെങ്കിലും തീരുമാനത്തിൽനിന്ന് പിന്മാറിയില്ല. ഫോക്‌ലോർ അക്കാദമിയിൽ ചെയർമാൻ സ്ഥാനം വഹിച്ചിരുന്ന കാലമായിരുന്നു അത്.

പത്ത്

ശ്രീശങ്കരാചാര്യ സംസ്കൃത സർവ്വകലാശാല പയ്യന്നൂർ പ്രാദേശിക കേന്ദ്രത്തിൽ ജോലി ചെയ്തിരുന്ന കാലത്താണ് കേരള ഫോക്‌ലോർ അക്കാദമിയുടെ ചെയർമാനായി നിയമിതനായത്. പാർട്ടി പ്രവർത്തകരായ ചിലർക്ക് ഇത് ഇഷ്ടമായിരുന്നില്ലെന്ന് കേട്ടിട്ടുണ്ട്. അവർ മറ്റൊരാളുടെ പേരത്രേ വകുപ്പുമന്ത്രിയുടെ ശ്രദ്ധയിൽപ്പെടുത്തിയത്. ജി കാർത്തികേയനായിരുന്നു അന്ന് സാംസ്കാരികവകുപ്പ് മന്ത്രി. അദ്ദേഹം

ഫോക്‌ലോർ അക്കാദമി ഭാരവാഹികൾ സുലേഖ ടീച്ചറോടൊപ്പം

പുസ്തകങ്ങൾ വായിക്കുന്നതിൽ താല്പര്യമുള്ള വ്യക്തിയായതിനാൽ പുസ്തകങ്ങളിലൂടെ പരിചയപ്പെട്ടിരിക്കണം. കേരള സർവ്വകലാശാല മലയാളവിഭാഗത്തിൽ ഗവേഷണം നടത്തിയിരുന്ന കാലത്ത് അദ്ദേഹത്തിന്റെ പത്നിയായ സുലേഖ ടീച്ചർ അവിടെ എം എ വിദ്യാർത്ഥിനിയായിരുന്നുവെന്ന് കേട്ടിട്ടുണ്ട്.

നേരിട്ടു പരിചയമുണ്ടായിരുന്നില്ല. അവർ ഒരുപക്ഷേ, പറഞ്ഞു കേട്ടിരിക്കാം. പയ്യന്നൂരിലെ ചില രാഷ്ട്രീയനേതാക്കൾ മന്ത്രിയെ സമീപിച്ച് അവർക്ക് അഭിമതനായ ആളെ നിയമിക്കണമെന്ന് അറിയിച്ചു. “പയ്യന്നൂരിൽത്തന്നെ ഒരു നമ്പൂതിരിയുണ്ടല്ലോ ഫോക്‌ലോറുമായി കഴിയുന്നു. അയാളായാൽ ദോഷമുണ്ടോ” എന്ന് വകുപ്പുമന്ത്രി അവരോടു ചോദിച്ചിരുന്നുവത്രേ. കുഴപ്പമില്ലെന്ന അഭിപ്രായം അവരിൽ നിന്നുതന്നെ മന്ത്രിക്കു കേൾക്കുവാൻ കഴിഞ്ഞുവത്രെ. കാവുകളും കലകളുമൊക്കെയായി ഏറെ ബന്ധപ്പെടുവാൻ കഴിയുന്ന ഒരു വ്യക്തിയായാൽ കൊള്ളാമെന്ന അഭിപ്രായം മന്ത്രിക്കുണ്ടായിരുന്നതായി പിന്നീടറിയുവാൻ കഴിഞ്ഞു. മന്ത്രിയുടെ പി എ ആയിരുന്ന മനോഹരവർമ്മ സത്യസന്ധനും സ്നേഹശീലനുമായ ഒരു വ്യക്തിയാണ്. നല്ല കാര്യങ്ങൾ മാത്രമേ അദ്ദേഹം മന്ത്രിയെ ഉപദേശിക്കാറുണ്ടായിരുന്നുള്ളൂ. ഈ നിയമനത്തിൽ അന്നത്തെ മുഖ്യമന്ത്രിക്കും ഏറെ തൃപ്തിയുണ്ടായിരുന്നുവെന്നാണ് മനസ്സിലാക്കുവാൻ കഴിഞ്ഞത്. രണ്ടുവർഷത്തിനു ശേഷമാണ് മുഖ്യമന്ത്രിയെ കാണേണ്ട ഒരവസരമുണ്ടായത്. ഫോക്‌ലോർ അക്കാദമിയുടെ പ്രവർത്തനങ്ങളെപ്പറ്റി വളരെ തൃപ്തികരമായ ഒരഭിപ്രായമാണ് നേരിൽ കേൾക്കുവാൻ കഴിഞ്ഞത്.

നിയമന ഉത്തരവ് ലഭിച്ച്, സ്ഥാനമേറ്റത് 17-10-2001 ലാണ് തിരുവനന്തപുരത്തുചെന്ന് വകുപ്പുമന്ത്രിയെ കണ്ടത് അതിനുശേഷമാണ്. ഫോക്‌ലോർ അക്കാദമിക്ക് സ്വന്തമായൊരു കെട്ടിടമില്ല. വാടകക്കെട്ടിടത്തിലാണ് ഓഫീസ് പ്രവർത്തിക്കുന്നത്. സ്വന്തമായി തന്നെ സൗകര്യപ്രദമായ കെട്ടിടമുണ്ടാകണം - അതിന്റെ സാദ്ധ്യതയെക്കുറിച്ച് മന്ത്രിയോടാരാഞ്ഞു. അതിനൊന്നും പെട്ടെന്നു സാദ്ധ്യതയില്ലെന്നായിരുന്നു അദ്ദേഹത്തിന്റെ മറുപടി.

സ്ഥാനമേറ്റ ഉടനെ എല്ലാവരുടെയും പൂർണ്ണസഹകരണമുണ്ടാകുമെന്നായിരുന്നു പ്രതീക്ഷ. പക്ഷേ, അംഗങ്ങളെല്ലാം വിഭിന്ന ചിന്താഗതിക്കാരായിരുന്നു. രാഷ്ട്രീയ മേൽവിലാസത്തിലാണ് പലരും കടന്നുവന്നത്. അക്കാദമിയുടെ അഭിവൃദ്ധി ലക്ഷ്യമാക്കിയവർ വിരളമായിരുന്നു. പലതും നേടാമെന്ന വ്യാമോഹമാണ് ചിലരിൽ പ്രകടമായത്.

ആദ്യയോഗത്തിൽത്തന്നെ എല്ലാറ്റിനെയും എതിർക്കുക എന്ന സ്വഭാവമാണ് ഏതാനും അംഗങ്ങളിൽ പ്രകടമായത്. കണ്ണൂർ ജില്ലയിൽ (വടക്കൻ മേഖലയിൽ) അനുവദിച്ചുകിട്ടിയ ഒരേയൊരു അക്കാദമിയാണ് ഫോക്‌ലോർ അക്കാദമി. ഈ സ്ഥാപനം തിരുവനന്തപുരത്തേക്കു മാറ്റുവാൻ ചെയർമാൻ അനുകൂലിക്കണമെന്ന അവരുടെ ശാഠ്യത്തിനു വഴ

ഞാൻ മനസ്സാക്ഷി അനുവദിച്ചില്ല. അംഗങ്ങളിൽ ഭൂരിഭാഗവും അഭിപ്രായം തുറന്നു പറയാത്തവരായിരുന്നു. ആ ശാഠ്യക്കാരോട് ഒറ്റയ്ക്ക് തർക്കിക്കേണ്ടിവന്നു. അക്കാദമിയുടെ ആസ്ഥാനം മാറ്റുന്നതിനു സമ്മതിക്കുന്നതിനേക്കാൾ ചെയർമാൻ സ്ഥാനത്തു നിന്ന് ഒഴിവാക്കിയാൽ മതി എന്നു പോലും പറയേണ്ടതായി വന്നു.

ഓഫീസിൽ താല്ക്കാലികമായി ജോലി ചെയ്തുവന്നിരുന്നവരിൽ കുറച്ചുപേരെ പിരിച്ചുവിടണമെന്ന വാശി സെക്രട്ടറിക്കുണ്ടായിരുന്നു. മന്ത്രി അനുവദിച്ചിട്ടുണ്ടെന്നു പറയുകയും ചെയ്തു. നിർവ്വാഹകസമിതിയും ഭൂരിപക്ഷം അതിനനുകൂലിക്കുന്നവരായിരുന്നു. ഒടുവിൽ കുറച്ചുപേരെ പിരിച്ചുവിട്ടു. എന്നുമാത്രമല്ല, വേണ്ടത്ര യോഗ്യതയോ കഴിവോ ഇല്ലാത്തവരെ തൽസ്ഥാനത്ത് നിയമിക്കേണ്ടതായും വന്നു. ഇതെല്ലാം മനസ്സിനു വിഷമമുണ്ടാക്കിയ കാര്യങ്ങളായിരുന്നു.

അക്കാദമി അംഗങ്ങളിൽ കുറച്ചുപേർ ഒന്നിലും കാര്യമായി പ്രതികരിക്കാത്തവരായിരുന്നു. ചിലർക്ക് പ്രതിഷേധം മാത്രമാണ് മൂലധനം. അതേസമയം മാന്യത പുലർത്തിയ കുറേ വ്യക്തികളുമുണ്ടായിരുന്നു. ടി കെ വിജയരാഘവൻ, പി പി ശശീന്ദ്രൻ, പി ദാമോദരപ്പണിക്കർ, ഫാ. ഡോ. ജെ ജെ പള്ളത്ത് കെ കലാധരൻ, ഭവാനി പ്രേംനാഥ്, കെ യു കൃഷ്ണകുമാർ, ചവറ അപ്പുക്കുട്ടൻ പിള്ള. കൈനകരി ഷാജി എന്നിവർ കലഹപ്രിയരായിരുന്നില്ല. അക്കാദമിയുടെ താല്പര്യങ്ങൾ രക്ഷിക്കണമെന്നേ അവർക്ക് അഭിപ്രായമുണ്ടായിരുന്നുള്ളൂ.

ഒപ്പം ഗവേഷണം ചെയ്തുകൊണ്ടിരുന്ന എ എം ശ്രീധരൻ ജനറൽ ബോഡിയിൽ മാത്രം അംഗമായിരുന്നു. ഭരണസമിതിയിലേക്കു ജനറൽ ബോഡിയിൽനിന്ന് ഒരാളെ നോമിനേറ്റു ചെയ്യുവാൻ ചെയർമാന് അധികാരമുണ്ടായിരുന്നു. അതുപ്രകാരം ശ്രീധരനെ ഭരണസമിതിയിൽ അംഗമാക്കി. പത്രാധിപസമിതിയിലും അയാളെ അംഗമാക്കി. അക്കാദമികൾ പരസ്പരം അംഗങ്ങളെ പ്രതിനിധിയായി അയക്കുന്ന പതിവുണ്ട്. അതുപ്രകാരം ഫോക്‌ലോർ അക്കാദമിയിൽനിന്ന് മറ്റ് അക്കാദമികളിലേക്ക് അംഗങ്ങളെ അയച്ചിരുന്നതിനാൽ സംഗീത നാടക അക്കാദമിയിൽ ശ്രീധരനെയാണ് പ്രതിനിധിയായി അയച്ചിരുന്നത്. തന്നെ സാഹിത്യ അക്കാദമിയിലേക്ക് നാമനിർദ്ദേശം ചെയ്യണമെന്ന് എൻ അജിത്കുമാർ ശാഠ്യം പിടിച്ചു. ടി കെ വിജയരാഘവനെ ലളിതകലാ അക്കാദമിയിലേക്കാണ് നാമനിർദ്ദേശം ചെയ്തത്.

ശ്രീധരൻ അതിനിടയിൽ പി എച്ച് ഡി ബിരുദം നേടി. അതിനുശേഷം സഹായഭാവം അയാളിൽ കണ്ടില്ല. മൂന്നുവർഷം കഴിയാറാകുമ്പോൾ എപ്പോഴും എതിർത്തുകൊണ്ടിരുന്നവർ എതിരായി ഒരു ഗ്രൂപ്പ് സൃഷ്ടിക്കുവാൻ ശ്രമിക്കുന്നുണ്ടെന്നു ബോദ്ധ്യപ്പെട്ടു. ശ്രീധരൻ ആ ഗ്രൂപ്പുകാരെ ആദ്യം രഹസ്യമായും ഒടുവിലൊടുവിൽ പരസ്യമായും അനുകൂലിച്ചു. സെക്രട്ടറി പകുതി മനസ്സ് അവർക്കു നല്കി. വൈസ് ചെയർമാന്റെ മനസ്സും അവരോടൊപ്പമായിരുന്നു. അക്കാദമികളിൽ ഇത്തരം അനുഭവ

ങ്ങൾ ഉണ്ടാവുകയെന്നത് പതിവാണെന്ന് ചില അനുഭവസ്ഥർ പറയുക യുണ്ടായി.

ചെയർമാൻ സ്ഥാനത്തേക്കുള്ള നിയമനം ഫോക്‌ലോറിൽ താല്പര്യമുണ്ടോ എന്നല്ലാതെ, മറ്റു ഉപാധികളൊന്നും നോക്കാതെയായിരുന്നു. അതിനാൽ, നന്ദികേട് കാട്ടരുതല്ലോ. ഫോക്‌ലോർ വിഷയത്തിലുള്ള താല്പര്യം ഏതു നിലയ്ക്കും സംരക്ഷിക്കണം. നല്ലൊരു പ്രവർത്തനം തന്നെ കാഴ്ച വെക്കണം. അതിനാൽ, ദുരനുഭവങ്ങളെല്ലാം സഹിച്ചുകൊണ്ട് മുന്നോട്ടു നീങ്ങുവാൻ തന്നെ ഉറച്ചു. മുമ്പൊരിക്കലുമില്ലാതിരുന്ന ഒരാത്മധൈര്യം അപ്പോഴുണ്ടായി. അക്കാദമി അംഗങ്ങളുടെ അനാവശ്യമായ എതിർപ്പിനെയും മോശമായ പെരുമാറ്റത്തെയുംപറ്റി ഒരിക്കൽ മന്ത്രിയുടെ ശ്രദ്ധയിൽപ്പെടുത്തിയപ്പോൾ "മനുഷ്യരെല്ലാം ഒരേപോലെയല്ലല്ലോ, ചെയർമാൻ ധൈര്യപൂർവ്വം മുമ്പോട്ടുപോവുക" എന്നേ അദ്ദേഹം പറഞ്ഞിരുന്നുള്ളൂ. എപ്പോഴും അതോർത്തുകൊണ്ടായിരുന്നു പ്രവർത്തനം.

അക്കാദമിക്ക് സ്വന്തമായൊരു ആസ്ഥാനമന്ദിരമുണ്ടാകണം. അതിനുള്ള സാദ്ധ്യത കുറവാണെന്ന് വകുപ്പുമന്ത്രി സൂചിപ്പിച്ചിരുന്നുവെങ്കിലും. ശ്രമം ഉപേക്ഷിച്ചില്ല. സാംസ്കാരിക സെക്രട്ടറിയുടെ ശ്രദ്ധയിൽപ്പെടുത്തുവാനുള്ള അവസരമുണ്ടായി. അദ്ദേഹം ടൂറിസം വകുപ്പിന്റെ സെക്രട്ടറി കൂടിയായിരുന്നു. സാംസ്കാരിക വകുപ്പിനു കൂടുതൽ ധനമിരിപ്പില്ല. ടൂറിസം വകുപ്പിനു ഇക്കാര്യത്തിൽ എന്തെങ്കിലും സഹായിക്കാൻ സാധിച്ചേക്കാം. കുളപ്പുറം എന്ന സ്ഥലത്ത് ഒരു ഇല്ലവും ഇല്ലപ്പറമ്പും വില്പനയ്ക്കുണ്ട്. വകുപ്പു സെക്രട്ടറി ബാലകൃഷ്ണൻ കണ്ണൂരിൽ വന്നപ്പോൾ അദ്ദേഹത്തെ ചെന്നുകണ്ടു. അക്കാദമി സെക്രട്ടറിയും വൈസ് ചെയർമാനും ഒപ്പമുണ്ടായിരുന്നു. സ്ഥലത്തിന്റെ ലഭ്യതയെക്കുറിച്ച് സാംസ്കാരിക-ടൂറിസം വകുപ്പ് സെക്രട്ടറിയെ അറിയിച്ചു. അതിനെ സംബന്ധിച്ച് എഴുതി അയക്കുവാൻ അദ്ദേഹം ആവശ്യപ്പെട്ടു. പക്ഷേ, ഒപ്പമുണ്ടായിരുന്ന രണ്ടുപേർക്കും ആ സ്ഥലമെടുക്കുന്നതിൽ താല്പര്യം തോന്നിയില്ല.

ഏതാനും നാളുകൾ കഴിഞ്ഞു. ചിറക്കൽ കിഴക്കെക്കര കോവിലകം വില്ക്കുവാൻ തീരുമാനിക്കപ്പെട്ട വിവരം പ്രശാന്ത് കൃഷ്ണൻ അറിയിച്ചു. കോവിലകം ഏതോ ഒരാൾക്ക് പൊളിച്ചുവില്ക്കുവാൻ തീരുമാനിച്ച് അച്ചാരം വാങ്ങിയ സന്ദർഭമായിരുന്നു അത്. ചിറക്കൽച്ചെന്ന് ബന്ധപ്പെട്ടവരെ കണ്ടു. അച്ചാരം കൊടുത്ത ആൾ അക്കാദമിക്കുവേണ്ടി പിന്മാറുവാൻ തയ്യാറായി. ഇരുപത്തിയഞ്ച് ലക്ഷംരൂപയ്ക്ക് കോവിലകവും സ്ഥലവും കൈമാറുവാൻ കോവിലകത്തിന്റെ ഉടമകൾ സമ്മതിച്ചു.

സവിശേഷ പ്രാധാന്യമുള്ള ഒരു സ്ഥലമാണത്. പതിനാല് ഏക്രയിലധികം വിസ്താരമുള്ള ചിറക്കൽ ചിറയുടെ കിഴക്കെകരയിലാണ് കോവിലകം. പഴയ വാസ്തുവിദ്യയുടെ മാതൃകയിലുള്ള നാലുകെട്ടു ഭവനം! ഈ വസ്തുതകളെല്ലാം വിസ്തരിച്ചെഴുതി. ആവശ്യമായ ഫോട്ടോകൾ സഹിതം സാംസ്കാരിക/ടൂറിസം വകുപ്പു സെക്രട്ടറിക്ക് സമർപ്പിച്ചു.

കോവിലകവും സ്ഥലവുമെടുക്കുവാൻ ആവശ്യമായ തുക ടൂറിസം വകുപ്പ് അനുവദിക്കാമെന്ന ധാരണയായി. അതിനു കളക്ടർ മുഖേന ഒരന്വേഷണം നടത്തി റിപ്പോർട്ട് ലഭിക്കണം. റവന്യൂ വകുപ്പു മുഖേന സ്ഥലത്തിന്റെ വില നിർണ്ണയിക്കപ്പെട്ടു. കളക്ടറുടെ നിർദ്ദേശപ്രകാരം ഒരു എഞ്ചിനീയർ കെട്ടിടത്തിന്റെ വിലയും വിലയിരുത്തി. അവരുടെ റിപ്പോർട്ടുകൾ മുഖേന ഇരുപത്തിയഞ്ചുലക്ഷം രൂപ തികഞ്ഞില്ല. കളക്ടറെ നേരിൽ ചെന്നുകണ്ടു. കളക്ടർ അനുകൂലമായി റിപ്പോർട്ടു അയച്ചാൽ മാത്രമേ രജിസ്ട്രേഷൻ നടക്കുകയുള്ളൂ. ഉത്തരകേരളത്തിൽ അനുവദിക്കപ്പെട്ട ഒരേയൊരു സാംസ്കാരിക സ്ഥാപനമാണ് ഫോക്‌ലോർ അക്കാദമി. അത് നിലനിർത്തേണ്ടതിന്റെ ആവശ്യകതയും, അക്കാദമിക് കോവിലകം പോലുള്ള ഒരു ആസ്ഥാനമുണ്ടാകുന്നതിലെ ഔചിത്യവും കളക്ടറെ അറിയിച്ചു. അദ്ദേഹം അനുകൂലമായി തന്നെ റിപ്പോർട്ടയച്ചു. ടൂറിസം വകുപ്പിന്റെ ധനസഹായത്തോടെ ഗവർണറുടെ പേരിൽ രജിസ്റ്റർ ചെയ്യപ്പെട്ട ഈ കോവിലകം ഫോക്‌ലോർ അക്കാദമിക്കു പ്രവർത്തിക്കുവാൻ ലഭിച്ചതിന്റെ ചരിത്രം ഇവിടെ രേഖപ്പെടുത്തുകമാത്രമാണ് ചെയ്തത്. 2003 ഒക്ടോബർ 11 തീയതിയാണ് ആസ്ഥാനമന്ദിരത്തിന്റെ ഉദ്ഘാടനം നടന്നത്.

സാംസ്കാരിക വകുപ്പുമന്ത്രി ജി കാർത്തികേയനാണ് ഉദ്ഘാടന കർമ്മം നിർവ്വഹിച്ചത്. അതോടൊപ്പം ഫോക്‌ലോർ മ്യൂസിയത്തിന്റെ ഉദ്ഘാടനവും നടത്തപ്പെട്ടു. നാട്ടറിവുകൾ കൈമോശം വന്നുപോവുകയും സാംസ്കാരികത്തനിമ നഷ്ടപ്പെടുകയും ചെയ്യുന്ന കാലഘട്ടത്തിൽ അവയെ കഴിവതും സംരക്ഷിക്കുകയെന്ന ലക്ഷ്യത്തിന്റെ ഭാഗമായിരുന്നു

ഫോക്‌ലോർ മ്യൂസിയം ഉദ്ഘാടനം

അത്. നാടൻ കലകളുടെ ചില മാതൃകകൾ, മുഖത്തെഴുത്ത്, ഓലക്കുടകൾ, പഴയ ദാരുശില്പങ്ങൾ വാദ്യോപകരണങ്ങൾ, പഴയ വിളക്കുകൾ, കിണ്ടികൾ, ചക്ക്, പഴയ മൺപാത്രങ്ങൾ തുടങ്ങി കിട്ടാവുന്നിടത്തോളം വസ്തുക്കൾ മ്യൂസിയത്തിൽ അന്നു സജ്ജമാക്കുവാൻ കഴിഞ്ഞിരുന്നു

നാടൻ കലാരംഗത്തും ഫോക്‌ലോർ പഠനരംഗത്തും പ്രവർത്തിച്ച മൺമറഞ്ഞ കലാകാരന്മാരുടെയും എഴുത്തുകാരുടെയും ഓർമ്മയ്ക്കായി അവരുടെ ഛായാചിത്രങ്ങൾ അക്കാദമിയിൽ അനാച്ഛാദനം ചെയ്യുന്നതിനും അന്ന് തുടക്കംകുറിക്കുവാൻ സാധിച്ചു. നാല്പതോളം ഛായാചിത്രങ്ങൾ അക്കാദമിയുടെ ഭിത്തികളിൽ സ്ഥലം പിടിച്ചു.

ചെയർമാൻ സ്ഥാനമേറ്റ് അധികം നാൾ കഴിയുന്നതിനു മുമ്പു തന്നെ *പൊലി* എന്ന ചാതുർമാസികം ആരംഭിക്കുവാൻ കഴിഞ്ഞു. അക്കാദമിയിൽ നിന്ന് വിട പറയുന്നതിനു മുമ്പ് *പൊലി*യുടെ ആറു ലക്കങ്ങൾ പ്രസിദ്ധീകരിച്ചു.

നാടൻ കലാസാംസ്കാരിക സംബന്ധമായ ലേഖനങ്ങൾ പ്രസിദ്ധീകരിക്കുക, അക്കാദമിയിലെ പ്രധാന സംഭവങ്ങൾ (വാർത്തകൾ) വെളിപ്പെടുത്തുക എന്നിവയായിരുന്നു. മാസികയുടെ മുഖ്യലക്ഷ്യങ്ങൾ. ഫോക്‌ലോറിൽ താല്പര്യമുള്ള, കേരളത്തിന്റെ നാനാഭാഗത്തുമുള്ള എഴുത്തുകാരുടെ സംഭാവനകൾ അതിൽ ഉൾപ്പെടുത്തുവാൻ കഴിഞ്ഞു.

ഗ്രന്ഥ പ്രസാധനരംഗത്തും ഫോക്‌ലോർ അക്കാദമി ആ കാലത്ത് ശ്രദ്ധ പതിപ്പിച്ചിരുന്നു. പ്രഥമഗ്രന്ഥമായ *ഫോക്‌ലോർ പ്രബന്ധങ്ങൾ* 2002 ജൂൺ മാസത്തിലാണ് അക്കാദമി പ്രകാശനം ചെയ്തത്. *ജീവിതവും സംസ്കാരവും* എന്ന പേരിലുള്ള ഗ്രന്ഥ പരമ്പരയ്ക്ക് തുടക്കമിട്ടു. ആ വംശീയപഠന പരമ്പരയിൽ മൂന്നുവാല്യങ്ങൾ പുറത്തിറക്കി. ഫോക്‌ലോറിന്റെ കൈവഴികൾ എന്ന പരമ്പരയിൽ രണ്ടു ഗ്രന്ഥങ്ങളാണ് പുറത്തിറക്കുവാൻ കഴിഞ്ഞത്. *കാളീസങ്കല്പം കേരള പരിസരത്തിൽ* എന്ന ഗ്രന്ഥം ശ്രദ്ധേയമായ മറ്റൊരു സംഭാവനയാണ്. *ക്രിസ്ത്യൻ ഫോക്‌ലോർ* എന്ന ഗ്രന്ഥമാണ് മറ്റൊന്ന്. ഈ ഗ്രന്ഥങ്ങളിലെല്ലാം എഴുത്തുകാരുടെയും കലാകാരന്മാരുടെയും കൂട്ടായ്മയുടെ ഫലങ്ങളാണ്. ഡോ. ചുമ്മാർ ചുണ്ടലിന്റെ ഫോക്‌ലോർ സംബന്ധമായ ലേഖനങ്ങൾ സമാഹരിച്ച് ജീവിതവും കലകളും എന്ന പേരിൽ ഒരു ഗ്രന്ഥവും അക്കാലത്തിറക്കി. ഫോക്‌ലോർ അക്കാദമിയിൽ പ്രസിദ്ധീകരണത്തിനു പ്രത്യേക ജോലിക്കാരൊന്നുമില്ലാതിരുന്നിട്ടും ഇത്രയൊക്കെ ചെയ്യുവാൻ കഴിഞ്ഞത് ഈ വിഷയത്തോടുള്ള താല്പര്യം കൊണ്ടുമാത്രമാണ്.

കേരള ഫോക്‌ലോർ അക്കാദമിയിൽ ചെയർമാനായിരുന്ന മൂന്നു വർഷവും അർഹതയുള്ള നാടൻ കലാകാരന്മാരിൽത്തന്നെ അവാർഡ് ചെന്നെത്തുവാൻ ആഗ്രഹിച്ചിരുന്നു. കേരളത്തിന്റെ നാനാഭാഗത്തുള്ള കലാകാരന്മാരെ കണ്ടെത്തുവാനുള്ള ശ്രമം ഏറക്കുറെ വിജയിച്ചിരുന്നുവെന്നു പറയാം.

കേരള ഫോക്‌ലോർ അക്കാദമിയിൽനിന്ന് പടിയിറങ്ങിയത് 15-12-2004 നായിരുന്നു.

പതിനൊന്ന്

"സർവ്വകലാശാല തലത്തിൽ ഗവേഷണത്തിനു ചേർന്നുകൂടെ?" പലരും ചോദിച്ചു. ഏതായാലും പി എച്ച് ഡിക്ക് രജിസ്റ്റർ ചെയ്യാമെന്നു തോന്നി. സർവ്വീസിലുള്ള അദ്ധ്യാപകർക്ക് പാർട്ട് ടൈമായി ഗവേഷണം നടത്തുവാൻ കോഴിക്കോട് സർവ്വകലാശാലയിൽ അനുവാദമില്ലാതിരുന്ന കാലം! കേരള സർവ്വകലാശാലയിൽ ഇത്തരം നിയമതടസ്സമൊന്നുമി ല്ലെന്ന് അറിയുവാൻ കഴിഞ്ഞു. ഒരു ഗവേഷണം മാർഗ്ഗദർശിവേണം. ഡോ. ശൂരനാട്ടു കുഞ്ഞൻപിള്ളയെ കത്തുമുഖേന മുമ്പ് പരിചയപ്പെട്ടിരുന്നു. അദ്ദേഹത്തെ ഈയൊരാവശ്യം അറിയിച്ചിരുന്നു. സന്തോഷത്തോടെ അതിനു സമ്മതിച്ചു. അദ്ദേഹത്തെ നേരിട്ട് കണ്ട് സംസാരിക്കണം. തിരു വനന്തപുരത്തേക്ക് (1976) ൽ പുറപ്പെട്ടു.

സാഹിത്യപ്രവർത്തക സഹകരണസംഘത്തിൽ ഒന്നുപോകണം. അതിനായി ആദ്യം കോട്ടയമിറങ്ങി. അവിടെനിന്നു ബസിനു ഹരിപ്പാ ട്ടേക്കുപോയി. മണ്ണാറശ്ശാല നാഗരാജക്ഷേത്രം സന്ദർശിക്കുകയാണ് ലക്ഷ്യം. പരമേശ്വരൻ നമ്പൂതിരിയെ ഒന്നു കാണണം. അദ്ദേഹത്തെ കാണുവാൻ കുറേ കാത്തിരിക്കേണ്ടിവന്നു. അവിടെയുള്ള പ്രൈമറി സ്കൂൾ ഹെഡ്മാസ്റ്ററായിരുന്നു അദ്ദേഹം. നാഗാരാധനയുമായി ബന്ധ പ്പെട്ട ചില ഹോട്ടലുകൾ പരമേശ്വരൻ നമ്പൂതിരിയിൽനിന്ന് ലഭിച്ചു. സന്ധ്യ യോടടുക്കാറായപ്പോഴാണ് അവിടെ നിന്ന് യാത്ര പറഞ്ഞത്. ഹരിപ്പാടു ക്ഷേത്രം വഴിക്കാണ് ബസ് സ്റ്റാന്റിലേക്ക് പോയത്. തിരുവനന്തപുരത്തേ ക്കുള്ള ബസിൽ കയറി.

സ്ഥലപരിചയം തീരെയില്ലായിരുന്നു. സമയം രാത്രിയും! അടുത്തി രിക്കുന്ന യാത്രക്കാരനിൽനിന്നും കാര്യങ്ങളെല്ലാം ചോദിച്ചറിഞ്ഞു. "സെക്രട്ടറിയേറ്റിനു മുമ്പിൽ സ്റ്റാച്യു സ്റ്റോപ്പിൽ ഇറങ്ങിയാൽ മതി.

അവിടെ താമസിക്കുവാനുള്ള മുറി പ്രയാസം കൂടാതെ ലഭിക്കും. സ്ഥല മെത്തിയാൽ പറയാം." അയാൾ പറഞ്ഞു.

സ്റ്റാച്യുവിൽ ബസിറങ്ങിയപ്പോൾ സമയം പന്ത്രണ്ടുമണിയായി കാണും. കൈയിൽ വാച്ചില്ലാതിരുന്നതിനാൽ സമയം കൃത്യമായി അറിയു വാൻ കഴിഞ്ഞില്ല. കടകളെല്ലാം അടച്ചുകഴിഞ്ഞിരിക്കുന്നു. വലതുവശ ത്തുള്ള ഇറക്കത്തിൽ കുറച്ചകലെ ഒരു ഹോട്ടൽ മാത്രം തുറന്നുകണ്ടു. നല്ല വിശപ്പ്! അവിടെച്ചെന്ന് ചായയും വട്ടം കുറഞ്ഞ ദോശയും "ദോശ എന്നു തന്നെയാണോ പേരെന്ന് നിശ്ചയമില്ല.) കഴിച്ചു ഹോട്ടൽ മാനേജ രോട് ആ പ്രദേശത്തുള്ള താമസസൗകര്യത്തെപ്പറ്റി ആരാഞ്ഞു. "സ്റ്റാച്യു വിൽ ചില ലോഡ്ജുകളുണ്ട്. രാത്രിയിൽ കണ്ടുപിടിക്കുവാൻ പ്രയാസ മാണ്." അയാൾ പറഞ്ഞു. ഒപ്പം അയാൾ കൂടി വന്നു. ഉറങ്ങിക്കിടക്കുന്ന ലോഡ്ജ് ഉടമസ്ഥനെ അയാൾ വിളിച്ചുണർത്തി. മുറി ഒഴിവുണ്ടെന്നറി ഞ്ഞശേഷമാണ് അയാൾ പോയത് സൗകര്യങ്ങൾ കുറവെങ്കിലും വൃത്തി യുള്ള മുറി! ആറു രൂപ വാടക! അവിടെ മുറിയെടുത്തു. രാവിലെ കുളി കഴിഞ്ഞ് പുറത്തിറങ്ങി. തൊട്ടടുത്ത് ഒരു ഹോട്ടൽ! അതിനപ്പുറം നാഷ ണൽ ബുക്ക് സ്റ്റാളിന്റെ ശാഖ.

സർവ്വകലാശാലയുടെ ആസ്ഥാനം അവിടെ അടുത്തുതന്നെയാണ് എന്നാൽ പഠനവകുപ്പുകൾ മിക്കതും കുറച്ചകലെയുള്ള കാര്യവട്ടമെന്ന സ്ഥലത്താണ്. അന്ന് ഞായറാഴ്ചയായിരുന്നു. ഏതായാലും അവിടെ ച്ചെല്ലാം. ആരെങ്കിലും കാണാതിരിക്കുകയില്ല. കാര്യവട്ടത്തേക്കു ബസു കയറി. അവിടെ ചെന്നപ്പോൾ, ഒരു ഗവേഷണ വിദ്യാർത്ഥിയെ ആ പരി സരത്തിൽ കാണുവാൻ കഴിഞ്ഞു. പ്രശോഭനൻ എന്നാണ് പേരെന്നാണ് ഓർമ്മ. പയ്യന്നൂരിൽനിന്നാണ് വരുന്നതെന്ന് പറഞ്ഞപ്പോൾ മലബാർകാര നായ ഒരു ഉണിത്തിരി മാഷ് അവിടെ കുറച്ചടുത്ത് താമസമുണ്ടെന്നയാൾ പറഞ്ഞു. ഒരു ഗ്രാമപഞ്ചായത്ത് ഓഫീസിനടുത്ത് താമസം. അന്വേഷിച്ച് ആ സ്ഥലം കണ്ടെത്തി. ഉണിത്തിരിമാഷും ഭാര്യയും ഒരു വാടകവീട്ടി ലാണ് താമസം. മാഷ് സംസ്കൃതവിഭാഗത്തിൽ ഗവേഷണത്തിനു ചേർന്നിരിക്കുന്ന കാലമാണത്.

തിരുവനന്തപുരത്തു ചെന്നതിന്റെ ഉദ്ദേശ്യമെന്തെന്ന് മാഷിനോടു പറഞ്ഞു. "ശൂരനാട്ടു കുഞ്ഞൻപിള്ള സാറിനെ കാണണം" മലയാളം വകുപ്പ് അദ്ധ്യക്ഷനായ ഡോ. രാമചന്ദ്രൻ നായരെ ആദ്യം കാണാമെന്ന് ഉണിത്തിരി മാഷ് അഭിപ്രായപ്പെട്ടു. പ്രൊഫസർ കാര്യവട്ടത്തല്ല താമസം; വെള്ളയമ്പലത്തിനു സമീപമാണ്. ഉച്ചഭക്ഷണം അല്പം നേരത്തെ കഴിച്ച് രണ്ടുപേരും പുറപ്പെട്ടു. അദ്ദേഹം അവിടെത്തന്നെയുണ്ട്. *മുഖദർശനം* കൈയിൽ ഉണ്ടായിരുന്നു. അത് അദ്ദേഹത്തിനു സമ്മാനിച്ചു. യാത്രോദ്ദേ ശ്യവും മറ്റു വിവരങ്ങളും വിശദമായി സംസാരിച്ചു. അതിനിടയിൽ അദ്ദേഹം പുസ്തകം നോക്കുന്നുണ്ടായിരുന്നു. "ഡിപ്പാർട്ടുമെന്റിനകത്തു തന്നെ നമുക്ക് ഗവേഷണം നടത്താം." പ്രൊഫസർ വ്യക്തമാക്കി. ഗവേ ഷണ നേതൃത്വം ഏറ്റെടുക്കുന്നതിൽ അദ്ദേഹത്തിനു താല്പര്യമുണ്ടെന്നു

മനസ്സിലായി.

ഗവേഷണത്തെപ്പറ്റി പൂർവ്വധാരണകളൊന്നുമില്ലാതെയാണ് തിരുവനന്തപുരത്തു ചെന്നത്. വിഷയനിർണ്ണയം ചെയ്യണം. ഏതെങ്കിലും നാടൻ കലയായാലോ? അതു പറ്റില്ല. മലയാളവിഭാഗത്തിൽ രജിസ്റ്റർ ചെയ്യുവാൻ സാഹിത്യരൂപംതന്നെ വേണം. 'തോറ്റം പാട്ട്' എന്ന വിഷയമായാലോ? ഒടുവിൽ അത് മതിയെന്ന തീരുമാനത്തിലെത്തി. നാട്ടിലേക്ക് മടങ്ങുന്നതിനുമുമ്പ് ഗവേഷണപ്രബന്ധത്തിന്റെ ഒരു രൂപരേഖ തയ്യാറാക്കണമെന്ന് പ്രൊഫസർ ആവശ്യപ്പെട്ടു. അവിടെ നിന്ന് ഉണിത്തിരി മാഷിനോടൊപ്പം ശൂരനാട്ട് കുഞ്ഞൻപിള്ള സാറിന്റെ വീട്ടിലേക്കാണ് പോയത്. കാര്യങ്ങളെല്ലാം അദ്ദേഹത്തെ അറിയിച്ചു.

സ്റ്റാച്ച്യുവിലെ ലോഡ്ജ് മുറിയിലെത്തി. ഗവേഷണ രൂപരേഖ തയ്യാറാക്കണം! എന്തെഴുതണം? എങ്ങനെ എഴുതണം? ഒരു നിശ്ചയവുമില്ല. കുറച്ചുസമയം ആലോചിച്ചിരുന്നു. ഏതായാലും എഴുതുക തന്നെ- ഒരു രൂപരേഖ ആ രാത്രിയിൽ തന്നെ തയ്യാറാക്കി. 'തോറ്റംപാട്ടുകൾ' ഒരു പഠനം ശീർഷകമെഴുതി. 'തോറ്റ'മെന്ത്, അവയ്ക്കുള്ള സവിശേഷതയെന്ത് തുടങ്ങിയ കാര്യങ്ങൾ ആദ്യംവരണം, പിന്നെ, പഠന പശ്ചാത്തലമായി തെയ്യം- തിറകളെ പരിചയപ്പെടുത്തണം. തെയ്യത്തോറ്റങ്ങളിൽ വരുന്ന ദേവതാ പ്രപഞ്ചത്തെപ്പറ്റി അന്വേഷിക്കണം. തോറ്റങ്ങളിലെ മുഖ്യദേവതകളുടെ പുരാസങ്കല്പ(മിത്ത്)ങ്ങൾ, പാട്ടിലെ സാമൂഹിക പരാമർശങ്ങൾ, ഭാഷയും സാഹിത്യവും- ഇതൊക്കെ പഠനത്തിൽ വരണം. ഇങ്ങനെ ഒരു രൂപരേഖ മനസ്സിൽ തോന്നി. പിറ്റേന്നാൾ രാവിലെ പ്രൊഫസറെ ചെന്നു കണ്ടു. രൂപരേഖ നല്കി. പി എച്ച് ഡിക്കു രജിസ്റ്റർ

നർത്തകരത്നം കണ്ണപ്പെരുവണ്ണാനെ ആദരിക്കുന്നു.

ചെയ്യേണ്ട സമയമല്ല അത്. 'വിജ്ഞാപനം വന്നാൽ അറിയിക്കാം.' പ്രൊഫസർ പറഞ്ഞു. അന്നുതന്നെ നാട്ടിലേക്ക് മടങ്ങി.

തോറ്റങ്ങളും മറ്റു വിവരങ്ങളും എങ്ങനെ ലഭിക്കും? ഇതായിരുന്നു അടുത്ത ചിന്ത. അറിയപ്പെടുന്ന ഒരു പെരുവണ്ണാനുണ്ട്- നർത്തകരത്നം കണ്ണപ്പെരുവണ്ണാൻ

കരിവെള്ളൂരിനടുത്ത് വെള്ളച്ചാലിലാണ് താമസം. അയാളെപ്പറ്റി കേട്ടതല്ലാതെ, നേരിൽ പരിചയമില്ല. കോട്ടൂരി (കരിവെള്ളൂരിൽ)ലുള്ള ചെറുവള്ളി നാരായണൻ നമ്പൂതിരി ഒരടുത്ത ബന്ധുവാണ്. തെയ്യക്കാരോടും തെയ്യങ്ങളോടും ഏറെ പ്രതിപത്തിയുള്ള ആളാണ്. അവിടെയാണ് ആദ്യം ചെന്നത്. നാരായണനെയും കൂട്ടി പെരുവണ്ണാനെ ചെന്നു കണ്ടു. കൊടക്കാട് നാരായണൻ (എ എൻ കൊടക്കാട്) മാഷും അപ്പോൾ അവിടെ വന്നുചേർന്നു. മുൻപരിചയമില്ല. പോയ കാര്യം എന്തെന്നുമാഷിനെയും അറിയിച്ചു. പെരുവണ്ണാൻ നാരായണൻ മാഷിനെ പ്രത്യേകം വിളിച്ച് രഹസ്യമായി എന്തോ സംസാരിച്ചു. പാട്ടുപാടി കേൾപ്പിക്കുന്നതിനെ സംബന്ധിച്ചായിരിക്കാമെന്ന് ഊഹിച്ചു.

അങ്ങനെ, കണ്ണപ്പെരുവണ്ണാന്റെ വീട്ടിൽ നിന്നാണ് പാട്ടുശേഖരണം ആരംഭിച്ചത്. തെയ്യത്തിന്റെ അണിയലം ഉണ്ടാക്കുന്ന തിരക്കിലാണ് പെരുവണ്ണാൻ. അതിനിടയിലാണ് പാട്ടുപാടി തന്നത്. ടേപ്പ് റിക്കോർഡറൊന്നും കൈയിലുണ്ടായിരുന്നില്ല. അത്തരം സാമഗ്രികൾ വാങ്ങുവാനുള്ള സാമ്പത്തിക ഭദ്രത അന്നുണ്ടായിരുന്നില്ല. ഒരു മോഹത്തിനു ഗവേഷണത്തിനു പുറപ്പെട്ടുവെന്നേയുള്ളൂ. പെരുവണ്ണാൻ സാവകാശത്തിൽ പാടിത്തന്നു. അത് കേട്ട് കേട്ട് കടലാസിൽ കുറിച്ചെടുത്തു. ഊർപ്പഴശ്ശി ദൈവത്തിന്റെ തോറ്റമാണ് ആദ്യം പാടിയത്. മുച്ചിലോട്ടു ഭഗവതിയെ സംബന്ധിച്ച ഒരപൂർവ്വമായ അഞ്ചടിത്തോറ്റം പെരുവണ്ണാനിൽനിന്നാണ് ലഭിച്ചത്.

മറക്കാനാവാത്ത വ്യക്തിത്വത്തിന്നുടമയായിരുന്നു കണ്ണപ്പെരുവണ്ണാൻ, വിനയാന്വിതമായ പെരുമാറ്റം! ആചാരം കൈവിടാത്ത സംഭാഷണം. അറിയുന്ന കാര്യങ്ങൾ മറച്ചുവെക്കാത്ത സ്വഭാവം. പഴമ മറക്കാത്ത മനസ്സ്. കുടിക്കുവാനുള്ള വെള്ളംപോലും പെരുവണ്ണാൻ തരികയില്ല. "അടിയൻ വന്നങ്ങ പറിപ്പിക്കാം." എന്നു പറയും. എന്നാൽ, ഇളനീർ വേണ്ടെന്നേ പറയാറുള്ളൂ. രാവിലെ പുറപ്പെടുമ്പോൾ ഉച്ചയ്ക്ക് കഴിക്കുവാൻ എന്തെങ്കിലും കരുതും. അതായിരുന്നു പതിവ്.

കുന്നരുവിൽനിന്ന് പുതിയ പുഴക്കടവ് കടന്നാൽ കുഞ്ഞിമംഗലം ഗ്രാമം. അവിടെ കുറവാട്ട് അമ്പലത്തിന് കുറച്ചടുത്തായി ഒരു വണ്ണാപ്പുരയുണ്ട്. കുറുവാട്ട് രാമന്റെ വീട്. പിന്നീട് അവിടെച്ചെന്ന് കുറുവാട്ട് രാമൻ, രാമന്റെ മൂത്തമകൻ കുഞ്ഞിരാമപ്പെരുവണ്ണാൻ, രാമന്റെ മരുമകൻ ചിണ്ടൻ എന്നിവരെ പരിചയപ്പെട്ടു. ചിണ്ടൻ എപ്പോഴും സഞ്ചാരശീലനാണ്. കണ്ടുകിട്ടാൻ പ്രയാസം! പലതവണ ചെന്നാൽ ഒരുതവണ കാണും. കതുവന്നൂർ വീരൻ തോറ്റം മുഴുവൻ ചിണ്ടനിൽനിന്നാണ് ലഭിച്ചത്. കുറുവാട്ട് രാമൻ വീട്ടിൽ തന്നെ ഉണ്ടാകും. അണിയമ്പലം ഉണ്ടാ

ക്കുന്നതിൽ കഴിവുണ്ട്. സൗമ്യശീലനാണ് രാമൻ. തെയ്യത്തോറ്റങ്ങൾ കുറേ അറിയാം. പല നാളുകൾ രാമപ്പെരുവണ്ണാന്റെ അടുത്ത് ചെന്നിരുന്നിട്ടുണ്ട്. അണിയമ്പലം ഉണ്ടാക്കുന്നതിനിടയിൽ പാട്ടുകൾ ഓർമ്മിച്ചു പാടും.

കുറുവാട്ടു രാമന്റെ മൂത്തമകൻ കുഞ്ഞിരാമൻ നല്ലൊരു കോലധാരിയാണ്. മുഖത്തെഴുത്തിലും തോറ്റം പാടുന്നതിലും കഴിവുണ്ട്. അധികം പേർക്കും അറിഞ്ഞുകൂടാത്ത ബാലിത്തോറ്റം മുഴുവൻ കുറുവാട്ടു രാമപ്പെരുവണ്ണാനും കുഞ്ഞിരാമപ്പെരുവണ്ണാനുമാണ് പാടി കേൾപ്പിച്ചത്. പെരുമ്പുഴയച്ചൻ, കേളംകുളങ്ങര ഭഗവതി, പാടാർ കുളങ്ങര വീരൻ തുടങ്ങിയ പല തെയ്യങ്ങളുടെയും തോറ്റങ്ങൾ അവരിൽ നിന്നാണ് ലഭിച്ചത്.

കുറുവാട്ടു രാമപ്പെരുവണ്ണാന്റെ താളിയോലഗ്രന്ഥ ശേഖരത്തിൽ *തിരുവർകാട്ടുഗദ്യം* എന്നൊരു ചെറുഗ്രന്ഥം കാണുവാൻ കഴിഞ്ഞു. തിരുവർ കാട്ടു ചെറിയ ഗദ്യം തിരുവാർകാട്ടു വലിയ ഗദ്യം എന്നീ രണ്ടു തോറ്റങ്ങൾ അടങ്ങുന്നതാണ് പ്രസ്തുത ഗ്രന്ഥം. മാടായിക്കാവ്, കീഴറ കോവിലകം, ചാമക്കാവ് തുടങ്ങി 'കോലസ്വരൂപത്തിങ്കൽതായി'യുടെ സാന്നിദ്ധ്യമുള്ള കാവുകളിലെല്ലാം ഈ തോറ്റങ്ങൾ പാടി വരാറുണ്ട്. മാടായിക്കാവാണ് തിരുവർകാട്ടു കാവ്. 'തിരുവർകാട്ടുഗദ്യം' എന്ന പേരുതന്നെ ആ തോറ്റത്തിന്റെ പ്രാധാന്യമാണ് വ്യക്തമാക്കുന്നത്. നർത്തക രത്നം കണ്ണപ്പെരുവണ്ണാൻ കീഴറഒതേനപ്പെരുവണ്ണാൻ എന്നിവരിൽനിന്നും ആ പാട്ടുകൾ പാടിക്കേട്ടു.

കുന്നരു എലിമെന്ററി വിദ്യാലയത്തിലെ ഹെഡ്മാസ്റ്ററായിരുന്ന ടി വി കുഞ്ഞിരാമൻ മാഷ് പഠിപ്പിച്ച ഗുരുനാഥനാണ്. യാദൃച്ഛികമായി അദ്ദേഹത്തെ കണ്ടപ്പോൾ ഗവേഷണശ്രമങ്ങളെക്കുറിച്ച് അദ്ദേഹംചോദിച്ചു. ശിഷ്യവാത്സല്യമുള്ള ഒരദ്ധ്യാപകനായിരുന്നു അദ്ദേഹം. മലയവിഭാഗക്കാരുടെ തോറ്റം പാട്ടുകൾ പലതും അറിയാവുന്ന എം പി ഗോവിന്ദപ്പണിക്കരും സംസാരവിഷയമായി. വേങ്ങര സ്വദേശിയായ പണിക്കർ പാട്ടുകൾ എല്ലാവർക്കും നല്കുന്ന സ്വഭാവക്കാരനല്ല. ഏതായാലും പാട്ടിന്റെ കാര്യം ഗോപിപ്പണിക്കരോട് പറയാമെന്ന് മാഷ് ഏറ്റു. അന്ന് ഗോപിപ്പണിക്കർക്ക് കുഞ്ഞിരാമൻ മാഷിനോട് ചില കടപ്പാടുകൾ ഉണ്ടായിരുന്നു. മാഷെ വാക്കുകൾ സന്തോഷപൂർവ്വം പണിക്കർ സ്വീകരിച്ചു. അടുത്ത ദിവസം ആ വിവരം മാഷ് അറിയിച്ചു. അതുപ്രകാരമാണ് ഗോപിപ്പണിക്കരെ ചെന്നുകണ്ടത്. ശബ്ദലേഖനം ചെയ്തെടുക്കുവാനുള്ള ഉപകരണങ്ങളൊന്നും കൈയിലുണ്ടായിരുന്നില്ല. പണിക്കർ പാടുന്നതുകേട്ട് കുറിച്ചെടുത്തു. അറിയാവുന്ന പാട്ടുകൾ മുഴുവൻ പാടികേൾപ്പിക്കുവാനുള്ള അമിതമായ താല്പര്യം അദ്ദേഹത്തിനുണ്ടായിരുന്നു. രാത്രിയിൽ കുറേ സമയം പാട്ടുകൾ ഓർത്തുകൊണ്ടിരിക്കാറാണ് പതിവെന്ന് പണിക്കരുടെ ഭാര്യ ചിരിച്ചുകൊണ്ട് പറഞ്ഞു. ആറേഴു ദിവസം അവിടെ ചെന്ന് പാട്ടുകൾ കേട്ട് എഴുതിയെടുത്തുകൊണ്ടിരുന്നു. ബ്രാഹ്മണകുലജാതനായതുകൊണ്ട് പണിക്കരുടെ വീട്ടിൽനിന്ന് വെള്ളംപോലും തരില്ല. ഉച്ചയ്ക്കു

കഴിക്കുവാനുള്ള ലഘുഭക്ഷണം കരുതിയാണ് പോയത്. സമർപ്പണ ബുദ്ധിയോടെയാണ് പണിക്കർ പാട്ടുപാടി കേൾപ്പിച്ചത്. ഇക്കാര്യത്തിൽ അദ്ദേഹത്തിന്റെ ഭാര്യക്കും മക്കൾക്കും ഏറെ സന്തോഷമാണുണ്ടായിരുന്നത്. മക്കളിൽ ചിലരെ അതിനുശേഷവും കാണുവാൻ സന്ദർഭമുണ്ടായിട്ടുണ്ട്. അപ്പോഴൊക്കെ അവരുടെ സന്തോഷം മനസ്സിലാക്കുവാൻ കഴിഞ്ഞു. ആവേദകപ്രക്രിയയോടുകൂടി അവരുമായി ഒരാത്മമൈത്രി ഉണ്ടായിട്ടുള്ളതിന് ഒരുദാഹരണമാണിത്.

തെയ്യം കെട്ടുന്നവരിൽ മറ്റൊരു വിഭാഗമാണ് തുളുവേലന്മാർ. വെള്ളൂരിൽ താമസിക്കുന്ന വേലൻ അപ്പുവിനെയാണ് മുഖ്യമായും പരിചയപ്പെട്ടത്. തോറ്റം പാട്ടുകൾ സമാഹരിക്കുവാനും തെയ്യങ്ങളെപ്പറ്റി മനസ്സിലാക്കുവാനും താല്പര്യമുണ്ടെന്നറിയിച്ചു. സഹായിപ്പാൻ അപ്പു സന്നദ്ധനായി. തുളുവേലന്മാരുടെ തോറ്റംപാട്ടുകൾ ദൈർഘ്യം കുറഞ്ഞവയാണ്. എങ്കിലും പല നാളുകളിൽ അപ്പുവിനെ ചെന്നു കണ്ടാണ് കുറേ പാട്ടുകൾ പാടി കേട്ടത്. ഇത്രയുമായപ്പോൾ തോറ്റം പാട്ടുകൾ പഠനവിഷയമാക്കാമെന്ന ഒരാത്മവിശ്വാസമുണ്ടായി. ആവേദകപ്രക്രിയയും പാട്ടുശേഖരണവും തുടർന്നുകൊണ്ടിരുന്നു.

അക്കാലത്താണ് മലയാളവിഭാഗത്തിൽ പ്രൊഫസർ മുൻകൈയെടുത്ത് *ഭാഷാ സാഹിതി* എന്ന ത്രൈമാസിക ആരംഭിച്ചത്. അതിലേക്ക് എന്തെങ്കിലും എഴുതണമെന്ന് പ്രൊഫസർ ആവശ്യപ്പെട്ടു. അധികവും എഴുതാത്തൊരു വിഷയം മന്ത്രവാദപ്പാട്ടുകൾ അയച്ചു. *ഭാഷാസാഹിതി*യുടെ അടുത്ത ലക്കത്തിൽ അത് പ്രസിദ്ധീകരിക്കപ്പെട്ടു. പിന്നീട് പലപ്പോഴായി ലഘുപഠനങ്ങൾ അയച്ചുകൊടുക്കുമായിരുന്നു.

കേരള സർവ്വകലാശാലയുടെ 'ലോകമലയാള സമ്മേളനം' നടന്നതും ആ കാലഘട്ടത്തിൽ തന്നെയായിരുന്നു. സർവ്വകലാശാല സ്റ്റേഡിയത്തിൽ പ്രത്യേകം സജ്ജമാക്കിയ പന്തലിലായിരുന്നു ഉദ്ഘാടന സമ്മേളനം. അന്നത്തെ മുഖ്യമന്ത്രിയായിരുന്ന എ കെ ആന്റണിയാണ് ഉദ്ഘാടനം നിർവ്വഹിച്ചത്. കാഴ്ചശേഷി ഇല്ലാതിരുന്നിട്ടും കെ പി കേശവമേനോൻ ആ സമ്മേളനത്തിൽ പങ്കെടുത്തിരുന്നു. പലവേദികളിലായി വിവിധ വിഷയങ്ങളെ സംബന്ധിച്ച സമ്മേളനങ്ങൾ നടന്നു. നാടൻ കലകളെക്കുറിച്ചും സമ്മേളനമുണ്ടായിരുന്നു. ഡോ. കെ രാഘവൻ പിള്ളയായിരുന്നു. കലാവിഭാഗം കൺവീനർ. നാടൻ കലകളെ സംബന്ധിച്ച് ഒരു പ്രബന്ധം അവതരിപ്പിക്കണമെന്ന് പ്രൊഫസർ കെ രാമചന്ദ്രൻ നായർ മുൻകൂട്ടി അറിയിച്ചിരുന്നു. അതുപ്രകാരം പ്രബന്ധാവതരണം നടത്തി. പി കെ ശിവശങ്കരപ്പിള്ളയായിരുന്നു ആ യോഗത്തിൽ അദ്ധ്യക്ഷനായിരുന്നത്.

പി എച്ച് ഡിക്ക് രജിസ്ട്രേഷൻ ലഭിക്കുവാൻ അധികം താമസമുണ്ടായില്ല. അതിനുശേഷം എല്ലാ മാസങ്ങളിലും തിരുവനന്തപുരത്ത് പോകുമായിരുന്നു. നാലോ അഞ്ചോ ദിവസം അവിടെ തങ്ങും. സ്റ്റാച്യുവിലുള്ള ആദ്യം പരിചയപ്പെട്ട ലോഡ്ജിൽ തന്നെയാണ് താമസം. സർവ്വകലാശാല ലൈബ്രറിയും കാര്യവട്ടത്തുള്ള മലയാളം വകുപ്പ് ലൈബ്ര

റിയും പരമാവധി ഉപയോഗപ്പെടുത്തുവാൻ അതുമൂലം സാധിച്ചു.

തിരുവനന്തപുരത്ത് പോയ സന്ദർഭങ്ങളിലെല്ലാം ഡോ. കെ രാമചന്ദ്രൻ നായരെ ചെന്നുകാണുക പതിവായിരുന്നു. ഗവേഷണാർത്ഥം അധികം നാളുകൾ അവിടെ താമസിക്കണമെന്ന് പ്രൊഫസർ ആവശ്യപ്പെടാറില്ല. വടക്കൻ കേരളത്തിൽനിന്ന് അവിടെ ചെന്ന് കഴിയേണ്ടതിലുള്ള പ്രയാസം അദ്ദേഹം ഉൾക്കൊണ്ടിരുന്നു. ഡോ. പി വി വേലായുധൻ പിള്ളയുടെ വസതിയിലേക്ക് സ്റ്റാച്യുവിൽനിന്ന് നടന്നുപോകേണ്ട ദൂരമേയുള്ളൂ. ചിലപ്പോഴൊക്കെ അവിടെച്ചെന്ന് അദ്ദേഹത്തെ കാണുക പതിവായിരുന്നു. വെള്ളയമ്പലം വഴി പ്രൊഫസർ രാമചന്ദ്രൻ നായരുടെ ഭവനത്തിലേക്ക് നടന്നുപോകുമ്പോൾ വഴിക്കു കാണാവുന്നതാണ് ജവഹർ ബാലഭവൻ. ചിലപ്പോഴൊക്കെ അവിടെ കയറാറുണ്ട്. കവയിത്രി സുഗതകുമാരിയെ അവിടെ വെച്ച് പരിചയപ്പെടുവാൻ സന്ദർഭമുണ്ടായി.

ഗവേഷണാവശ്യത്തിനു തിരുവനന്തപുരത്ത് പോയിക്കൊണ്ടിരുന്ന കാലത്താണ് അവിടെയുള്ള പല വ്യക്തികളും സ്ഥാപനങ്ങളുമായി ബന്ധം പുലർത്തുവാൻ കഴിഞ്ഞത്. സർവ്വവിജ്ഞാനകോശം ഓഫീസ്, കേരള ഭാഷാ ഇൻസ്റ്റിറ്റ്യൂട്ട് എന്നിവിടങ്ങളിലെ പലരുമായും പരിചയപ്പെടുവാൻ സന്ദർഭമുണ്ടായി. സർവ്വവിജ്ഞാനകോശം ഓഫീസിലെ ഭാഷാ വിദഗ്ദ്ധനായിരുന്ന പ്രൊഫ. വി ശങ്കരൻ സാമൂതിരിയുമായി പരിചയപ്പെടുവാൻ കഴിഞ്ഞത് ഡോ. രാമചന്ദ്രൻ നായരുടെ വസതിയിൽ വെച്ചായിരുന്നു. അടുത്തൊരുദിവസം വിജ്ഞാനകോശം ഓഫീസിൽ ചെന്നപ്പോൾ അതിന്റെ ഡയറക്ടറായിരുന്ന ഡോ. വെള്ളായണി അർജ്ജുനനെ പ്രൊഫ. ശങ്കരൻ നമ്പൂതിരിയാണ് പരിചയപ്പെടുത്തിയത്. ഫോക്‌ലോർ സംബന്ധമായ പ്രധാനപദങ്ങളുടെ വിവരണാത്മകമായ ഒരു പട്ടിക ഡയറക്ടറുടെ നിർദ്ദേശപ്രകാരം തയ്യാറാക്കിക്കൊടുത്തു. അദ്ദേഹത്തിന്റെ കാലത്തുതന്നെ അതിൽ കുറേ പദങ്ങൾക്ക് കുറിപ്പുകൾ തയ്യാറാക്കേണ്ടിവന്നിട്ടുണ്ട്. സർവ്വവിജ്ഞാനകോശത്തിന്റെ ആദ്യത്തെ ഏതാനും വാല്യങ്ങളിൽ അവ ഉൾപ്പെടുത്തിക്കാണാം.

കേരള ഭാഷാ ഇൻസ്റ്റിറ്റ്യൂട്ട് മുഖേന അന്ന് പരിചയപ്പെടുവാൻ കഴിഞ്ഞിരുന്നവരുണ്ടായിരുന്നു. ഡോ. എസ് ഗുപ്തൻ നായർ, ഡോ. എ എൻ പി ഉമ്മർ കുട്ടി. കെ എസ് നാരായണപിള്ള, സി കെ മൂസത്, സി പത്മനാഭൻ ഡോ. എം ആർ തമ്പാൻ, വിളക്കുടി രാജേന്ദ്രൻ, എം ആർ വിജയനാഥൻ പിള്ള, എന്നിവർ അവരിൽ ചിലരാണ്.

ഗവേഷണ പഠനത്തിനു സ്വീകരിച്ച വിഷയം നാടോടിവിജ്ഞാനവുമായി ബന്ധപ്പെട്ടതാണ്. മണ്ഡലപ്രവർത്തനം അതിനു കൂടിയേ കഴിയൂ. ആവേദകരെ കണ്ടെത്തുകയും വസ്തുതകൾ അവരിൽനിന്ന് നേരിട്ടറിയുകയും വേണം. തോറ്റം പാട്ടിനെക്കുറിച്ചുള്ള പഠനമായിരുന്നതിനാൽ തെയ്യത്തോറ്റങ്ങളുടെ ശേഖരണം മുഖ്യമായി വന്നു. കാസർഗോഡു ജില്ലയുടെ വടക്കെ അതിർത്തി പ്രദേശംമുതൽ മലപ്പുറം ജില്ലയുടെ അതിർത്തിവരെയുള്ള വിവിധ കേന്ദ്രങ്ങളിൽ തെയ്യവും തിറയും കെട്ടി

യാടുന്ന വിവിധ കൂട്ടായ്മകളിൽപ്പെട്ട അനേകംപേരെ പരിചയപ്പെട്ട് വസ്തുതാ ശേഖരണം നടത്തണമെന്ന ലക്ഷ്യത്തോടെ പ്രവർത്തനം ആരംഭിച്ചു. അവധി കിട്ടുമ്പോഴെല്ലാം ഓരോ പ്രദേശത്തും ചെല്ലും. ആവേദകരിൽനിന്ന് നാനാപ്രകാരമുള്ള അനുഭവങ്ങളാണ് ഉണ്ടായിട്ടുള്ളത്. അത്തരം കാര്യങ്ങൾ മുഴുവൻ ഇവിടെ എടുത്തുപറയുന്നതിൽ ഔചിത്യമുണ്ടെന്നു തോന്നുന്നില്ല. മുഖ്യമായി മനസ്സിൽ ഉയർന്നുവരുന്ന ചില ഓർമ്മകൾ മാത്രം സൂചിപ്പിക്കാം.

കോഴിക്കോടു ജില്ലയിൽ തിറയാട്ടം നടത്തുന്ന പാണൻ എന്നൊരു വിഭാഗമുണ്ടെന്നറിയുവാൻ കഴിഞ്ഞു. കൊയിലാണ്ടി താലൂക്കിൽ അവരുടെ കുറേ വസതികളുണ്ട്. കൊയിലാണ്ടി താലൂക്കിലെ മേപ്പയൂർ എന്ന സ്ഥലത്താണ്. വാകയാട്ട് മരങ്ങാട്ട് ദാമോദരൻ താമസം. ഭാര്യയുടെ അടുത്തൊരു ബന്ധുവാണ് അദ്ദേഹം. ദാമോദരേട്ടന്റെ മകനായ ഉണ്ണികൃഷ്ണനെയും കൂട്ടി ചില കലാകാരന്മാരെ ചെന്നു കണ്ടു. ദാമോദരേട്ടന് അടുത്തു പരിചയമുള്ള എം കെ ചെക്കിണിപ്പണിക്കർ തിറയാട്ടത്തിൽ വൈദഗ്ദ്ധ്യമേറിയ കലാകാരനാണ്. പണിക്കർ സഹായിക്കാമെന്നേറ്റു ദാമോദരേട്ടന്റെ ഒരു മാം ഒഴിഞ്ഞുകിടപ്പുണ്ടായിരുന്നു. അവിടെയിരുന്നാണ് അഭിമുഖം നടത്തിയത്. പാണന്മാർ എന്ന പേരിലാണ് അറിയപ്പെടുന്നതെങ്കിലും തങ്ങൾക്ക് മലയ സമുദായവുമായാണ് കൂടുതൽ ബന്ധമെന്ന് പണിക്കർ വെളിപ്പെടുത്തി. കുട്ടിച്ചാത്തൻ, ഭൈരവൻ, ഭദ്രകാളി, ഗുളികൻ, വസൂരിമാല, പുലിച്ചാമുണ്ഡി തുടങ്ങിയ തിറകളുടെ തോറ്റം പാട്ടുകൾ നാലഞ്ചു ദിവസം കൊണ്ട് ചെക്കിണിപ്പണിക്കർ പാടിക്കേൾപ്പിച്ചു. സുദീർഘങ്ങളായ തോറ്റങ്ങളാണവയെല്ലാം. പില്ക്കാലത്താണ് പാണവിഭാഗത്തിൽപ്പെട്ട വി പി രാമർ (എരമംഗലം), സി കെ ആണ്ടിപ്പണിക്കർ, മകൻ പി കെ ശിവദാസൻ എന്നിവരുമായി പരിചയപ്പെട്ടത്.

മേപ്പയൂരിൽ പലരുമായും അഭിമുഖം നടത്തുന്നതിനിടയിൽ അവിടെ മലയിടുക്കുകളിൽ പറയ സമൂഹത്തിന്റെ ചില കുടിലുകൾ ഉണ്ടെന്നറിയുവാൻ കഴിഞ്ഞു. ഉണ്ണികൃഷ്ണനെയും നാരായണൻ നായരെയും കൂട്ടി ആ പ്രദേശത്തു കയറിച്ചെന്നു. പറയമൂപ്പൻ അവിടെ ഉണ്ടായിരുന്നില്ല. മടക്കത്തിൽ മൂപ്പനെ കാണുവാനിടയായി. തോയോൻ എന്നുപേരുള്ള ആ മൂപ്പനെ ഒരു ചായക്കടയുടെ ഒഴിഞ്ഞൊരു ഭാഗത്തിരുത്തി. പാട്ടുപാടാമെന്ന് അയാൾ പറഞ്ഞു. കുറച്ചുപാടിയപ്പോൾ ദേവതാവേശം പോലെ അയാൾ ഉലഞ്ഞാടുവാൻ തുടങ്ങി. ഒടുവിൽ പരിക്ഷീണിതനായി വീണു. വളരെ ഭയവും പരിഭ്രമവും തോന്നിച്ച ഒരു സംഭവമായിരുന്നു അത്. ചായക്കടക്കാരൻ കുറച്ച് പച്ചവെള്ളം കൊണ്ടുവന്ന് തോയോന്റെ മുഖത്തും ശരീരത്തിലും തളിച്ചു. കുറച്ചുകഴിഞ്ഞപ്പോൾ ക്ഷീണം മാറി എഴുന്നേറ്റു. ഒരു ഗ്ലാസ് ചായ അയാൾക്ക് കുടിക്കുവാൻ കൊടുത്തു.

വയനാട്ടിലെ തെയ്യം/തിറകളുടെ പ്രത്യേകതകൾ അറിയണം. പുൽപ്പള്ളിയിൽ നാരായണമ്മോന്റെ മക്കളും അമ്മായിയും താമസമുണ്ട്. അമ്മാവന്റെ മൂത്തമകൻ വിഷ്ണു ചെറുപ്പത്തിൽ ഒപ്പം കളിച്ചു നടന്ന

താണ്. വയനാട്ടിൽ ചെന്ന ശേഷം പുൽപ്പള്ളിയിലെ വലിയൊരു തുണി ഷോപ്പിന്റെ ഉടമയായി. ഏതായാലും വിഷ്ണുവിനെ കാണാം. വയനാടിന്റെ പല ഭാഗങ്ങളിലും കളനാടികൾ ഒന്നൊരു വിഭാഗം തിറയാട്ടം നടത്താറുണ്ടെന്നു വിഷ്ണു പറഞ്ഞു. പുൽപ്പള്ളി ക്ഷേത്രത്തിൽ സീതാദേവിയുടെയും മറ്റും തിറ കെട്ടുന്നത് അവരാണ്. ആദിവാസികളെ സംബന്ധിച്ച ഒരു പുസ്തകത്തിൽ അവർ കനലാടികൾ ആണെന്നു കണ്ടു. ആ പേര് ശരിയല്ലെന്ന് നേരിട്ടു ചെന്നതുകൊണ്ടാണ് മനസ്സിലായത്. അമ്മോന്റെ ഇളയമകൻ മാധവൻ പല കലാകാരന്മാരുടെ വീടുകളും സന്ദർശിക്കുവാൻ ഒപ്പം വന്നു. വേണ്ടത്ര അറിവുകളൊന്നും ആ യാത്രയിലൂടെ ലഭ്യമായില്ല. വിഷ്ണുവിന്റെ പീടികയിൽ നല്ല തിരക്കാണ്. എങ്കിലും ഒടുവിൽ വിഷ്ണുതന്നെ ഒപ്പം പുറപ്പെട്ടു. കളനാടി മാധവൻ എന്ന തിറയാട്ടക്കാരന്റെ അടുത്ത് കൂട്ടിക്കൊണ്ടുപോയി വിഷ്ണുവിനെ കണ്ടപ്പോൾ അയാൾ എതിർപ്പുകളൊന്നും പറഞ്ഞില്ല. അയാളുമായി അഭിമുഖം നടത്തി. കളനാടികൾ കെട്ടിയാടുന്ന തെയ്യങ്ങളെപ്പറ്റി മനസ്സിലാക്കുവാനും സീതാദേവി, പാക്കാൻ ദൈവം തുടങ്ങിയ തിറകളുടെ പാട്ടുകൾ പാടിക്കേൾക്കുവാനും കഴിഞ്ഞു.

ആലക്കോട് അരങ്ങം ക്ഷേത്രത്തിൽ കോറോത്ത് കുമ്മത്തോട്ടം അനിയേട്ടനായിരുന്നു അന്ന് ശാന്തിക്കാരൻ. ആ പ്രദേശങ്ങളിൽ മാവിലർ എന്നൊരു വിഭാഗക്കാർ തെയ്യം കെട്ടുന്നവരായുണ്ടെന്ന് ചിലരിൽ നിന്ന് അറിയുവാൻ കഴിഞ്ഞു. അവിടെയുള്ള മാവിലർ തുളുമാവിലരല്ല, മലയാളമാവിലരാണ്. 'ചിങ്കം' എന്നാണ് അവരുടെ വർഗ്ഗത്തലവന്റെ ആചാരപ്പേര്. ആലക്കോട് അമ്പലത്തിൽ ചെന്നപ്പോൾ അവിടത്തെ ഒരു പരിചയക്കാരനെ അനിയേട്ടൻ പറഞ്ഞയച്ച് ചിങ്കത്തെ വരുത്തി. എം വി വലിയരാമൻ ചിങ്കം! എഴുപതിലധികം പ്രായമായ ആ കലാകാരൻ വിനയാന്വിതനാണ്. അമ്പലത്തിന്റെ പുറത്തുള്ള കെട്ടിടത്തിലിരുന്ന് ചിങ്കവുമായി അഭിമുഖം നടത്തി. മലയാളമാവിലരുടെ തെയ്യങ്ങളെ സംബന്ധിച്ച ഒരാധികാരിക വിവരം അയാളിൽ നിന്നു ലഭിച്ചു. പത്തോളം ദേവതകളുടെ തോറ്റം പാട്ടുകൾ അയാൾ പാടിക്കേൾപ്പിച്ചു.

തുളുമാവിലർ കൂടുതലും ഹോസ്ദുർഗ്ഗ് താലൂക്കിലും തളിപ്പറമ്പ് താലൂക്കിലുമുള്ളവരാണ്. നറുക്കിലക്കാട് എന്ന പ്രദേശം തുളുമാവിലരുടെ വലിയൊരു സങ്കേതമാണ്. പോസ്റ്റൽ ഡിപ്പാർട്ടുമെന്റിൽ ജോലി ചെയ്തിരുന്ന നാരായണനെ (പില്ക്കാലത്ത് എം എൽ എ ആയി) പരിചയപ്പെട്ടാൽ ആ കൂട്ടായ്മയുമായി ബന്ധപ്പെടാൻ കഴിയുമെന്ന് ഒ കെ കുറ്റിക്കോലാണ് പറഞ്ഞത്. ആദ്യമായി അവിടെ ചെല്ലുന്ന ദിവസം നാരായണനെ അറിയിച്ചു. അതുകൊണ്ട് അവിടെ (കോടമല എന്ന പ്രദേശത്ത്)യുള്ള 'ശ്രീനാരായണഗുരുമന്ദിര'ത്തിൽ കുറേപ്പേർ എത്തിച്ചേർന്നിരുന്നു. വളരെ ഉയരം കയറിച്ചെന്ന് പ്രയാസപ്പെട്ടാണ് അവിടെ എത്തിച്ചേർന്നത്. ആ കൂട്ടായ്മയുമായി പൊതുവെ പരിചയപ്പെടുകയാണ് ആദ്യം ചെയ്തത്. തോറ്റം പാട്ടുകൾ നല്ലപോലെ അറിയാവുന്ന ടി രാമൻ, എം

രാമൻ, എ മുത്തൻ, ടി ചെറിയ ചന്തൻ തുടങ്ങിയവരെ തിരിച്ചറിയുവാൻ പ്രയാസമുണ്ടായില്ല. ഏതാനും ദിവസങ്ങളിൽ അവരെക്കണ്ട് തോറ്റം പാട്ടുകൾ പാടിക്കേൾക്കുകയാണുണ്ടായത്.

മാവിലരുടെ ഒരു വിഭാഗമെന്ന് കരുതാവുന്നവരാണ് ഹോസ്ദുർഗ്ഗ് താലൂക്കിലെ ചിലേടങ്ങളിൽ വസിക്കുന്ന 'ചെറോൻ' (ചെറവൻ) മാർ. സർക്കാർ രേഖകളിൽ ഇവരും മാവിലരത്രെ. എന്നാൽ, ജനങ്ങൾ പ്രാദേശികമായി വ്യവഹരിച്ചുപോരുന്നത് ചെറോൻ എന്നാണ്. ഏച്ചിക്കാനം എന്ന പ്രദേശത്തുള്ള ഏതാനും ചെറോരുമായി പരിചയപ്പെട്ട് അഭിമുഖം നടത്തുവാൻ കഴിഞ്ഞു. തോറ്റം പാട്ടുകളും അവർ പാടിക്കേൾപ്പിച്ചു.

നീലേശ്വരം ചെറപ്പുറത്ത് കോപ്പാളർ എന്ന വിഭാഗക്കാരുടെ ഏതാനും ഭവനങ്ങളുണ്ട്. മരങ്ങാട് ഗണപതി മാഷിനെയും കൂട്ടിയാണഅ അവരുടെ താവളത്തിൽ ചെന്നത്. അവർക്ക് മലയാളം സംസാരിക്കുവാൻ അറിയാമെങ്കിലും അവരുടെ ഗൃഹ്യഭാഷ തുളു കർണ്ണാടക ബന്ധമുള്ളതാണ്. വസ്തുക്കളെല്ലാം മലയാളത്തിൽ ചോദിച്ചറിഞ്ഞു. കോപ്പാളരിൽ സ്ത്രീകളും തോറ്റം പാട്ടുകൾ പാടും. കുറേപ്പാട്ടുകൾ പാടിക്കേട്ട് ശബ്ദലേഖനം ചെയ്തെടുക്കുവാൻ അവിടെനിന്നു കഴിഞ്ഞു.

കാസർഗോഡ് പ്രദേശങ്ങളിൽ കോപ്പാളരുടെ അനേകം വസതികളുണ്ടെന്ന് നീലേശ്വരത്തുനിന്ന് മനസ്സിലായി. അവിടെനിന്ന് സി കുഞ്ഞമ്പു, കാസർഗോട്ടുപോകുമ്പോൾ ഒപ്പം വരാമെന്നേറ്റു. അടുത്തൊരു ദിവസം തന്നെ കാസർഗോട്ടു ചെന്നു. കോപ്പാളരിൽ ചിലരെ ചെന്ന് കണ്ട് അവരുടെ കലാനിർവ്വഹണത്തെക്കുറിച്ച് ചോദിച്ചറിഞ്ഞു. കുഞ്ഞമ്പു ഒപ്പമുള്ളതിനാൽ പ്രയാസങ്ങളൊന്നുമുണ്ടായില്ല. പ്രായം കൂടിയ ഒരാൾ പാളകൊണ്ട് മനോഹരമായ തലപ്പാവ് ധരിച്ചിട്ടുണ്ടായിരുന്നു. വംശത്തലവന്മാർ ധരിക്കാറുള്ള കിരീടമത്രേ അത്. കോപ്പാളരുടെ ആ കൂട്ടായ്മയിൽ നിന്ന് കുറച്ചുപാട്ടുകൾ ശബ്ദലേഖനം ചെയ്തെടുത്തുവെങ്കിലും ആശയം ഒട്ടും മനസ്സിലാക്കുവാൻ കഴിഞ്ഞില്ല. കുഞ്ഞമ്പുവിന്റെ സഹായത്തോടെ കുറേയൊക്കെ മനസ്സിലാക്കുവാൻ ശ്രമിച്ചു.

ആ യാത്രയിൽത്തന്നെയാണെന്നാണ് ഓർമ്മ. നഗരത്തിൻ സമീപമുള്ള ഒരു മലയന്റെ വീട്ടിൽ ചെന്നു. സമയം സായാഹ്നം! അയാൾ എന്തോ കർമ്മത്തിനുവേണ്ടിയുള്ള ഒരുക്കങ്ങൾ തയ്യാറാക്കുന്ന തിരക്കിലാണ്. മദ്യപിച്ച അയാളുടെ വാക്കിലും നോക്കിലും വല്ലായ്മയുണ്ടെന്ന് തോന്നി. അയാളുമായി കൂടുതൽ ഇടപഴകുവാൻ ധൈര്യമുണ്ടായില്ല. നഗരത്തിൽ ഒരു തുണിഷോപ്പിൽ ജോലിക്കു നില്ക്കുന്ന മലയവിഭാഗത്തിൽപ്പെട്ട ഒരു ചെറുപ്പക്കാരനെ അന്ന് സന്ധ്യക്ക് യാദൃച്ഛികമായി പരിചയപ്പെടുവാൻ സന്ദർഭമുണ്ടായി. പേര് ഓർമ്മയിൽ വരുന്നില്ല. കാസർഗോട്ടുനിന്ന് കുറെ അകലെയുള്ള മൂളിയാർ എന്ന സ്ഥലത്തുചെന്ന് ഒരുതെയ്യം കലാകാരനെ അടുത്ത ദിവസം രാവിലെ പരിചയപ്പെടുത്താമെന്ന് അയാൾ പറഞ്ഞു. പിറ്റേന്നാൾ അതിരാവിലെ അയാളോടൊപ്പം മൂളിയാർ എന്ന സ്ഥലത്തുചെന്ന് കൃഷ്ണപ്പണിക്കരെ പരിചയപ്പെട്ടു. തുണിഷോപ്പിൽ

ജോലിക്കു പോകേണ്ടതിനാൽ ഒപ്പം വന്ന ആൾ അപ്പോൾത്തന്നെ മടങ്ങി. കൃഷ്ണപ്പണിക്കരുമായി അഭിമുഖം നടത്തി. കണ്ണൂർ ജില്ലയിലെ മലയരുടെ തോറ്റം പാട്ടുകളിൽനിന്ന് കാര്യമായ വ്യത്യാസങ്ങളൊന്നും അവിടത്തെ മലയരുടെ പാട്ടുകളിൽ ഇല്ലെന്നു മനസ്സിലാക്കുവാൻ കഴിഞ്ഞു. എങ്കിലും, ഏതാനും പാട്ടുകൾ കൃഷ്ണപ്പണിക്കരിൽനിന്ന് പാടിക്കേട്ട് ശബ്ദലേഖനം ചെയ്തെടുക്കുവാൻ കഴിഞ്ഞു.

ഹോസ്ദുർഗ്ഗ് താലൂക്കിൽ പിലിക്കോട് എന്ന സ്ഥലത്തെ ടി കുഞ്ഞിക്കണ്ണൻ കരുണമൂർത്തി പ്രശസ്തനായ ഒരു തെയ്യം കലാകാരനായിരുന്നു. അയാളുമായി അടുത്ത സൗഹൃദം പുലർത്തുവാൻ കഴിഞ്ഞു. ഏതാനും തോറ്റംപാട്ടുകൾ പാടിക്കേൾപ്പിച്ചു. വി വി അമ്പുവൈദ്യർ എന്ന ഗുരുതുല്യനായ ഒരുകലാകാരൻ ബന്തടുക്കയിൽ ഉണ്ടെന്നും അവിടെ ച്ചെന്നാൽ മറ്റുള്ളവരിൽനിന്നും ലഭിക്കാത്ത പാട്ടുകളും വസ്തുക്കളും അറിയുവാൻ കഴിയുമെന്നും കരുണമൂർത്തി പറഞ്ഞു. അടുത്ത ഒരു ദിവസം രണ്ടുപേരും ബന്തടുക്കയിലേക്ക് പുറപ്പെട്ടു. സന്ധ്യയോടുകൂടി അവിടെ ചെന്ന് ഭക്ഷണം കഴിച്ചു. രാത്രിയിലാണ് പാട്ടുകൾ പാടിക്കേട്ടത്. അമ്പു വൈദ്യരുടെ വീട്ടിൽ വരാന്തയിൽ വിരിച്ച വെള്ളവിരിപ്പുകളിൽ എല്ലാവരും കിടന്നു പിറ്റന്നാൾ രാവിലെ അവിടെ നിന്ന് പുറപ്പെട്ടു. ആ മടക്കയാത്രയിൽ അതിയാൽ എന്ന സ്ഥലത്ത് ബസിറങ്ങാമെന്ന് കരുണമൂർത്തി പറഞ്ഞു. അവിടെ അമ്പുമടിയൻ ചിങ്കം എന്ന തെയ്യം കലാകാരനെ കണ്ടു. മറ്റുപ്രദേശങ്ങളിൽ വിരളമായ ചില തോറ്റം പാട്ടുകൾ അയാളിൽനിന്നും ലഭിച്ചു.

ചിങ്കത്താന്മാർ തെയ്യം കെട്ടുന്നവരാണ്. അവരുടെ ആദ്യസങ്കേതം ഏഴിമലയുടെ മുകളിലായിരുന്നുവത്രെ ചിങ്കത്താന്മാരുടെ ഏതാനും വസതികൾ ഇന്നും അവിടെയുണ്ട്. വാസുദേവൻ നമ്പീശൻ മാഷിനെയും കൂട്ടിയാണ് അവിടെച്ചെന്നത്. കുഞ്ഞമ്പുചിങ്കം എന്ന ആളായിരുന്നു. ആ കൂട്ടായ്മയുടെ മൂപ്പൻ. അയാളുടെ വാക്കുകൾ ഇടറിയും കണ്ണുകൾ ചുവന്നുമിരുന്നു. മദ്യപിച്ച ലക്ഷണമാണെന്ന് വാസുദേവൻ മാഷ് പറഞ്ഞു. ഒരു വിധത്തിൽ തെയ്യങ്ങളുടെ കുറേ പാട്ടുകൾ അയാൾ പാടിത്തന്നു.

നാട്ടറിവു പഠനത്തിൽ നേരിട്ട് ആവേദകരെ കണ്ട് അഭിമുഖം നടത്തിയില്ലെങ്കിൽ അബദ്ധം സംഭവിക്കാമെന്ന് അനുഭവപ്പെട്ട മറ്റൊരു സന്ദർഭമായിരുന്നു ആറളം സന്ദർശനം. ആറളത്തെ മലയാളർ എന്ന ജനവിഭാഗം തെയ്യാട്ടം നടത്താറുണ്ടെന്ന് ആദിവാസികളെക്കുറിച്ചുള്ള ഒരു പുസ്തകത്തിൽ വായിക്കാനിടയായി. പക്ഷേ, അവിടെ ചെന്നപ്പോൾ അവർ തെയ്യാട്ടമോ തിറയാട്ടമോ നടത്താറില്ലെന്നു ബോദ്ധ്യപ്പെട്ടു. അവരുടെ ദേവസ്ഥാനങ്ങളിൽ കോലധാരികളെക്കൊണ്ട് തിറയാട്ടം നടത്തിക്കാറുണ്ട്. അത്തരം സന്ദർഭങ്ങളിൽ മൂപ്പൻ തൊഴുതുനിന്നുകൊണ്ട് ചില സ്തുതിഗീതങ്ങൾ പാടാറുണ്ട്. അത്തരം ചില പാട്ടുകൾ ശബ്ദലേഖനം ചെയ്തെടുക്കുവാൻ കഴിഞ്ഞു. മലയാളരിൽ മൂപ്പുസ്ഥാനമുള്ള മടപ്പുര

യിൽ കുഞ്ഞിരാമൻ അറിവും മാന്യതയുമുള്ള ഒരു വ്യക്തിയായിരുന്നു. അയാൾ അതിനുവേണ്ട സൗകര്യങ്ങളെല്ലാം ചെയ്തുതന്നു.

തളിപ്പറമ്പ് താലൂക്കിൽ വെള്ളാട് എന്ന പ്രദേശത്ത് കരിമ്പാലർ എന്നൊരു വിഭാഗമുണ്ടെന്ന് അറിയുവാൻ കഴിഞ്ഞു. അവർക്ക് തെയ്യാട്ടവുമായി ബന്ധമുണ്ടോ എന്നറിയണം. കൈതപ്പുറത്തെ അപ്പണം ചിറ്റേട്ടനാണ് വെള്ളാട്ട് അമ്പലത്തിൽ ശാന്തിക്കാരൻ. അവിടെച്ചെന്നാൽ കാര്യങ്ങൾ ഏകദേശമറിയാം. അമ്പലത്തിൽ ചെന്നപ്പോൾ കരിമ്പാലരെ പരിചയപ്പെടുത്തിത്തരുവാൻ ചിറ്റേട്ടൻ ഒരാളെ ഏല്പിച്ചു. അതിൽപ്പെട്ട ഒരാളെ അന്നുതന്നെ പരിചയപ്പെട്ടുവെങ്കിലും വസ്തുതകൾ വേണ്ടതുപോലെ മനസ്സിലാക്കുവാൻ കഴിഞ്ഞില്ല. അടുത്ത ദിവസം രാവിലെ ഏറെ പ്രായമുള്ള തോയോൻ കേളൻ എന്ന ആളെ പരിചയപ്പെടുവാൻ കഴിഞ്ഞു. 'ചീറുമ്പ'യുടെ ഉപാസകരാണവർ. കരിമ്പാലർ തെയ്യം കെട്ടാറില്ല. ചീരുമ്പമാരടക്കമുള്ള ഏഴുകന്നിമാരുടെ സങ്കല്പത്തിൽ കന്നിക്കെട്ട് എന്ന അനുഷ്ഠാന കലാവതരണം അവർ നടത്താറുണ്ട്. കരിമ്പാലരുടെ ആരാധനാസ്ഥാനങ്ങളിൽ ചീറുമ്പ ഇളയഭഗവതിയുടെ തെയ്യം വണ്ണാൻ വിഭാഗത്തിൽപ്പെട്ടവരാണ് കെട്ടിയാടിവരുന്നതെന്ന് തോയോൻ കേളൻ പറഞ്ഞു. കരിമ്പാലരുടെ പാട്ടുകളിൽ പ്രധാനപ്പെട്ടതാണ്. 'ചീറുമ്പപ്പാട്ട്' 'ചീറുമ്പ' സങ്കല്പത്തെ സംശയമെന്യേ ആഖ്യാനം ചെയ്യുന്ന സുദീർഘമായ ഒരു പാട്ടാണത്. ആ പാട്ടു മുഴുവൻ കേളൻ പാടിക്കേൾപ്പിച്ചു.

ഇരിട്ടിയിൽനിന്നും കുറച്ചകലെയുള്ള വിളക്കോട്, കാക്കേങ്ങാട് എന്നീ പ്രദേശങ്ങളിൽനിന്നും പ്രമുഖരായ ഏതാനും കോലധികാരികളുമായി അഭിമുഖം നടത്തുവാൻ സന്ദർഭമുണ്ടായി. നെല്ലിയേരി ശംഭുമാഷിന്റെ ഇല്ലത്താണ് താമസിച്ചത്. വിളക്കോടുള്ള കുഞ്ഞിക്കുട്ടിപ്പെരുവണ്ണാൻ എഴുപത്തിയഞ്ചിലധികം വയസ്സ് പ്രായമുള്ള വ്യക്തിയായിരുന്നുവെങ്കിലും വസ്തുതകൾ പറഞ്ഞു തരുവാനും തോറ്റങ്ങൾ പാടുവാനും യാതൊരു വിഷമവും ഉണ്ടായില്ല. ശംഭുമാഷിന് പകൽ സൗകര്യക്കുറവുള്ളതിനാൽ, എ കുഞ്ഞിരാമൻ എന്ന തെയ്യം കലാകാരന്റെ വീട്ടിൽ രാത്രിയിലാണ് നടന്നുപോയത്. പക്ഷേ, വീട്ടിൽ കണ്ടില്ല. പിറ്റേന്നാൾ കാക്കേങ്ങാട്ടുള്ള വീട്ടിൽ വെച്ച് അയാളെ കണ്ടു. ഏതാനും തോറ്റങ്ങൾ കുഞ്ഞിരാമനും പാടി. 'തെക്കൻ കരിയാത്തൻ തോറ്റ'മാണ് അതിൽ മുഖ്യം. ആ പാട്ട് അറിയുന്നവർ വിരളമത്രെ.

തിറയാട്ടം നടത്തുന്ന മുന്നൂറ്റാൻ എന്ന കൂട്ടായ്മയിൽപ്പെട്ട പി പി കുഞ്ഞിക്കണ്ണൻ മുന്നൂറ്റാനെ ബ്രണ്ണൻ കോളേജിൽ വെച്ചാണ് ആദ്യമായി കണ്ടത്. തലശ്ശേരിനഗരത്തിൽ ബി എഡ് കോളേജിൽനിന്ന് നടന്നുപോകാവുന്ന ഒരിടത്താണ് അയാളുടെ വസതി. കുറേ തോറ്റം പാട്ടുകൾ പാടിക്കേട്ട് ശബ്ദലേഖനം ചെയ്തെടുത്തത് അവിടെ വെച്ചായിരുന്നു. സി കെ കണാരൻ മുന്നൂറ്റാൻ (മേലടി, വടകര), വി വി ചന്തുമുന്നൂറ്റാൻ (ഇരിങ്ങൽ, വടകര) തുടങ്ങിയവരെക്കണ്ട് അഭിമുഖം നടത്തിയതും ഓർമ്മയിൽ വരുന്നു. തിറയാട്ടം നടത്താറുള്ള അയനിക്കാട് (ഇരിങ്ങൽ) സ്വദേ

ശിയായ കെ ഗോപാലൻ മാഷുമായി അഭിമുഖം നടത്തിയെങ്കിലും പാട്ടുകളൊന്നും അയാൾക്കു പാടുവാൻ കഴിഞ്ഞില്ല. 'അഞ്ഞൂറ്റാൻ' എന്ന വിഭാഗത്തിൽപ്പെട്ട വി പി കൃഷ്ണൻ അഞ്ഞൂറ്റവനുമായി പരിചയപ്പെടുവാൻ കഴിഞ്ഞത് നീലേശ്വരത്തുവെച്ചായിരുന്നു.

വെങ്ങര എന്ന സ്ഥലത്തു വസിച്ചിരുന്ന എൻ പി ശ്രീകണ്ഠപ്പെരുവണ്ണാനെ കാണുവാനും അഭിമുഖം നടത്തുവാനും കഴിഞ്ഞത് അവിസ്മരണീയമായ സംഭവങ്ങളിലൊന്നാണ്. ഒരു മുസ്ലീം വനിതയുടെ സങ്കല്പത്തിലുള്ള തെയ്യമാണ് ആര്യപ്പൂങ്കന്നി എന്ന തെറ്റായ ധാരണ ചില പണ്ഡിതന്മാർക്കും എഴുത്തുകാർക്കുമുണ്ടായിരുന്നു. ശ്രീകണ്ഠപ്പെരുവണ്ണാന്റെ അടുത്തെത്തിയപ്പോൾ ആ ധാരണ തികച്ചും തെറ്റാണെന്നു ബോദ്ധ്യപ്പെട്ടു. കൈതക്കീലമ്മ എന്ന പേരിൽ ബ്രാഹ്മണർ പോലും ആരാധിക്കുന്ന ഒരു ദേവതയാണത്. അന്നോളം അറിയപ്പെടാതിരുന്ന 'നീലകേശിപ്പാട്ട്' വെളിച്ചത്തുകൊണ്ടുവരുവാൻ കഴിഞ്ഞതും ശ്രീകണ്ഠപ്പെരുവണ്ണാന്റെ സഹായത്തോടുകൂടിയാണ്.

തോറ്റം പാട്ടുകളും വസ്തുതകളും ശേഖരിക്കുന്നതോടൊപ്പം പ്രബന്ധമെഴുതുവാനും ആരംഭിച്ചിരുന്നു. പി എച്ച് ഡിക്ക് പ്രബന്ധം സമർപ്പിക്കേണ്ട കുറഞ്ഞ കാലാവധി മൂന്നു വർഷമാണ്. കാലവധി പൂർത്തിയാകുന്ന ദിവസം തന്നെ പ്രബന്ധം സമർപ്പിക്കണമെന്ന് തോന്നി. പ്രബന്ധം മുഴുവൻ ടൈപ്പു ചെയ്യണം. ഇന്നത്തെപ്പോലെ കമ്പ്യൂട്ടർ സൗകര്യമൊന്നും ഇല്ലാതിരുന്ന കാലം. പിലാത്തറ കോൺവെന്റുവകയായ ടൈപ്പുറൈറ്റിങ് ഇൻസ്റ്റിറ്റ്യൂട്ടിൽ ഒഴിവു ദിവസങ്ങളിൽ ചെന്ന് ടൈപ്പ് ചെയ്തെ

അഴീക്കോടിനും വൈശാഖനുമൊപ്പം

ടുക്കുവാൻ ഏർപ്പാടുചെയ്തു. പുറച്ചേരി ബദിരമന മാധവനാണ് ടൈപ്പ് ചെയ്ത് തന്നത്.

ഗവേഷണ പ്രബന്ധം ഭംഗിയായി ബയന്റു ചെയ്യുവാനുള്ള സൗകര്യം അന്നിവിടെ ഇല്ലായിരുന്നു. അതിനാൽ, ആറു വാല്യങ്ങൾക്കുവേണ്ട, ടൈപ്പു ചെയ്ത മുഴുവൻ ഭാഗങ്ങളുമെടുത്ത് തിരുവനന്തപുരത്ത് ചെന്നു. പ്രൊഫ. രാമചന്ദ്രൻ നായരാണ് ഒരു പ്രസിൽ ബയന്റിങ്ങിനുള്ള ഏർപ്പാട് ചെയ്തു തന്നത്. അത് പൂർത്തിയാക്കുവാൻ ഒരാഴ്ചയോളം വേണ്ടിവന്നു. പ്രബന്ധങ്ങളിൽ പ്രൊഫസറുടെ ഒപ്പുവാങ്ങി സർവ്വകലാശാല ഓഫീസിൽ ചെന്ന് പ്രബന്ധങ്ങൾ സമർപ്പിച്ചു. 1980 മെയ് മാസത്തിലായിരുന്നു അത്.

പ്രൊഫ. സുകുമാർ അഴീക്കോട്, ഡോ. പി കെ നാരായണപ്പിള്ള യുടെ മേൽനോട്ടത്തിൽ ഗവേഷണത്തിനു രജിസ്റ്റർ ചെയ്തിരുന്ന കാലമായിരുന്നു അത്. ഡോ. പിള്ള മരണപ്പെട്ടതിനാൽ, തുടർന്നുള്ള ഗവേഷണ മേൽനോട്ടം ഡോ. രാമചന്ദ്രൻ നായരാണ് ഏറ്റെടുത്തിരുന്നത്. പ്രൊഫ. അഴീക്കോട് ഡോ. രാമചന്ദ്രൻനായരുടെ ഒപ്പ് വാങ്ങി പ്രബന്ധ സമർപ്പണത്തിനു കൊണ്ടുപോയി. അല്പസമയം കഴിയുമ്പോഴാണ് പ്രൊഫസറോട് യാത്ര പറയുവാൻ ചെന്നത്. “അഴീക്കോട് മാഷ് പ്രബന്ധവുമായി ഇവിടെ വന്നിരുന്നു. ഇപ്പോൾ പോയതേയുള്ളൂ.” പ്രൊഫസർ പറഞ്ഞു. അതൊരു യാദൃച്ഛിക സംഭവമായിരുന്നു.

പ്രബന്ധം സമർപ്പിച്ചുകഴിഞ്ഞാൽ അധികം വൈകാതെ വാചാ പരീക്ഷ നടത്തുകയാണ് പതിവ്. മൂന്നുപേരാണ് പ്രബന്ധ പരിശോധകന്മാർ. അതിൽ രണ്ടുപേരും ഒരു മാസംകൊണ്ട് റിപ്പോർട്ട് അയച്ചുവെന്നാണ് അറിയുവാൻ കഴിഞ്ഞത്. മൂന്നാമത്തെ ആൾ പ്രൊഫ. ജി ശങ്കരപ്പിള്ളയായിരുന്നു. ഒരു വർഷക്കാലത്തോളം പ്രബന്ധം മേശപ്പുറത്തുവെച്ചിരുന്നു. ഒടുവിൽ തൃശൂർ അരണാട്ടുകരയിലെ ഡ്രാമ സ്കൂളിൽവച്ച് വാചാ പരീക്ഷ നടത്തി.

പന്ത്രണ്ട്

ഗവ. ബ്രണ്ണൻ കോളേജിലെ മലയാള വിഭാഗത്തിൽ ഒരു സെമിനാർ. അതിൽ സംബന്ധിക്കുവാൻ ചെന്നപ്പോഴാണ് ഗവേഷണ മാർഗ്ഗദർശിയാകണമെന്ന ഒരാശയം ഉരുത്തിരിഞ്ഞത്. അവിടെ മലയാള വിഭാഗത്തിലെ അദ്ധ്യാപകരിൽ മാർഗ്ഗദർശികളായി ആരും ഉണ്ടായിരുന്നില്ല. എന്നാൽ, ഡോ. ടി വി സുകുമാരൻ മാസ്റ്റർ മാർഗ്ഗദർശകനായത് ബ്രണ്ണൻ കോളേജിലെ മലയാള വിഭാഗം കേന്ദ്രമാക്കിയായിരുന്നു. മാർഗ്ഗദർശകരുടെ വൈരള്യം! ഗവേഷണ വിദ്യാർത്ഥികളായി സർവ്വകലാശാലയിൽ രജിസ്റ്റർ ചെയ്യുവാൻ കഴിയാത്ത അവസ്ഥ!

കെ എം പ്രിയദർശൻ ലാൽ അന്ന് മലയാളം വകുപ്പിലെ ഒരദ്ധ്യാപകനായിരുന്നു. വകുപ്പദ്ധ്യക്ഷൻ ദയാനന്ദൻമാഷും. മാർഗ്ഗദർശകനാകാനുള്ള അപേക്ഷ കോഴിക്കോട് സർവ്വകലാശാലയ്ക്ക് അയക്കണമെന്ന് അവർ പ്രേരിപ്പിച്ചു. അപേക്ഷാഫോറം അവിടെ ഉണ്ടായിരുന്നു. ലാൽ മാഷ് ഫോറമെടുത്തുതന്നു. അതുപ്രകാരം അപേക്ഷ അയച്ചു.

ഫോട്ടോ പ്രിയദർശൻ ലാൽ

കോഴിക്കോടു സർവ്വകലാശാലയിലെ അന്നത്തെ വൈസ് ചാൻസലർ ടി എൻ ജയചന്ദ്രനായിരുന്നു. അർഹതയെ അംഗീകരിക്കുകയെന്നതായിരുന്നു അദ്ദേഹത്തിന്റെ നയം. ബ്രണ്ണൻ കോളേജ് മലയാള വിഭാഗം ഗവേഷണ കേന്ദ്രത്തിൽ പി എച്ച് ഡിക്കു മാർഗ്ഗ നിർദ്ദേശം നല്കുവാനുള്ള അംഗീകാരം 1987 ലോ, 1988 ലോ ആണ് ലഭിച്ചത്.

കണ്ണൂർ സർവ്വകലാശാല ആരംഭിച്ചപ്പോൾ അവിടെയും ഗവേഷണ മാർഗ്ഗദർശിയായി. കണ്ണൂർ സർവ്വകലാശാല ലൈബ്രറിയിലാണ് ഗവേഷണകേന്ദ്രമായി അനുവദിച്ചത്. വൈസ് ചാൻസലറായിരുന്ന ഡോ. പി കെ രാജന്റെ പ്രത്യേക താല്പര്യപ്രകാരം കാസർഗോഡ് കോളേജ് ഭാഷാ

പഠനകേന്ദ്രത്തിലും മാർഗ്ഗനിർദ്ദേശം നല്കിവന്നു. അറിയപ്പെടാത്ത ജീവിതസംസ്കാരങ്ങളെക്കുറിച്ച് പഠിക്കുവാൻ ഗവേഷണ വിദ്യാർത്ഥികൾക്ക് അവസരമുണ്ടാക്കണമെന്നായിരുന്നു അദ്ദേഹത്തിന്റെ ലക്ഷ്യം. കോഴിക്കോട് സർവ്വകലാശാലയുടെ കീഴിലുള്ള രജിസ്ട്രേഷൻ കോഴിക്കോട് സർവ്വകലാശാല മലയാള വിഭാഗത്തിലേക്ക് മാറ്റപ്പെട്ടു. അവിടെയാണ് കൂടുതൽ ഗവേഷണ വിദ്യാർത്ഥികൾക്ക് മാർഗ്ഗനിർദ്ദേശം നല്കിയതെന്ന് തോന്നുന്നു

ശ്രീ ശങ്കരാചാര്യ സർവ്വകലാശാലയുടെ പയ്യന്നൂർ പ്രാദേശിക കേന്ദ്രത്തിൽ അദ്ധ്യാപകനായി പ്രവർത്തിച്ചിരുന്ന കാലത്താണ് (1995 മുതൽ) അവിടെ ഗവേഷണ മാർഗ്ഗദർശിയായി അംഗീകരിക്കപ്പെട്ടത്. മഹാത്മാ ഗാന്ധി സർവ്വകലാശാല (കോട്ടയം) കേരള സാഹിത്യ അക്കാദമി ഗവേഷണ കേന്ദ്രമായി മാർഗ്ഗനിർദ്ദേശം ചെയ്യുവാനായി അംഗീകാരം അനുവദിച്ചിരുന്നുവെങ്കിലും അത് ഉപയോഗപ്പെടുത്തിയില്ല.

ഒരു സർവ്വകലാശാല ഗവേഷണ കേന്ദ്രത്തിൽ ആറ് ഗവേഷണ വിദ്യാർത്ഥികൾക്കുമാത്രമേ ഒരു ഗവേഷണ മാർഗ്ഗദർശിക്ക് ഗവേഷണ മാർഗ്ഗ നിർദ്ദേശം ചെയ്യുവാൻ കഴിയുകയുള്ളൂ. അവർ പ്രബന്ധം സമർപ്പിക്കുന്ന മുറയ്ക്ക് പുതിയ വിദ്യാർത്ഥികളെ എടുക്കാം. ഉത്തരകേരളത്തിൽ ഗവേഷണ കേന്ദ്രങ്ങളുടെയും ഗവേഷണ മാർഗ്ഗദർശികളുടെയും കുറവ് ആദ്യകാലത്ത് അനുഭവപ്പെട്ടിരുന്നു. ആ നിലയിൽ താല്പര്യമുള്ള ഗവേഷണ വിദ്യാർത്ഥികളെ പരമാവധി സഹായിക്കണമെന്ന് തോന്നി. കൂടുതൽ കേന്ദ്രങ്ങളിൽ മാർഗ്ഗദർശിയായത് അതുകൊണ്ടാണ്. കൂടുതൽ വിദ്യാർത്ഥികൾക്ക് ഒരേസമയം മാർഗ്ഗനിർദ്ദേശം ചെയ്യേണ്ടതായി വന്നപ്പോൾ ഏറെ പ്രയാസങ്ങൾ അനുഭവപ്പെട്ടു. സ്വന്തം ആവശ്യങ്ങൾ പലപ്പോഴും നിർത്തിവെക്കുകയോ ഉപേക്ഷിക്കുകയോ ചെയ്യേണ്ടതായി വന്നിട്ടുണ്ട്. സാഹിത്യപ്രവർത്തനങ്ങൾക്കും വേണ്ടത്ര സമയം ലഭിക്കാതെ പോയി.

ഈ കാലഘട്ടത്തിനിടയിൽ ഇരുപത്തിമൂന്ന് ഗവേഷണ വിദ്യാർത്ഥികൾക്ക് പി എച്ച് ഡി ബിരുദം ലഭിച്ചു. അധികം മാർഗ്ഗദർശികൾക്കും സാധിക്കാതിരുന്ന ഒരു കാര്യമാണതെന്നു തോന്നുന്നു. സാഹിത്യവിഷയങ്ങളേക്കാൾ നാടോടി വിജ്ഞാനസംബന്ധമായ വിഷയങ്ങളിൽ ഗവേഷണം നടത്തുവാനാണ് വിദ്യാർത്ഥികളെ പ്രോത്സാഹിപ്പിച്ചത്. രണ്ടുപേരൊഴികെ ജനജീവിതസംസ്കാരങ്ങളിലാണ് അന്വേഷണം നടത്തിയത്. മണ്ഡലപ്രവർത്തനം (ഫീൽഡ് വർക്ക്) ഇതിൽ ആവശ്യമായി വരുന്നു. 'ജന'ത്തെയും ജനസംസ്കാരത്തെയും അടുത്തറിയുവാനുള്ള ഫലപ്രദമായ ഒരു പഠനപദ്ധതിയാണ് ഇതെന്ന് അനുഭവത്തിൽ തെളിയുകയും ചെയ്തു. സംസ്കാരത്തിന്റെ തിരിച്ചറിവാണ് ഫോക്‌ലോർ എന്ന തത്ത്വമാണ് ഇതിലടങ്ങിയിട്ടുള്ളത്. ഫോക്‌ലോർ രംഗത്ത് പ്രയുക്തമാക്കിയ ഈ പദ്ധതി മറ്റു ചിലരും അംഗീകരിച്ചിട്ടുണ്ട്. ഇതിനു പഠന സാദ്ധ്യതകൾ ഏറെയുണ്ട്.

ഗവേഷണ വിദ്യാർത്ഥികളിൽ പലരും ഒഴിവു ദിവസങ്ങളിൽ കുന്നരുവിലുള്ള ഇല്ലത്ത് വരുമായിരുന്നു അവരെ അതിഥികളായിട്ടാണ് കണ്ടിരുന്നത്. മറ്റുതിരക്കുകളെല്ലാം മാറ്റിവെച്ച് അവർക്കു വേണ്ട ഉപദേശ നിർദ്ദേശങ്ങൾ നല്കുമായിരുന്നു. ബിരുദം നേടുന്നതുവരെ മാത്രമേ ചിലർ ആ സ്നേഹബന്ധം ഓർത്തുള്ളൂ. മാമ്പഴക്കാലം കഴിഞ്ഞാൽ ആരും മാവിൻ ചുവട്ടിൽ നില്ക്കാറില്ലല്ലോ. ഗവേഷണ കാലത്തുണ്ടായ ആ ബന്ധം കുറച്ചുപേർ വിസ്മരിച്ചുകാണുന്നില്ല. ചിലർ ഇടയ്ക്കിടയ്ക്ക് വന്നു കാണാറുണ്ട്.

ഗവേഷണ മാർഗ്ഗദർശിയായി പ്രവർത്തിച്ചത് കാര്യലാഭങ്ങളൊന്നും പ്രതീക്ഷിച്ചായിരുന്നില്ല. വിദ്യാസമ്പന്നരായ കുറേപ്പേരുമായുള്ള സ്നേഹബന്ധം മാത്രമാണ് ആഗ്രഹിച്ചിരുന്നത്. ആ പ്രതീക്ഷ സഫലമാക്കുന്നതല്ല ചിലരുടെ പെരുമാറ്റം. ഗവേഷണ വിദ്യാർത്ഥികളിൽ നല്ലൊരു ഭാഗം അദ്ധ്യാപകരായിരുന്നു. അവരിൽ കുറച്ചുപേർ ഉന്നത സ്ഥാനങ്ങളിൽ എത്തിയിട്ടുണ്ട്.

ഗവേഷണ വിദ്യാർത്ഥിയായി ആദ്യം സമീപിച്ചത് വൈദികനായ ജോസ് മണിപ്പാറയാണ്. സൗഹൃദം നിറഞ്ഞ പെരുമാറ്റം! ഫാ. ജോസ് ഗവേഷണത്തിനു ചേർന്നത് കാര്യലാഭത്തിനു വേണ്ടിയായിരുന്നില്ല. മതത്തിന്റെ മതിൽക്കെട്ടിനകത്ത് മാത്രമല്ല ജോസിന്റെ പ്രവർത്തന മണ്ഡലം. കരിമ്പാലരുടെ ജീവിതസംസ്കാരങ്ങളെക്കുറിച്ചുള്ള അന്വേഷണ പഠനത്തിനു അദ്ദേഹം തയ്യാറായതു തന്നെ അതു വ്യക്തമാക്കുന്നു. ജോസ് ഇന്ന് ഒരു ഓർമ്മ മാത്രമാണ്.

ആദ്യകാല ഗവേഷണ വിദ്യാർത്ഥികളിൽ മറ്റൊരാളായിരുന്നു കുമാ

ഗവേഷണ വിദ്യാർത്ഥികളുടെ ആദരം

രൻ വയലേരി. 'കുറിച്യരുടെ ജീവിതസംസ്കാര'ങ്ങളെക്കുറിച്ചുള്ളതായിരുന്നു ഡോ. കുമാരന്റെ അന്വേഷണ വിഷയം. ഡോക്ടറേറ്റ് ബിരുദം ലഭിച്ചതോടെ കുമാരൻ പഠനശ്രമം മതിയാക്കിയില്ല. ആദിവാസി മേഖലകളിൽ പഠനശ്രമങ്ങൾ നടത്തി. ശ്രീശങ്കരാചാര്യ സർവ്വകലാശാല മലയാള വിഭാഗത്തിൽ. പയ്യന്നൂർ പ്രാദേശിക കേന്ദ്രത്തിൽ അദ്ധ്യാപകനായി ഡോ. കുമാരൻ നിയമിതനായെന്നതും എടുത്തുപറയട്ടെ.

ബാബു മുണ്ടേക്കാട്, പി യഹിയ, കെ പ്രമോദ്, എം ബാലൻ, ഡോ. രമേശൻ, ടി ഗീത, എ സത്യനാരായണൻ, കെ പത്മനാഭൻ തുടങ്ങിയവർ പകർന്ന സൗഹൃദവും ഓർമ്മയിൽ തങ്ങുന്നുണ്ട്. വി എം ഉണ്ണികൃഷ്ണൻ, എ എസ് പ്രശാന്ത് കൃഷ്ണൻ, കോറമംഗലം നാരായണൻ നമ്പൂതിരി, എൻ പി വിജയൻ, കെ എൻ ബാലകൃഷ്ണൻ നമ്പ്യാർ, പി രാജൻ എന്നിവരും ബന്ധപ്പെടുമായിരുന്നു. അവരുടെയെല്ലാം സൗഹൃദത്തിന് നന്ദി പറയട്ടെ.

ഡോക്ടറേറ്റ് നേടിയ ശിഷ്യരിൽ കുറേപ്പേർ ചേർന്ന് ഒരു ഉപഹാരം തരുവാനുള്ള താല്പര്യം അറിയിച്ചു. അത്തരമൊരു ഉപഹാരം സ്വീകരിക്കുന്നത് നല്ല വഴക്കമാണെന്ന് തോന്നിയില്ല. അതിനു നിർബ്ബന്ധിക്കരുതെന്ന് അവരോടു പറഞ്ഞു. ഒരു സമർപ്പണഗ്രന്ഥം തയ്യാറാക്കാമെന്ന അവരുടെ ഉദ്ദേശ്യവും അഭികാമ്യമായി തോന്നിയില്ല. ഗവേഷകരുടെ ഒരു കൂട്ടായ്മ ഉണ്ടാകണം. അവർക്കു പ്രാതിനിദ്ധ്യമുണ്ടാകും വിധം ഒരു ഗ്രന്ഥമിറക്കുന്നത് ദോഷമില്ല. അതുപ്രകാരം ജനസംസ്കാരപഠനമായി ദർശിച്ചുകൊണ്ടുള്ള ഒരു പദ്ധതി അംഗീകരിച്ചുകൊണ്ടുള്ളതാണ് അവരിൽ ഭൂരിഭാഗവും ഗവേഷണം നടത്തിയത്. അത്തരം പ്രബന്ധങ്ങളുടെ സംഗ്രഹരൂപത്തിലുള്ള ലേഖനങ്ങളാണ് പ്രസ്തുത ഗ്രന്ഥത്തിൽ മുഖ്യമായുള്ളത്.

പതിമൂന്ന്

പുരസ്കാരങ്ങളെക്കുറിച്ച് ഓർക്കുമ്പോൾ ഒരു നിഷേധത്തിന്റെ കഥയാണ് ആദ്യം ഓർമ്മയിൽ വരുന്നത്. ഒരു തുഞ്ചൻ പ്രബന്ധത്തിന്റെ കഥ! 1974 ൽ നടന്നൊരു സംഭവം!

തുഞ്ചൻ പ്രബന്ധങ്ങൾ ക്ഷണിച്ചുകൊണ്ടുള്ള കേരള സാഹിത്യ അക്കാദമിയുടെ ഒരു പരസ്യം. വിഷയം കിളിപ്പാട്ടുവൃത്തങ്ങൾ. പ്രബന്ധം തയ്യാറാക്കി അയച്ചുകൊടുത്തു. രണ്ടു മൂന്നു മാസങ്ങൾ കഴിഞ്ഞു.

"ഇത്തവണ തുഞ്ചൻ പുരസ്കാരം നമ്പൂതിരിക്കാണ്." ഒരു തീവണ്ടി യാത്രയ്ക്കിടയിൽ സി പി ശ്രീധരൻ പയ്യന്നൂരിലെ കെ കെ കരുണാകരൻ മാഷിനോടു പറഞ്ഞു. അത് പറഞ്ഞപ്പോൾ അത്ര കാര്യമായെടുത്തില്ല. മാഷ് പ്രൊഫ. സുകുമാർ അഴീക്കോടിന്റെ മേൽനോട്ടത്തിൽ പി എച്ച് ഡിക്കു രജിസ്റ്റർ ചെയ്ത കാലമാണത്.

പുരസ്കാര വാർത്ത പത്രങ്ങളിൽ വന്നു. കേരള സർവ്വകലാശാലയിലെ രാമൻ മാഷിന്റെ പേരാണ് കണ്ടത്. അയച്ചിരുന്ന പ്രബന്ധം സാഹിത്യഅക്കാദമി ഏതാനും നാളുകൾക്കിടയിൽ തിരിച്ചയച്ചുതന്നു. ആ കൈയെഴുത്തു പ്രതിയിൽ പുറംപേജിലും ആദ്യപേജിലും ഉൾപ്പേജിലും മൂന്നിടത്തായി (1) എന്ന് മൂന്ന് തവണ മൂന്നുപേരുടെ കൈയെഴുത്തിൽ കുറിച്ചിട്ടുണ്ടായിരുന്നു. ഒരിടത്തു മാത്രം (4) എന്നും അടയാളപ്പെടുത്തിക്കണ്ടു. ഒരു തിരുമുറിയുടെ ഫലമാണെന്ന് ഊഹിക്കുവാൻ കഴിഞ്ഞു. സി പി ശ്രീധരൻ പറഞ്ഞതായി പറയപ്പെട്ട വാക്കിൽ എന്തോ സത്യമുണ്ടെന്ന് മനസ്സിലായി. വസ്തുത ആധികാരികമായി അറിയണമല്ലോ സംശയപരിഹാരത്തിന് അക്കാദമി സെക്രട്ടറിക്ക് എഴുതി. അക്കാദമിയിൽ നിന്ന് ഒരു മറുപടിയും തന്നില്ല. കുറച്ചു മാസങ്ങൾക്കുശേഷം (1975 ൽ) കോഴിക്കോട് സർവ്വകലാശാല മലയാളവിഭാഗത്തിൽ ലക്ചറർ തസ്തികയ്ക്കുള്ള അഭിമുഖത്തിനു പോകേണ്ടതായി വന്നു. ഡോ. എസ് കെ

നായരെപ്പോലുള്ള പണ്ഡിതന്മാരുണ്ട്. വകുപ്പദ്ധ്യക്ഷൻ പ്രൊഫ. സുകുമാർ അഴീക്കോടും. എം എ പരീക്ഷയ്ക്കും സമർപ്പിച്ചിരുന്നു. 'ഉപന്യാസ സാഹിത്യ'ത്തെപ്പറ്റി ഡോ. എസ് കെ നായർക്ക് നല്ല അഭിപ്രായമാണുണ്ടായിരുന്നത്. പുതിയ പഠനശ്രമങ്ങൾ വല്ലതുമുണ്ടോ? അദ്ദേഹം ചോദിച്ചു. മേൽ സൂചിപ്പിച്ച 'കിളിപ്പാട്ടുവൃത്തങ്ങൾ' എന്ന പഠനത്തെപ്പറ്റി സൂചിപ്പിച്ചു. അതു കേട്ടപ്പോൾ പ്രൊഫ. സുകുമാർ അഴീക്കോട് ക്ഷുഭിതനായി. "ആ പ്രബന്ധം ഒന്നാം സ്ഥാനത്തുനിന്നു മാറ്റിയത് ഞാനാണ്" അദ്ദേഹം തുറന്നു പറഞ്ഞു. അക്കാദമിയിൽനിന്ന് വളരെ സ്വാധീനമുണ്ടായിരുന്നവരിൽ ഒരാളായിരുന്നു അദ്ദേഹമെന്നു മനസ്സിലായി.

കുറച്ചുമാസങ്ങൾക്കുശേഷം കേരള സാഹിത്യ അക്കാദമിയിൽ ചെന്നപ്പോൾ, അക്കാദമിയിലെ മാനേജർ തസ്തികയിലിരിക്കുന്ന ഒരു കേശവൻ നായർ ക്ഷുഭിതനായി ചോദിച്ചു. "ഇങ്ങനെയൊക്കെ അക്കാദമിക്ക് എഴുതാമോ?" അനാവശ്യമായിട്ടല്ലല്ലോ എഴുതിയത്. മറുപടി നല്കി. ഈ സംഭവത്തോടുകൂടി തുഞ്ചൻ പ്രബന്ധങ്ങൾ തിരികെ നല്കുന്ന പതിവില്ലാതായി.

മേൽപ്പറഞ്ഞ സംഭവം മനസ്സിൽ പ്രയാസമുണ്ടാക്കാതിരുന്നില്ല. എങ്കിലും മുപ്പത്തഞ്ചുവർഷങ്ങൾക്കുശേഷം ഇതിനെ വിസ്മരിക്കത്തക്ക രീതിയിൽ അപ്രതീക്ഷിതമായി ഒരു സംഭവമുണ്ടായി. അതുകൂടി ഇവിടെ ഓർക്കേണ്ടതുണ്ടെന്നു തോന്നുന്നു.

കേരള ലളിതകലാഅക്കാദമിയിൽ ഒരു മാസത്തിലധികം നീണ്ടുനിന്ന കളമെഴുത്തു ശില്പശാല 2010 നവംബർ 9 നാണ് ആരംഭിച്ചത്. ലളിതകലാ അക്കാദമിയുടെ അന്നത്തെ സെക്രട്ടറി ടി എ സത്യപാൽ, കളമെഴുത്തു ശില്പശാലയുടെ ഉദ്ഘാടനച്ചടങ്ങിൽ പങ്കെടുപ്പിക്കണമെന്ന് അദ്ദേഹത്തിനു താല്പര്യമുണ്ടായിരുന്നു. പക്ഷേ, ബന്ധപ്പെടുവാൻ ഫോൺ നമ്പർ അറിഞ്ഞുകൂടായിരുന്നു. ഫോക്‌ലോർ അക്കാദമിയുമായി ബന്ധപ്പെട്ടുവെന്നും അവിടെ നിന്ന് നല്ല പ്രതികരണമല്ല ഉണ്ടായതെന്നും സത്യപാൽ പറഞ്ഞു. ഒടുവിൽ ഗുരുവായൂർ ചുമർചിത്ര പഠനകേന്ദ്രത്തിന്റെ ഡയറക്ടറായ കെ യു കൃഷ്ണകുമാറിൽ നിന്നത്രെ ഫോൺ നമ്പർ ലഭിച്ചത്.

വടക്കൻ മേഖലയിലുള്ള കളമെഴുത്തുകലാകാരന്മാരുടെ വിവരം സത്യപാലിനു ലഭിച്ചിരുന്നില്ല. പ്രശസ്തരായ ഏതാനും കളമെഴുത്തുകലാകാരന്മാരെയും 'പത്മക്കാരെ'യുംകുറിച്ചുള്ള വിവരം അദ്ദേഹത്തിനെ അറിയിക്കുവാൻ കഴിഞ്ഞു.

സത്യപാലിന്റെ ക്ഷണമനുസരിച്ച് കളമെഴുത്തുശില്പശാലയുടെ ഉദ്ഘാടനച്ചടങ്ങിൽ പങ്കെടുത്തു. പ്രൊഫ. സുകുമാർ അഴീക്കോടായിരുന്നു ശില്പശാലയുടെ ഉദ്ഘാടകൻ സ്നേഹപൂർണ്ണമായിരുന്നു അദ്ദേഹത്തിന്റെ അന്നത്തെ പെരുമാറ്റം. പൂർവ്വസംഭവങ്ങളെല്ലാം വിസ്മരിക്കുന്ന വിധത്തിലായിരുന്നു അത്.

കേരള സാഹിത്യഅക്കാദമിയുടെ വിജ്ഞാനശാഖയ്ക്കുള്ള

അവാർഡ് പരിഗണനയ്ക്കായാണ് 'ഫോക്‌ലോർ നിഘണ്ടു' (1992 ൽ സമർപ്പിച്ചത്. പക്ഷേ, എൻഡോവ്മെന്റ് (ഐ സി ചാക്കോ എൻഡോവ്മെന്റ്) അവാർഡാണ് ലഭിച്ചത്. ഈ മാറ്റത്തിന്റെ പിന്നിലും ചില ഇടപെടലുകൾ ഉണ്ടായെന്ന സൂചന പിന്നീടാണ് ലഭിച്ചത്. അതിനുശേഷവും ചില അംഗീകാരങ്ങൾ നിഷേധിക്കപ്പെട്ടതിന്റെ സൂചനകൾ ലഭിച്ചിരുന്നു. എല്ലാം ക്ഷമയോടെ സഹിക്കുക മാത്രമാണ് ചെയ്തത്.

കോഴിക്കോട് സാമൂതിരി രാജാവ് അദ്ധ്യക്ഷനായ രേവതി പട്ടത്താന സമിതിയുടെ പട്ടത്താനം അവാർഡ് 1998 ലാണ് ലഭിച്ചത്. ഫോക്‌ലോർ രംഗത്ത് ചെയ്ത സംഭാവനകളെ പുരസ്കരിച്ചുള്ളതായിരുന്നു അത്. അത്തവണ കവിതയ്ക്കുള്ള അവാർഡ് അക്കിത്തത്തിനായിരുന്നു. ശ്രീ ശങ്കരാചാര്യ സർവ്വകലാശാലയുടെ പയ്യന്നൂർ പ്രാദേശിക കേന്ദ്രത്തിൽ ജോലി ചെയ്തിരുന്ന കാലമാണത്.

അടുത്ത വർഷ (1999 ൽ)മാണ് കേരള ഫോക്‌ലോർ അക്കാദമിയുടെ പ്രഥമഗ്രന്ഥരചനയ്ക്കുള്ള അവാർഡ് ലഭിച്ചത്. അന്ന് ഫോക്‌ലോർ അക്കാദമിയുടെ ചെയർമാൻ പ്രൊഫ. എം വി കണ്ണനും, സെക്രട്ടറി കവിയൂർ രാജഗോപാലനുമായിരുന്നു. സെക്രട്ടറി നേരിട്ടുവന്ന് പുരസ്കാരകാര്യം അറിയിച്ചു. മറ്റൊരുകാര്യംകൂടി ഓർമ്മയിൽ വരുന്നു. അത്തവണ ഫോക്‌ലോർ അക്കാദമി പത്ത് നാടൻ കലാകാരന്മാരുടെ പേര് വിവരം അറിയിക്കുകയും ചെയ്തു. അതിൽ അയ്യപ്പൻ, തീയാട്ടുകലാകാരനായ ശങ്കരൻ നമ്പ്യാർ, കോതമൂരി, തെയ്യം എന്നീ കലകളിൽ പ്രാവീണ്യമുള്ള കെ പി ചന്തുപ്പണിക്കർ എന്നിവരുടെ പേരുകൾ പുരസ്കാരത്തിനു പരിഗണിച്ചതിൽ സന്തോഷമുണ്ട്. അന്നത്തെ സാംസ്കാരികവകു

ടി കെ രാമകൃഷ്ണനൊപ്പം

പ്പുമന്ത്രി ടി കെ രാമകൃഷ്ണനിൽനിന്നാണ് അവാർഡ് ഏറ്റുവാങ്ങിയത്.

കേരള സംഗീത നാടക അക്കാദമിയുടെ നാടൻ കലാഗവേഷണത്തിനുള്ള അവാർഡിന് 2008 ലാണ് അർഹനായത്. അന്നത്തെ സാംസ്കാരികവകുപ്പുമന്ത്രിയായിരുന്ന എം എ ബേബിയാണ് പുരസ്കാരദാനം നിർവ്വഹിച്ചത്.

ഗദ്ദിക കലാകാരനായ പി കെ കാളന്റെ സ്മരണാർത്ഥം കേരള സർക്കാർ ഏർപ്പെടുത്തിയ 'കാളൻ പുരസ്കാരം' അടുത്ത വർഷ(2009 ൽ)മാണ് ലഭിച്ചത്. കാളൻ പ്രശസ്തിയിലേക്കുയരുന്നതിനു മുമ്പുതന്നെ അദ്ദേഹത്തെ പരിചയപ്പെടുവാനും കഴിവുകൾ മനസ്സിലാക്കുവാനും കഴിഞ്ഞിരുന്നു. കേരള ഫോക്‌ലോർ അക്കാദമിയുടെ ഒരു പരിപാടി നടത്തിയിരുന്നപ്പോൾ കാളനെ ആദരിക്കുവാൻ ആ സന്ദർഭം ലഭിച്ചു. ഫോക്‌ലോർ അക്കാദമിയുടെ ഗദ്ദികയ്ക്കുള്ള അവാർഡ് നല്കി അദ്ദേഹത്തെ ആദരിക്കുവാൻ സാധിച്ചതും ഓർത്തുപോകുന്നു. ഫോക്‌ലോർ അക്കാദമിയുടെ ചെയർമാനായിരുന്ന കാലത്താണ് അതൊക്കെ നടന്നത്.

പി കെ പരമേശ്വരൻ നായരുടെ പേരിൽ തിരുവനന്തപുരം കേന്ദ്രമാക്കി പ്രവർത്തിക്കുന്ന 'പി കെ പരമേശ്വരൻ നായർ ട്രസ്റ്റ്' ഏർപ്പെടുത്തിയ എസ് ഗുപ്തൻ നായർ പുരസ്കാരം 2011 ലാണ് ലഭിച്ചത്. *പുരാവൃത്ത പഠനം* എന്ന ഗ്രന്ഥത്തിനായിരുന്നു പുരസ്കാരം. കടത്തനാട് ഉദയവർമ്മയുടെ പേരിൽ ഏർപ്പെടുത്തിയ പുരസ്കാരം 2014 ൽ ലഭിച്ചു. കളമെഴുത്തിനെ സംബന്ധിച്ച് നടത്തിയ അന്വേഷണ പഠനങ്ങളെ പുരസ്കരിച്ചുള്ളതാണ് ആ പുരസ്കാരം. ശ്രീ ശങ്കരട്രസ്റ്റ് സാംസ്കാരിക പഠനകേന്ദ്രം (പെരുമ്പാവൂർ) നല്കി വരാറുള്ള 'വിജ്ഞാന പീഠപുരസ്കാര'ത്തിനു അർഹമായത് 2014 ലാണ്. ജനസംസ്കാരപഠനരംഗത്ത് ചെയ്ത സമഗ്രസംഭാവനയ്ക്കുള്ളതായിരുന്നു അത്.

കേരള സംസ്ഥാന ജൈവവൈവിദ്ധ്യബോർഡ് (തിരുവനന്തപുരം) ഏർപ്പെടുത്തിയ പുരസ്കാരങ്ങളിൽ നാട്ടറിവു സംരക്ഷകനെന്ന നിലയ്ക്കുള്ള പുരസ്കാരം 2014 ൽ തന്നെയാണ് ലഭിച്ചത്. അതിനുശേഷം ചില ഗ്രന്ഥങ്ങൾ തയ്യാറാക്കുവാനും ജൈവവൈവിദ്ധ്യബോർഡ് ആവശ്യപ്പെടുകയുണ്ടായി.

നാടോടി വിജ്ഞാനീയരംഗത്തു നല്കിയ സമഗ്രസംഭാവനകൾ പരിഗണിച്ചാണ് 2016 ൽ അബുദാബി ശക്തി അവാർഡ് പ്രഖ്യാപിക്കപ്പെട്ടത്. പുരസ്കാര സമർപ്പണം ഷൊർണൂരിൽവെച്ചാണ് നടന്നത്. ആരോഗ്യം തൃപ്തികരമാകാതിരുന്നതിനാൽ കേരള മുഖ്യമന്ത്രി നല്കുന്ന പുരസ്കാരച്ചടങ്ങിൽ പങ്കെടുക്കുവാൻ കഴിയാതെ വന്നു. നേരിട്ടുവന്ന് അവാർഡ് തരുന്നതാണെന്ന് അവാർഡ് കമ്മിറ്റി കൺവീനർ മുസ്സാമാസ്റ്റർ അറിയിച്ചു. ആ ചടങ്ങ് സംഘടിപ്പിക്കുവാനുള്ള ചുമതല കുന്നരു മലയാളം ഗ്രന്ഥാലയം ഏറ്റെടുത്തു. 2016 നവംബർ മാസം 6-ാം തീയതിയാണ് പുരസ്കാരദാന സമർപ്പണം നടന്നത്. എ കെ മുസ്സാമാസ്റ്റർ നേരത്തെ തന്നെ എത്തിച്ചേർന്നു. കല്യാശ്ശേരി മണ്ഡലം എം എൽ എ,

ടി വി രാജേഷ് ആണ് അവാർഡ് ദാനം നടത്തിയത്. മലയാളം ലൈബ്രറിയുടെ ആദരച്ചടങ്ങും ആ അവസരത്തിൽ നടത്തപ്പെട്ടു.

2016 ൽ പ്രാദേശികമായി ലഭിച്ചതാണ് കണ്ണൻഗുരുക്കൾ സ്മാരക മൈത്രി അവാർഡ്. പയ്യന്നൂർ തെരുവിലെ "മൈത്രി"യാണ് അത് ഏർപ്പെടുത്തിയത്. ഫോക്‌ലോർ രംഗത്തെ സമഗ്രസംഭാവനകളെ പുരസ്കരിച്ചായിരുന്നു അത്.

ചിത്ര ശില്പകലകളെ സംബന്ധിച്ച മികച്ച മൗലിക ഗ്രന്ഥത്തിനുള്ള 2016–17 ലെ ലളിതകലാ അക്കാദമി അവാർഡ് *കളമെഴുത്ത് ഒരു പൈതൃക കല* എന്ന ഗ്രന്ഥത്തിനാണ് ലഭിച്ചത്.

1972 നു ശേഷമാണ് അനുമോദനവേദികളിൽ പങ്കെടുക്കേണ്ടിവന്നത്. ചില സാംസ്കാരിക സ്ഥാപനങ്ങളും വിദ്യാലയങ്ങളും ക്ലബ്ബുകളും പ്രാദേശികമായി സംഘടിപ്പിച്ച അത്തരം ചടങ്ങുകൾ പലതും വിശദമായി ഓർമ്മിച്ചെടുക്കുവാൻ കഴിയുന്നില്ല. സർവ്വകലാശാലാതലത്തിൽ അനുമോദനങ്ങൾ ലഭിച്ചിരുന്നു. പക്ഷേ, അവ നടന്ന തീയതികൾ ഓർമ്മയില്ല.

കേരള സർവ്വകലാശാലയിൽ മലയാള വിഭാഗക്കാരായിരുന്നു സംഘാടകർ. പി എച്ച് ഡി ഗവേഷണ വിദ്യാർത്ഥിയായിരുന്ന ഒരു സ്ഥാപനത്തിൽ നിന്ന് ഇത്തരമൊരു ചടങ്ങിൽ പങ്കെടുക്കുവാൻ കഴിഞ്ഞത് ഏറെ കൃതാർത്ഥതയുള്ളതാണ്. ആ ചടങ്ങിനോടനുബന്ധിച്ച് നടന്ന ഫോക്‌ലോർ സെമിനാറിലും പങ്കെടുത്തു.

ഒരു സെമിനാർ (നാഷണൽ) നടത്തിയിരുന്ന സന്ദർഭത്തിലാണ് മലയാള സർവ്വകലാശാല സ്വീകരണത്തിന് ഏർപ്പാട് ചെയ്തിരുന്നത്. അതിൽ പങ്കെടുക്കുവാൻ വൈസ് ചാൻസലർ കെ ജയകുമാർ നേരിട്ടു

പയ്യന്നൂർ പൗരാവലിയുടെ ആദര ഗ്രന്ഥം പ്രകാശനം

വിളിച്ചറിയിക്കുകയും ചെയ്തു. നിർഭാഗ്യവശാൽ, ആ ചടങ്ങിൽ പങ്കെടുക്കുവാൻ അസുഖം കാരണം കഴിയാതെ പോയി. സുഖമില്ലെന്ന കാര്യം ഉടനെ വിളിച്ചറിയിച്ചപ്പോൾ മറ്റൊരവസരത്തിൽ നടത്താമെന്ന് പറഞ്ഞു. അധികം താമസിയാതെ, മലയാള സർവ്വകലാശാല പൈതൃകമെന്ന വിഷയത്തെ ആസ്പദമാക്കി കണ്ണൂരിൽ വെച്ച് ഒരു സെമിനാർ നടത്തുകയുണ്ടായി. അവിടെ വെച്ച് അനുമോദനച്ചടങ്ങ് നടത്തപ്പെട്ടു. മലയാളം സർവ്വകലാശാല വി സിയായിരുന്ന ജയകുമാറിനെ കൂടാതെ, കണ്ണൂർ സർവ്വകലാശാല വി സിയായ ഖാദർ മാങ്ങാടുകൂടി ചടങ്ങിൽ സന്നിഹിതനായിരുന്നു.

കോഴിക്കോട് സർവ്വകലാശാലയിൽ ഫോക്‌ലോർ വിഭാഗമാണ് അനുമോദനച്ചടങ്ങിന് കളമൊരുക്കിയത്. ഗുരുവായൂർ ദേവസ്വം *നാരായണീയം* 425-ാം വാർഷികാഘോഷത്തിന്റെ ഭാഗമായി 2012 സെപ്തംബർ 21 ന് ഏർപ്പെടുത്തിയ അനുമോദനച്ചടങ്ങ് ഹൃദ്യമായി തോന്നിയ ഒരു സംഭവമായിരുന്നു. ദേവസ്വം വകയായുള്ള ചുമർ ചിത്ര പഠനകേന്ദ്രമാണ് അതിൽ മുൻകൈയെടുത്തത്. വിവിധരംഗങ്ങളിൽ പ്രവർത്തിക്കുന്ന വ്യക്തികളാണ് അവിടെ ആദരിക്കപ്പെട്ടത്. ആർട്ടിസ്റ്റ് നമ്പൂതിരി, വി എൻ കരുണാകരൻ തുടങ്ങിയ ആറുപേരാണ് അവിടെ അനുമോദിക്കപ്പെട്ടത്. അതിലൊരു വ്യക്തിയെന്ന നിലയിൽ ചടങ്ങിൽ പങ്കെടുക്കുവാൻ സന്ദർഭമുണ്ടായി. ബംഗാൾ ഗവർണർ എം കെ നാരായണൻ ചടങ്ങിൽ മുഖ്യാതിഥിയായിരുന്നു.

വളരെക്കാലം അദ്ധ്യാപകനായിരുന്ന ഒരു വിദ്യാലയത്തിൽനിന്ന് വർഷങ്ങൾക്കുശേഷം ഒരു അനുമോദനം ലഭിക്കുകയെന്നത് സന്തോഷകരമാണല്ലോ. കേരള സർക്കാരിന്റെ കാളൻ പുരസ്കാരം ലഭിച്ച സന്ദർഭത്തിലാണ് (2010 ൽ) രാമന്തളി ഹൈസ്കൂളിൽ അത്തരമൊരു വേദിയിൽ പങ്കെടുക്കേണ്ടിവന്നത്. ശിഷ്യയും സഹാദ്ധ്യാപികയുമായ സി വി കാഞ്ചനയാണ് അന്ന് അവിടെ പ്രധാന അദ്ധ്യാപിക.

പയ്യന്നൂർ പൗരാവലിയും ശിഷ്യന്മാരും ചേർന്ന് 2006 ജനുവരി 2 ന് സംഘടിപ്പിച്ച ആദരം ചടങ്ങ് ഹൃദ്യമായ ഒരനുഭവമായിരുന്നു. പയ്യന്നൂർ എം എൽ എ സി കൃഷ്ണൻ ചെയർമാനും, ജി ഡി നായർ വർക്കിങ് ചെയർമാനും പയ്യന്നൂർ കുഞ്ഞിരാമൻ മാഷ് ജനറൽ കൺവീനറുമായ സ്വാഗതസംഘമാണ് ആ അനുമോദനം പരിപാടി ആസൂത്രണം ചെയ്തത്. പയ്യന്നൂർ ഗവ. ബോയ്സ് ഹയർ സെക്കന്ററി സ്കൂൾ ഓഡിറ്റോറിയത്തിൽ നടന്ന ചടങ്ങിന്റെ ഉദ്ഘാടനം രാവിലെ പി കരുണാകരൻ എം പിയാണ് നിർവ്വഹിച്ചത്. അതിനുശേഷം ഫോക്‌ലോർ സെമിനാർ നടന്നു. മലയാളം സർവ്വകലാശാല വൈസ് ചാൻസലർ ശ്രീ. കെ ജയകുമാറാണ് ആദരഗ്രന്ഥം (*കങ്ങാണി*) സമർപ്പണം നടത്തിയത്. പൊന്നാട അണിയിച്ചത് ടി കെ മധുസൂദനനാണ്. കെ കുഞ്ഞിരാമൻ ശിഷ്യനെന്ന നിലയിൽ പ്രത്യേക തലപ്പാവും പൊന്നാടയുമണിയിച്ചത് പ്രത്യേകമോർക്കുന്നു.

സ്വന്തം നാടായ രാമന്തളിയിൽ 2017 ൽ സുഹൃത്തുക്കളും ശിഷ്യന്മാരും ചേർന്ന് ഏർപ്പെടുത്തിയ അനുമോദനച്ചടങ്ങാണ് മറ്റൊന്ന്. പി പി ദാമോദരൻ, കെ പത്മകുമാർ, രാമന്തളിരവി, കെ കുഞ്ഞിരാമൻ, വേണു തുടങ്ങിയവരാണ് അതിനു മുൻകൈയെടുത്തതെന്നാണ് മനസ്സിലാക്കുവാൻ കഴിഞ്ഞത്. ഇരുപത്തിയഞ്ചു വർഷക്കാലത്തോളം അദ്ധ്യാപകനായിരുന്ന ഒരു വിദ്യാലയത്തിന്റെ പരിസരത്തിലുള്ളവരും ശിഷ്യന്മാരും സംഘടിപ്പിച്ച ആ ചടങ്ങ് നല്ലൊരനുഭവമായിരുന്നു.

പയ്യന്നൂർ തെരു കസ്തൂർബാ ഗ്രന്ഥാലയം 2016 ഏപ്രിൽ 9 ന് സംഘടിപ്പിച്ച ആദരണച്ചടങ്ങാണ് ഓർമ്മയിൽ വരുന്ന മറ്റൊരു സംഭവം.

വടകരയിലുള്ള മലബാർ ഇൻസ്റ്റിറ്റ്യൂട്ട് എന്ന ഗവേഷണകേന്ദ്രവും ശ്രീശങ്കരാചാര്യ സർവ്വകലാശാല പയ്യന്നൂർ പ്രാദേശിക കേന്ദ്രവും ചേർന്ന് 2016 ഡിസംബറിൽ സംഘടിപ്പിച്ച പൂരക്കളിയെ സംബന്ധിച്ച നാഷണൽ സെമിനാറിൽ, ഉദ്ഘാടനയോഗത്തിൽ വെച്ച് ഡോ. കെ കെ എൻ കുറുപ്പിന്റെ സാന്നിദ്ധ്യത്തിൽ ആദരവ് ഏറ്റുവാങ്ങുവാൻ കഴിഞ്ഞതും ഓർക്കുന്നു.

പതിനാല്

മറക്കുവാൻ കഴിയാത്ത, മറന്നുപോകുവാൻ പാടില്ലാത്ത ചില വ്യക്തിത്വങ്ങളുണ്ട്. അവരെ സംബന്ധിച്ച ഓർമ്മകളിലൂടെ ഒന്നു കടന്നു പോകാം.

മേൽപ്പറഞ്ഞ തരത്തിലുള്ള ഒരു വ്യക്തിത്വത്തിന് ഉടമയാണ് കിഴക്കേവീട്ടിൽ ചിരുതേയിയമ്മ, ഇല്ലത്തിനുസമീപമാണ് അവരുടെ വീട്. കുന്നരുവിൽ പൊതുവെയും ഓണപ്പറമ്പിന്റെ പരിസരങ്ങളിൽ പ്രത്യേകിച്ചും അവരെ അറിയാത്തവർ ഉണ്ടായിരുന്നില്ലെന്നുതന്നെ പറയാം. മറ്റുള്ളവരെ സഹായിക്കുവാനും സ്നേഹിക്കുവാനും വേണ്ടിയുള്ളതായിരുന്നു അവരുടെ ജീവിതം. വിഷമങ്ങളോ പ്രയാസങ്ങളോ ഉള്ള ഭവനം ആരുടേതായാലും അവിടെ ചിരുതേയിയമ്മ എത്തിച്ചേരുക പതിവായിരുന്നു. കുട്ടികൾക്കോ മറ്റുള്ളവർക്കോ അസുഖങ്ങൾ വല്ലതുമുണ്ടായാൽ ചികിത്സയ്ക്ക് പയ്യന്നൂർ നഗരത്തിലെത്തണം., വാഹന സൗകര്യമില്ല. നടന്നുതന്നെ പോകണം. തോണിയിൽ കയറി കുറും കടവ് പുഴ കടക്കണം. അന്നത്തെ സ്ഥിതി അതായിരുന്നു.

അത്തരം സന്ദർഭങ്ങളിൽ ചിരുതേയിയമ്മ ഓടിയെത്തുമായിരുന്നു. എന്താവശ്യമുണ്ടെങ്കിലും ഒന്ന് ചെറുതായി വിളിച്ചാൽ മതി. വിളി കേട്ടാൽ അവർ എത്തിച്ചേരുമായിരുന്നു. അത്തരം സംഭവങ്ങൾ ഇന്ന് ഓർമ്മയിൽ കടന്നുവരുന്നു. സാന്ത്വനത്തിന്റെ പ്രതീകമാണ് അവരെന്നു പറയാം. ചിരുതേയിയമ്മ ജീവിച്ചിരുന്നകാലത്ത് അവരെക്കുറിച്ച് ഇതൊന്നും ആരും ഓർത്തിരിക്കാനിടയില്ല. അത്തരമൊരു വ്യക്തിത്വം ഇന്ന് ഇല്ലാതെ വരുമ്പോഴാണ് അവരെക്കുറിച്ച് ഓർച്ചയുണ്ടാകുന്നത്.

ഒരു കുഗ്രാമമായതുകൊണ്ട് സ്ത്രീകൾക്കും കുട്ടികൾക്കുമാണ് ചിരുതേയിയമ്മയുടെ സഹായം കൂടുതൽ ലഭ്യമായതെന്നു തോന്നുന്നു.

സ്ത്രീകൾക്കു പ്രസവവേദന ഉണ്ടാകുമ്പോൾ ഡോക്ടറുടെ സഹായം ലഭ്യമാകണമെങ്കിൽ പയ്യന്നൂരിലെത്തണം. അത്തരം സന്ദർഭങ്ങളിൽ ചിരുതേയിയമ്മ അവിടെ എത്തുമായിരുന്നു. അവരുടെ സാന്ത്വനവാക്കുകൾ വളരെ ഫലം ചെയ്യുമായിരുന്നു. ഈ പ്രദേശത്തെ സമർത്ഥയായ വയറ്റാട്ടി മലയി ചെറിയയായിരുന്നു. വിവരമറിഞ്ഞാൽ അവരും വന്നുചേരും. സേവനത്തിന്റെയും സാന്ത്വനത്തിന്റെയും പ്രതീകമാണവരും. ചിരുതേയിയമ്മയുടെ പേര് സ്മരിക്കുമ്പോൾ 'മലയി ചെറിയ' എന്നവരുടെ പേർ ഓർക്കാതിരിക്കുവാൻ കഴിയുകയില്ല. വളരെ ചങ്ങാതിത്തമുള്ളവരാണ് അവർ രണ്ടുപേരും.

ഏതെങ്കിലും ഭവനത്തിൽ മരണം സംഭവിച്ചുവെന്നറിഞ്ഞാൽ ചിരുതേയിയമ്മയുടെ സാന്നിദ്ധ്യം അവിടെ ഉണ്ടാകും. അത്തരം സന്ദർഭങ്ങളിലാണല്ലോ സഹായത്തിന്റെ ആവശ്യം. ദുഃഖിക്കുന്നവരെ സമാശ്വസിപ്പിക്കുവാൻ അവർക്ക് പ്രത്യേകം വൈഭവമുണ്ടായിരുന്നു. എത്രയോ മരണങ്ങൾ അവർ നേരിട്ടു കണ്ടിരുന്നു. മരണലക്ഷണം കണ്ടാൽ അവർക്കറിയാമായിരുന്നു. മരണം സംഭവിച്ച ഭവനത്തിൽനിന്ന് പെട്ടെന്ന് രക്ഷപ്പെടുവാനല്ല ആ ഭവനക്കാരുടെ ദുഃഖത്തിൽ പങ്കുകൊണ്ട്, ഭക്ഷണാദികൾ ഉപേക്ഷിച്ച് സമയം കഴിക്കുന്നതിലാണ് ചിരുതേയിയമ്മ താല്പര്യപ്പെട്ടിരുന്നത്. ഇത്തരം സേവനത്തിന്റെ മാർഗ്ഗം ഇന്ന് സഞ്ചരിക്കുവാൻ ആളില്ലാതെ അടഞ്ഞു കിടക്കുകയാണ്.

പ്രയാസമെന്തുണ്ടായാലും അത് ചിരുതേയിയമ്മയോട് തുറന്നുപറയുമായിരുന്നു. അവർ അതിന് ആവതും പരിഹാരം കണ്ടെത്തിയിരുന്നു. ഒരു സംഭവം പ്രത്യേകം ഓർമ്മയിൽ വരുന്നു. ഒരിക്കൽ ഒന്നുരണ്ടാഴ്ചക്കാലം എവിടെയും അരി ലഭിക്കാത്ത വിഷമമുണ്ടായിരുന്നു. അരിയോ നെല്ലോ വാങ്ങി സൂക്ഷിക്കാറ് പതിവില്ല. പീടികയിൽ നിന്ന് അരി വാങ്ങി കഴിയുന്നതിനാൽ രണ്ടുമൂന്നുനേരം അരിഭക്ഷണമില്ലാതെ കഴിഞ്ഞു. അന്ന് മഞ്ഞനിറത്തിലുള്ള ചോളം (ആനച്ചോളം) ഭക്ഷിച്ചു കഴിയേണ്ടി വന്നു. നെല്ലും അരിയും ധാരാളം കെട്ടിക്കിടപ്പുള്ള ചില ഗൃഹങ്ങളിൽ അരി കടം വാങ്ങുവാൻ ചെന്നെങ്കിലും എവിടെനിന്നും ലഭിച്ചില്ല. ഈ പ്രയാസം ചിരുതേയിയമ്മ മനസ്സിലാക്കി. എക്കടിവീട്ടിൽ നാരായണിയെ സമീപിച്ചു. "മാഷെ ഇല്ലത്ത് അരി വെച്ചിട്ടില്ല. കുറച്ച് അരി കടം വാങ്ങാനാണ് വന്നത്." എന്ന് അവർ പറഞ്ഞു. വളരെ സന്തോഷത്തോടെ കുറച്ച് അരി നാരായണിയമ്മ കടമായി തന്നു.

പണത്തിനു വിഷമം നേരിട്ടിരുന്നപ്പോൾ ചിരുതേയിയമ്മയോട് പറയുമായിരുന്നു. അവർ വിഷമം മനസ്സിലാക്കി എവിടെനിന്നെങ്കിലും പണം വായ്പ വാങ്ങിക്കൊണ്ടുത്തരുമായിരുന്നു. പലപ്പോഴും നാരായണിയമ്മയെതന്നെയാണ് പണത്തിനു സമീപിച്ചിരുന്നത്. ഒരിക്കൽ ഭാര്യയുടെ കഴുത്തിൽനിന്ന് മാല അഴിച്ച് ചിരുതേയിയമ്മയെ ഏല്പിച്ചു. മാലയുമായി അവർ നാരായണിയമ്മയെ സമീപിച്ചപ്പോൾ മാല പണയം വയ്ക്കാതെ തന്നെ പണം വായ്പ തന്നു.

ഗ്രാമീണാന്തരീക്ഷത്തിൽ ചിരുതേയിയമ്മ ചെയ്തുവന്ന സേവനങ്ങളുടെ ചില വശങ്ങൾ സൂചിപ്പിച്ചുവെന്നേയുള്ളൂ അവരുടെ സേവനമണ്ഡലം വിപുലമായിരുന്നു. സേവനങ്ങൾക്കായുള്ളൊരു ജീവിതം! അതായിരുന്നു ചിരുതേയിയമ്മയുടേത്.

ചെറുതാഴത്ത് വാരണക്കോട്ടില്ലത്ത് കൃഷ്ണൻ നമ്പൂതിരി. ഏതു കാര്യവും തുറന്നു പറയുവാൻ മടിക്കാത്ത ഒരു ശുദ്ധഹൃദയൻ! പലപ്പോഴും അദ്ദേഹത്തെക്കുറിച്ചോർക്കാറുണ്ട്. തീയാട്ടിനെക്കുറിച്ച് ഒരു ലേഖനം *മാതൃഭൂമി ആഴ്ചപ്പതിപ്പിൽ* (1977 ഒക്ടോബർ 23) പ്രസിദ്ധീകരിക്കുകയുണ്ടായി. കൃഷ്ണേട്ടനുമായി അടുത്തു പരിചയപ്പെടുവാൻ വഴിയൊരുക്കിയത് ആ ലേഖനമാണ്. അത് പലതവണ വായിക്കുകയും വളരെ ഇഷ്ടപ്പെടുകയും മറ്റു പലരുടെയും ശ്രദ്ധയിൽപ്പെടുത്തുകയും ചെയ്തിരുന്നുവെന്ന് പടിഞ്ഞാറെ പേർക്കുണ്ടി വിഷ്ണു മുഖേന അറിയുവാൻ കഴിഞ്ഞു.

വാരണക്കോട്ടില്ലത്തിന്റെ സമീപമാണ് പേർക്കുണ്ടി വിഷ്ണുവിന്റെ ഇല്ലം. കുന്നരുവിൽ ഇല്ലത്തിന്റെ പടിഞ്ഞാറുള്ള മാങ്കുളത്തില്ലത്തുനിന്നാണ് വിഷ്ണു വേളി കളിച്ചിരുന്നത്. മാങ്കുളത്തില്ലത്ത് ഒരു അടിയന്തിരത്തിന് വാരണക്കോട് കൃഷ്ണേട്ടൻ വന്നിരുന്നപ്പോൾ തൊട്ടു കിഴക്കുള്ള ഇല്ലത്തും വരികയുണ്ടായി. അന്ന് വളരെ സമയം പറഞ്ഞിരുന്നു. കൃഷ്ണേട്ടനുമായുള്ള സൗഹൃദം അന്നു മുതലാണുറച്ചത്

വരണക്കോട്ടില്ലം വകയായുള്ള ഭൂതനാഥപുരം ക്ഷേത്രത്തിൽ എല്ലാ വർഷവും അയ്യപ്പൻ കൂത്ത് (തീയാട്ട്) പതിവുണ്ട്. ഷൊർണ്ണൂരിനു സമീപത്തുള്ള തീയാടി ശങ്കരൻനമ്പ്യാരാണ് കൂത്തുകാരൻ. അദ്ദേഹത്തിനു

എൻ വി കോരൻ മാഷിനൊപ്പം വേദിയിൽ

എന്തോ ഒരു അവാർഡ് ലഭിച്ച സമയമാണ്. ഭൂതനാഥക്ഷേത്രത്തിൽ ശങ്കരൻ നമ്പ്യാരെ ആദരിക്കുന്ന ഒരു ചടങ്ങുണ്ടായി. കൃഷ്ണേട്ടന്റെ ക്ഷണമനുസരിച്ച് ആ ചടങ്ങിൽ പങ്കെടുത്ത് സംസാരിച്ചു.

പല വേദികളിലും കൃഷ്ണേട്ടനോടൊപ്പം പങ്കെടുക്കുവാൻ കഴിഞ്ഞിട്ടുണ്ട്. അപ്പോഴൊക്കെ സൗഹൃദം കൈമാറിയിരുന്നു. ആ ബന്ധം സദസ്യരെ അറിയിക്കുവാൻ അദ്ദേഹം മടിക്കാറില്ല. കൃഷ്ണേട്ടന്റെ ഷഷ്ടിപൂർത്തി ആഘോഷച്ചടങ്ങുകളിലും സെമിനാറിലും പങ്കെടുത്തതും സന്ധ്യയോടുകൂടി ശ്രീ. എ കെ കൃഷ്ണൻ മാസ്റ്ററോടൊപ്പം മടങ്ങിവന്നതും ഓർത്തുപോകുന്നു.

ക്ലാസിക്കുകലകളെയും ക്ഷേത്രകലകളെയും നാടൻ കലകളെയും അദ്ദേഹം ഒരേ സമയം ഇഷ്ടപ്പെടുന്നു. വാരണക്കോട്ടില്ലത്ത് പണ്ട് കഥകളിയോഗമുണ്ടായിരുന്നു. കഥകളി മഹാപ്രതിഭയായ കലാമണ്ഡലം കൃഷ്ണൻ നായർക്ക് കഥകളിയുടെ ഗണപതിക്കൈ കാട്ടിക്കൊടുത്തത് വാരണക്കോട്ടില്ലമാണ്. അവിടെ ജനിച്ച ഒരു കലാസ്നേഹിക്ക് കഥകളിയെ സ്നേഹിക്കാതിരിക്കുവാനാവില്ലല്ലോ. കലയെ മാത്രമല്ല, കലാകാരന്മാരെയും സ്നേഹിക്കുന്ന വ്യക്തിയാണ് കൃഷ്ണേട്ടൻ. ഒരിക്കൽ ചെറുകുന്ന് ആസ്തികാലയ (കഥകളി അഭ്യസിച്ചുവന്ന സ്ഥാപനം)ത്തിൽ ചെന്നപ്പോൾ, അവിടത്തെ രാജൻ പറഞ്ഞു. "വാരണക്കോട്ടെ കൃഷ്ണനോറ് ഇപ്പോൾ ഇവിടെ വന്നുപോയതേയുള്ളൂ. കലാസ്ഥാപനങ്ങളൊന്നും കൃഷ്ണേട്ടനു അന്യമായിരുന്നില്ല.

ജീവിതനിഷ്ഠയിലും കർമ്മനിഷ്ഠയിലും കാലം തെറ്റിക്കാത്ത വ്യക്തിത്വം! വൈദിക പ്രയോഗങ്ങൾ വ്യവഹാരഭാഷയിൽ പലപ്പോഴും കടന്നുവരും. വാരണക്കോട്ടില്ലത്ത് ഒരിക്കൽ ചെന്നപ്പോൾ കൃഷ്ണേട്ടൻ നാലുകെട്ടിൽ കൂട്ടിക്കൊണ്ടുപോയി. അവിടെ തൂണിനൊരു ദാരുശില്പം! "ഇത് തൈത്തിരീയം കൊത്താണ്" കൃഷ്ണേട്ടൻ ചൂണ്ടിക്കാട്ടി പറഞ്ഞു. പക്ഷികൾ എന്തോ കൊത്തിത്തിന്നുന്നതാണ് അവിടെ കൊത്തിവച്ചിരിക്കുന്നത്. തൈത്തിരീയം ഉപനിഷത്തിനെപ്പറ്റി പറഞ്ഞുകേട്ടിട്ടുള്ള ഒരുപുരാവൃത്തമാണ് അപ്പോൾ മനസ്സിലുദിച്ചത്. ഗുരുവും ശിഷ്യനും തമ്മിലുണ്ടായ ഒരഭിപ്രായ വ്യത്യാസം കാരണം, താൻ പഠിച്ചിരുന്നതൊക്കെയും ഛർദ്ദിച്ചുകളയുവാൻ ഗുരു ആവശ്യപ്പെട്ടതനുസരിച്ച് ശിഷ്യൻ ഛർദ്ദിച്ചുകളയുന്നതും, ആ ഉപനിഷദ്സാരം നശിച്ചുപോകരുതെന്ന് കരുതി ഋഷിശിഷ്യന്മാർ നിമിത്ത പക്ഷികളായി അവ കൊത്തിതിന്ന് സംരക്ഷിച്ചതുമായ ഒരു പുരാവൃത്തമാണത്.

കൃഷ്ണേട്ടന്റെ ഭാഷണം നർമ്മമധുരമായ ശൈലികളും പ്രയോഗങ്ങളും നിറഞ്ഞതാണ്. ഒരിക്കൽ ബ്രണ്ണൻ കോളേജിൽ മലയാളവിഭാഗത്തിന്റെ ഒരു സെമിനാറിൽ സംബന്ധിക്കുവാൻ ചെന്നിരുന്നപ്പോൾ കൃഷ്ണേട്ടനും അവിടെ ഉണ്ടായിരുന്നു. കൃഷ്ണേട്ടന്റെ മകൻ ഗോവിന്ദവർമ്മ ബ്രണ്ണനിൽ എം എയ്ക്ക് പഠിക്കുന്ന കാലമായിരുന്നു അത്. കൃഷ്ണേട്ടൻ അന്ന് സെമിനാറിൽ ആശംസാപ്രസംഗം നടത്തി.

കീഴാള സംസ്കൃതിയെക്കുറിച്ച് അടുത്തറിയുവാനും പഠിക്കുവാനും പലപ്പോഴും അവരോടൊപ്പം കഴിയാറുണ്ടായിരുന്നു. നമ്പൂതിരിമാരിലെ യാഥാസ്ഥിതികരായ ചിലർക്ക് അതൊന്നും ഇഷ്ടമായിരുന്നില്ല. അതിനെ ച്ചൊല്ലി ദുഷിക്കുന്നവരുണ്ടായിരുന്നു. അത്തരക്കാരെ ബോധവല്ക്കരിക്കുവാൻ കൃഷ്ണേട്ടൻ ഒട്ടൊന്നുമല്ല പാടുപെട്ടിരുന്നതെന്ന് പിന്നീട് മനസ്സിലാക്കുവാൻ കഴിഞ്ഞു. പ്രവർത്തനത്തിൽ മനോധൈര്യം കൈവിടരുതെന്ന് കൃഷ്ണേട്ടൻ ഉപദേശിക്കാറുണ്ട്. ഒരു പുരോഗമന മനസ്സിന്റെ ഉടമയ്ക്കു മാത്രമേ ഇതിനൊക്കെ മനസ്സു വരികയുള്ളൂ.

കുന്നരു എലിമെന്ററി സ്കൂളിൽ പഠിക്കുന്ന കാലം! ഖദർവസ്ത്രധാരിയായ ഒരാൾ *മാതൃഭൂമി* ദിനപ്പത്രം മടക്കി കക്ഷത്തിൽ വെച്ച് സ്കൂളിൽ കടന്നുവന്നു. ഹെഡ്മാസ്റ്റർ കുഞ്ഞിരാമൻ മാഷെ കാണുവാനായിരുന്നു. ഹെഡ്മാസ്റ്റർക്ക് പ്രത്യേകം ഓഫീസ് മുറിയൊന്നുമുണ്ടായിരുന്നില്ല. അതിനാൽ ഹെഡ്മാസ്റ്റർ ഇരിക്കുന്ന കസേരയ്ക്കടുത്തുതന്നെ മറ്റൊരു കസേരയിൽ അദ്ദേഹത്തെ ഇരുത്തി. കുട്ടികളുടെയെല്ലാം ശ്രദ്ധ ആ വന്ന ആളിലായിരുന്നു. ചിലർക്ക് അദ്ദേഹത്തെ അറിയാം. ബെഞ്ചിൽ അടുത്തിരിക്കുന്ന ഒരുസഹപാഠിയോട് അദ്ദേഹത്തെക്കുറിച്ച് അന്വേഷിച്ചു. "കോരൻമാഷാണത്" കുഞ്ഞിക്കോരൻ മറുപടി പറഞ്ഞു. പിന്നീട് ചിലപ്പോഴൊക്കെ പറയുന്നത് കേട്ടിട്ടുണ്ട്. അദ്ധ്യാപക യോഗ്യത നിർബ്ബന്ധമില്ലാതിരുന്ന കാലത്ത് കുറച്ചുനാളുകൾ കുന്നരു തെക്കുഭാഗത്തെ ഒരുപഴയ വിദ്യാലയത്തിൽ അദ്ധ്യാപകനായി പ്രവർത്തിച്ചിരുന്നതിനാലത്രെ അദ്ദേഹത്തെ 'കോരൻമാസ്റ്റർ എന്നു വിളിച്ചു വന്നിരുന്നത്. ശരിക്കൊരു അദ്ധ്യാപകനല്ലെന്ന് ആർക്കും തോന്നുകയില്ല. കുട്ടിക്കാലം മുതലേ കണ്ടുവന്ന ആ തെളിഞ്ഞചിത്രം ഇന്നും വിസ്മരിക്കുവാൻ കഴിയുകയില്ല.

കുന്നരു എന്ന ഈ കുഗ്രമാത്തിൽ മാത്രമല്ല, ചുറ്റുപാടുമുള്ള പ്രദേശങ്ങളിലും അറിയപ്പെടുന്ന ഒരു വ്യക്തിത്വമാണ് ശ്രീ. എൻ വി കോരൻ മാഷ്. പുറത്തെവിടെയെങ്കിലും പോയാൽ കുന്നരുവിൽനിന്നാണ് വരുന്നതെന്നറിഞ്ഞാൽ 'കോരൻ മാഷെ അറിയുമോ' എന്നാണ് ആദ്യം ചോദിക്കുക. അറിയാം എന്നുപറഞ്ഞാൽ ചോദിച്ച ആൾക്ക് പ്രത്യേക സന്തോഷമാണുണ്ടാവുക. ഒരു സംഭവം പ്രത്യേകം ഓർക്കുന്നു. അഴീക്കോടുള്ള അനന്തൻ ഡോക്ടറെ കാണേണ്ട ഒരാവശ്യമുണ്ടായിരുന്നു. നാടൻ വൈദ്യവും ഹോമിയോചികിത്സാരീതിയുമറിയാവുന്ന ഒരു വൈദ്യരായിരുന്നു അദ്ദേഹം. എങ്കിലും, 'ഡോക്ടർ' എന്നാണ് ജനങ്ങൾ വിളിച്ചു വന്നത്. അദ്ദേഹത്തെ കണ്ട് സംസാരിക്കുന്നതിനിടയിൽ 'കോരൻമാഷെ അറിയാമോ' എന്ന് അദ്ദേഹം ചോദിച്ചു. 'മാഷെ അടുത്തറിയാം' എന്നു പറഞ്ഞപ്പോൾ അനന്തൻ ഡോക്ടർ ഏറെ സന്തുഷ്ടനായി.

ഈ പ്രദേശത്തെ വികസിത പ്രവർത്തനങ്ങളിലെല്ലാം കോരൻ മുൻപന്തിയിലുണ്ടാകുമായിരുന്നു. 'മുള്ള് മുരട് മൂർഖൻ' പാമ്പുകൾ നിറഞ്ഞ എത്രയോ ഇടവഴികൾ പാതയോ, പൊതുവഴിയോ ആക്കിമാറ്റുന്നതിൽ

എൻ വി ഉണിത്തിരി മാഷിനൊപ്പം

അദ്ദേഹം ചെയ്തിട്ടുള്ള ശ്രമകരമായ സേവനങ്ങൾ ഈ നാടിനു വിസ്മരിക്കുവാനാവില്ല. ഓണപ്പറമ്പിനു സമീപം "അച്ഛൻ പട്ടരുടെ ഇട" എന്നൊരു ഇടവഴിയുണ്ടായിരുന്നു. അത് പാതയാക്കുവാനുള്ള ശ്രമത്തിൽ എൻ വി കോരൻമാസ്റ്ററും ഏറെ പ്രവർത്തിച്ചിരുന്നു. പാതയുടെ അരികിലുള്ളവർ അല്പ സ്ഥലം നഷ്ടപ്പെട്ടതിന്റ പേരിൽ അതൃപ്തി രേഖപ്പെടുത്തിയിരുന്നുവെങ്കിലും, പിന്നീട് അവരെല്ലാം പ്രശംസിക്കുകയാണ് ചെയ്തിരുന്നത്.

രാമന്തളി ഹൈസ്കൂൾ നിർമ്മാണ കമ്മിറ്റിയുടെ വൈസ് പ്രസിഡന്റ് എന്ന നിലയിൽ ശ്രീ. എൻ വി കോരൻ മാസ്റ്റർ ചെയ്ത സേവനം വിലപ്പെട്ടതായിരുന്നു. ഒരു സാംസ്കാരിക പ്രവർത്തകനെന്ന നിലയിൽ ഈ പ്രദേശത്ത് അറിയപ്പെടുന്ന വ്യക്തിയാണദ്ദേഹം. ഇവിടത്തെ സാംസ്കാരിക പരിപാടികൾ മിക്കതിലും അദ്ദേഹത്തിന്റെ സാന്നിദ്ധ്യമുണ്ടായിരുന്നു.

വിഷമഘട്ടങ്ങളിൽ മറ്റുള്ളവരെ സഹായിക്കുവാൻ എൻ വി കോരൻ മാഷ് സദാ തല്പരനായിരുന്നു. സ്വാനുഭവത്തിൽനിന്നുതന്നെ ഒരു സംഭവം ഇവിടെ സൂചിപ്പിക്കട്ടെ. 1962 ലോ 63 ലോ ആണെന്നാണ് ഓർമ്മ. അദ്ധ്യാപകവൃത്തിയിൽ പ്രവേശിച്ചതേയുള്ളൂ. അദ്ധ്യാപകപരിശീലനകാലത്ത് സർക്കാരിൽനിന്ന് കടമായി അനുവദിച്ച സ്റ്റൈപ്പന്റ് തിരിച്ചയടക്കുവാനുള്ള ഉത്തരവ് (റവന്യൂ റിക്കവറി) വന്നു. അടയ്ക്കുവാൻ കൈയിൽ പണമില്ല. മുന്നൂറ്റി അറുപത് രൂപയാണ് വേണ്ടത്. ഒരു വിധക്കാരോടെല്ലാം വായ്പ ചോദിച്ചു. ആരിൽനിന്നും പണം ലഭിച്ചില്ല. ആ സന്ദർഭത്തിൽ

ശ്രീ. കോരൻമാഷെയാണ് സമീപിച്ചത്. മാഷ് മൂത്തമകളെ വിളിച്ച് കഴുത്തിലെ മാലയൂരി കൈയിൽ തന്നു കൊണ്ടുപറഞ്ഞു. "ഇവിടെ ഇപ്പോൾ പണമില്ല. മാല ബാങ്കിൽ പണയം വെച്ച് ആവശ്യം നിറവേറ്റുക." തുക ചെറുതെങ്കിലും വിഷമം നേരിട്ടപ്പോൾ ലഭിച്ച ആ സഹായം വളരെ വിലപ്പെട്ടതായി തോന്നി. അധികമാരും ഇത്തരം സഹായങ്ങൾ ചെയ്യുന്നതിൽ താല്പര്യം കാട്ടാറില്ല. നാലഞ്ചു മാസത്തിനുള്ളിൽ മാഷിനു മാലയും പണവും തിരിച്ചേല്പിക്കുകയും ചെയ്തു. ഇത്തരം ജീവിതാനുഭവങ്ങൾ മരിക്കാത്ത ഓർമ്മയായി നില്ക്കുന്നു.

1979 ജൂലൈ മാസത്തിലാണെന്നു തോന്നുന്നു, അവിചാരിതമായി ഒരു തപാൽകാർഡ് ലഭിച്ചു. പി ടി ഭാസ്കരപ്പണിക്കരുടെ കത്തായിരുന്നു അത്. *പുസ്തകസമീക്ഷ* എന്നൊരു മാസികയിലേക്ക് 'ഫോക്‌ലോർ പഠനം കേരളത്തിൽ' എന്ന വിഷയത്തെ അടിസ്ഥാനമാക്കിയുള്ള ഒരു ലേഖനം ആവശ്യപ്പെട്ടുകൊണ്ടുള്ളതായിരുന്നു അത്. 'പി ടി ബി' എന്ന പേര് അറിയാമെന്നല്ലാതെ തമ്മിൽ പരിചയമില്ല. എങ്കിലും, വളരെ പരിചയവും അടുപ്പവുമുള്ള ഒരാൾ എഴുതുന്നപോലെയാണ് കത്തിന്റെ സ്വഭാവം. ലേഖനം തയ്യാറാക്കി താമസിയാതെ അയച്ചുകൊടുത്തു. ആഗസ്ത് മാസത്തിൽ തന്നെ *പുസ്തക സമീക്ഷ*യിൽ അത് വന്നു. പി ടി ബിയുമായുള്ള ബന്ധം ആരംഭിച്ചത് അപ്രകാരമായിരുന്നു.

സാക്ഷരത, ശാസ്ത്ര തുടങ്ങിയ മണ്ഡലങ്ങളിൽ പ്രവർത്തിച്ചിരുന്ന ഭാസ്കരപ്പണിക്കർ പലപ്പോഴും കണ്ണൂർ, കാസർഗോഡ് എന്നീ ജില്ലകളിൽ വരുന്ന സന്ദർഭങ്ങളിൽ വിവരമറിയിക്കുമായിരുന്നു. അങ്ങനെയാണ് നേരിൽ കാണുവാൻ കഴിഞ്ഞത്. കേരള സർവ്വകലാശാല ഗവേഷണത്തിനുചേർന്നശേഷം, തിരുവനന്തപുരത്ത് പോയിരുന്ന സന്ദർഭങ്ങളിലെല്ലാം ഗീതാഞ്ജലിയിൽ ചെന്ന് അദ്ദേഹത്തെ കാണുമായിരുന്നു. കാൻഫെഡിന്റെ പ്രവർത്തനങ്ങളിൽ പങ്കുചേരുവാനും പി എൻ പണിക്കർ, ഡോ. എൻ പി പിള്ള എന്നിവരുമായി പരിചയപ്പെടുവാനും സന്ദർഭമുണ്ടാക്കിയത് പി ടി ബി ആയിരുന്നു. *ദ്രാവിഡ വിജ്ഞാനകോശം, ഭാരത വിജ്ഞാനകോശം* (ഡി സി ബുക്സ്) എന്നീ ഗ്രന്ഥങ്ങളിൽ ഏതാനുംവിഷയങ്ങളെക്കുറിച്ചുള്ള ചെറുലേഖനങ്ങൾ തയ്യാറാക്കിക്കൊടുത്തത് അദ്ദേഹത്തിന്റെ നിർദ്ദേശപ്രകാരമായിരുന്നു.

രാമന്തളി മുച്ചിലോട്ടുകാവിൽ 1987 ജനുവരിയിൽ നടന്ന പെരുംകളിയാട്ടത്തിനു സാംസ്കാരിക പരിപാടികളുടെ ചുമതലക്കാരനെന്ന നിലയിൽ പ്രവർത്തിക്കേണ്ടിവന്നു. രണ്ടുദിവസത്തെ സാംസ്കാരിക പരിപാടികൾ പ്രഗത്ഭരായ പലരെയും ക്ഷണിച്ചു. പി ടി ബി, മാധവജി, ടി പി സുകുമാരൻ, എം എൻ വിജയൻമാസ്റ്റർ, കെ എം പ്രിയദർശൻലാൽ, വാസുചോറോട് എന്നിവർ അതിൽ ചിലരാണ്. കാവുകളിലെ പരിപാടിക്കു താൻ വരികയില്ലെന്ന് വിജയൻ മാഷ് നേരത്തെ അറിയിച്ചു. മറ്റുള്ളവർക്കെല്ലാം യാത്രാച്ചെലവിനായി നിശ്ചിത തുകകൾ മണിയോർഡറായി അയച്ചുകൊടുത്തു. അതിൽ പി ടി ബി മണിയോർഡർ തുക സ്വീക

രിച്ചില്ല. താൻ നിശ്ചയമായും പരിപാടിയിൽ പങ്കെടുക്കുമെന്നും അറിയിച്ചു.

രാമന്തളി ശ്രീശങ്കരനാരായണ ക്ഷേത്രത്തിലെ തന്ത്രിമഠത്തിൽ താമസിച്ചിരുന്ന തിരുമുമ്പ് മാസ്റ്ററുടെ അടുത്താണ് അവർക്കു ഭക്ഷണം ഏർപ്പാട് ചെയ്തിരുന്നത്. രാത്രി ഏഴു മണിയോടുകൂടി എല്ലാവരും അവിടെ എത്തി. മഠത്തിന്റെ ഇറയത്ത് തൂക്കിയ ഭസ്മക്കൊട്ടകണ്ട് പി ടി ബി "നമ്മുടെ പൈതൃകത്തിന്റെ ഒരു ശേഷിപ്പാണിത്" എന്നു പറഞ്ഞു.

ഭാസ്കരപ്പണിക്കർ രാമന്തളിയിൽവരുന്ന വിവരം ഫോക്‌ലോർ ഫെല്ലോസ് ഓഫ് മലബാർ ട്രസ്റ്റിന്റെ ഭാരവാഹികളെ മുൻകൂട്ടി അറിയിച്ചിരുന്നു. പയ്യന്നൂരിൽ പി ടി ബിയെ പങ്കെടുപ്പിച്ചുകൊണ്ട് ഒരു ഫോക്‌ലോർ സെമിനാർ സംഘടിപ്പിച്ചു. അങ്ങനെ പയ്യന്നൂർ ഹൈസ്കൂളിൽ നടന്ന സെമിനാർ പി ടി ബി ഉദ്ഘാടനം ചെയ്തു.

മുച്ചിലോട്ടുകാവിലെ സാംസ്കാരിക പരിപാടിയിൽ സംബന്ധിച്ച അതിഥികൾക്ക് യാത്രാച്ചെലവിനായി നിശ്ചിത തുക നീക്കിവെച്ചിരുന്നു. ഇവിടേക്കായിട്ടു മാത്രമല്ല ഞാൻ വന്നത് കാൻഫെഡ് സംബന്ധമായ മറ്റു ചില പരിപാടികൾകൂടി ഉണ്ട്. അതിനാൽ യാത്രാച്ചെലവ് വേണ്ട എന്ന് അദ്ദേഹം വ്യക്തമാക്കി. തുടർച്ചയായ നിർബ്ബന്ധം കൊണ്ടാണ് അദ്ദേഹം ഒടുവിൽ നിശ്ചിത തുക വാങ്ങിയത്. അതിൽനിന്ന് ഫോക്‌ലോർ ഫെല്ലോസ് ഓഫ് മലബാർ ട്രസ്റ്റിന്റെ വരിസംഖ്യ നൂറുരൂപ രാഘവൻ പയ്യനാടിനെ ഏല്പിക്കുകയാണുണ്ടായത്.

'പുസ്തകലോക'ത്തിന്റെ ലക്കത്തിൽ അന്നത്തെ സാംസ്കാരിക വകുപ്പുമന്ത്രിക്ക് ഒരു തുറന്ന കത്ത് ചേർത്തുകണ്ടു. നാടൻ സംസ്കൃതിയുടെ ഈടുറ്റ ശേഖരണം കൈയിൽ ഉണ്ടായിരുന്നു. അവ പ്രസിദ്ധീകരിക്കാൻ പ്രയാസപ്പെട്ടിരുന്ന ഒരു കാലഘട്ടമായിരുന്നു അത്. വേണ്ടപ്പെട്ടവർ അതിലൊട്ടും തിരിഞ്ഞുനോക്കിയിരുന്നതുമില്ല. ഈ വസ്തുത മനസ്സിലാക്കിയതുകൊണ്ടായിരിക്കാം സാംസ്കാരികവകുപ്പിനു ഒരു തുറന്ന കത്തെഴുതുവാൻ പി ടി ബി ഉദ്യമിച്ചത്. കാറിനു ഒരു പ്രതികരണവും കണ്ടില്ല. എങ്കിലും അദ്ദേഹത്തിന്റെ മഹാമനസ്കത വെളിവാക്കിയ ഒരു സംഭവമായിരുന്നു അത്.

ഉപാധികളൊന്നും കൂടാതെ, മനുഷ്യനന്മകളെ കണ്ടറിഞ്ഞ് സഹായിക്കുവാനും സ്നേഹിക്കുവാനും അലംഭാവം കാണാതിരുന്ന ഒരു വലിയ മനുഷ്യനായിരുന്നു പി ടി ബി. അഹങ്കാരം, ആഡംബരം തുടങ്ങിയവ അദ്ദേഹത്തിനു ലവലേശമില്ല. എളിയ ജീവിതം, മിതവ്യയം തുടങ്ങി എത്രയോ അനുകരണീയങ്ങളായ ഗുണങ്ങൾ അദ്ദേഹത്തിൽനിന്നും കണ്ടുപഠിക്കേണ്ടതുണ്ട്. നഗരസാംസ്കാരത്തിന്റെ കൃത്രിമതകളേക്കാൾ ഗ്രാമജീവിതത്തിന്റെ സ്വാഭാവികതയാണ് അദ്ദേഹം മറ്റേതിനേക്കാളും വിലയുള്ളതായി കണ്ടത്. പി ടി ബി തന്റെ ജീവിതാന്ത്യത്തിൽ പാലക്കാടൻ ഗ്രാമജീവിതത്തിലേക്ക് തന്നെ മടങ്ങി. തന്റെ ഈ താമസമാറ്റം ഒരു കാർഡിലെഴുതി അറിയിച്ചിരുന്നു. പി ടി ബിയുടെ ജീവിതം മറക്കാത്ത ഓർമ്മകൾ മാത്രമാണിന്ന്.

സൗമ്യശീലനായ ഡോ. ടി പി സുകുമാരൻ മാഷെ സ്നേഹപൂർവ്വമേ ഓർക്കുവാൻ കഴിയൂ. അദ്ദേഹം ആരെയും വെറുത്തിട്ടുണ്ടാകാൻ വഴിയില്ല. ബ്രണ്ണൻ കോളേജിലെ മലയാളവിഭാഗം കോഴിക്കോട് സർവ്വകലാശാലയുടെ കീഴിലുള്ള ഗവേഷണ കേന്ദ്രമായിരുന്നു. അവിടെ ഗവേഷണ മാർഗ്ഗദർശിയാകുവാൻ അപേക്ഷ അയക്കണമെന്ന് അദ്ദേഹം നിർബ്ബന്ധിച്ചു. അദ്ദേഹം അവിടെ മാർഗ്ഗദർശിയായിരുന്നു.

കേന്ദ്രമാനവവിഭവശേഷി (സാംസ്കാരിക) വകുപ്പിന്റെ സീനിയർ ഫെലോഷിപ്പ് ലഭിച്ചിരുന്ന കാലത്ത് സുകുമാരൻ മാഷക്കും ഫെലോഷിപ്പ് ലഭിച്ചിരുന്നു. വാദ്യസംഗീതത്തിലായിരുന്നു അദ്ദേഹത്തിന്റെ പഠനം. ഫെലോഷിപ്പ് സംബന്ധിച്ച് ചില പൊതുകാര്യങ്ങൾ അദ്ദേഹത്തിന്റെ വസതിയിൽ ഒന്നിച്ചിരുന്ന് ആലോചന ചെയ്തിരുന്നതായി ഓർക്കുന്നു.

രാമന്തളി മുച്ചിലോട്ടുകാവിൽ 1987 ലെ പെരും കളിയാട്ടവുമായി ബന്ധപ്പെട്ട് നടത്തപ്പെട്ട സാംസ്കാരിക സമ്മേളനത്തിൽ പങ്കെടുക്കുവാൻ സുകുമാരൻ മാഷെ ക്ഷണിച്ചപ്പോൾ, "എന്റെ പേര് നോട്ടീസിന്റെ അടിയിലോ മറ്റോ ചേർത്താൽ മതി." എന്നാണ് അദ്ദേഹം പറഞ്ഞത്. ഡോ. സുകുമാരൻ മാഷിന്റെ വിനയശീലമാണ് ഈ സംഭവത്തിലൂടെ വ്യക്തമാകുന്നത്.

സാഹിത്യനിരൂപണം, സംഗീതകല/വാദ്യകല, ചിത്രകല തുടങ്ങിയവരിൽ മാത്രമല്ല, ഫോക്‌ലോറിലും സുകുമാരൻ മാഷിന് അവഗാഹമുണ്ടായിരുന്നു. കുറച്ചുകാലം അദ്ദേഹം 'ഫോക്‌ലോർ ഫെല്ലോസ് ഓഫ് മലബാർ ട്രസ്റ്റി' എന്ന സംഘടനയുടെ പ്രസിഡന്റായി പ്രവർത്തിച്ചിട്ടുണ്ട്. ഒരിക്കൽ കഞ്ചിക്കോട്ടുവെച്ച് നടന്ന ഫോക്‌ലോർ സെമിനാറിൽ രണ്ടു ദിവസം ഒപ്പം കഴിഞ്ഞുകൂടിയത് ഇപ്പോഴും മനസ്സിൽ ഓർത്തുപോകുന്നു. വളരെ നേരത്തെ അദ്ദേഹം എല്ലാവരെയും ദുഃഖത്തിലാഴ്ത്തി എല്ലാവരെയും വിട്ടുപിരിഞ്ഞു. കേരള ഫോക്‌ലോർ അക്കാദമിയിൽ *ഫോക്‌ലോർ പ്രബന്ധങ്ങൾ* (2002) എന്ന പേരിൽ ഒരു സമാഹാര ഗ്രന്ഥം പ്രസിദ്ധീകരിച്ചപ്പോൾ ഡോ. ടി പിയുടെ ലേഖനം കൂടിയേ കഴിയൂ എന്നു തോന്നി. ആനുകാലികങ്ങളിൽ വന്ന ലേഖനങ്ങളിൽനിന്ന് 'വിത്തും മിത്തും', 'കോമരം' എന്ന രണ്ടുലേഖനങ്ങൾ പ്രസ്തുത ഗ്രന്ഥത്തിൽ ചേർക്കുവാൻ കഴിഞ്ഞു.

വിനയാന്വിതനും സ്നേഹശീലനുമായിരുന്ന ഡോ. സി പി ശിവദാസൻ മാഷ് കണ്ണീരോടെ മാത്രമേ അദ്ദേഹത്തെ ഇന്ന് ഓർക്കുവാൻ കഴിയുന്നുള്ളൂ. പ്രഗത്ഭനായ ഒരു ഇംഗ്ലീഷ് അദ്ധ്യാപകൻ മാത്രമല്ല, ഒരു മലയാള നിരൂപകൻ കൂടിയായിരുന്നു അദ്ദേഹം.

തലശ്ശേരി ബ്രണ്ണൻ കോളേജിലെ ഏതാനും അദ്ധ്യാപകർ താമസിച്ചിരുന്ന ഒരു ലോഡ്ജിൽ വച്ചായിരുന്നു. ശിവദാസൻ മാഷെ ആദ്യമായി പരിചയപ്പെട്ടത്. ഒന്നുരണ്ടു തവണ പ്രസംഗവേദികളിലും ഒപ്പമുണ്ടായിരുന്നു. കേരള ഫോക്‌ലോർ അക്കാദമി ആദ്യമായി ഒരു സമാഹാര ഗ്രന്ഥമിറക്കിയപ്പോൾ ശിവദാസൻ മാഷിന്റെ ഒരു ലേഖനം ചേർക്കുവാൻ കഴി

ഞ്ഞു.

ഈ ഗ്രാമ (രാമന്തളി)ത്തിന്റെ തൊട്ടുകിഴക്കുള്ള കുഞ്ഞിമംഗലം എന്ന ഗ്രാമത്തിന്റെ കിഴക്കെ തലയ്ക്ക് കാരാട്ട് എന്നൊരു പ്രദേശമുണ്ട്. അവിടെയുള്ള അണലക്കാട്ടില്ലമാണ് കെ എ സുബ്രഹ്മണ്യൻ നമ്പൂതിരി മാഷുടെ ഇല്ലം. അദ്ദേഹം ഒരു പ്രൈമറി സ്കൂളിലെ അദ്ധ്യാപകനെന്ന ല്ലാതെ, പണ്ഡിതനാണെന്ന വസ്തുത അധികമാരും മനസ്സിലാക്കിയെന്നു തോന്നുന്നില്ല. അദ്ദേഹത്തെ ചെറുപ്പകാലത്തേ അറിയാമായിരുന്നു. എന്നാൽ അടുത്ത പരിചയവും സ്നേഹബന്ധവും ഉണ്ടായത് കുറെ ക്കാലം കഴിഞ്ഞാണ്. (1960 നുശേഷം). മലയാളത്തിൽ സാഹിത്യ വിശാ രദ് എന്ന പരീക്ഷയിൽ വിജയം വരിച്ച ഒരു വ്യക്തിയാണദ്ദേഹം. മല യാളം വിദ്വാൻ പരീക്ഷയ്ക്കു തയ്യാറെടുക്കുന്ന സമയത്താണ് ഒരുദിവസം കാരാട്ട് ചെന്ന് അദ്ദേഹത്തെ കണ്ടത്. സംഭാഷണത്തിൽ ഏർപ്പെട്ടപ്പോ ഴാണ് അനാഡംബരമായി ജീവിതം നയിക്കുന്ന അദ്ദേഹത്തിന്റെ പാണ്ഡിത്യം കുറച്ചെങ്കിലും മനസ്സിലാക്കുവാൻ കഴിഞ്ഞത്.

ലക്സിക്കണിലെ ആദ്യകാലത്തെ ചീഫ് എഡിറ്ററായിരുന്ന ശൂരനാട്ടു കുഞ്ഞൻപിള്ളയുമായി കത്തിലൂടെ ബന്ധപ്പെട്ടിരുന്നുവെന്നും, കോലത്തു നാട്ടിലെ വ്യവഹാരഭാഷാപദങ്ങൾ കുറച്ച് ശേഖരിച്ച് അദ്ദേഹത്തിനു അയ ച്ചുകൊടുത്തിരുന്നുവെന്നും സുബ്രഹ്മണ്യൻ മാഷിൽ നിന്ന് അറിയുവാൻ കഴിഞ്ഞു. കുറേ വർഷങ്ങൾക്കുശേഷം (1977 ൽ) കുഞ്ഞമ്പിള്ളസാറിനെ മുഖദാവിൽ കണ്ട് പരിചയപ്പെടുവാൻ കഴിഞ്ഞു. അപ്പോൾ. “വടക്കൻ കേരളക്കാരനായ ഒരു സുബ്രഹ്മണ്യൻ നമ്പൂതിരി കുറേ നാടൻ പദങ്ങൾ അയച്ചുതന്നിരുന്നു. അദ്ദേഹത്തെ അറിയാമോ?” എന്ന് അദ്ദേഹം ചോദി ക്കുകയുണ്ടായി.

യോഗ്യതകളെല്ലാം ഉണ്ടായിട്ടും അർഹമായ ഒരു ഔദ്യോഗിക മണ്ഡ ലത്തിൽ എത്തുവാൻ സുബ്രഹ്മണ്യൻ മാഷ് ശ്രമിച്ചിരുന്നില്ല. ഒരു എളിയ ജീവിതത്തിനുടമയാണ് അദ്ദേഹം. അത്തരമൊരു വ്യക്തിയുടെ കഴിവി നെയും സേവനത്തെയും അധികമാരും അറിയാതെ പോയല്ലോ എന്നോർത്ത് ദുഃഖിക്കുകയേ നിർവ്വാഹമുള്ളൂ.

കുളപ്പുറത്തുള്ള അമ്മാത്ത് (അമ്മാമന്റെ/അമ്മയുടെ ഇല്ലത്ത്) അമ്മ യോടൊപ്പം പോയിരുന്ന കാലത്ത് ‘ഒണ്ടൻപുളി’യുടെ സമീപത്തെത്തി യാൽ ‘ഉണിത്തിരി മഠത്തിൽ കയറി സംഭാരം കുടിക്കാം’ എന്ന് അമ്മ പറയുമായിരുന്നു. വയലിൽനിന്നുള്ള ഒരു കയറ്റസ്ഥലമാണത്. അവിടെ ഒരു പുളിമരവുമില്ല. മുമ്പ് ഉണ്ടായിരുന്നുവെന്നാണ് ജനശ്രുതി. എൻ വി പി ഉണിത്തിരി മാഷിന്റെ മഠം അതായിരുന്നുവെന്ന് കുറച്ചുകാലം കഴി ഞ്ഞാണ് മനസ്സിലായത് ഇന്ന് അവിടെ മഠമൊന്നുമില്ല.

1962-63 കാലത്താണ് പത്മനാഭൻ മാഷിനെ നേരിട്ടു പരിചയപ്പെട്ട തെന്നാണ് ഓർമ്മ. മലയാളം വിദ്വാൻ പ്രിലിമിനറി പരീക്ഷയിൽ ജയിച്ച്, ഫൈനൽ പരീക്ഷയ്ക്ക് തയ്യാറെടുക്കുന്ന കാലമായിരുന്നു അത്. പരീ ക്ഷയ്ക്ക് ആവശ്യമായ പുസ്തകങ്ങൾ ലഭിക്കുവാൻ പ്രയാസമായിരുന്ന

തുകൊണ്ടും എല്ലാം വില കൊടുത്ത് വാങ്ങുവാനുള്ള സാമ്പത്തിക വിഷമംകൊണ്ടും പുസ്തകങ്ങൾ മിക്കവാറും ഗ്രന്ഥശാലകളിൽനിന്നും മറ്റും പകർത്തിയെടുക്കുകയായിരുന്നു പതിവ്. ഉണിത്തിരി മാഷും പുസ്തകങ്ങൾ അന്വേഷിക്കുകയായിരുന്നു. മാഷിന് പ്രിലിമിനറിക്കുള്ള പുസ്തകങ്ങൾ വേണം. ആ സന്ദർഭത്തിൽ അദ്ദേഹം കുന്നരുവിൽ ഇല്ലത്തുവന്നു. പകർത്തിവെച്ച നോട്ടുകൾ കൊടുത്തു. പകർത്തിയെഴുതുവാൻ മാഷിനും താല്പര്യമുണ്ടായിരുന്നു. വടിവും ഭംഗിയുമുള്ളതാണ് ഉണിത്തിരിമാഷിന്റെ കൈയെഴുത്ത്.

പരസ്പരം പരിചയപ്പെട്ടതിനുശേഷം അമ്മാത്ത് പോകുമ്പോൾ മഠത്തിൽ കയറി മാഷെ കണ്ടേ പോകാറുള്ളൂ. അമ്മാത്തിന്റെ തൊട്ട് പടിഞ്ഞാറാണ് എ എസ് നമ്പൂതിരിമാഷിന്റെ ഇല്ലം. അവിടെ എല്ലാവരും ഒത്തുചേരും. ഉണിത്തിരി മാഷെ കൂടാതെ, ചിലപ്പോൾ എം എൻ നമ്പ്യാർ മാഷും ഉണ്ടാകും. എല്ലാവരും കവിതക്കാരാണെന്ന് വേണമെങ്കിൽ പറയാം. കവിതാപാരായണവും ചർച്ചയുമാണ് മുഖ്യവിനോദം. കവിതയെന്ന പേരിൽ ചിലതൊക്കെ കുറിക്കുന്ന അപരാധം അന്നുണ്ടായിരുന്നതിനാൽ, ആ ഒരു ഒത്തുചേരൽ രസകരമായി തോന്നി. എല്ലാവരും അവരവരുടെ കവിത വായിക്കും. പരസ്പരം വിമർശനം നടത്തും. ഈ പതിവ് സ്വന്തം കവിതയുടെ ഗുണദോഷങ്ങൾ സ്വയം തിരിച്ചറിയുവാൻ കുറച്ചൊക്കെ സഹായിച്ചിരുന്നുവെന്നാണ് കരുതേണ്ടത്.

ഡോ. ഉണിത്തിരി മാഷെ പിന്നീട് കാണുന്നത്, ഗവേഷണ ഗുരുവിനെ തേടിയുള്ള യാത്രയിൽ തിരുവനന്തപുരത്ത് വെച്ചാണ്. മലയാളം വകുപ്പദ്ധ്യക്ഷൻ ഡോ. രാമചന്ദ്രൻ നായരെ കാണുവാൻ പോകുമ്പോൾ മാഷ് കൂടി ഒപ്പമുണ്ടായിരുന്നു. പിന്നീട്, ഉണിത്തിരി മാഷെ കാണുന്നത് കാലടി ശ്രീശങ്കരാചാര്യ സംസ്കൃത സർവ്വകലാശാലയിൽ വെച്ചാണ്. അന്ന് അദ്ദേഹം സർവ്വകലാശാലയിലെ പ്രിൻസിപ്പൽ ഡീൻ ഓഫ് സ്റ്റഡീസ് എന്ന തസ്തികയിൽ പ്രവർത്തിക്കുകയായിരുന്നു. അന്ന് ശ്രീശങ്കരാചാര്യസംസ്കൃത സർവ്വകലാശാലയുടെ പയ്യന്നൂർ പ്രാദേശിക കേന്ദ്രത്തിലെ മലയാള വിഭാഗത്തിലാണ് ജോലി ചെയ്തിരുന്നത്. മാഷിന്റെ സഹായം അക്കാലത്ത് നിർല്ലോഭം ലഭിച്ചിരുന്നു.

ഡോ. എൻ വി പി ഉണിത്തിരിമാഷ് കേരള ഭാഷാ ഇൻസ്റ്റിറ്റ്യൂട്ടിൽ ഏതാനും മാസക്കാലം ഡയറക്ടറായിരുന്നു. അക്കാലത്ത് അവിടെ പോകേണ്ടതായ ഒരാവശ്യമുണ്ടായിരുന്നതിനാൽ, മാഷെ നേരിൽ കാണുവാൻ സന്ദർഭമുണ്ടായി. അദ്ദേഹത്തിന്റെ താല്പര്യം കൊണ്ടാണ് *ഗവേഷണ പ്രവേശിക* എന്ന ഗ്രന്ഥം ഭാഷാ ഇൻസ്റ്റിറ്റ്യൂട്ടു മുഖേന പുറത്തിറക്കിയത്.

എം എസ് പ്രശാന്ത് കൃഷ്ണന്റെ പി എച്ച് ഡി വാചാ പരീക്ഷ കോഴിക്കോട് സർവ്വകലാശാല മലയാളവിഭാഗത്തിൽവച്ചാണ് നടത്തപ്പെട്ടത്. ഗവേഷക ഗുരു എന്ന നിലയിൽ അവിടെവരെ പോകേണ്ടതായി വന്നു. അവിടെ എത്തിയത് അല്പം നേരത്തെയായിപ്പോയി. അതിനാൽ ഉണി

ത്തിരി മാഷിന്റെ താമസസ്ഥലത്ത് ചെന്നു കഴിഞ്ഞ കാലഘട്ടത്തെപ്പറ്റിയാണ് മാഷ് ഏറെ സംസാരിച്ചത്. വാചാ പരീക്ഷയ്ക്ക് ഉണിത്തിരി മാഷു കൂടി വന്നു. അതിനുശേഷം ഉണിത്തിരി മാഷെ കാണുവാൻ സന്ദർഭമുണ്ടായില്ല.

കേരള സർവ്വകലാശാലയിലെ അന്താരാഷ്ട്ര കേരള പഠന കേന്ദ്രം ഓണററി ഡയറക്ടറിൽനിന്ന് ഒരു കത്ത്! 1997 ലോ 1998 ലോ ആണെന്നാണ് ഓർമ്മ. അവിടെ ഗ്രന്ഥരചന നടത്തുവാനുള്ള എഴുത്തുകാരുടെ ഒരു യോഗം. കേരള സർവ്വകലാശാലയിലെ ഇംഗ്ലീഷ് ഡിപ്പാർട്ടുമെന്റിൽ ജോലി ചെയ്യുന്ന ഡോ. പി കെ രാജനാണ് പഠനകേന്ദ്രത്തിന്റെ ഓണററി ഡയറക്ടറെന്ന് അവിടെ ചെന്നപ്പോഴാണ് മനസ്സിലായത്. മുൻപരിചയമില്ല. ഡോ. രാമചന്ദ്രൻ നായർ സാറോ മറ്റോ പറഞ്ഞ് പരിചയപ്പെടുത്തിയതായിരിക്കാം. അവിടെ ചെന്നപ്പോൾ ആ യോഗത്തിന്റെ ഉദ്ഘാടനം നിർവ്വഹിക്കണമെന്ന് ആവശ്യപ്പെട്ടു. സംസ്കാരത്തിന്റെ വിവിധ വശങ്ങളെ സ്പർശിക്കുന്ന നൂറ് ഗ്രന്ഥങ്ങൾ പ്രസിദ്ധീകരിക്കുവാനുള്ള ഒരു പദ്ധതിയുടെ സംരംഭമായിരുന്നു അത്. ഒന്ന് രണ്ട് മേളനങ്ങൾ അതിനു മുമ്പ് നടന്നിരുന്നതായി തോന്നി. ചിലരൊക്കെ കൈകാര്യം ചെയ്യുവാൻ വൈമനസ്യം കാണിച്ചിരുന്ന രണ്ടു വിഷയങ്ങളെക്കുറിച്ച് ഗ്രന്ഥം തയ്യാറാക്കണമെന്നാണ് ഡോ. രാജൻ ആദ്യം ആവശ്യപ്പെട്ടത്. പാട്ടുമല, നാടൻ സംഗീതം എന്നീ രണ്ടു വിഷയങ്ങളുടെ പേരു കേട്ടപ്പോൾ എഴുതാമെന്ന ഉറപ്പ് പെട്ടെന്നു നല്കുവാൻ കഴിഞ്ഞില്ല. അല്പം ആലോചിച്ച് മറുപടി അറിയിക്കാമെന്ന് പറഞ്ഞാണ് തിരുവനന്തപുരത്തുനിന്ന് മടങ്ങിയത്. 'പാട്ടു

പ്രൊഫ. ഓമനക്കുട്ടി ടീച്ചറിനൊപ്പം

കല' ഇത് കൊണ്ട് ഉദ്ദേശിച്ചിരുന്നതെന്ത്! ഡോ. രാജനും ശീർഷകം പറഞ്ഞതല്ലാതെ വിശദീകരണങ്ങളൊന്നും തന്നില്ല.

നാട്ടിലെത്തി ആലോചിച്ച് രണ്ടു ഗ്രന്ഥങ്ങളുടെയും രൂപരേഖ തയ്യാറാക്കി. വാങ്മയ കല(Herbal Art) എന്നൊരാശയമുണ്ട്. പാട്ടുകളുടെ നിർവ്വഹണ സിദ്ധാന്തങ്ങളും മറ്റും അടിസ്ഥാനമാക്കി 'പാട്ടുകല'യ്ക്കു രൂപം നല്കി. ഏതാനും മാസങ്ങൾക്കിടയിൽ ആ ഗ്രന്ഥമാണ് ആദ്യം നല്കിയത് നാടൻ സംഗീതത്തെക്കുറിച്ച് ഒരു ഗ്രന്ഥം തയ്യാറാക്കുവാൻ അനേകം ആവേദകരെ കാണേണ്ടതായി വന്നു. അക്കാദമി ചെയർമാനായിരുന്ന കാലത്ത് പരിചയപ്പെട്ട ഡോ. കെ ഓമനക്കുട്ടിയമ്മയുടെ സഹായം ആ ഗ്രന്ഥരചനയ്ക്ക് വളരേയേറെ പ്രയോജനപ്പെട്ടു. അതിനിടയിൽ തെയ്യത്തെക്കുറിച്ച് ഒരു ഗ്രന്ഥം തയ്യാറാക്കണമെന്ന് ഡോ. രാജൻ ആവശ്യപ്പെട്ടു. അപ്പോഴേക്കും കേരള പഠനകേന്ദ്രത്തിൽനിന്ന് അദ്ദേഹം ഒഴിഞ്ഞു. അധികം താമസിയാതെ കണ്ണൂർ സർവ്വകലാശാലയിൽ വൈസ് ചാൻസലറായി നിയമിതനായി.

അദ്ദേഹത്തെ ചെന്നു കണ്ടു. പ്രസിദ്ധീകരണങ്ങളെ സംബന്ധിച്ചാണ് ഏറെ സംസാരിച്ചത്. ശ്രീ ശങ്കരാചാര്യ സർവ്വകലാശാലയിൽ ജോലിയുടെ നിശ്ചിത കാലാവധി കഴിഞ്ഞപ്പോൾ ഡോ. രാജനെക്കണ്ട് കാര്യങ്ങളെല്ലാം സംസാരിച്ചു. കണ്ണൂർ സർവ്വകലാശാലയിലെ മലയാളം ബിരുദാനന്തര ബിരുദ പഠനകേന്ദ്രം (കാഞ്ഞങ്ങാട് പി സ്മാരകമന്ദിരം) അതിൽ അദ്ധ്യാപകനായി നിയമിതനായത് അപ്രകാരമാണ്.

ആ ഉന്നതനായ മനുഷ്യസ്നേഹി ഒരപകടത്തിൽപ്പെട്ട് അകാല ചരമം പ്രാപിച്ച സംഭവം ഇപ്പോഴും നനഞ്ഞ കണ്ണുകളോടെ മാത്രമേ ഓർക്കുവാൻ കഴിയൂ.

1979 ലോ 80 ലോ ആണ് അപരിചിതനായ ഒരാളുടെ കത്ത് ലഭിച്ചത്. കീഴറ പി കോരൻ എന്നയാളാണ് എഴുതിയിരിക്കുന്നത്. നാടൻ കലകളിലും മറ്റും അന്വേഷണം നടത്തുന്നതിനുള്ള അഭിനന്ദനം അറിയിച്ചുകൊണ്ടുള്ളതാണ് കത്തിലെ ആമുഖം. മുഖദാവിൽ കാണുവാൻ ആഗ്രഹമുണ്ടെന്നും കത്തിൽ കണ്ടു. പോകുന്ന ദിവസം അറിയിച്ചു കൊണ്ട് മറുപടി അയച്ചു. നിശ്ചിത ദിവസം ചെറുകുന്ന് കുതിരവെക്കും തറയ്ക്ക് ബസിറങ്ങി. കത്തിൽ എഴുതിക്കണ്ടപ്രകാരം കീഴറവഴി പോകുന്ന ബസിൽ കയറി. കീഴറ വായനശാലയുടെ മുമ്പിൽ ബസിറങ്ങി. പി കോരന്റെ വീട്ടിലേക്കുള്ള വഴി ഒരാളോട് ചോദിച്ചു. വഴി പറഞ്ഞുതന്നു. അയാളുടെ മറുപടിയിൽ "കോരൻ മാഷ്" എന്ന പ്രയോഗമുണ്ടായിരുന്നു. "പി കോരൻ അദ്ധ്യാപകനാണോ?" എന്നു ചോദിച്ചപ്പോൾ "അദ്ധ്യാപകനൊന്നുമല്ല. പക്ഷേ, ആളുകൾ അങ്ങനെയാണ് വിളിച്ചുവരുന്നത്. ജനോപകാരിയാണ് കോരൻ മാഷ്" എന്ന് അയാൾ പറഞ്ഞു.

കോരൻ മാഷിന്റെ വീട്ടിലെത്തി. ഖദർ വസ്ത്രധാരി! സൗമ്യപ്രകൃതം. അന്നുതന്നെ രണ്ടുമൂന്നു തെയ്യം കലാകാരന്മാരെ പരിചയപ്പെടുത്തി. പുലയക്കൂട്ടായ്മയുടെ തെയ്യങ്ങളെക്കുറിച്ച് കൂടുതൽ മനസ്സിലാക്കുവാൻ

കീഴറ പി കോരൻമാഷിനൊപ്പം

തുടങ്ങിയത് അന്നു മുതലാണ്. കുഞ്ഞിക്കണ്ണൻ എടച്ചിരിയൻ തുടങ്ങിയ കലാകാരന്മാരെ പരിചയപ്പെടുത്തുവാനും തോറ്റംപാട്ടുകൾ ശേഖരിക്കുവാനും അവസരമുണ്ടാക്കിയത് മാഷാണ്. മാട്ടൂലിലെ കാഞ്ഞൻ പൂജാരിയെപ്പറ്റി കോരൻ മാഷാണ് ആദ്യമായി പറഞ്ഞത്. മറ്റൊരു ദിവസം പൂജാരിയെ കാണുവാൻ പോകാമെന്നു തീരുമാനിച്ചു.

കീഴറയിലെ പുലയക്കൂട്ടായ്മയുടെ ഒട്ടുമുക്കാൽ ഗൃഹങ്ങളും സന്ദർശിച്ച് അഭിമുഖം നടത്തുമ്പോൾ കോരൻമാഷ് ഒപ്പമുണ്ടായിരുന്നു. ചാരൻ പാട്ടു(വടക്കൻപാട്ടു)കളുടെ ശേഖരണത്തിൽ, പാട്ടറിയാവുന്ന എത്രയോ സ്ത്രീ-പുരുഷന്മാരെ കണ്ടെത്തുവാൻ കഴിഞ്ഞു. കരിഞ്ചി ഇടച്ചിരിയൻ, നാരായണി, ഇടച്ചിരിയൻ നാരായണി കൊയിലേരി കണ്ണൻ സ്വാമി, കാരിയൻ പുന്നത്തിരിയൻ എന്നിവർ അതിൽ ചിലരാണ്.

'തിരുവർക്കാട്ടുഭഗവതിത്തോറ്റം.' പുറത്തിറങ്ങിയപ്പോൾ അത് തെയ്യത്തോറ്റമല്ലെന്ന് സി എം എസ്, ചന്തേര മാഷ് തർക്കിച്ചത് ഒരാളുടെ ശക്തമായ പ്രേരണ കൊണ്ടാണെന്ന് മനസ്സിലാക്കുവാൻ കഴിഞ്ഞു. കീഴറ പി കോരൻമാഷാണ് ആ സത്യം ആദ്യം വെളിപ്പെടുത്തിയത്. മാഷോടൊപ്പമുണ്ടായിരുന്ന ആ ആൾ വളപട്ടണത്തിലേക്കു തിരിയുന്ന അഴീക്കോടു റോഡിൽ വെച്ച് ചന്തേര മാഷുമായി ഈ വിഷയത്തെപ്പറ്റി കൂടിയാലോചിച്ചിരുന്നുവെന്നും അല്പം മാറി നില്ക്കുന്ന തനിക്ക് ഏറക്കുറെ കാര്യം മനസ്സിലാക്കുവാൻ കഴിഞ്ഞുവെന്നും കോരൻമാഷ് അറിയിച്ചിരുന്നു. അത് അത്ര ഗൗരവമുള്ളതായി കരുതിയില്ല. വണ്ണാന്മാർ പാടുന്നപാട്ടിനെ സംബന്ധിച്ച് കള്ളസാക്ഷി പറയുവാൻ മലയസമുദായത്തിൽപ്പെട്ട പഴയങ്ങാടിക്കാരനായ ഒരാളെ കൂട്ടുപിടിച്ചതിന്റെ പൊരുളും ഏറക്കുറെ മനസ്സിലായി.

2013 ഫെബ്രുവരിയിൽ സി പി ശ്രീധരന്റെ 80-ാം ജന്മവാർഷികാ

ഘോഷത്തിന്റെ ഭാഗമായി അഡ്വ. വി ജയരാജന്റെ അദ്ധ്യക്ഷതയിൽ പയ്യന്നൂരിൽ നടന്ന നാട്ടറിവ് സെമിനാർ ഉദ്ഘാടനത്തിനു ചെന്നിരുന്നപ്പോൾ ചന്ദേരമാഷിന്റെ മകനായ ഡോ. സഞ്ജീവൻ അഴീക്കോടിനെ പരിചയപ്പെടുവാനിടയായി. തന്റെ അച്ഛനെ അപ്രകാരമൊരു വിവാദത്തിലേക്കു തള്ളിവിട്ടത് ഒരു സർവ്വകലാശാല അദ്ധ്യാപകനായിരുന്നുവെന്ന് ഡോ. സഞ്ജീവൻ തുറന്നുപറഞ്ഞു. കീഴറ പി കോരൻ മാഷ് വർഷങ്ങൾക്കുമുമ്പ് വെളിപ്പെടുത്തിയ കാര്യം എത്രമാത്രം സത്യസന്ധമാണെന്ന് അപ്പോഴാണ് മനസ്സിലായത്. ഉള്ളതിനെ ഇല്ലാത്തതാണെന്ന് പരസ്യപ്പെടുത്തുവാനോ സത്യത്തെ അസത്യമാണെന്നു ധരിക്കുവാനോ അധികകാലം ഒരാൾക്കു കഴിഞ്ഞെന്നുവരില്ല.

നാടൻ കലാകാരന്മാരെയും ഫോക്‌ലോർ രംഗത്തുപ്രവർത്തിക്കുന്നവരെയും സ്നേഹിക്കുകയും സഹായിക്കുകയും ചെയ്യുകയെന്നത് ജീവിത ദൗത്യമായി സ്വീകരിച്ച കീഴറ പി കോരൻമാഷിനെപ്പോലുള്ള മറ്റൊരു വ്യക്തിയെ കണ്ടെത്തുവാൻ പ്രയാസമാണ്. ആ നിസ്വാർത്ഥ സേവകന്റെ ഓർമ്മ മാത്രമേ ഇന്നുള്ളൂ.

മാടായിക്കാവിൽ ആചാരപ്പെട്ട 'പൊള്ള'യാണ് കാഞ്ഞൻ പൂജാരി. കാവിൽ എല്ലാ വർഷവും കർക്കിടകം 16-ാം നാളിൽ മാരിയാട്ടം നടത്തുന്നത് പൂജാരിയുടെ മേൽനോട്ടത്തിലാണ്. ചിമ്മാനക്കളി എന്ന കലാപ്രകടനവും അയാൾ നടത്താറുണ്ട്. "പുലയക്കൂട്ടായ്മയിൽ തെയ്യം കലാകാരന്മാരുണ്ട്. അതിൽ വ്യക്തിമുദ്ര പതിപ്പിച്ച വ്യക്തിയാണ് പൂജാരി" എന്ന ആമുഖത്തോടെയാണ് കീഴറ കോരൻമാഷ് പൂജാരിയെ പരിചയപ്പെടുത്തിയത്. 'നേരിട്ടു പരിചയപ്പെടാം' എന്ന് മാഷ് പറഞ്ഞു. അതനുസരിച്ച് മാഷിന്റെ ഒപ്പമാണ് നിരിച്ചൻ കാഞ്ഞൻ എന്ന കാഞ്ഞൻ പൂജാരിയുടെ വീട്ടിൽ ആദ്യമായി ചെന്നത്. വീട്ടിനു തൊട്ട് തെക്കുവശത്ത് സുബ്രഹ്മണ്യപൂജ നടത്തുന്ന 'മുരുകാലയം'. അതിയടത്ത് പെരിങ്ങോട്ടില്ലത്ത് നമ്പൂതിരി സുബ്രഹ്മണ്യ ഭക്തനാണ്. അദ്ദേഹത്തിന്റെ ശിഷ്യനെന്ന നിലയിലാണ് നിരിച്ചൻ കാഞ്ഞൻ സുബ്രഹ്മണ്യാരാധകനായ പൂജാരിയായത്.

അദ്ദേഹത്തിന്റെ വീട്ടിൽ ചെല്ലുമ്പോൾ, കാഞ്ഞൻ പൂജാരി കുളിച്ച് ശുദ്ധമായി രാവിലത്തെ പൂജയ്ക്കുള്ള വട്ടമാണ്. എങ്കിലും, സന്തോഷത്തോടെ അടുത്ത് വന്ന് ഇരിക്കുവാൻ പറഞ്ഞു. കോരൻ മാഷ് ഒപ്പമുള്ളതുകൊണ്ട് സ്വയം പരിചയപ്പെടുത്തേണ്ടിവന്നില്ല. 'മുരുകാലയ'ത്തിലെ കർമ്മങ്ങളെല്ലാം നടത്തിയശേഷം പൂജാരി അടുത്തുവന്നിരുന്നു. പൂജാരിയുടെ ഭാര്യ കട്ടൻ ചായ മുമ്പിൽ കൊണ്ടുവെച്ചു. അടുത്ത ദിവസം മുതൽ ടേപ്പുറിക്കാർഡുമായി അവിടെച്ചെന്നു. പുലിമറഞ്ഞ ഗുരുനാഥൻ, വട്ട്യൻ പൊള്ള, ധർമ്മദൈവം, ഐപ്പള്ളിത്തെയ്യം, പനയാർകുരിക്കൾ, മരുതിയോടൻകുരിക്കൾ, കുറത്തി തുടങ്ങി അനേകം തെയ്യങ്ങളുടെ തോറ്റം പാട്ടുകൾ പൂജാരി പാടി കേൾപ്പിച്ചു. പാടുന്നതിനിടയിൽ തന്റെ പൂർവ്വികരെ ഓർത്ത് അയാളുടെ കണ്ണുകൾ നിറയുമായിരുന്നു.

യുവകലാസാഹിതിയുടെ നാടൻ കലാമേളയിൽ (1984 ൽ) ഏതാനും കലാകാരന്മാരെ ആദരിക്കുന്ന സന്ദർഭത്തിൽ, നിരിച്ചൻ കാഞ്ഞനെക്കൂടി ഉൾപ്പെടുത്താൻ കഴിഞ്ഞു. മാരിയാട്ടം, ചിമ്മാനക്കളി എന്നീ കലകൾ അവതരിപ്പിക്കുവാനും പൂജാരിയെ ഏല്പിച്ചിരുന്നു. ആ സന്ദർഭത്തിലാണ് കാഞ്ഞൻ പൂജാരിയുടെ അനുജൻ (പോസ്റ്റ് മാഷ്) നിര്യാതനായത്. പക്ഷേ, പൂജാരി പരിപാടിക്കു വരാതിരുന്നില്ല. പറഞ്ഞ വാക്കും ഏറ്റകാര്യവും നിറവേറ്റണമെന്ന നിർബ്ബന്ധം പൂജാരിക്കുണ്ടായിരുന്നു.

തോറ്റം പാട്ടുകൾ മാത്രമല്ല, ചാരൻ പാട്ടുകളും (കൃഷിപ്പാട്ട്) ധാരാളം അറിയാവുന്ന കാഞ്ഞൻ പൂജാരി അവ പാടി കേൾപ്പിക്കുവാൻ പഠിച്ചില്ല. കേന്ദ്ര സാംസ്കാരികവകുപ്പിന്റെ ഫെലോഷിപ്പോടെ ചാരൻ പാട്ടുകളുടെ ശേഖരണ പഠനങ്ങൾ നിർവ്വഹിക്കുന്ന കാലത്ത് സമീപപ്രദേശങ്ങളിലുള്ള പുലയക്കൂട്ടായ്മയിലുള്ള ചാരൻ പാട്ട് അറിയാവുന്ന കുറേ കർഷക സ്ത്രീകളെ തന്റെ വീട്ടിൽ വരുത്തി, പാട്ടുപാടി കേൾപ്പിക്കുവാൻ അദ്ദേഹമെടുത്ത താല്പര്യം ഒരിക്കലും മറക്കാനാവില്ല. ഉമ്പ്രി, എടച്ചേരിച്ചി, കണ്ണകി, നരിച്ചൻ, നാരായണസ്വാമി, കുറോം കുടിയൻ, മീനാക്ഷി, അരിങ്ങളേൻ, കല്യാണി, പറമ്പി തുടങ്ങിയവരുടെ പാട്ടുകൾ കേൾക്കുവാൻ കഴിഞ്ഞത് കാഞ്ഞൻ പൂജാരിയുടെ ശ്രമഫലമായാണ്.

പരിചയമില്ലാത്ത കുറേപ്പേർ ഒരിക്കൽ പൂജാരിയെ കണ്ട് "നമ്പൂതിരിയെ പാടി കേൾപ്പിച്ച പാട്ടുകൾ ഉപയോഗപ്പെടുത്താതിരിക്കുവാനുള്ള ഒരു രേഖ എഴുതിത്തരണം" എന്ന് ആവശ്യപ്പെട്ടുവത്രേ. വാക്കിലും മനസ്സിലും പ്രവൃത്തിയിലും സത്യസന്ധത പാലിക്കുന്ന പൂജാരി അതിനു വഴങ്ങിയില്ല. ഈ സംഭവം കാഞ്ഞൻ പൂജാരി ഒരിക്കൽ തുറന്നുപറഞ്ഞു. എഴുത്തും വായനയും പരിചയമില്ലാതിരുന്ന ഒരാളായിരുന്നുവെങ്കിലും മനുഷ്യസ്നേഹത്തിന്റെ വറ്റാത്ത ഉറവായിരുന്നു ആ വ്യക്തിത്വം!

പതിനഞ്ച്

ചില ആവേദകസ്മരണകൾ

തോറ്റം പാട്ടുകളുടെ ശേഖരണത്തെക്കുറിച്ചു, പരാമർശിക്കുമ്പോൾ അതുമായി ബന്ധപ്പെട്ട കുറേ ആവേദകരെക്കുറിച്ചുള്ള ഓർമ്മകൾ രേഖപ്പെടുത്തിയല്ലോ. പുള്ളുവൻപാട്ട്, കണിയാൻപാട്ട്, തെയ്യം പാടിപ്പാട്ട്, പുലയർപാട്ട്, വടക്കൻ (ചാരൻ) പാട്ട്, മുടിപ്പുരപ്പാട്ട് തുടങ്ങി വിവിധ ഇനം പാട്ടുകളുടെ ശേഖരണത്തിലും പഠനത്തിലും ശ്രമം നടത്തിയിരുന്നതിനാൽ, മറ്റു ചിലതുകൂടി ഓർമ്മയിൽ കടന്നുവരുന്നു. അത്തരം ആവേദകപ്രക്രിയകളിൽ ഉണ്ടായ അനുഭവങ്ങളിൽ മനസ്സിൽ തെളിഞ്ഞുവരുന്ന ഏതാനും ഓർമ്മകൾ മാത്രം ഇവിടെ കുറിക്കുന്നു.

പുള്ളുവസംസ്കാരത്തെ സംബന്ധിച്ച് അറിയുവാൻ ആദ്യമായി സമീപിച്ചത് പടോളി (പയ്യന്നൂർ)യിലെ ടി പി നാരായണൻ വൈദ്യരെയാണ്. പയ്യന്നൂർ ബസാറിലെ നാരായണഷേണായിയുടെ മരുന്നുപീടികയിൽ ജോലിക്കാരനായിരുന്നു അദ്ദേഹം. പച്ചമരുന്ന് ഇടിച്ചുകൊണ്ടിരിക്കുന്നതിനിടയിൽ നാരായണൻ വൈദ്യർ പുറത്തുവന്ന് കണ്ടു. വന്ന കാര്യം പറഞ്ഞപ്പോൾ അതിലെല്ലാം വളരെ താല്പര്യം കാണിച്ചു. പിന്നീട് ഒഴിവുദിവസങ്ങളിൽ അദ്ദേഹത്തിന്റെ വീട്ടിൽ ചെല്ലുകയായിരുന്നു പതിവ്. കാര്യങ്ങൾ പറഞ്ഞു തരുന്നതിലും പാട്ടുകൾ പാടുന്നതിലും നാരായണൻ വൈദ്യരോടൊപ്പം ഭാര്യ മാണിക്കവും പങ്കുചേരുമായിരുന്നു. വടക്കൻ കേരളത്തിലെ പുള്ളുവർ പാടുന്ന കറ്റപ്പാട്ട്, മോക്ഷപ്പാട്ട്, ചില കഥപ്പാട്ടുകൾ തുടങ്ങിയവ അദ്ദേഹം പാടി കേൾപ്പിച്ചു. കണ്ണേറ്റുപാട്ട്, ഗുളികദൃഷ്ടി നീക്കുന്നപാട്ട്, കലശാട്ടുപാട്ട് തുടങ്ങിയ കുറേ പാട്ടുകൾ വൈദ്യരുടെ ഭാര്യ മാണിക്കം പാടിയവയിൽ ചിലതാണ്.

കോലത്തുനാട്ടിലെ പുള്ളുവരിൽ രണ്ടുമൂന്നുപേരുടെ പേരുകൾ കൂടി

ഓർമ്മയിൽ വരുന്നു. അതിലൊന്ന് നരീക്കോട് എന്ന സ്ഥലത്തു താമസിക്കുന്ന എ സി കുഞ്ഞിരാമൻ വൈദ്യരാണ്. പുള്ളുവരുടെ ഉല്പത്തി പുരാവൃത്തം ആഖ്യാനം ചെയ്യുന്ന കർമ്മശാസ്ത്രം പാട്ട് ലഭിച്ചത് അദ്ദേഹത്തിൽ നിന്നാണ്. മറ്റു ചില പാട്ടുകളും വൈദ്യർ പാടിക്കേൾപ്പിച്ചു. പയ്യന്നൂരിലെ (മാവച്ചരി) പി കണ്ണൻ വൈദ്യരിൽനിന്ന് കുനിയമ്മാമോക്ഷം, കല്യാണ സൗഗന്ധികം തുടങ്ങിയ ചില കഥപ്പാട്ടുകളാണ് ലഭിച്ചത്. കല്യാശ്ശേരിയിലെ കെ ടി കുഞ്ഞിരാമൻ വൈദ്യർ കൃഷ്ണോല്പത്തി തുടങ്ങിയ ചില കഥപ്പാട്ടുകൾ പാടിക്കേൾപ്പിക്കുകയുണ്ടായി.

ഫോക്‌ലോർ ഫെല്ലോസ് ഓഫ് നോർത്ത് മലബാർ ട്രസ്റ്റിന്റെ ആഭിമുഖ്യത്തിൽ പാലക്കാടു ജില്ലയിലെ കഞ്ചിക്കോട് ഹൈസ്കൂളിൽ വെച്ചു നടത്തപ്പെട്ട ഫോക്‌ലോർ സെമിനാറിൽ പങ്കെടുക്കുവാൻ പോയിരുന്ന സന്ദർഭത്തിലാണ് വള്ളുവനാട്ടിലെ പുള്ളുവരുടെ തിരിയുഴിച്ചിൽ എന്ന അഗ്നിനൃത്തം ആദ്യമായി കാണുവാൻ കഴിഞ്ഞത്. ആ കലാകാരന്മാരെ അന്ന് നേരിട്ടുപരിചയപ്പെടുവാൻ കഴിയാതെ പോയി. കുറേ വർഷങ്ങൾക്കു ശേഷം പി പി നാരായണൻ എന്ന കലാകാരന്റെ പുള്ളുവസംഗീതം തൃശൂരിൽവെച്ചു കേൾക്കുവാൻ കഴിഞ്ഞു. കേരള ഫോക്‌ലോർ അക്കാദമിയിൽ ചെയർമാനായിരുന്ന കാലത്ത് 2003 ൽ പുരസ്കാരം നല്കി അദ്ദേഹത്തെ ആദരിക്കുവാൻ കഴിഞ്ഞു. പുള്ളുവരുടെ കളമെഴുത്ത്, സർപ്പം പാട്ട് എന്നിവയെ സംബന്ധിച്ച് ചില കാര്യങ്ങൾ നാരായണനിൽനിന്നും മനസ്സിലാക്കുവാൻ കഴിഞ്ഞിട്ടുണ്ട്.

പി പി നാരായണന്റെ മകനായ ശ്രീനിവാസനെ പരിചയപ്പെടുവാൻ കഴിഞ്ഞത് കുറേ വർഷങ്ങൾക്കുശേഷമാണ്. സർപ്പക്കളമെഴുത്തിലും തിരിയുഴിച്ചിൽ നടത്തുന്നതിലും സർപ്പംപാട്ടുകൾ പാടുന്നതിലും ശ്രീനിവാസനും കഴിവുണ്ട്. കേന്ദ്രസാംസ്കാരികവകുപ്പിന്റെ (കേന്ദ്രമാനവവിഭവശേഷി വകുപ്പിന്റെ) ഫെല്ലോഷിപ്പോടുകൂടി കളമെഴുത്തിനെക്കുറിച്ച് പഠനം നടത്തുന്ന കാലത്ത് വിവിധ സാമുദായിക കൂട്ടായ്മകളുടെ കളങ്ങൾ ആവശ്യമായി വന്നു. ഏതാനും സർപ്പക്കളങ്ങൾ കുറിച്ചുകാണുവാൻ ശ്രീനിവാസനെയാണ് സമീപിച്ചത്. ഷൊർണ്ണൂരിൽനിന്ന് കുറച്ചു അകലെയുള്ള പള്ളിപ്പുറം എന്ന സ്ഥലത്താണ് ശ്രീനിവാസന്റെ വീട്. മകൻ മുരളീധരനെയും കൂട്ടി അവിടെ ചെന്നു. ശ്രീനിവാസനും ഭാര്യയും പത്മക്കളം, ഭൂതക്കളം തുടങ്ങിയ കളങ്ങൾ പഞ്ചവർണ്ണപ്പൊടി കൊണ്ട് യഥാക്രമം കുറിക്കുവാൻ തുടങ്ങി. മുരളി അവയുടെ ഫോട്ടോകൾ എടുത്തു. ശ്രീനിവാസന്റെ ഭവനത്തിന് സമീപമൊന്നും ചായക്കടയോ, ഭക്ഷണശാലയോ ഉണ്ടായിരുന്നില്ല. "ഞങ്ങൾ തന്നാൽ കഴിക്കുമോ?" ശ്രീനിവാസൻ ചോദിച്ചു. "സസ്യാഹാരം ആര് തന്നാലും കഴിക്കും." മറുപടി പറഞ്ഞു. അങ്ങനെ അവർ തന്ന ഭക്ഷണം അവിടെ നിന്നു കഴിച്ചു. ഇത് ഞങ്ങളുടെ ആദ്യത്തെ അനുഭവമാണ്. ശ്രീനിവാസനും ഭാര്യയും പറഞ്ഞു. അതിനു മറുപടിയായി ചിരിക്കുക മാത്രമേ ചെയ്തുള്ളൂ.

വടക്കാഞ്ചേരിയിലെ പി ജി അച്യുതൻ 1976-77 ലാണ് വള്ളുവനാ

ട്ടിലെ ചില സർപ്പംപാട്ടുകൾ തന്നു സഹായിച്ചത്. ഇരുപത്- ഇരുപത്തിയഞ്ച് വർഷങ്ങൾക്കുശേഷം, കേരള ഫോക്‌ലോർ അക്കാദമിയിൽ ചെയർമാനായിരുന്ന കാലത്ത് തൃശൂരിൽ ഡോ. സി ആർ രാജഗോപാലന്റെ മേൽനോട്ടത്തിൽ നടന്ന നാടൻ കലാസെമിനാറിൽ പങ്കെടുക്കുവാൻ ചെന്നിരുന്നപ്പോൾ സുധീർ (മുള്ളൂർക്കര) എന്ന പുള്ളുവയുവാവ് തിരിയുഴിച്ചിൽ നടത്തുന്നത് കണ്ടു. നാടൻ പാട്ടുകൂട്ടമോ മറ്റോ ഉപയോഗിക്കുന്ന ചില വാദ്യങ്ങളുടെ സഹായത്തോടെയാണ് അത് നടത്തപ്പെട്ടത്. പരിപാടികൾക്കുശേഷം സുധീറിനെ പ്രത്യേകം വിളിച്ചു സംസാരിച്ചു. 'കുടവും വീണയും തന്നെയാണ് ഞങ്ങൾ ഉപയോഗിക്കാറ് പതിവ്. ഇവിടെ ഇങ്ങനെ ചെയ്തുവെന്നേയുള്ളൂ." സുധീർ പറഞ്ഞു. അതിനുശേഷം ഫോക്‌ലോർ അക്കാദമിയുടെ ചില പരിപാടികളിൽ സുധീറിന്റെ തിരിയുഴിച്ചിൽ ഉൾപ്പെടുത്തുവാൻ കഴിഞ്ഞു. അക്കാദമിയിൽവന്ന സംഘത്തിൽ സുധീറിന്റെ അമ്മയുമുണ്ടായിരുന്നു. വർഷങ്ങൾക്കുമുമ്പ് പാട്ടു തന്ന അച്യുതന്റെ മകനാണ് സുധീറെന്നും സുധീറിന്റെ അമ്മയാണ് താനെന്നും കമലം വ്യക്തമാക്കി. ഇതുകേട്ടപ്പോൾ കണ്ണുകൾ നനഞ്ഞു. ഇത്തരം സന്ദർഭങ്ങൾ ജീവിതത്തിൽ അപൂർവ്വമായേ ഉണ്ടാവുകയുള്ളൂ. അച്ചുതന്റെ ഒരു ഫോട്ടോ അവരോട് ആവശ്യപ്പെട്ടു. ആ ഫോട്ടോയാണ് കേരള ഫോക്‌ലോർ അക്കാദമിയുടെ നാലുകെട്ടിൽ അനാച്ഛാദനം ചെയ്തത്.

ദക്ഷിണകേരളത്തിലെ പുള്ളുവകലാകാരന്മാരിൽ ആദ്യമായി പരിചയപ്പെട്ടത് കെ ഗോപിനാഥനെ (പേള, മാവേലിക്കര)യാണ്. തെക്കുള്ള സർപ്പംപാട്ടുകൾ മിക്കതും ലഭിച്ചത് ആ വഴിക്കാണ്. പത്മന അരവിന്ദാക്ഷനെ (ചെങ്ങന്നൂർ, ആലപ്പുഴ)യും മറ്റും പരിചയപ്പെട്ടത് വളരെക്കാലം കഴിഞ്ഞാണ്. മഞ്ചേശ്വരം കോളേജിൽനടന്ന കളമെഴുത്തു ശില്പശാല (2000) യിൽ ഗോപിനാഥൻ വന്നിരുന്നു. ഭാര്യയും മകനും ഒപ്പമുണ്ടായിരുന്നു. ആ സന്ദർഭത്തിലും കാണുവാൻ കഴിഞ്ഞു. കേരള ഫോക്‌ലോർ അക്കാദമി 2001 ലാണ് അവാർഡ് നല്കി ഗോപിനാഥനെ ആദരിച്ചത്.

എലിമെന്ററി സ്കൂളിൽ പഠിക്കുന്ന കാലം തൊട്ടേ കണ്ടു പരിചയമുള്ള വ്യക്തിയാണ് കുരിക്കൾ. പൂമാലക്കാവിലെ (അണീക്കരയിലെ) പാട്ടുത്സവത്തിന്റെ മുഖ്യചടങ്ങുകൾ നിർവ്വഹിക്കുന്ന കണിശൻ കുരിക്കളെ ആർക്കും വിസ്മരിക്കുവാൻ കഴിയുകയില്ല. തലയിൽ അല്പം കുടുമയുള്ളത് വലതുവശത്തേക്കു ചരിച്ച് കെട്ടിവെച്ച്, വെളുത്ത വലിയമുണ്ടുടുത്ത്, നെറ്റിയിൽ ഭസ്മക്കുറിയിട്ട കുരിക്കളെ ഇപ്പോഴും ഓർക്കുന്നു!

അദ്ദേഹത്തിനു പ്രായമേറെയായപ്പോഴാണ് കണിയാന്മാരുടെ വംശീയപാട്ടുകൾക്കായി അദ്ദേഹത്തെ സമീപിച്ചത്. അച്ഛനെയും മറ്റും നല്ല പോലെ അറിയാം. "പാട്ടുപാടിത്തരുവാൻ കഴിയില്ല. ഒരു പുസ്തകം തന്നാൽ എഴുതിത്തരാം" വളരെ സന്തുഷ്ടനായി കുരിക്കൾ പറഞ്ഞു. ഒരു പുസ്തകം കൊണ്ടുക്കൊടുത്തു. പിന്നെ കുറേ മാസത്തേക്ക് അങ്ങോട്ട് പോയതേയില്ല. സുബ്രഹ്മണ്യമങ്ങലത്തില്ലത്തെ ശംഭുവേട്ടൻ രാശി

വെപ്പിക്കുവാൻ കുരിക്കളുടെ അടുത്ത് പോയിരുന്നു. "വട്ടപ്പറമ്പത്തെ മാഷ് പാട്ടെഴുതുവാൻ പുസ്തകം ഏല്പിച്ചതിൽ പിന്നെ കണ്ടില്ലല്ലോ." എന്ന് കുരിക്കൾ ശംഭുവേട്ടനോട് പറയുകയുണ്ടായി. ആ വിവരം ലഭിച്ച ഉടനെ കുരിക്കളുടെ വീട്ടിൽച്ചെന്നു. രാമൻ കുരിക്കൾ കിടപ്പിലാണ്. എഴുന്നേല്ക്കുവാൻ തന്നെ പ്രയാസം. എഴുതിയ പുസ്തകം വെച്ച സ്ഥലം ചൂണ്ടിക്കാട്ടി. പുസ്തകം നിറയെ പാട്ടുകൾ എഴുതിയിട്ടുണ്ട്. കിടന്ന കിടപ്പിൽ കുരിക്കൾ കണ്ണീർവാർത്തു. കിടക്കുന്നതിന്റെ മുകളിൽ മച്ചിൻപുറത്ത് കെട്ടിവെച്ച ഓലക്കെട്ടുകളിലേക്ക് നോക്കിപ്പറഞ്ഞു. "ഇതൊന്നും കൈകാര്യം ചെയ്യുവാൻ ഇനി ആളില്ല." പറഞ്ഞു തീരുമ്പോഴേക്കും കണ്ണുകൾ നിറയുന്നുണ്ടായിരുന്നു. രാമൻകുരിക്കളെ തൊഴുത് കൈയിൽ ഒരു ദക്ഷിണ അർപ്പിച്ചു. കൈകൾ നീട്ടി സന്തോഷത്തോടെ അതുവാങ്ങി. പാട്ടെഴുതിയ പുസ്തകവുമായി മടങ്ങിവന്നു.

രാമൻകുരിക്കളുടെ കൈയെഴുത്ത് വടിവും ഭംഗിയുള്ളതാണ്. നോട്ടുപുസ്തകത്തിലെ എഴുത്തിൽ ഒരിടത്തും തടയുകയോ, തിരുത്തുകയോ ചെയ്തുകണ്ടില്ല. താളിയോലഗ്രന്ഥങ്ങളിലും അദ്ദേഹം വടിവൊത്താണ് എഴുതിയിരുന്നത്.

ഒരിക്കൽ ചെറുകുന്ന് അന്നപൂർണ്ണേശ്വരി ക്ഷേത്രത്തിൽ വിഷുവിളക്കുത്സവത്തിന്നതുപോയിരുന്നപ്പോൾ ചുറ്റമ്പലത്തിൽ വിളക്കിനു മുന്നിലിരുന്ന് ഒരാൾ പാട്ടുപാടുന്നത് കേൾക്കാനിടയായി. 1976 ലാണതെന്നാണ് ഓർമ്മ. തെയ്യംപാടി നമ്പ്യാരുടെ പാട്ടാണതെന്ന് മനസ്സിലാക്കുവാൻ കഴിഞ്ഞു. ചെറുകുന്ന് ക്ഷേത്രത്തിന്റെ തെക്കുവശത്തുള്ള അയ്യപ്പക്ഷേത്രത്തിൽ ചിറ്റൂർ മരങ്ങാട് ദാമോദരനേട്ടനാണ് അന്ന് ശാന്തിക്കാരനായുണ്ടായിരുന്നത്. അയ്യപ്പക്ഷേത്രത്തിന്റെ പിന്നിലുള്ള ഭവനത്തിലാണ് നമ്പ്യാരുടെ താമസം. ദാമോദരേട്ടനെയും കൂട്ടി ഉച്ചയ്ക്ക് അവിടെച്ചെന്ന് നമ്പ്യാരെ കണ്ടു. നാടോറവീട്ടിൽ നാരായണൻ നമ്പ്യാർ എന്നാണ് പേര്. തെയ്യം പാടിപ്പാട്ടുകൾ എഴുതിയ രണ്ടു വലിയ താളിയോല ഗ്രന്ഥങ്ങൾ നമ്പ്യാർ എടുത്തുകാണിച്ചു. "ഗ്രന്ഥം നോക്കണമെങ്കിൽ, കൊണ്ടുപോയി കുറിച്ചെടുത്ത് തന്നാൽ മതി." നാരായണൻ നമ്പ്യാർ പറഞ്ഞു. സന്തോഷത്തോടെ അവ ഏറ്റുവാങ്ങി. കുറിച്ചെടുത്ത് രണ്ടുമാസം കഴിഞ്ഞ് ഗ്രന്ഥങ്ങൾ തിരിച്ചേല്പിച്ചത്.

തെയ്യംപാടി നമ്പ്യാന്മാർ നാഗപ്പാട്ടും നാഗത്തോറ്റവും പാടാറുണ്ടായിരുന്നു. "കരുമാരത്തില്ലത്ത് നാഗപ്പാട്ട് മുടങ്ങാതെ പതിവുണ്ടായിരുന്നു. അതെല്ലാം ഇന്ന് മുടങ്ങിയിരിക്കയാണ്." അദ്ദേഹം പറഞ്ഞു. നാഗക്കളങ്ങളുടെ മാതൃക വരച്ച ഒരു ചെറിയ താളിയോലഗ്രന്ഥം തന്റെ കൈയിൽ ഉണ്ടായിരുന്നുവെന്നും, അത് കരുമാരത്തില്ലത്ത് സമർപ്പിച്ചിരിക്കയാണെന്നും നമ്പ്യാർ വ്യക്തമാക്കി.

ഏതാനും മാസങ്ങൾക്കുള്ളിൽ ചിറക്കൽ ടി ശ്രീധരൻ നായരുടെ ഭവനത്തിൽ ചെന്നിരുന്നപ്പോൾ അവിടെ ചില സർപ്പക്കളങ്ങളുടെ രൂപങ്ങൾ കടലാസിൽ ചിത്രീകരിച്ച് ചുമരിൽ തൂക്കിയിട്ടതു കാണുവാനിട

യായി. കാര്യമന്വേഷിച്ചപ്പോൾ "കരുമാരത്തില്ലത്തുനിന്ന് തന്ന ഒരു ചെറു താളിയോല ഗ്രന്ഥത്തിൽ ഇരുപത്തിയൊന്ന് നാഗങ്ങളുടെ രേഖാചിത്ര മുണ്ടായിരുന്നു. അതിൽ ചിലതാണ് കടലാസിൽ ചിത്രീകരിച്ചിരിക്കുന്നത്. ഗ്രന്ഥം അവിടെത്തന്നെ തിരികെ ഏല്പിച്ചു എന്ന് ശ്രീധരൻ നായർ പറഞ്ഞു. അടുത്തൊരു ദിവസം ടി വി ഗണപതിയേട്ടനോടൊപ്പം കരുമാരത്തില്ലത്തു ചെന്നു. പക്ഷേ, ഗ്രന്ഥം കാണിക്കുവാൻപോലും സൗമനസ്യമുണ്ടായില്ല. മറ്റാർക്കും കാണുവാൻ അവസരമുണ്ടാക്കാതെ ആ ഗ്രന്ഥം നശിച്ചുപോയെന്നാണ് ഇപ്പോഴുള്ളവർ പറഞ്ഞത്. ചിറക്കൽ ടി. ശ്രീധരൻ നായർ ആ നാഗരൂപങ്ങളെല്ലാം പിന്നീട് നേരിയ ഫലകങ്ങളിൽ ചിത്രീകരിച്ചിരുന്നുവത്രേ. അദ്ദേഹത്തിന്റെ ചില സുഹൃത്തുക്കൾ അവയിൽ ചിലതൊക്കെ എടുത്തുകൊണ്ടുപോയി. ചുരുക്കം ചിലവ ശ്രീധരൻ നായരുടെ മകനായ എസ് ആർ പ്രസാദ് സൂക്ഷിച്ചുവെച്ചിട്ടുണ്ട്. അവയുടെ ഫോട്ടോ എടുക്കുവാൻ അദ്ദേഹം അനുവദിച്ചത് നന്ദിപൂർവ്വം ഓർക്കുന്നു.

കളമെഴുത്തിലും പാട്ടിലും കഴിവും ശ്രദ്ധയുമുണ്ടായിരുന്ന കോട്ടോത്ത് കൃഷ്ണൻ നമ്പ്യാരുടെ പേര് പ്രത്യേകം ഓർമ്മയിൽ വരുന്നു. കാസർഗോഡ് ജില്ലയിലെ മഞ്ചേശ്വരം കോളേജിൽവച്ച് 2000 ൽ അഡ്വ. വി. ജയരാജന്റെ ആഭിമുഖ്യത്തിൽ നടന്ന കളമെഴുത്തു ശില്പശാലയിൽ പങ്കെടുക്കുവാൻ ചെന്നിരുന്നപ്പോഴാണ് കൃഷ്ണൻ നമ്പ്യാരെ ആദ്യമായി നേരിൽ പരിചയപ്പെടുന്നത്. പൊതുവേദിയിലാണെങ്കിൽ പോലും പാരമ്പര്യവഴിക്കുള്ള ചടങ്ങുകൾ വിടാതെയാണ് അദ്ദേഹം കളമെഴുത്ത് നടത്തിയത്. പലരുടെയും കളമെഴുത്ത് അവിടെ നടന്നിരുന്നു. അവരെല്ലാം തോന്നുമ്പോൾ കളമഴിച്ചു കളഞ്ഞിരുന്നുവെങ്കിലും സമാപനമായ ചില അനുഷ്ഠാനച്ചടങ്ങുകൾക്കു ശേഷം മാത്രമാണ് കൃഷ്ണൻ നമ്പ്യാർ കളമഴിച്ചത്. അദ്ദേഹത്തിന്റെ ഒരു ശീലമായിരുന്നു അത്. കേരള ഫോക്‌ലോർ അക്കാദമി ആ വിശിഷ്ട കലാകാരന് 2001 ലാണ് ഫെലോഷിപ്പ് നല്കി ആദരിച്ചതെന്ന് പ്രത്യേകം ഓർക്കുന്നു.

കേരള സർവ്വകലാശാലയിലെ അന്താരാഷ്ട്ര കേരള പഠനകേന്ദ്രത്തിനുവേണ്ടി കേരളത്തിലെ നാടൻ സംഗീതത്തെക്കുറിച്ച് ഒരു പഠനഗ്രന്ഥം തയ്യാറാക്കണമെന്ന് ആ സ്ഥാപനത്തിന്റെ ഓണററി ഡയറക്ടറായിരുന്ന ഡോ. പി കെ രാജൻ ആവശ്യപ്പെട്ടു. അതു തയ്യാറാക്കുവാൻ കേരളത്തിന്റെ നാനാഭാഗത്തും സഞ്ചരിച്ച് അനേകം ആവേദകരെക്കണ്ട് വിവിധ ഇനം പാട്ടു മാതൃകകൾ ശബ്ദലേഖനം ചെയ്തെടുക്കണമായിരുന്നു. ആ അവസരത്തിലാണ് പത്തനംതിട്ട ജില്ലയിലെ മണ്ണടി എന്ന സ്ഥലത്ത് ചെന്നത്.

മണത്തണസ്കൂളിലെ ശ്രീനിവാസൻ മാഷിന്റെ നാട് മണ്ണടിയാണെന്ന് അറിയാവുന്നതുകൊണ്ട്, പോകേണ്ടവഴിയും മറ്റും അദ്ദേഹത്തോട് ചോദിച്ചു. മണ്ണടിയിൽ തന്റെ അനുജനായ ഉദയഭാനുവിനെ കാണണമെന്നും, വേണ്ട സഹായങ്ങളൊക്കെ അവിടെ ലഭിക്കുമെന്നും മാഷ്

പറഞ്ഞു. മണ്ണടിയിൽ ചെന്ന് ആദ്യം ഉദയഭാനുവിനെ കണ്ടെത്തി. താമസിക്കുവാനുള്ള സൗകര്യങ്ങളൊക്കെ അദ്ദേഹം ചെയ്തുതന്നു. ഉദയഭാനു ഒരു പാർട്ടി പ്രവർത്തകനായതിനാൽ തിരക്കുള്ള വ്യക്തിയാണ്. എങ്കിലും, ആവേദകരെ കണ്ടെത്തി പരിചയപ്പെടുവാൻ അദ്ദേഹം കൂടി ഒപ്പം വന്നു. കണിയാന്മാരുടെ വസതികൾ അവിടെ കുറച്ചുണ്ട്, മണ്ണടിക്കാവിൽ പാട്ടു നടത്തുന്നതൊക്കെ അവരാണ്.

മണ്ണടിപ്രഭ എന്നൊരു ചെറുപ്പക്കാരനെയാണ് ആദ്യം പരിചയപ്പെട്ടത്. അയാൾക്ക് പാട്ടുകളുടെ രീതിയും മട്ടുമൊക്കെ അറിയാം. പക്ഷേ, കൂട്ടായ്മയിലെ മുതിർന്ന ആളെക്കൊണ്ടുതന്നെ പാടിക്കുന്നതാണ് നല്ലതെന്ന് പ്രഭ പറഞ്ഞു. അങ്ങനെ, അവിടെയുള്ള പ്രായക്കൂടുതലുള്ള ഒരു കണിയാനെ (കുമാര ഗണകനെ) പരിചയപ്പെട്ടു. കുറേപ്പാട്ടുകളുടെ മാതൃകകൾ അയാൾ പാടി കേൾപ്പിച്ചു.

ആ യാത്രയിൽ അവിചാരിതമായി വേലർ വിഭാഗത്തിൽപ്പെട്ട കൃഷ്ണൻ എൻ (മാക്കൂട്, പത്തനംതിട്ട ജില്ല) എന്ന ആളെ പരിചയപ്പെടുവാൻ കഴിഞ്ഞു. ഉദയഭാനുവിന്റെ വീട്ടിൽ വച്ചാണ് അദ്ദേഹവുമായി അഭിമുഖം നടത്തിയതും പാട്ടുകൾ പാടിക്കേട്ടതും. യാതൊരുപ്രതിഫലവും അദ്ദേഹം വാങ്ങിയില്ല.

മണ്ണടിയിലാണ് വേലുത്തമ്പിദളവയുടെ പഠനകേന്ദ്രം, പുരാവസ്തു വകുപ്പിന്റെ കീഴിലുള്ള ആ സ്ഥാപനത്തിൽ ഫോക്‌ലോർ കേന്ദ്രവുമുണ്ട്. അവിടെ കാര്യമായ പ്രവർത്തനമൊന്നും നടക്കുന്നുണ്ടെന്നു തോന്നിയില്ല. സ്വന്തമായ ഒരു കെട്ടിടംപോലും അവിടെ ഉണ്ടായിക്കഴിഞ്ഞിട്ടില്ല. കേന്ദ്രങ്ങളുടെ ചുമതലയുള്ള ഒരു ഉദ്യോഗസ്ഥൻ വന്ന് സ്ഥാപനം തുറന്നിരിക്കും. ചില നാടൻ വാദ്യങ്ങളുടെ രേഖാചിത്രം അവിടെ കാണുവാൻ കഴിഞ്ഞു.

മണ്ണടിയിൽ ബ്രാഹ്മണരുടെ ഏതാനും വസതികളുണ്ട്. 'പണ്ടാരത്തിൽ' എന്ന പേരിലാണ് അവർ അറിയപ്പെടുന്നത്. ചെങ്ങന്നൂർ ഗ്രാമക്കാരായ ബ്രാഹ്മണരിൽ ഒരുവിഭാഗം തിരുവിതാംകൂർ രാജകുടുംബത്തിന്റെ ഭണ്ഡാരക്കണക്ക് സൂക്ഷിപ്പുകാരനെന്ന സ്ഥാനമഹിമയുള്ളവരായിരുന്നു. ഋഗ്വേദികളായ അവരാണ് 'പണ്ടാരത്തിൽ' എന്ന് അറിയപ്പെടുന്നത്. മണ്ണടിയിൽ വസിക്കുന്ന 'പണ്ടാരത്തിൽ' വിഭാഗക്കാർക്ക് മണ്ണടിക്കാവിൽ ചില അവകാശങ്ങളും ചുമതലകളുമുണ്ടെന്നറിയുവാൻ കഴിഞ്ഞു.

തിരുവനന്തപുരം ജില്ലയിൽ നേരിൽക്കണ്ട് പാട്ടുകൾ പാടി കേൾക്കുവാനും പാട്ട് ശബ്ദലേഖനം ചെയ്തെടുക്കുവാനും സഹായിച്ച ഗണകന്മാരിൽ വട്ടിയൂർക്കാവ് സ്വദേശിയായ എൻ അപ്പുക്കുട്ട(വലിയവിള)നാണ് പ്രത്യേകിച്ച് ഓർമ്മയിൽ വരുന്നത്. നന്തുണി മീട്ടിയാണ് അദ്ദേഹം പാടിയത്. തിരുവനന്തപുരം ജില്ലയിലെ തമ്പുരാൻ ക്ഷേത്രങ്ങളിൽ നടത്താറുള്ള തമ്പുരാനൂട്ട് പാട്ട് (ഊട്ടുപാടട്) എന്ന അനുഷ്ഠാനകർമ്മത്തിനു പാടുന്ന ചില പാട്ടുകളാണ്. മുഖ്യമായും അദ്ദേഹം പാടിയത് ഗണപതി

സ്തുതി, നാഗസ്തുതി പൂപ്പടപ്പാട്ട്, സപ്ത കന്യാക്കളെ (മകളർമാരെ) പാടി തേരേറ്റുന്ന പാട്ട് എന്നിവ അവയിൽ മുഖ്യമാണ്.

കേരള ഫോക്‌ലോർ അക്കാദമിയുടെ ജില്ലാ നാടൻ കലാസംഗമങ്ങളുടെ സംസ്ഥാനതല ഉദ്ഘാടനം 2001 ഡിസംബർ തിരുവനന്തപുരം മ്യൂസിയം ഓഡിറ്റോറിയത്തിൽ നടന്ന സന്ദർഭത്തിൽ അപ്പുക്കുട്ടനെ നന്തുണിയുമായി എത്തിച്ചേരുവാൻ ക്ഷണിച്ചു. അതുപ്രകാരം അദ്ദേഹത്തിന്റെ നന്തുണി മീട്ടിയുള്ള പാട്ടുകളോടെയാണ് ഉദ്ഘാടനചടങ്ങുകൾ ആരംഭിച്ചത്. അതിനുശേഷം ആ കലാകാരനെ കാണുവാൻ സന്ദർഭമുണ്ടായില്ല.

തിരുവനന്തപുരം ജില്ലയിൽനിന്ന് മുടിപ്പുരപ്പാട്ട് (ഭദ്രകാളി) ശബ്ദലേഖനം ചെയ്തെടുത്ത സംഭവം ഓർമ്മയിൽ വരുന്നു. കഴക്കൂട്ടം, ചിറയിൻകീഴ്, വാമനപുരം, പോത്തൻകോട്, അണ്ടൂർക്കോണം, വഞ്ചിയൂർ തുടങ്ങിയ പ്രദേശങ്ങളിലെ അനേകം മുടിപ്പുരകളിൽ ദശാബ്ദങ്ങളായി ഭദ്രകാളിപ്പാട്ട് പാടിവന്ന രാമൻകുട്ടി ആശാനെ പരിചയപ്പെട്ടത് അദ്ദേഹത്തിനു പാട്ടുപാടുവാൻ കഴിയാതിരുന്ന സന്ദർഭത്തിലാണ്. അദ്ദേഹത്തിന്റെ സാന്നിദ്ധ്യത്തിൽ ശിഷ്യരായ എൻ രാധാകൃഷ്ണൻ (അഴൂർ), മുരളി കുന്നൻ വീട് (അഴൂർ), ബാരു, അക്കരക്കോട്ടയത്തുവീട് (കരിയിൽ, കഴക്കൂട്ടം) എന്നിവർ പാട്ടുപാടി, അത് ശബ്ദലേഖനം ചെയ്തെടുക്കുവാൻ സാധിച്ചു.

വടക്കൻപാട്ടു (ചാറാൻപാട്ടു)കളുടെ സമാഹരണത്തിന് അറുപതിലധികം ആവേദകരെ പലപ്രാവശ്യം സമീപിക്കേണ്ടതായി വന്നിട്ടുണ്ട്. അവരുടെയെല്ലാം പേരുകൾ ഓർമ്മയിൽ തെളിയുന്നില്ല. ഓർമ്മയിൽ വരുന്ന ചില സംഭവങ്ങൾ എടുത്തു പറയാം. അവരിൽ ഭൂരിഭാഗവും കർഷകസ്ത്രീകളാണ്.

കീഴറ പി കോരൻ മാഷ് പരിചയപ്പെടുത്തിയ ആവേദകരിൽനിന്നു ലഭിച്ച പാട്ടുകൾ നല്ലൊരു ഭാഗമുണ്ട്. ഇടച്ചിരിയൻ നാരായണി, കോയിലേരിയൻ നാരായണി, പള്ളിപ്പുറത്ത് ശാന്ത, മാടവളപ്പിൽ ശ്രീദേവി, പുന്നത്തിരിയൻ കാരിയൻ തുടങ്ങി പലരും ചാരൻ പാട്ടുകൾ പാടി കേൾപ്പിച്ചിരുന്നുവെങ്കിലും, തൊണ്ണൂറ് വയസ്സിലധികം പ്രായമായ ഇടച്ചിരിയൻ കരിഞ്ചിയെ പ്രത്യേകം ഓർമ്മയിൽവരുന്നു. അവർ ഏതാനും പാട്ടുകൾ പാടി കേൾപ്പിച്ചു. ഏതാനും മാസങ്ങൾ കഴിഞ്ഞശേഷം, 'ഒരു പാട്ടുകൂടി പാടുവാനുണ്ട്. അതുകൂടി മാഷെ കേൾപ്പിക്കണമെന്ന് ആഗ്രഹമുണ്ട്.' എന്ന് കീഴറ പി കോരൻമാഷിനോട് കരിഞ്ചി പറഞ്ഞു. അതുപ്രകാരം കോരൻ മാഷ് വിവരമറിയിച്ചു. താമസിയാതെ ടേപ്പു റിക്കോർഡറുമായി കീഴറയിലെത്തി. കരിഞ്ചി ഉത്സാഹത്തോടെ പാട്ടുകൾ പാടിത്തുടങ്ങി. പക്ഷേ, ഒന്നും വ്യക്തമായി മനസ്സിലാകുന്നില്ല. കരിഞ്ചി പാടിയ പാട്ടുകൾ മകൾ നാരായണി ഏറ്റു പാടിക്കൊണ്ട് സുദീർഘമായ ഒരു പാട്ടുമുഴുവൻ പാടിത്തീർത്തു. പിറവിയാർ രാജവംശത്തിന്റെ ആഖ്യാനം ചെയ്യുന്ന ഒരു പാട്ടായിരുന്നു അത്.

മാട്ടൂൽ സ്വദേശിയായ നിരിച്ചൻ കാഞ്ഞനും (കാഞ്ഞൻ പൂജാരി) കുറേ ചാരൻപാട്ടുകൾ പാടുകയുണ്ടായി. മാത്രമല്ല ചാരൻ പാട്ടുകൾ അറിയാവുന്ന കുറേ കർഷക സ്ത്രീകളെ പരിചയപ്പെടുത്തിയിരുന്ന സംഭവവും ഓർക്കുന്നു. ഇവയെ സംബന്ധിച്ച് അന്യത്ര സൂചിപ്പിച്ചിട്ടുണ്ട്.

അതിയടം (ശ്രിസ്ഥ) എന്ന സ്ഥലത്തുനിന്ന് പാട്ടുകൾ പാടി കേൾപ്പിച്ച ഓലോത്തു വീട്ടിൽ തമ്പായി, താഴെ പുതിയ വീട്ടിൽ മീനാക്ഷി എന്നിവരെ പരിചയപ്പെടുത്തിയത് കല്ലായി വിഷ്ണുനമ്പൂതിരി മാസ്റ്ററാണ്. വേലൂരത്ത് കോളിയാടൻ പാർവ്വതി, ഉപ്പാട്ടിവീട്ടിൽ പാർവ്വതി, കെ പി വി മാണിക്കം, ഈരോക്കി കോളിയാടൻ ദേവകി തുടങ്ങി ഏതാനും പേർ കുന്നരുവിൽ (ഓണപ്പറമ്പിനു സമീപം) വസിക്കുന്നവരായിരുന്നു. കുട്ടിക്കാലം മുതല്ക്കേ പരിചയമുള്ള അവർ സന്തോഷത്തോടെയാണ് ചാരൻപാട്ടുകൾ പാടിക്കേൾപ്പിച്ചത്. കാനായി മീത്തിലെ വീട്ടിൽ നാരായണിയമ്മ കുന്നുംപുറത്ത് മാവില വീട്ടിൽ പാർവ്വതിയമ്മ (കുണ്ടയം കൊവ്വിൽ) എന്നിവരിൽനിന്ന് കുറേപാട്ടുകൾ ശബ്ദലേഖനം കഴിഞ്ഞു. രണ്ടാഴ്ചയോളം അവരെ സമീപിച്ചാണ് ചാരൻ പാട്ടുകൾ ശബ്ദലേഖനം ചെയ്തെടുത്തത്. വി വി പാർവ്വതി വാരസ്യാര് (കോറോം), വി വി ശ്രീദേവി മാരസ്യാർ, ചെരളം വളപ്പിൽ ലക്ഷ്മിയമ്മ (കാങ്കോൽ) സി കെ ലക്ഷ്മി (കുഞ്ഞിമംഗലം), തെക്കടവൻ ചിരി (തൃക്കരിപ്പൂർ), പുതിയകാവിൽ കല്യാണി (മണത്തമ്മണ) തുടങ്ങിയവർ ചാരൻ പാട്ടുകൾ പാടി കേൾപ്പിച്ച സന്ദർഭങ്ങൾ ഓർമ്മയുണ്ട്.

പൂരക്കളിയെ സംബന്ധിച്ച വസ്തുതകളും പാട്ടുകളും ആദ്യമായി ശേഖരിച്ചത് കണ്ടങ്കാളിയിലെ കോട്ടേൻ കൃഷ്ണൻ, ഇളമ്പച്ചിയിലെ കരുണാകരപ്പണിക്കർ എന്നിവരിൽനിന്നായിരുന്നുവെന്ന് അന്യത്ര സൂചിപ്പുവല്ലോ, എന്നാൽ, 1997-98 കാലത്താണ് കൂടുതൽ ആവേദകരെ കാണുവാൻ കഴിഞ്ഞത്. പൂരക്കളിയെ സംബന്ധിച്ച കുറേ വസ്തുതകൾ മനസ്സിലാക്കുവാൻ കഴിഞ്ഞത് കെ ദാമോദരൻ പണിക്കരിൽ (കുഞ്ഞിമംഗലം) നിന്നായിരുന്നു. കെ കുഞ്ഞിരാമൻ (പടോളി), എം ടി ഗോവിന്ദപ്പണിക്കർ (കുഞ്ഞിമംഗലം) മാധവൻ പണിക്കർ (പിലിക്കോട്), കെ പത്മനാഭൻ (പടോളി) എന്നിവരിൽനിന്ന് ശബ്ദലേഖനം ചെയ്തും, ഗ്രന്ഥങ്ങളിൽ നിന്ന് പകർത്തിയും ശേഖരിച്ച കുറേ പാട്ടുകൾ പഠനത്തിന് പ്രയോജനപ്പെട്ടിട്ടുണ്ട്. പൂരക്കളിയുടെ വിവിധ ചുവടുവെപ്പുകളും താളവട്ടങ്ങളും കാണിച്ചുതന്നത് കൊടക്കാട് എ നാരായണൻ മാസ്റ്ററാണ്.

വണ്ണാനും കെന്ത്രോൻപാട്ടും എന്ന ഗ്രന്ഥം തയ്യാറാക്കുവാൻ ആ കൂട്ടായ്മയിൽപ്പെട്ട കുറെ ആവേദകരെ കാണുകയുണ്ടായി. കെ സി ചിണ്ടപ്പെരുവണ്ണാൻ (മൊറാഴ), വി വി ഒതേനപ്പെരുവണ്ണാൻ (കീഴറ), കുറുവാട്ട് രാമപ്പെരുവണ്ണാൻ (കുഞ്ഞിമംഗലം), പി രാമൻ (ചെങ്ങൽ, പഴയങ്ങാടി) എന്നിവരുടെ പേരുകൾ പ്രത്യേകം ഓർമ്മയിൽ വരുന്നു. എൻ പി ശ്രീകണ്ഠപ്പെരുവണ്ണാന്റെ (വെങ്ങര) പേര് പ്രത്യേകം സ്മരിക്കുന്നു. കെന്ത്രോൻ പാട്ടിനുപാടുന്ന നീലകേശിപ്പാട്ട് എന്നൊരു പഴയപാട്ട് പാടി

കേൾപ്പിച്ചത് അദ്ദേഹമാണ്. പയ്യന്നൂർപ്പാട്ട് എന്ന പഴയ പാട്ടുമായി ബന്ധമുണ്ടെന്നു പറയാവുന്ന ഒരു പാട്ടാണത്.

അയ്യപ്പൻ തീയാട്ട്, ഭദ്രകാളി തീയാട്ട് എന്നിങ്ങനെ തീയാട്ട് രണ്ടുപ്രകാരമുള്ളതിനാൽ പാട്ടുകളും രണ്ടുപ്രകാരമാണ്. അയ്യപ്പൻ തീയാട്ട് കുളപ്രത്ത് കാവ്, തിരുവില്ലാംകുന്ന് ക്ഷേത്രം എന്നിവിടങ്ങളിൽനിന്ന് കുട്ടിക്കാലം മുതൽ കണ്ടുവന്നതാണ്. ടി എസ് നാരായണൻ തീയാടി നമ്പ്യാരാണ് അന്നൊക്കെ വടക്കൻ പ്രദേശങ്ങളിൽ വന്നിരുന്നത്. 1975 നു ശേഷമാണ് അദ്ദേഹത്തിന്റെ വസതിയിൽചെന്ന് നേരിൽ പരിചയപ്പെടുവാനും അയ്യപ്പൻ തീയാടിനെക്കുറിച്ച് ചിലതൊക്കെ മനസ്സിലാക്കുവാനും കഴിഞ്ഞത്. അദ്ദേഹത്തിന്റെ അനുജനായ ടി എസ് ശങ്കരൻ തീയാടി നമ്പ്യാർ വളരെക്കാലത്തെ പരിചയമുള്ള വ്യക്തിയാണ്. അയ്യപ്പൻ തീയാട്ടു പാട്ടുകൾ മിക്കതും പാടി കേൾപ്പിച്ചത് അദ്ദേഹമാണ്. ഭദ്രകാളി തീയാട്ടിന്റെ രംഗത്ത് കെ വി വാസുദേവനുണ്ണി (കൊട്ടാരത്തിൽ)യെയാണ് ആദ്യം പരിചയപ്പെട്ടത്. ഭദ്രകാളി തീയാട്ടിനെ സംബന്ധിച്ച് കുറേ വസ്തുതകൾ അദ്ദേഹത്തിൽനിന്നും ഗ്രഹിക്കുവാൻ കഴിഞ്ഞു. പിന്നീട് അദ്ദേഹത്തിന്റെ മകനായ കെ വി നാരായണനുണ്ണിയെയും കണ്ടു. ശ്രീഭദ്രകലാസമാജം തീയാട്ടുകളരി (കൊട്ടാരത്തിൽ ശങ്കുണ്ണിസ്മാരക മന്ദിരം)യിലെ മുഖ്യ അദ്ധ്യാപകനായിരുന്ന കെ ശങ്കരനുണ്ണിയെ പരിചയപ്പെടുത്തിയത് അദ്ദേഹമാണ്. കേരള ഫോക്‌ലോർ അക്കാദമിയിൽ ചെയർമാനായിരുന്ന കാലത്ത് കാളിത്തീയാട്ടിൽ കഴിവുറ്റ ശങ്കരനുണ്ണിക്ക് പുരസ്കാരം നല്കി ആദരിക്കുവാൻ കഴിഞ്ഞു. അദ്ദേഹത്തിൽനിന്നാണ് മണിമങ്കത്തോറ്റത്തിന്റെ ശുദ്ധപാഠം പാടിക്കേൾക്കുവാൻ കഴിഞ്ഞത്. കേരള ഫോക്‌ലോർ അക്കാദമിയുടെ നാടൻ പാട്ടുപരമ്പരയിലെ ഒന്നാം വാല്യത്തിൽ മണിമങ്കത്തോറ്റം ഉൾപ്പെടുത്തുവാനും കഴിഞ്ഞു. പി വി നാരായണനുണ്ണി (നെല്ലിക്കുഴി, കോതമംഗലം), മുണ്ടമുക തീയ്യാടി ശങ്കരൻകുട്ടി നമ്പ്യാർ (ഗണേശ്ഗിരി, ഷൊർണൂർ) എന്നിവരുമായി പരിചയപ്പെടുവാൻ കഴിഞ്ഞതും ഓർമ്മിക്കുന്ന ഒരു സംഭവമാണ്.

കളമെഴുത്തു പഠനവുമായി ബന്ധപ്പെട്ട് നടത്തിയ അന്വേഷണത്തിലും അനേകം ആവേദകരെ കാണുവാനും അവർ കുറിച്ച കളങ്ങൾ ക്യാമറയിൽ പകർത്തുവാനും കഴിഞ്ഞിട്ടുണ്ട്.

പതിനാറ്

ജീവിതത്തിൽ നടത്തിയ ഗവേഷണ പഠന പ്രവർത്തനങ്ങളെക്കുറിച്ച് പലപ്പോഴും ഓർത്തുപോകാറുണ്ട്. ഓരോ പ്രവർത്തനത്തിന്റെയും പശ്ചാത്തലമായ പ്രവർത്തനങ്ങൾ മനസ്സിൽ മായാതെ കിടക്കുന്നു.

തുടക്കം കവിതയിൽ

അദ്ധ്യാപകവൃത്തിയിൽ ഏർപ്പെട്ടതിനുശേഷമാണ് എന്തെങ്കിലും എഴുതണമെന്ന് തോന്നിയത്. കവിതയെഴുത്തിലാണ് തുടക്കം. ചെറുചെറു കവിതകൾ കുറേ എഴുതി. ചിലതൊക്കെ ചില ആനുകാലികങ്ങളിൽ പ്രസിദ്ധീകരിക്കുകയും ചെയ്തു. അക്കാലത്ത് *ദേശമിത്രം* എന്നൊരു ആഴ്ചപ്പതിപ്പ് കണ്ണൂരിൽനിന്ന് പ്രസിദ്ധീകരിച്ചുവന്നിരുന്നു. ചിലതൊക്കെ അതിലാണ് വന്നത്. കോഴിക്കോടുനിന്ന് കെ കേരളീയന്റെ പത്രാധിപത്യത്തിൽ *കൃഷിക്കാരൻ* എന്നൊരു മാസിക പുറത്തിറങ്ങിയിരുന്നു. അതിലും കുറച്ചു കവിതകൾ വന്നു. *പ്രബുദ്ധകേരളം*, *ചന്ദ്രിക* ആഴ്ചപ്പതിപ്പ്, *നവയുഗം* ആഴ്ചപ്പതിപ്പ്, *ചക്രം* മാസിക, *കേരളശ്രീ* വാരാന്തപ്പതിപ്പ് തുടങ്ങിയവയിലും കവിതകൾ പ്രസിദ്ധീകരിച്ചു. ഇങ്ങനെ, എഴുത്തിന്റെ തുടക്കം കവിതയിലാണെന്ന് വേണമെങ്കിൽ പറയാം. എന്നാൽ കവിതകളൊന്നും വേണ്ടത്ര മെച്ചപ്പെട്ടവയല്ലെന്ന് മനസ്സിൽ തോന്നാതിരുന്നില്ല. അതിനുശേഷമാണ് മലയാളം എം എ പരീക്ഷയ്ക്ക് എഴുതിയത്. അതിനുശേഷം കവിതയിലെഴുത്തിൽനിന്നും വഴിമാറി.

ഉപന്യാസസാഹിത്യം- ആദ്യപാഠനം

അന്ന് മലയാളം എം എ പരീക്ഷയ്ക്ക് ഒരു നിബന്ധം (Dessertation) സമർപ്പിക്കണമായിരുന്നു. മലയാള സാഹിത്യത്തിൽ അധികമാരും

കൈവെക്കാത്ത ഒരു വിഷയത്തിലായിരിക്കണം പ്രബന്ധമെഴുതേണ്ടതെന്ന് തോന്നി. ഉപന്യാസ സാഹിത്യം പ്രബന്ധവിഷയമായി സ്വീകരിച്ചു. ചെറിയൊരു പ്രബന്ധം തട്ടിക്കൂട്ടി തയ്യാറാക്കുവാനല്ല തോന്നിയത്. ആ വിഷയത്തെപ്പറ്റി സമഗ്രമായിത്തന്നെ ഒരു പഠനമാകണമത്. ഇംഗ്ലീഷിലും മലയാളത്തിലും അനേകം ഗ്രന്ഥങ്ങൾ വായിച്ചാൽ മാത്രമേ അത് സാധിക്കുകയുള്ളൂ. ഫ്രഞ്ച് സാഹിത്യത്തിലാണ് ഉപന്യാസ സാഹിത്യത്തിന്റെ ഉദയം ആംഗ്ലേയ സാഹിത്യത്തിലാണ് അതിന്റെ വളർച്ച, മലയാള സാഹിത്യത്തിലും അത് വളർച്ച പ്രാപിച്ചിട്ടുണ്ട്. ഇതെല്ലാം കണക്കിലെടുത്തുകൊണ്ടുള്ള ഒരു പഠനം. മൊത്തത്തിൽ അതൊരു ഗവേഷണ സ്വഭാവമുള്ള പഠനമായിത്തീർന്നു. 1972 ൽ എം എ പരീക്ഷയ്ക്ക് അത് സമർപ്പിച്ചു.

ഉപന്യാസസാഹിത്യം വെളിച്ചം കാണാതെ കുറേക്കാലം കിടന്നു. ഉപന്യാസത്തെ സംബന്ധിച്ച് സംഗ്രഹരൂപത്തിലുള്ള ഒരു ലേഖനം കേരള ഭാഷാ ഇൻസ്റ്റിറ്റ്യൂട്ടിന്റെ മുഖപത്രമായ *വിജ്ഞാനകൈരളിക്ക്* അയച്ചുകൊടുത്തത് 1978 ലാണെന്നാണ് ഓർമ്മ. താമസിയാതെ അത് പ്രസിദ്ധീകരിക്കപ്പെട്ടു. വിജ്ഞാനകൈരളിയുടെ അന്നത്തെ എഡിറ്ററായിരുന്ന വി പത്മനാഭന്റെ ഒരു കത്തുകൂടി ലഭിച്ചു. ഉപന്യാസത്തെ സംബന്ധിച്ച് പുസ്തകമെഴുതിയിട്ടുണ്ടെങ്കിൽ അയച്ചുതരണമെന്നും എഴുതിയിട്ടില്ലെങ്കിൽ ഈ വിഷയത്തിൽ ഒരു പുസ്തകം തയ്യാറാക്കിയാൽ കൊള്ളാമെന്നും ആവശ്യപ്പെട്ടുകൊണ്ടുള്ളതായിരുന്നു ആ കത്ത്. ഗ്രന്ഥത്തിന്റെ കൈയെഴുത്തു കോപ്പി കോട്ടയം സാഹിത്യപ്രവർത്തക സംഘത്തിനു അയച്ചുകൊടുത്തിരുന്ന സന്ദർഭമായിരുന്നു അത്. ഭാഷാ ഇൻസ്റ്റിറ്റ്യൂട്ടിന്റെ താല്പര്യം കണ്ടപ്പോൾ കോട്ടയത്തുനിന്ന് അത് തിരിച്ചുവാങ്ങി. ഭാഷാ ഇൻസ്റ്റിറ്റ്യൂട്ടിലെ റിസർച്ച് ഓഫീസറായിരുന്ന വി പത്മനാഭന് അയച്ചുകൊടുത്തു. താമസിയാതെ 1979 ൽ ഉപന്യാസം പ്രസിദ്ധീകരിക്കപ്പെട്ടു. കോപ്പികളെല്ലാം അന്നേ വിറ്റഴിഞ്ഞിരുന്നുവെങ്കിലും 2013 ൽ മാത്രമാണ് അതിന്റെ പരിഷ്കരിച്ച പതിപ്പ് പുനഃപ്രകാശനം ചെയ്യപ്പെട്ടത്.

പ്രസിദ്ധീകരണത്തിന്റെ മുഖദർശനം

എം എ പരീക്ഷയ്ക്കുശേഷം പുതിയൊരു വഴിക്കാണ് എഴുത്ത് (സാ

ഹിത്യസഞ്ചാരം) തുടർന്നത്. കുട്ടിക്കാലത്തെ അനുഭവങ്ങളും ഓർമ്മകളും ഉള്ളിൽ ശക്തമായി ഉണർന്നു. നന്മ നിറഞ്ഞ ഗ്രാമീണാന്തരീക്ഷം! വിദ്യാലയവും പരിസരവും നല്കിയ കാഴ്ചകളും അനുഭവങ്ങളും ഓർമ്മയിൽ വന്നു. തണീക്കര പൂമാലക്കാവിലെ കണിയാൻപാട്ട് (മരക്കലപ്പാട്ട്), അയ്യപ്പൻകാവുകളിലെ തീയാട്ട് തുടങ്ങിയവയെല്ലാം മായാത്ത അനുഭവങ്ങളായിരുന്നു. സാഹിത്യ ചരിത്രഗ്രന്ഥങ്ങളിൽനിന്നും മറ്റും ലഭിച്ച നാട്ടറിവുകൾ വളരെ പരിമിതം! അറിയേണ്ടതോ പഠിക്കേണ്ടതോ ആയ കാര്യങ്ങളൊന്നും വേണ്ടത്ര എഴുതപ്പെടാത്തകാലം! അവയെക്കുറിച്ചെല്ലാം അറിയണം. പഠിക്കണം, എഴുതണം, മലയൻപണിക്കരെയും കണിയാൻ രാമൻകുട്ടികളെയും കണ്ടു. അറിയേണ്ടതു പലതും അറിഞ്ഞു. കണ്ടങ്കാളിയിലെ പ്രശസ്ത പൂരക്കളി പണിക്കരായിരുന്ന കോട്ടേൻ കൃഷ്ണൻ, ഇളമ്പച്ചിയിലെ കരുണാകരപ്പണിക്കർ എന്നിവരിൽനിന്നും പലതും മനസ്സിലാക്കുവാൻ കഴിഞ്ഞു. കോൽക്കളി ആശാനായിരുന്ന കോമപ്പൊതുവാൾ വൈദ്യർ, തിടമ്പുനൃത്തം ചെയ്യാറുള്ള മരങ്ങാട്ട് ഈശ്വരൻ നമ്പൂതിരി, തിരുവാതിരക്കളിയിൽ കഴിവുറ്റ എം ലീല അന്തർജ്ജനം തുടങ്ങിയവരും സന്തോഷത്തോടെ വിവിധ കലകളെക്കുറിച്ച് വിശദീകരിച്ചു. *മുഖദർശനം* എന്ന നാടൻ കലാ സംബന്ധിയായ ഗ്രന്ഥത്തിനു രൂപംനല്കുവാൻ കഴിഞ്ഞത് അപ്രകാരമാണ്. 1975 ൽ നാഷണൽ ബുക്ക് സ്റ്റാൾ മുഖേന അത് വെളിച്ചം കണ്ടു. അതാണ് ആദ്യഗ്രന്ഥം.

നാഗാരാധനയെക്കുറിച്ചൊരു പഠനം

നാട്ടറിവുകളുടെ അന്വേഷണപഠനങ്ങളിൽ കൂടുതൽ കൗതുകം തോന്നി. ആ സന്ദർഭത്തിലാണ് ഉത്തരകേരളത്തിലെ മുഖ്യ നാഗക്കാവുകളെക്കുറിച്ച് മനസ്സിലാക്കുവാൻ കഴിഞ്ഞത്. ചെറുകുന്നിൽ താമസമാക്കിയിരുന്ന നാടോറ നാരായണൻ നമ്പ്യാരെ പരിചയപ്പെട്ട്, തെയ്യംപാടികൾ പാടി വരുന്ന നാഗപ്പാട്ടുകളെക്കുറിച്ചും നാഗക്കളങ്ങളെയുംകുറിച്ച് മനസ്സിലാക്കുവാൻ കഴിഞ്ഞു. നാഗാരാധനയുമായി മദ്ധ്യ-ദക്ഷിണ കേരള പ്രദേശങ്ങളിലെ പുള്ളുവർക്ക് ബന്ധമുണ്ടെന്നു മനസ്സിലാക്കുവാൻ കഴിഞ്ഞു. മത്സ്യബന്ധനത്തിൽ ഏർപ്പെടുന്ന വാലസമുദായത്തിൽപ്പെട്ട കുറേപ്പേർ തെക്കൻ പ്രദേശങ്ങളിൽനിന്ന് പഴയങ്ങാടിക്കു സമീപം വസിച്ചു വരുന്നുണ്ട്. അവരുടെ 'താരാപുരം' എന്ന ആരാധനാലയത്തിൽ തെക്കുനിന്ന് പുള്ളുവരെ വരുത്തി സർപ്പംപാട്ട് നടത്തിക്കാറുണ്ട്. അവിടെ ചെന്നപ്പോൾ ഗോപാലൻ എന്ന ആൾ വളരെ സന്തോഷത്തോടെ അതു സംബന്ധിച്ച കാര്യങ്ങളെല്ലാം പറഞ്ഞു. വള്ളുവനാട്ടിലെ സർപ്പംപാട്ടിനെപ്പറ്റി വി കെ നാരായണനും, മാവേലിക്കര തുടങ്ങിയ തെക്കൻ പ്രദേശങ്ങളിലെ സർപ്പംപാട്ടിനെപ്പറ്റി കെ ഗോപിനാഥനും കുറേ വസ്തുതകൾ പറഞ്ഞുതന്നു. പുള്ളുവരുടെ സർപ്പക്കളങ്ങളുടെ ചില മാതൃകകൾ ഗോപിനാഥനിൽനിന്നും ലഭിച്ചു. പാരമ്പര്യമായി നാഗാരാധന നടത്തിവരുന്ന പാമ്പുമേക്കാട്, മണ്ണാറശാല എന്നീ ബ്രാഹ്മണഗൃഹങ്ങളിൽ

സന്ദർശനം നടത്തി. *പുള്ളുവപ്പാട്ടും നാഗാരാധനയും* എന്ന ഗ്രന്ഥരചനയുടെ പിന്നിലുണ്ടായ പ്രവർത്തനങ്ങളുടെ ഒരു ഏകദേശ രൂപമാണിവിടെ കുറിച്ചത്.

ശൂരനാട്ടു കുഞ്ഞൻപിള്ള എന്ന പണ്ഡിതനെക്കുറിച്ച് കേട്ടറിവേ ഉണ്ടായിരുന്നുള്ളൂ. നാഗാരാധനയെക്കുറിച്ച് ഒരു ഗ്രന്ഥം തയ്യാറാക്കിയിട്ടുണ്ടെന്നും അതിനൊരു അവതാരിക കുറിച്ചുതന്നാൽ നന്നായിരിക്കുമെന്നും അദ്ദേഹത്തിനെഴുതി. വളരെ സന്തോഷത്തോടെ അദ്ദേഹം ആ കാര്യമേറ്റു. കൈയെഴുത്തുകോപ്പി അദ്ദേഹത്തിന് അയച്ചുകൊടുത്തു. നല്ലൊരു അവതാരിക അദ്ദേഹം എഴുതിത്തന്നു. അപ്രകാരം 1977ൽ *പുള്ളുവപ്പാട്ടും നാഗാരാധനയും* എന്ന ഗ്രന്ഥം നാഷണൽ ബുക്സ്റ്റാളിലൂടെ പ്രകാശിതമായി.

നാടോടിവിജ്ഞാനീയത്തിൽ ആദ്യഗ്രന്ഥം

കേരള സർവ്വകലാശാലയിൽ പി എച്ച് ഡി ബിരുദത്തിനുള്ള ഗവേഷണത്തിനു രജിസ്റ്റർ ചെയ്യുന്നതിനുമുമ്പ് ഫോക്‌ലോറിനെ സംബന്ധിച്ച് പ്രാഥമികമായ അറിവു മാത്രമേ ഉണ്ടായിരുന്നുള്ളൂ. ഗവേഷണ വിഷയത്തിനു പശ്ചാത്തലമായ 'ഫോക്‌ലോറി'നെപ്പറ്റി കൂടുതൽ കാര്യങ്ങൾ അറിയണമെന്ന് തോന്നി. അന്ന് ഈ വിഷയത്തെപ്പറ്റി സാർവ്വത്രികമായി അവബോധമുണ്ടായിവരുന്നേയുള്ളൂ. ഗവേഷണത്തിനും രജിസ്റ്റർ ചെയ്തശേഷം തിരുവനന്തപുരത്തുചെന്നാൽ സ്റ്റാച്യുവിലെ ഒരു ലോഡ്ജിലാണ് താമസിച്ചിരുന്നത്. സർവ്വകലാശാലാലൈബ്രറി വേണ്ടതുപോലെ ഉപയോഗപ്പെടുത്തുവാൻ അതുമൂലം സാധിച്ചു. രാവിലെ എട്ടുമണി മുതൽ രാത്രി 8 മണിവരെ ലൈബ്രറിയിൽ പ്രവേശനം അനുവദിക്കുമായിരുന്നു. ഫോക്‌ലോർ, സാംസ്കാരിക നരവംശശാസ്ത്രം, നരവംശശാസ്ത്രം, സാമൂഹിക ശാസ്ത്രം, ചരിത്രം തുടങ്ങിയ വിഭാഗങ്ങളിൽ കടന്നുചെന്ന് ധാരാളം പുസ്തകങ്ങൾ കാണുവാനും വായിച്ച് കുറിപ്പുകളെടുക്കുവാനും കഴിഞ്ഞു. കാര്യവട്ടത്തുള്ള മലയാളം വകുപ്പു ലൈബ്രറിയിൽനിന്ന് ഓരോ തവണയും ആറു പുസ്തകങ്ങൾ വീതം എടുക്കുമായിരുന്നു. അവ നാട്ടിൽ കൊണ്ടുവന്ന് വായിക്കുകയാണ് പതിവ്. ഫോക്‌ലോറിനെ സംബന്ധിച്ച് അടിസ്ഥാനപരമായി ഒരു അവബോധമുണ്ടാക്കുവാൻ ആ സാഹചര്യം വഴിവെച്ചു. മലയാള സാഹിത്യത്തിൽ ഫോക്‌ലോറിനെ സംബന്ധിച്ച ഒറ്റ പുസ്തകംപോലും അന്ന് ലഭ്യമായിരുന്നില്ല. ഈ വിഷയത്തിൽ മലയാളത്തിൽ സംക്ഷിപ്തമെങ്കിലും സമഗ്രമായ ഒരറിവ് നല്കണമെന്ന് ഉൾപ്രേരണയുണ്ടായി. ഫോക്‌ലോറിനും ഫോക്‌ലോറിസ്റ്റിക്സിനും മലയാളത്തിൽ ഉചിതമായ ഒരു പേര് വേണം. 'നാടോടിവിജ്ഞാനീയം' എന്ന പേര് ഉചിതമായ പേരാണെന്നു തോന്നി. *കേരളത്തിലെ നാടോടിവിജ്ഞാനീയത്തിനൊരു മുഖവുര* എന്ന ഗ്രന്ഥം (1978 ൽ) നാഷണൽ ബുക്ക് സ്റ്റാൾ (കോട്ടയം) മുഖേന അത് പ്രകാശിതമായി. മലയാളം വകുപ്പ് അദ്ധ്യക്ഷനും ഗവേഷണഗുരുവുമായ ഡോ. കെ രാമചന്ദ്രൻ നായരുടെ

വിലപ്പെട്ട അവതാരിക ഗ്രന്ഥത്തിൽ ചേർക്കുവാൻ കഴിഞ്ഞു. കോട്ടയം സാഹിത്യ പ്രവർത്തക സഹകരണ സംഘം ഈ ഗ്രന്ഥത്തിന്റെ രണ്ടാം പതിപ്പിറക്കിയത് 2012 ലാണ്.

മാന്ത്രിക വിജ്ഞാനം

സർവ്വകലാശാല ഗവേഷണവിഷയമായ തെയ്യത്തോറ്റങ്ങളെക്കുറിച്ചുള്ള മണ്ഡലപ്രവർത്തനത്തിന്റെ ഫലമായി വിപുലമായ നാടോടി വിജ്ഞാനശേഖരണം സാദ്ധ്യമായി. പല ഇനങ്ങളിൽപ്പെട്ട നാടൻപാട്ടുകൾ മന്ത്രവാദ സംബന്ധമായ പാട്ടുകൾ, ഗദ്യങ്ങൾ, മന്ത്രവാദതന്ത്രങ്ങൾ, കളങ്ങൾ എന്നിവയെല്ലാം കൈയിൽ വന്നു ചേർന്നു. നാടോടി വിജ്ഞാന (ഫോക്‌ലോർ) പഠനത്തിൽ ഇവയെല്ലാം വളരെ വിലപ്പെട്ടവയാണ്. മലയൻ, വണ്ണാൻ, പുള്ളുവൻ, പാണൻ, മുന്നൂറ്റാൻ, പുലയൻ, വേലൻ തുടങ്ങി വിവിധ കൂട്ടായ്മകളുടെ മന്ത്രവാദപാരമ്പര്യങ്ങളെക്കുറിച്ചുള്ള അറിവുകളാണിവ. 'മന്ത്രവാദം' ജനജീവിതത്തിൽ ഏറെ ബന്ധപ്പെട്ട വിഷയമാണ് മന്ത്രവാദരഹസ്യങ്ങൾ ആരോടും പറയരുതെന്നാണ് പഴയ വിശ്വാസം. "മന്ത്രം പാട്ടായാൽ വണ്ണാൻ വെളിച്ചത്തായി" എന്നൊരു പഴഞ്ചൊല്ല് തന്നെയുണ്ട്. ഏതായാലും മന്ത്രം പാട്ടാക്കുവാൻ തന്നെ തീരുമാനിച്ചു. വിശ്വാസമുള്ളവർ ഈ സാഹസം ഇഷ്ടപ്പെട്ടില്ലെന്നു വരാം. മന്ത്രവാദ സംബന്ധമായ അറിവുകൾ ഒരു വിജ്ഞാനമാണ്. മാന്ത്രികവിജ്ഞാനം ഫോക്‌ലോർ പഠനമേഖലയിൽപ്പെട്ട വിഷയവുമാണ്. മന്ത്രവാദ സംബന്ധമായ അറിവുകൾ അടങ്ങിയ ഒരു ഗ്രന്ഥം തയ്യാറാക്കാമെന്ന് തോന്നി. ഗ്രന്ഥകാരന്റെ വിശ്വാസമോ, അവിശ്വാസമോ ഇഷ്ടാനിഷ്ടങ്ങളോ ന്യായീകരിക്കുന്നതിനുവേണ്ടിയുള്ളതല്ല ആ ഗ്രന്ഥം. നാടോടി വിജ്ഞാനത്തിന്റെ ഒരു വിഭാഗമെന്ന നിലയിൽ 'മാന്ത്രിക വിദ്യ'യെ വിശദമാക്കുവാനും വസ്തുതകൾ നിഷ്പക്ഷവും വസ്തുനിഷ്ഠവുമായി ആവിഷ്കരിക്കാനുമാണ് ഇതിൽ ശ്രമിച്ചിട്ടുള്ളത്. നാശോന്മുഖമായ കുറേപ്പാട്ടുകളും ഗണിശാസ്ത്രവിജ്ഞാനം പകരുന്ന കുറേ യന്ത്രങ്ങളും ഈ ഗ്രന്ഥത്തിലൂടെ സംരക്ഷിക്കുവാൻ കഴിഞ്ഞു. അങ്ങനെ, *മാന്ത്രിക വിദ്യയും മന്ത്രവാദപ്പാട്ടുകളും* 1979 ൽ വെളിച്ചം കണ്ടു.

മാതൃഭൂമി പ്രസിദ്ധീകരണ വിഭാഗത്തിന്റെ ചുമതല വഹിച്ചിരുന്ന ഒ കെ ജോണിയെ പരിചയപ്പെടുവാൻ കഴിഞ്ഞത് 2006 ലാണെന്നാണ് ഓർമ്മ. കണ്ട ഉടനെ മന്ത്രവാദത്തെപ്പറ്റി ഒരുപുസ്തകം തയ്യാറാക്കുവാനാണ് ആവശ്യപ്പെട്ടത്. ആ പ്രേരണകൊണ്ടാണ് മാന്ത്രികവിജ്ഞാനം എന്നൊരു ഗ്രന്ഥം (2007) തയ്യാറാക്കിയത്. പതിനൊന്ന് അദ്ധ്യായങ്ങളുള്ള ഈ പഠനത്തിന്റെ അഞ്ചാംപതിപ്പ് 2017 ലാണ് പുറത്തിറങ്ങിയത്.

തെയ്യത്തോറ്റങ്ങളുടെ ആദ്യപുസ്തകം

സാമ്പത്തിക ഭദ്രതയില്ലാതിരുന്ന ഒരു കുടുംബത്തിലായതിനാൽ, അദ്ധ്യാപകവൃത്തിയിൽ നിന്നു ലഭിച്ചിരുന്ന ശമ്പളം കുടുംബച്ചെലവിനു

തന്നെ കഷ്ടിയായിരുന്നു. ആ സാഹചര്യത്തിൽ കേരള സർവ്വകലാശാലയിൽ ഗവേഷണത്തിനു രജിസ്റ്റർ ചെയ്തത് ഒരു മോഹം കൊണ്ടുമാത്രമാണ്. കൂടെക്കൂടെയുള്ള തിരുവനന്തപുരം യാത്രയും താമസവും പഠനത്തിനായുള്ള മണ്ഡലപ്രവർത്തനങ്ങളും ഏറെ പ്രയാസമുളവാക്കി.

ആയിടെ തൃശൂരിൽ പോയപ്പോൾ കേരള സാഹിത്യ അക്കാദമിയിൽ കയറി. പവനനായിരുന്നു അന്നത്തെ സെക്രട്ടറി. പഴയ നാടൻപാട്ടുകളോട് അക്കാദമിക് അവജ്ഞ തോന്നാതിരുന്ന കാലമായിരുന്നു അത്. ചിറക്കൽ ടി ബാലകൃഷ്ണൻ നായരും പ്രൊഫ. വി ആനന്ദക്കുട്ടനും എഡിറ്റു ചെയ്ത *കേരള ഭാഷാ ഗാനങ്ങൾ* പ്രസിദ്ധീകരിച്ച കാലമാണത്. ആ സാഹചര്യത്തിൽ, തെയ്യത്തോറ്റങ്ങളുടെ ഒരു ശേഖരം എന്തുകൊണ്ടും ഉചിതമായിരിക്കുമെന്ന് കരുതി. പഠനാവശ്യാർത്ഥം സമാഹരിച്ച കുറേ തോറ്റം പാട്ടുകൾ കൈയിലുണ്ട്. സ്ഥിതിഗതികളെല്ലാം പവനനോട് തുറന്നു പറഞ്ഞു. ഗവേഷണ പഠനത്തെ ബാധിക്കാത്ത വിധത്തിൽ ഒരു ആമുഖ പഠനത്തോടെ കുറേ പാട്ടുകൾ എഡിറ്റു ചെയ്തുതന്നാൽ പ്രസിദ്ധീകരിക്കാമെന്ന് അദ്ദേഹംപറഞ്ഞു. *ഉത്തര കേരളത്തിലെ തോറ്റം പാട്ടുകൾ* എന്ന ഗ്രന്ഥം (1981) പ്രസിദ്ധീകരിക്കപ്പെട്ടതിന്റെ പശ്ചാത്തലത്തിലാണ് പ്രതിഫലമായി രണ്ടായിരം രൂപയുടെ ചെക്ക് തരുകയും ചെയ്തു. കുറച്ചൊരാശ്വാസം തോന്നി. ഗ്രന്ഥത്തിന്റെ ഒന്നാം പതിപ്പ് കാലതാമസമില്ലാതെ വിറ്റഴിഞ്ഞുവെങ്കിലും പുനഃപ്രകാശനം ചെയ്യുവാൻ അക്കാദമി ശ്രദ്ധിച്ചില്ല. പി വി കൃഷ്ണൻ നായർ സെക്രട്ടറിയായിരുന്നപ്പോഴാണ് പ്രസ്തുത ഗ്രന്ഥത്തിന്റെ പുതിയ പതിപ്പ് (2005) പുനഃപ്രകാശനം ചെയ്യപ്പെട്ടത്.

നമ്പൂതിരി ഭാഷയ്ക്കൊരു ശബ്ദകോശം

കോഴിക്കോട് നാഷണൽ ബുക്ക്സ്റ്റാളിൽ വെച്ച് ഒരിക്കൽ കുഞ്ഞുണ്ണി മാഷെ കാണുവാനിടയായി. മുമ്പേ പരിചയമുള്ളതിനാൽ, പലതും സംസാരിച്ചുകൊണ്ടിരുന്നു. അതിനിടയിൽ അദ്ദേഹം ചോദിച്ചു: "നിങ്ങൾക്കെന്താ നിങ്ങളുടെ സമുദായത്തെപ്പറ്റി ഒന്നും എഴുതിക്കൂടേ.' ലോഡ്ജിലെ മുറിയിൽ ചെന്നിരുന്ന് മാഷിന്റെ ചോദ്യത്തെക്കുറിച്ച് ഓർത്തു. വിജ്ഞാനപഠനത്തിൽ താല്പര്യമുള്ള ഒരാൾക്ക് നമ്പൂതിരി സംസ്കാരം അന്യമല്ലെന്നൊരു തോന്നലുണ്ടായി. സമുദായത്തിന്റെ ഏത് തട്ടിലുള്ളവരും 'ജന' (Folk)മാണ്. ഓരോ 'ജന'ത്തിനും അവരുടേതായ സംസ്കാരവും വ്യവഹാര ഭാഷാരൂപവുമുണ്ട്. അന്നുരാത്രിയിൽത്തന്നെ മനസ്സ് ആ വഴിക്കു നീങ്ങി. മറ്റുള്ളവർക്ക് കേട്ടാൽ അർത്ഥം ഗ്രഹിക്കുവാൻ പ്രയാസമുള്ള എത്രയോ പദങ്ങൾ നമ്പൂതിരിമാരുടെ വ്യവഹാരത്തിലുണ്ട്. ഉണ്ണുനീലി സന്ദേശം തുടങ്ങിയ പ്രാക്തന കൃതികളിൽ മാത്രമല്ല, സി വിയുടെ നോവലുകൾ, *ഭ്രഷ്ട്* തുടങ്ങിയ ആധുനിക കൃതികൾ തുടങ്ങിയവയിൽ നമ്പൂതിരിഭാഷാപ്രയോഗങ്ങളുണ്ട്. സാധാരണ നിഘണ്ടുക്കളിൽ അത്തരം പദങ്ങളുടെ അർത്ഥം കാണുകയില്ല. ഒരു കൂട്ടായ്മയെ തിരിച്ചറിയുവാനുള്ള

ഉപാധികളിലൊന്നാണ് അവരുടെ വ്യവഹാരഭാഷ, അന്നു രാത്രിയിൽത്തന്നെ മനസ്സിലുയർന്ന കുറേ നമ്പൂതിരിഭാഷാ പദങ്ങൾ കുറിച്ചിട്ടു.

ഈ ചിന്ത മനസ്സിൽ കൊണ്ടു നടന്നു. കേരള ബ്രാഹ്മണ സമൂഹത്തിന് പ്രത്യേക ഭാഷാ രൂപമുണ്ടെന്നും അടുക്കള മുതൽ യജ്ഞവേദി വരെ വ്യാപിച്ചുകിടക്കുന്നതാണതെന്നും മനസ്സിലാക്കുമ്പോഴാണ് അതിന്റെ പ്രയാസം ഉൾക്കൊള്ളുവാൻ കഴിയുക. എങ്കിലും കഴിവതും പദങ്ങൾ കണ്ടെത്തി. അവയ്ക്ക് അർത്ഥവിതരണം നല്കിക്കൊണ്ട് ഒരു ശബ്ദകോശത്തിനു രൂപംനല്കി. താന്ത്രികമോ, വൈദികമോ ആയ ഏതാനും പദങ്ങളുടെ അർത്ഥം മനസ്സിലാക്കുവാൻ തളിപ്പറമ്പ് ഗ്രാമത്തിലെ സി പി ചെറിയ നമ്പൂതിരി, മണിയറ പെരങ്ങോട്ടില്ലത്ത് ശങ്കരൻ നമ്പൂതിരി എന്നിവരെയാണ് സമീപിച്ചിരുന്നത്. 'നമ്പൂതിരി ശബ്ദകോശം' എന്നാണ് അതിനു ശീർഷകം നല്കിയത്. കേരളഭാഷാ ഇൻസ്റ്റിറ്റ്യൂട്ടിന്റെ സ്ഥാപക ഡയറക്ടറായിരുന്ന എൻ വി കൃഷ്ണവാരിയരുടെ ശ്രദ്ധയിൽ ഇത് പെടുത്തിയപ്പോൾ *വിജ്ഞാനകൈരളി*യിൽ ഈ കോശഗ്രന്ഥം ഖണ്ഡശഃ പ്രസിദ്ധീകരിക്കാമെന്ന് മറുപടി തന്നു. *വിജ്ഞാന കൈരളി*യുടെ എഡിറ്ററായിരുന്ന പ്രൊഫ. എസ് ഗുപ്തൻ നായരും അതിൽ താല്പര്യം കാണിച്ചു. അങ്ങനെ 1974 ജൂൺ മാസം മുതൽ ഏതാനും ലക്കങ്ങളിലായി *നമ്പൂതിരഭാഷ ശബ്ദകോശം* പ്രസിദ്ധീകൃതമായി. 1982 ൽ പ്രസ്തുത ഗ്രന്ഥം എൻ വി കൃഷ്ണവാരിയരുടെ അവതാരികയോടു കൂടി പുസ്തകരൂപത്തിൽ നാഷണൽ ബുക്ക് സ്റ്റാൾ പുറത്തിറക്കി. കേരള ഭാഷാ ഇൻസ്റ്റിറ്റ്യൂട്ടിലെ സീനിയർ റിസർച്ച് ഓഫീസറായ എൻ ജയകൃഷ്ണൻ ഈ ഗ്രന്ഥത്തെപ്പറ്റി മനസ്സിലാക്കി. ഇതിന്റെ പരിഷ്കരിച്ച പതിപ്പ് പ്രസിദ്ധീകരിക്കുവാൻ ഭാഷാ ഇൻസ്റ്റിറ്റ്യൂട്ടിനു താല്പര്യമുണ്ടെന്നറിയിച്ചു. പദങ്ങൾ കുറച്ചു കൂട്ടിച്ചേർത്ത് പരിഷ്കരിച്ച് 2013 ഫെബ്രുവരിയിൽ അത് ഇൻസ്റ്റിറ്റ്യൂട്ടിനെ ഏല്പിച്ചു.

കീഴാള സംസ്കൃതിയെക്കുറിച്ചൊരു ഗ്രന്ഥം:

നാടോടി വിജ്ഞാനീയരംഗത്ത് അന്വേഷണം നടത്തുന്ന ഒരാൾക്ക് സംസ്കാരത്തനിമയുള്ള എല്ലാ കൂട്ടായ്മകളും തുല്യമാണ്. ബ്രാഹ്മണ സംസ്കാരത്തെ അറിയുന്നതുപോലെ, പുള്ളുവരുടെയും വണ്ണാന്മാരുടെയും പുലയരുടെയും മലയരുടെയും ജീവി സംസ്കാരങ്ങൾ അടുത്തറിയുവാൻ കഴിയണം. പുലയരുടെ ജീവിത സംസ്കാരങ്ങളെക്കുറിച്ചറിയുവാൻ ശ്രമം നടത്തിയതിന്റെ പിന്നിലുള്ള ചേതോവികാരമതാണ്. പുലയരുടെ ജീവിത സംസ്കാരങ്ങളെക്കുറിച്ച് ഒരു ലേഖനം *മാതൃഭൂമി* ആഴ്ചപ്പതിപ്പിനു നല്കി. ആ ലേഖനം വായിച്ച് ചിലർ 'ഇവർക്ക് ഇത്രമാത്രം മഹിമയുള്ള ഒരു സംസ്കാരമുണ്ടോ' എന്ന് ചോദിക്കുകയുണ്ടായി. ഈ ലേഖനത്തിൽ പ്രതിഫലിപ്പിക്കുവാൻ കഴിഞ്ഞതിന്റെ എത്രയോ കൂടുതലാണ് അവരുടെ സംസ്കാരത്തനിമ എന്ന് മറുപടി പറയുവാൻ മടിയു

ണ്ടായില്ല. *പുലയരുടെ പാട്ടുകൾ* എന്ന ഗ്രന്ഥം 1983 ലാണ് പ്രസിദ്ധീകരിച്ചത്. മാട്ടൂൽ സ്വദേശിയായ നിരിച്ചൻ കാഞ്ഞൻ എന്ന കാഞ്ഞൻ പൂജാരി, കീഴറ പി കോരൻ മാഷ് എന്നിവരുടെ സൗഹൃദ പൂർണ്ണമായപ്രേരണയാണ് ഇത്തരമൊരു ഗ്രന്ഥം പ്രസിദ്ധീകരിക്കുവാൻ കാരണമായത്. അതിന്റെ ഒരുപരിഷ്കരിച്ച പതിപ്പ് പുറത്തിറക്കണമെന്ന് തോന്നിയെങ്കിലും കുറേക്കാലത്തേക്കു കഴിഞ്ഞില്ല. 2017 ൽ അത് പരിഷ്കരിച്ച് *കോലത്തുനാട്ടിലെ പുലയർ: സംസ്കാരം, കല, പാട്ട്* എന്ന പേരിൽ കേരള ഭാഷാ ഇൻസ്റ്റിറ്റ്യൂട്ട് പ്രസിദ്ധീകരിച്ചു.

അന്നത്തിന്റെ കലയെക്കുറിച്ചൊരു ഗ്രന്ഥം

കോലത്തുനാട്ടിലെ മലയർ തുലാം പത്തിനു ശേഷം ഭവനം തോറും ചെന്ന് ആടിപ്പാടി അവതരിപ്പിക്കുന്ന കലാരൂപമാണ് 'കോതാമ്മൂരിയാട്ടം' ഇന്ന് ഇത് അവതരിപ്പിക്കുന്നവർ ദുർല്ലഭമാണ്. മലയൻ രാമൻ പണിക്കരും അനുജൻ കേളുപ്പണിക്കരും മക്കളായ ചന്തുപ്പണിക്കർ, രാമൻ പണിക്കർ എന്നിവരും മാരിപ്പനിയന്മാരായി അരങ്ങിൽവന്നു കണ്ടിട്ടുണ്ട്. പാട്ടു പാടുവാൻ മലയി ചെറിയ ഒപ്പമുണ്ടാകുമായിരന്നു. ചെറുപ്പകാലം മുതൽ കണ്ടുവന്ന ഈ കല ഒരു ഓർമ്മയായി മാറിക്കൊണ്ടിരിക്കുന്നു. ഈ "അന്നത്തിന്റെ കല"യെക്കുറിച്ച് ഒരുഗ്രന്ഥം തയ്യാറാക്കണമെന്നു തോന്നി. കുഞ്ഞിമംഗലത്തെ 'തലായി' എന്ന പ്രദേശത്തു വസിച്ചിരുന്ന കെ പി ചന്തു വഴുത്തടവന്റെ വീട്ടൽ 'കോതാരിപ്പാട്ടു'കൾ കുറിച്ചിട്ട ചില ഓലകളുണ്ടായിരുന്നു. അദ്ദേഹം അത് കാട്ടിത്തന്നു. അയാളുടെ മകളായ സുഭദ്ര കുറേപ്പാട്ടുകൾ പാടി കേൾപ്പിച്ചു. കേരള ഭാഷാ ഇൻസ്റ്റിറ്റ്യൂട്ട് 1985 ൽ *കോതാമ്മൂരി*യുടെ ഒന്നാം പതിപ്പും 2008 ൽ മൂന്നാം പതിപ്പും പ്രസിദ്ധീകരിച്ചു.

ഫോക്‌ലോർ നിഘണ്ടു:

നാട്ടറിവിന്റെ വഴിയിൽ എത്തിച്ചേർന്നപ്പോൾ. ഗ്രാമീണ ജീവിതത്തിന്റെ ചുറ്റുപാടുകളിൽനിന്നു കേൾക്കുന്ന ശബ്ദങ്ങൾ പലതിനും സാംസ്കാരിക മൂല്യമുണ്ടെന്നു മനസ്സിലായി. അത്തരം പദങ്ങൾ കുറിച്ചിടുകയും പിന്നീട് അവയുടെ പൊരുൾ കണ്ടെത്തുകയുമാണ് ചെയ്തത്. 1986 നോടു കൂടി അതൊരു ശീലമായിത്തീർന്നു. നാടോടി വിജ്ഞാനത്തിനു ഒരു ശബ്ദകോശം തയ്യാറാക്കണമെന്നു തോന്നി. കേരളത്തിലെന്നല്ല, ഇന്ത്യൻ ഭാഷകളിലൊന്നിലും പ്രാവർത്തികമാക്കാത്തൊരു സംരംഭം! അതും ഒറ്റയ്ക്ക്! സമാഹരിച്ചപദങ്ങളെല്ലാം ചേർത്ത് ഒരു കോശഗ്രന്ഥത്തിനു രൂപംനല്കി. 1988 ൽ ആ ശേഖരത്തിൽനിന്ന് ശീർഷകങ്ങളെടുത്ത് *ദേശാഭിമാനി* വാരാന്തപ്പതിപ്പ്, *വിദ്യാരംഗം* മാസിക, *കുങ്കുമം* ആഴ്ചപ്പതിപ്പ് തുടങ്ങിയ ചില ആനുകാലികങ്ങളിൽ ഖണ്ഡഃശ പ്രസിദ്ധീകരിക്കുവാൻ ആരംഭിച്ചു. *നാടോടി വിജ്ഞാനനിഘണ്ടു* എന്നപേരാണ് അവയ്ക്കു നല്കിയിരുന്നത്.

അതിനിടയിൽ തിരുവനന്തപുരത്ത് ചെന്നിരുന്നപ്പോൾ, കേരള ഭാഷാ ഇൻസ്റ്റിറ്റ്യൂട്ട് സന്ദർശിക്കുകയുണ്ടായി. ഭാഷാ വിഭാഗത്തിലെ വി പത്മ നാഭൻ, കെ എസ് നാരായണപിള്ള എന്നിവരുമായി സംസാരിക്കുന്നതി നിടയിൽ *നാടോടി വിജ്ഞാന നിഘണ്ടു*വും സംസാരവിഷയമായി. അത് പ്രസിദ്ധീകരിക്കുവാൻ ഇൻസ്റ്റിറ്റ്യൂട്ടനു താല്പര്യമുണ്ടെന്ന് അവർ വ്യക്ത മാക്കി. ശീർഷകം മാറ്റിയാൽ കൊള്ളാമെന്നും 'ഫോക്‌ലോർ നിഘണ്ടു' എന്നപേർ മതിയെന്നു പറഞ്ഞു. അപ്രകാരമാണ് 1989 ൽ *ഫോക്‌ലോർ നിഘണ്ടു* കേരള ഭാഷാ ഇൻസ്റ്റിറ്റ്യൂട്ട് പ്രസിദ്ധീകരിച്ചത്. ആ വർഷം പ്രസി ദ്ധീകൃതമായ ഗ്രന്ഥങ്ങളിൽ അഭിലഷണീയമായ ഒരു ഗ്രന്ഥമായി *ഹിന്ദു* എന്ന ഇംഗ്ലീഷ് പത്രം വിലയിരുത്തുകയുണ്ടായി. ഈ നിഘണ്ടുവിന് കേരള സാഹിത്യ അക്കാദമിയുടെ ഐ സി ചാക്കോ എൻഡോവ്മെന്റ് അവാർഡ് ലഭിച്ചത്. 1992 ലാണ്. *ഫോക്‌ലോർ നിഘണ്ടു* വിപുലീകരിച്ച് കൊണ്ട് 2000ലും 2010ലും പുതിയ പതിപ്പുകളിറക്കി.

തെയ്യത്തോറ്റങ്ങളെക്കുറിച്ച് ഒരുപഠനഗ്രന്ഥം

കേരള സർവ്വകലാശാലയിൽ പി എച്ച് ഡി ബിരുദത്തിനുവേണ്ടി 1980 ൽ സമർപ്പിച്ച *തോറ്റം പാട്ടുകൾ - ഒരു പഠനം* പെട്ടെന്നു പ്രസിദ്ധീ കരിക്കുവാൻ കഴിഞ്ഞില്ല. 1990 ൽ അത് പ്രസിദ്ധീകൃതമായി (എൻ ബി എസ്) 2017 ൽ കൈരളി ബുക്സ് (കണ്ണൂർ) അത് പുനഃപ്രസിദ്ധീകരിച്ച പ്പോൾ *തെയ്യം തിറ തോറ്റങ്ങൾ ഒരു പഠനം* എന്ന ശീർഷകമാണ് നല്കി യത്.

നാടൻ കളികളുടെ പഠനം:

ആ കാലഘട്ടം വരെ നാടൻപാട്ടുകളുടെയും നാടൻകലകളുടെയും പഠനത്തിലാണ് കൂടുതൽ ശ്രദ്ധിച്ചിരുന്നത്. ഫോക്‌ലോർ എന്ന പഠന വിഷയത്തിൽ മറ്റ് അനേകം വിഭാഗങ്ങളുണ്ടല്ലോ. അവയെക്കുറിച്ചുള്ള പാഠനത്തിനൊന്നും ആരും സന്നദ്ധരായിരുന്നില്ല. ആ സാഹചര്യത്തി ലാണ് നാടൻ കളികളെക്കുറിച്ച് എഴുതണമെന്ന് തോന്നിയത്. പല പ്രായ പരിധിയിൽപ്പെട്ട, പല വിഭാഗം ജനങ്ങളുമായി കുറേക്കാലം ബന്ധപ്പെട്ടു കൊണ്ടിരുന്നു. കുട്ടിക്കാലത്ത് ഏർപ്പെടുകയും കളിച്ചു കാണുകയും ചെയ്ത കളികളെക്കുറിച്ച് ഓർത്തു. കുട്ടികളുടെ പല പഴയ കളികളും കളിപ്പിച്ചുകണ്ടു. ഇത്രയുമായപ്പോൾ ഒരു ഗ്രന്ഥമെഴുതുവാനുള്ള ധൈര്യ മുണ്ടായി. *നാടൻ കളികളും വിനോദയാത്രകളും* കേരള ഭാഷാ ഇൻസ്റ്റി റ്റ്യൂട്ട് 1993 ൽ പ്രസിദ്ധീകരിച്ചു. 2015 ൽ അതിന്റെ മൂന്നാം പതിപ്പിറങ്ങി.

കടംകഥകൾ, പഴമൊഴികൾ

നാടോടി വിജ്ഞാനീയത്തിൽപ്പെട്ട നാടൻ വാങ്മയരൂപങ്ങളുടെ വൈവിദ്ധ്യങ്ങളെന്ന നിലയിൽ കടംകഥകൾക്കും പഴമൊഴികൾക്കും

പ്രാധാന്യമുണ്ട്. കുട്ടിക്കാലത്ത് വലിയച്ഛമ്മയിൽനിന്നും കേട്ട കടംകഥകളുടെയും നാട്ടുവർത്തമാനം പറയുന്ന ഗ്രാമീണരുടെ മൊഴികളായ പഴഞ്ചൊല്ലുകളുടെയും സംരക്ഷണവും പഠനവും ആവശ്യമാണെന്നു തോന്നി. മൊഴി മാറ്റമോ, പാഠഭേദമോ വരുത്താതെ വാമൊഴി രൂപത്തിന്റെ തനിമ നില നിർത്തിക്കൊണ്ടാണ് അവ ചേർത്തിട്ടുള്ളത്. *കടംകഥകൾ - ഒരു പഠനം* (കറന്റ് ബുക്സ്, കോട്ടയം), 1994 ലും *പഴഞ്ചൊൽ സാഹിത്യം* (കറന്റ് കോട്ടയം), 2002 ലുമാണ് പ്രസിദ്ധീകരിച്ചത്. ഇവയുടെ പുതിയ പതിപ്പുകൾ ചിന്ത പബ്ലിഷേഴ്സ് പുറത്തിറക്കി.

നാടോടി വിജ്ഞാനീയം

നാടോടി വിജ്ഞാനീയത്തെ സംബന്ധിച്ച് സമഗ്രവും സമ്പൂർണ്ണവുമായ ഒരു പഠനഗ്രന്ഥം ജനങ്ങൾക്കു ക്ലേശം കൂടാതെ വായിച്ചു ഗ്രഹിക്കാവുന്ന തരത്തിൽ പ്രസിദ്ധീകരിക്കേണ്ടത് ആവശ്യമാണെന്ന തോന്നൽ ആദ്യം മുതല്ക്കേ ഉണ്ടായിരുന്നു. കേന്ദ്രവിദ്യാഭ്യാസ വകുപ്പിന്റെ സഹായധനം ഉപയോഗപ്പെടുത്തിക്കൊണ്ട് ആദ്യപതിപ്പ് (1996 ൽ) ഡി സി ബുക്സ് പുറത്തിറക്കി. ഇതിനകം അതിന്റെ ആറു പതിപ്പുകൾ പ്രസിദ്ധീകരിക്കപ്പെട്ടു. സർവ്വകലാശാലാതലത്തിൽ *നാടോടിവിജ്ഞാനീയം* പാഠപുസ്തകമെന്ന നിലയിൽ അംഗീകാരം നേടിയിട്ടുണ്ട്.

തെയ്യം പഠനങ്ങൾ

'തോറ്റം പാട്ടുകൾ - ഒരു പഠനം' എന്ന ഗവേഷണ പ്രബന്ധം യഥാർത്ഥത്തിൽ തെയ്യം തിറകളെക്കുറിച്ചുള്ള പഠനമാണ്. തോറ്റം പാട്ടുകളിലൂടെ തെയ്യത്തെ തിരിച്ചറിയുകയാണ് അതിൽ ചെയ്തിട്ടുള്ളത്. കേരള ബാലസാഹിത്യ ഇൻസ്റ്റിറ്റ്യൂട്ട് അവശ്യപ്പെട്ട പ്രകാരം 1995 ൽ *തെയ്യവും തിറയും* എന്നൊരു ചെറു പുസ്തകം തയ്യാറാക്കിക്കൊടുത്തു. 2012 ൽ അതിന്റെ പരിഷ്കരിച്ച പതിപ്പിറങ്ങി.

കേരള ഭാഷാ ഇൻസ്റ്റിറ്റ്യൂട്ടിനു വേണ്ടി തയ്യാറാക്കിയതാണ് *തെയ്യം* എന്ന ഗ്രന്ഥം (1997) ഇതിന്റെ രണ്ടാം പതിപ്പ് 2007 ലും മൂന്നാം പതിപ്പ് 2015 ലും പ്രസിദ്ധീകൃതമായി. കേരള സർവ്വകലാശാലയിലെ അന്താരാഷ്ട്ര കേരള പഠനകേന്ദ്രത്തിന്റെ ഡയറക്ടറായിരുന്ന ഡോ. പി കെ രാജൻ തെയ്യങ്ങളെക്കുറിച്ച് ഒരു പുസ്തകം തയ്യാറാക്കണമെന്ന് ആവശ്യപ്പെട്ട പ്രകാരമാണ് *തെയ്യവും തിറയും* എന്ന ഗ്രന്ഥം 2006 ൽ തയ്യാറാക്കിക്കൊടുത്തത്.

പൊട്ടൻ തെയ്യം, കതിവന്നൂർ വീരൻ തെയ്യം എന്നിവ തെയ്യങ്ങളിൽ സവിശേഷ പ്രാധാന്യമുള്ളവയാണ്. സാമൂഹ്യ പരിവർത്തനക്ഷമമായ ഒരു ഇതിവൃത്തം അടങ്ങുന്നതാണ് പൊട്ടൻ തെയ്യത്തോറ്റം. വിശ്വ സാഹിത്യത്തിൽതന്നെ വിരളമായ ഒരു സവിശേഷ പുരാവൃത്തമാണ് കതിവനൂർവീരൻ തോറ്റം ആഖ്യാനം ചെയ്യുന്നത്. അതിനാൽ, അവ പ്രത്യേക പുസ്തകങ്ങളായി പ്രസിദ്ധീകരിക്കണമെന്നു തോന്നി. *പൊട്ട*

നാട്ടം എന്ന ഗ്രന്ഥത്തിന്റെ ആദ്യപതിപ്പ് കറന്റ് ബുക്സ്, കോട്ടയം മുഖേനയാണ് പ്രകാശിതമായത്. (1995). അതിന്റെ രണ്ടാം പതിപ്പ് കോഴിക്കോട് പൂർണ്ണ പബ്ലിക്കേഷൻസ് (2012 ൽ) പ്രസിദ്ധീകരിച്ചു. *കതിവന്നൂർ വീരൻ തോറ്റം - ഒരു വീരപുരാവൃത്തം* എന്ന ഗ്രന്ഥത്തിന്റെ ആദ്യപതിപ്പ് (1999 ൽ) കോട്ടയം കറന്റ് ബുക്സ് പുറത്തിറക്കി.

തെയ്യത്തോറ്റങ്ങളുടെ സമാഹരണം

തെയ്യത്തോറ്റങ്ങളുടെ ആദ്യ സമാഹാരണ ഗ്രന്ഥമായ *ഉത്തര കേരളത്തിലെ തോറ്റം പാട്ടുകൾ* എന്ന ഗ്രന്ഥത്തെപ്പറ്റി അന്യത്ര പ്രസ്താവിച്ചുവല്ലോ. തെയ്യത്തോറ്റങ്ങൾ വിവിധ കൂട്ടായ്മയിൽപ്പെട്ട കലാകാരന്മാരാണ് കൈകാര്യം ചെയ്യുന്നത്. അതിനാൽ, ഓരോ സമാഹരണ ഗ്രന്ഥത്തിലും വിഭിന്നമായ വംശീയപ്പാട്ടുകളാണ് അടങ്ങിയിട്ടുള്ളത്. അത്തരം പാട്ടുകളുടെ ചെറിയൊരു സമാഹാരം *തോറ്റം പാട്ടുകൾ* (1981 ൽ) നാഷണൽ ബുക് സ്റ്റാൾ മുഖേന പുറത്തിറങ്ങി. അതിന്റെ പുതിയ പതിപ്പ് (2016 ൽ) കോട്ടയം സാഹിത്യ പ്രവർത്തക സഹകരണ സംഘമാണ് പ്രസിദ്ധീകരിച്ചത്.

തോറ്റം പാട്ടുകൾ എന്ന ഗ്രന്ഥത്തിലെ 'തിരുവർക്കാട്ടു ഭഗവതിത്തോറ്റം' സർവ്വകലാശാലകളിൽ പാഠപുസ്തകമായി അംഗീകരിച്ചപ്പോൾ വിദ്യാർത്ഥികളുടെ ആവശ്യാർത്ഥം 'തിരുവർക്കാട്ടു ഭഗവതിത്തോറ്റം' പ്രത്യേകം ഒരു പുസ്തകമായി പ്രസിദ്ധീകരിച്ചു. 1993 ലും 99 ലും കോട്ടയം സാഹിത്യപ്രവർത്തക സഹകരണസംഘം അതിന്റെ പതിപ്പുകളിറക്കി. വസ്തുതകളറിയാതെ കണ്ടുള്ള ഒരു വൃഥാവിവാദത്തിന് അത് വഴിയൊരുക്കി. സി എം എസ്, ചന്ദേര എന്ന ഒരു അദ്ധ്യാപകൻ ചിലരുടെ പ്രേരണയ്ക്കു വിധേയനായി. ഒരു പത്രസമ്മേളനത്തിലൂടെ പ്രസ്തുത പാട്ട് തെയ്യത്തോറ്റമല്ലെന്ന് പ്രസ്താവിച്ചു. എന്നാൽ തിരുവർക്കാട്ടുഭഗവതിയുടെ തെയ്യം കെട്ടിയാടുന്നവർക്കെല്ലാം ആ പാട്ട് തോറ്റം പാട്ട് തന്നെയാണെന്ന പരമാർത്ഥം അറിയാവുന്നതിനാൽ വിവാദം സ്വയമേവ കെട്ടടങ്ങി.

തെയ്യത്തോറ്റങ്ങളുടെ ഇനത്തിൽ അടുത്തതായി പ്രസിദ്ധീകരിച്ച പുസ്തകമാണ് *കുറത്തിത്തോറ്റം*. (1999) കോഴിക്കോടു സർവ്വകലാശാല എം എ പരീക്ഷയ്ക്ക് *കുറത്തിത്തോറ്റം* പാഠമായി അംഗീകരിച്ചപ്പോഴാണ് ആ പുസ്തകം (കോട്ടയം കറന്റ് ബുക്സ്) പ്രകാശിപ്പിച്ചത്.

2005 ൽ കോട്ടയം കറന്റ് ബുക്സ് മുഖേന വിതരണം നിർവ്വഹിച്ച *തെയ്യം തിറകളുടെ തെയ്യംപാട്ടുകൾ* എന്ന ഗ്രന്ഥത്തിൽ പുലിമറഞ്ഞ തൊണ്ടച്ചൻ, കുട്ടിച്ചാത്തൻ ഊർപ്പഴശ്ശി, വൈരജാതൻ, വേട്ടയ്ക്കൊരുമകൻ എന്നീ തെയ്യം- തിറകളുടെ സുദീർഘമായ തോറ്റങ്ങളാണ് ചേർത്തിട്ടുള്ളത്. നാടൻപാട്ടുകളുടെ സമാഹാരങ്ങളിലും തെയ്യത്തോറ്റങ്ങൾ ചേർത്തിട്ടുണ്ട്.

നാടൻപാട്ടു സമാഹരണങ്ങൾ

ജനസംസ്കാരപഠനത്തിന് ഷീൽഡുവർക്കും, വസ്തുതാശേഖരണവും വളരെ പ്രധാനമാണെന്ന ബോധം ആദ്യം മുതലേ ഉണ്ടായിരുന്നു. മിക്ക ഗ്രന്ഥങ്ങളും അത് വ്യക്തമാക്കും. പല ഗണങ്ങളിൽപ്പെട്ട അസംഖ്യം നാടൻപാട്ടുകൾ കൈയിൽ വന്നു ചേർന്നു. പുള്ളുവപ്പാട്ട്, മന്ത്രവാദപ്പാട്ടുകൾ, തെയ്യത്തോറ്റങ്ങൾ, പൂരക്കളിപ്പാട്ടുകൾ, ചാരൻപാട്ടുകൾ, കെന്ത്രോൻപാട്ടുകൾ, സർപ്പംപാട്ടുകൾ മുടിപ്പുരപ്പാട്ട് (ഭദ്രകാളിപ്പാട്ട്), ഐവർ കളിപ്പാട്ടുകൾ, തീയാട്ടുപാട്ടുകൾ, പിണി തീർക്കുംപാട്ടുകൾ എന്നിങ്ങനെ വൈവിദ്ധ്യമാർന്ന പാട്ടുകൾ കൈയിൽ വന്നുചേർന്നു. പഠനങ്ങളുടെ അനുബന്ധമായാണ് ഇവയിൽ പലതും ചേർത്തിട്ടുള്ളത്. നാടൻപാട്ടുകളുടെ സമാഹാരമെന്ന നിലയിൽ ആമുഖ പഠനത്തോടെ പ്രസിദ്ധീകരിച്ച പാട്ടുകളെക്കുറിച്ചാണ് ഇവിടെ സൂചിപ്പിക്കുന്നത്. *നാടൻ പാട്ടുകൾ* എന്ന പേരിൽ (1980 ൽ കാൻഫെഡ് (തിരുവനന്തപുരം) ഒരു ചെറിയ ഗ്രന്ഥം പ്രസിദ്ധീകരിച്ചു. പഴയപാട്ടുകൾ എന്ന സമാഹാരത്തിൽ *നമ്മുടെ പണ്ടത്തെപ്പാട്ടുകൾ* എന്ന ഗ്രന്ഥം 2005 (ഡി സി ബുക്സ്)ലാണ് പുറത്തിറങ്ങിയത്. 2007 ലും അതിന്റെ പുതിയ പതിപ്പുകളിറക്കി. ചാരൻ പാട്ടുകൾ, പുലയൻ പാട്ടുകൾ, മങ്ങലപ്പാട്ടുകൾ, പൊരിപ്പാട്ടുകൾ, കരിമ്പാലർ പാട്ടുകൾ, മാവിലർ പാട്ടുകൾ, തെയ്യംപാടിപ്പാട്ടുകൾ, പൂരക്കളിപ്പാട്ടുകൾ, തോറ്റം പാട്ടുകൾ, മന്ത്രവാദപ്പാട്ടുകൾ, കോൽക്കളിപ്പാട്ടുകൾ, തിരുവാതിരപ്പാട്ടുകൾ, ബ്രാഹ്മണിപ്പാട്ടുകൾ, ചാരൻ പാട്ടുകൾ, തെയ്യത്തോറ്റം പാട്ടുകൾ, സർപ്പംപാട്ടുകൾ, കണിയാൻ പാട്ടുകൾ, പലവകപ്പാട്ടുകൾ എന്നിങ്ങനെ വിവിധ ഇനം പാട്ടുകൾ അതിൽ ചേർക്കുവാൻ കഴിഞ്ഞു. ആമുഖ പഠനവുമുണ്ട്.

തിരുവിതാംകൂർ പ്രദേശങ്ങളിലെ ദേവീക്ഷേത്രങ്ങളിൽ (മുടിപ്പുരക്ഷേത്രങ്ങൾ) പാടാറുള്ള പാട്ടാണ് *മുടിപ്പുരപ്പാട്ട്* എന്ന ഗ്രന്ഥത്തിൽ സമാഹരിച്ചിട്ടുള്ളത്. കാളിയുടെയും കണ്ണകിയുടെയും പുരാവൃത്തങ്ങൾ സമന്വയിച്ചുള്ളതാണ് ഇതിലെ ഇതിവൃത്തം. ചരിത്രപ്രാധാന്യമുള്ള മുടിപ്പുരപ്പാട്ടിന്റെ പാഠഭേദങ്ങളിലൊന്നാണിത്. ചെറിയൊരു പഠനവും ചേർത്തിട്ടുണ്ട്.

ചാരൻപാട്ടു(വടക്കൻ പാട്ടു)കളുടെ സമാഹരണവും പഠനവും

തെയ്യത്തോറ്റങ്ങളുടെ സമാഹരണപഠനംപോലെതന്നെ ക്ലേശം നിറഞ്ഞ ഒരു സംരംഭമായിരുന്നു ചാരൻപാട്ടു (വടക്കൻ പാട്ട്)കളുടെ ശേഖരണവും പഠനവും. കേന്ദ്രസംസ്കാരിക വകുപ്പിന്റെ സീനിയർ ഫെലോഷിപ്പോടുകൂടിയാണ് ആ ഗവേഷണം (1990-95) നടത്തിയത്. മൂവായിരത്തിലധികം പേജുകൾ വരുന്ന മുന്നൂറിലധികം പാട്ടുകൾ വടക്കൻ കേരളത്തിലെ കാർഷിക വൃത്തിയിൽ ഏർപ്പെടുന്നവരിൽനിന്ന് പാടിക്കേട്ട് സമാഹരിക്കുവാൻ കഴിഞ്ഞു.

അത്ഭുതകരവും സവിശേഷവുമായ ഇതിവൃത്തമടങ്ങുന്ന 'എറുമ്പാത്ത് കുഞ്ഞിപ്പാട്ടി' (1994)ൽ മണലേരി കേളപ്പന്റെ പാട്ടുകഥ (1995 ൽ) എന്നീ പാട്ടുകളാണ് ആദ്യം പുറത്തിറക്കിയത്. ഇതിൽ ആദ്യത്തേത് നാഷണൽ ബുക് സ്റ്റാൾ മുഖേനയാണ് പ്രകാശിതമായത്. രണ്ടാമത്തേത് കേരളഭാഷാ ഇൻസ്റ്റിറ്റ്യൂട്ട് പ്രസിദ്ധീകരിച്ചതാണ്. തുടർന്ന് കേരള ബാലസാഹിത്യ ഇൻസ്റ്റിറ്റ്യൂട്ട് *പറങ്ങോടൻ ചന്തു* (1995 ൽ) എന്ന ചെറിയൊരു പാട്ട് പുറത്തിറക്കി. ചരിത്രപ്രാധാന്യമുള്ള *മുരിക്കഞ്ചേരി കേളുവിന്റെ പാട്ടുകഥകൾ* കറന്റ് ബുക്സ് മുഖേന (1999 ൽ) പ്രകാശിതമായി.

കോഴിക്കോട് പി കെ ബ്രദേഴ്സ് *അഞ്ചു വടക്കൻ പാട്ടുകൾ* (2004) എന്ന സമാഹാരവും 'കോഴിക്കോട് പൂർണ്ണ പബ്ലിഷേഴ്സ് *വടക്കൻ പാട്ടുകഥകൾ* വാല്യം ഒന്ന്, വാല്യം രണ്ട് (2006, 2008) എന്നിവയും പ്രസിദ്ധീകരിച്ചു. *നമ്മുടെ പണ്ടത്തെപ്പാട്ടുകൾ, നാടൻപാട്ടുമഞ്ജരി, കേരളത്തിലെ നാടൻ പാട്ടുകൾ* എന്നീ നാടൻ പാട്ടു സമാഹാരങ്ങളിലും വടക്കൻ പാട്ടുകൾ ഉൾപ്പെട്ടിട്ടുണ്ട്.

കോട്ടയം, എം ജി സർവ്വകലാശാലയിലെ പ്രസിദ്ധീകരണ വിഭാഗത്തിൽ ജോലിചെയ്യുന്ന രാധാകൃഷ്ണവാരിയരെ മുമ്പേ പരിചയമുണ്ട്. എന്തെങ്കിലും മാറ്റർ അയച്ചുതന്നാൽ പ്രസിദ്ധീകരിക്കുവാൻ താല്പര്യമുണ്ടെന്നു അദ്ദേഹം പറഞ്ഞു. കൈയിലുള്ള മുന്നൂറോളം ചാരൻ (വടക്കൻ) പാട്ടുകൾ എഡിറ്റു ചെയ്ത്, ആമുഖപഠനത്തോടെ അയച്ചുകൊടുത്തു. 2006 ലോ, 2007 ലോ ആണത് നടന്നത്. പ്രസിദ്ധീകരണ വിഭാഗത്തിൽ കുര്യൻ എന്ന ഒരാൾ ഡയറക്ടറായിവന്നു. അദ്ദേഹത്തിനു സാഹിത്യ കാര്യങ്ങളിലൊന്നും വലിയ താല്പര്യമില്ലെന്നാണ് അനുഭവം. എങ്കിലും, കുറേ ഭാഗം ഡി ടി പി ചെയ്ത് അയച്ചു തന്നു. അവ പ്രൂഫ് നോക്കിക്കൊടുത്തു. ബാക്കി ഭാഗം എവിടെയെന്നറിയില്ല. ഈ ഗ്രന്ഥപരമ്പര വിറ്റഴിക്കുവാൻ മാർഗ്ഗമില്ലെന്ന അവബോധം ഉണ്ടായത് 2013 ലാണ്. ഒടുവിൽ ഡി ടി പി ചെയ്ത കുറച്ചുമാറ്റർ മാത്രമേ ഡി സിയെ ഏല്പിക്കുവാൻ ഡയറക്ടർക്കു കഴിഞ്ഞുള്ളൂ. ബാക്കി മാറ്റർ നഷ്ടപ്പെട്ടുപോയത്രെ. ഒടുവിൽ നഷ്ടപ്പെട്ടുപോയ ഭാഗം മുഴുവൻ വീണ്ടും പകർത്തിയെഴുതിക്കൊടുക്കേണ്ടിവന്നു. ആയിടെ ഡയറക്ടർ സ്ഥാനത്തുനിന്ന് കുര്യൻ പിരിഞ്ഞു. രാധാകൃഷ്ണവാരിയർ ആ പ്രവൃത്തി ഏറ്റെടുത്തു. ഡിസി ബുക്സിന്റെ നിർദ്ദേശപ്രകാരം പാട്ടുകൾ മുഴുവൻ നാലു വാല്യങ്ങളായി എഡിറ്റു ചെയ്തുകൊടുത്തു. പ്രൂഫ് പരിശോധന പലതവണ നടത്തേണ്ടതായിവന്നു. പാട്ടുകളുടെ സമാഹരണത്തിനുവേണ്ടി ചെയ്ത പ്രവർത്തനങ്ങൾ അന്യത്ര സൂചിപ്പിച്ചിട്ടുണ്ട്. ഇത്തരം പ്രയാസങ്ങളുടെ അന്തിമഫലമായി മഹാത്മാഗാന്ധി സർവ്വകലാശാല, ഡി സി ബുക്സ് എന്നിവർ ചേർന്ന് വടക്കൻ പാട്ടുകളുടെ ബൃഹത്തായ നാലു വാല്യങ്ങൾ 2016 ലാണ് (E book) പ്രസിദ്ധീകരിച്ചത്.

വടക്കൻ പാട്ടുകൾ ഒരു പഠനം (കോട്ടയം കറന്റ് 1995) എന്ന ചാരൻ പാട്ടുകളുടെ പഠനം ആദ്യമേ പുറത്തിറക്കി. പാട്ടുകളെ എട്ട് ഇനങ്ങളായി തരംതിരിച്ചു കൊണ്ടുള്ളതാണ് ആ പഠനം.

നാടൻ കലാപഠനങ്ങൾ

തെയ്യം, സർപ്പംപാട്ട്, കോതാമ്മൂരി എന്നിവയെ സംബന്ധിച്ചു മാത്ര മല്ല, മറ്റു ചില നാടൻകലകളെക്കുറിച്ചും പഠിക്കുവാൻ ശ്രമിച്ചിട്ടുണ്ട്. വണ്ണാ ന്മാർ നടത്തുന്ന കോന്ത്രോൻപാട്ടിനെ സംബന്ധിച്ച ഗ്രന്ഥം അതിലൊ ന്നാണ്. 1982 ൽ പ്രസിദ്ധീകരിച്ച (എൻ ബി എസ്) *വണ്ണാനും കെന്ത്രോൻപാട്ടും* എന്ന ഗ്രന്ഥത്തിന്റെ പരിഷ്കരിച്ച പതിപ്പ് കോട്ടയം സാഹിത്യ പ്രവർത്തക സഹകരണസംഘം 2017 ൽ *കെന്ത്രോൻ പാട്ട്* എന്ന പേരിലാണ് പുറത്തിറക്കിയത്.

മുഖദർശനം പ്രസിദ്ധീകരിച്ചപ്പോൾതന്നെ പൂരക്കളിയെക്കുറിച്ച് വിപു ലമായ ഒരു പഠനഗ്രന്ഥം തയ്യാറാക്കണമെന്ന ആഗ്രഹമുണ്ടായിരുന്നു. അത് 1998 ലാണ് സാധിതപ്രായമായത്. അതിന്റെ ആദ്യപതിപ്പ് കോട്ടയം കറന്റു മുഖേന വിതരണം ചെയ്യപ്പെട്ടു.

ചെറുപ്പകാലം തൊട്ടേ കണ്ടു പരിചയമുള്ളതാണ് അയ്യപ്പൻ കൂത്ത് (അയ്യപ്പൻ തീയാട്ട്). ഭദ്രകാളി തീയാട്ടിനെക്കുറിച്ച് പില്ക്കാലത്താണ് മന സ്സിലാക്കിയത്. *തീയാട്ടും അയ്യപ്പൻ കൂത്തും* എന്നൊരു ഗ്രന്ഥം (2000 കോട്ടയം കറന്റ്) തയ്യാറാക്കുവാൻ കഴിഞ്ഞത് അപ്രകാരമാണ്.

നാടൻ കലകൾ - നാടൻ പാട്ടുകൾ (2006) എന്ന ഗ്രന്ഥം കലകളെ പൊതുവെ വിലയിരുത്തുന്നതാണ്. കേരളീയ കലകളെയെല്ലാം അതിൽ സ്പർശിച്ചിട്ടുണ്ട്. 2008 ലും 2011 ലും അതിന്റെ പുതിയ പതിപ്പുകളിറങ്ങി.

നാടൻപാട്ടുകൾക്ക് ഒരു ചരിത്രം

കേന്ദ്രമാനവ വിഭവശേഷി (സാംസ്കാരിക) വകുപ്പിന്റെ സീനിയർ ഫെലോഷിപ്പ് പദ്ധതിപ്രകാരമാണ് നാടൻ പാട്ടുകൾക്ക് ഒരു സാഹിത്യ ചരിത്രഗ്രന്ഥം തയ്യാറാക്കിയത്. കേരള ഭാഷാ ഇൻസ്റ്റിറ്റ്യൂട്ട് 2008 ൽ പ്രസ്തുത ഗ്രന്ഥം പ്രസിദ്ധീകരിച്ചു. *നാടൻ പാട്ടുകൾ മലയാളത്തിൽ* എന്നാണ് അതിനുപേർ നല്കിയത്. കേരളത്തിലെ നാടൻ പാട്ടുകളെ സാമുദായിക പാട്ടുകൾ, അനുഷ്ഠാനപാട്ടുകൾ, തൊഴിൽപ്പാട്ടുകൾ, വിനോദപ്പാട്ടുകൾ എന്നിങ്ങനെ വർഗ്ഗീകരിച്ചുകൊണ്ടാണ് അതിൽ പഠനം നടത്തിയിട്ടുള്ളത്. കൂടാതെ, നാടൻപാട്ടുകളുടെ ചരിത്രപ്രാധാന്യം, സാഹിത്യം, ഭാഷ തുടങ്ങിയ കാര്യങ്ങളും പരാമർശിക്കുന്നുണ്ട്. മലയാ ളത്തിൽ കണ്ടെത്തുവാൻ കഴിഞ്ഞ നാടൻ പാട്ടുകളെല്ലാം നിരീക്ഷിച്ചു കൊണ്ടാണ് ഈ ഗ്രന്ഥം തയ്യാറാക്കിയത്. 2016 ൽ ഈ ഗ്രന്ഥത്തിന്റെ രണ്ടാം പതിപ്പിറക്കി.

പാട്ടുകല എന്ന ഗ്രന്ഥം (2014- അന്താരാഷ്ട്ര കേരള പഠനകേന്ദ്രം, തിരുവനന്തപുരം) നാടൻ പാട്ടുകളുടെ സാഹിത്യ ചരിത്രഗ്രന്ഥമൊന്നു മല്ല. പാട്ടുകളുടെ അവതരണതന്ത്രങ്ങളെയാണ് മുഖ്യമായും അതിൽ പരാ മർശിച്ചിട്ടുള്ളത്.

കേരളത്തിലെ നാടൻ സംഗീതം

കേരള സർവ്വകലാശാല കേരള പഠനകേന്ദ്രത്തിനുവേണ്ടിയാണ് നാടൻ സംഗീതത്തെക്കുറിച്ച് ഒരു ഗ്രന്ഥം തയ്യാറാക്കിയത്. കേരളത്തിന്റെ നാനാഭാഗത്തും ചെന്ന് നാടൻ പാട്ടുകളുടെ മാതൃകകൾ ശബ്ദലേഖനം ചെയ്തെടുക്കുകതന്നെ ശ്രമകരമായ പ്രയത്നം ഇതിനു പിന്നിലുണ്ട്. എത്രയോ ആവേദകരെ കണ്ട് അഭിമുഖം നടത്തേണ്ടതായി വന്നു. 2005 ലാണ് കേരളത്തിലെ നാടൻ സംഗീതം പ്രസിദ്ധീകരിക്കപ്പെട്ടത്.

ഗവേഷണ പ്രവേശിക

നാലോളം സർവ്വകലാശാലകളിൽ ഗവേഷണമാർഗ്ഗദർശിയായിരുന്നു. കൂടാതെ, മറ്റു ഗവേഷണ വിദ്യാർത്ഥികൾ പലരും സമീപിക്കുകയും ചെയ്തിരുന്നു. അവർക്കെല്ലാം ഗവേഷണരീതി ശാസ്ത്രത്തെക്കുറിച്ച് പറഞ്ഞുകൊടുക്കേണ്ടിവന്നു. ശ്രീശങ്കരാചാര്യ സംസ്കൃത സർവ്വകലാശാല (പയ്യന്നൂർ പ്രാദേശിക കേന്ദ്രം)യിൽ അദ്ധ്യാപകനായിരുന്ന കാലത്ത് അവിടത്തെ എം എസ് ഡബ്ല്യു വിഭാഗത്തിൽ സമ്പന്നമായൊരു ലൈബ്രറിയുണ്ട്. വിശ്വാംമാഷ്ക്കായിരുന്നു അതിന്റെ ചുമതല. വിവിധ വിഷയങ്ങളിലുള്ള രീതി ശാസ്ത്രഗ്രന്ഥങ്ങൾ അവിടെ ഉണ്ടായിരുന്നത് ഒരനുഗ്രഹമായി.

ഫോക്‌ലോറിലും ഭാഷയിലും മറ്റു മാനവിക വിഷയങ്ങളിലും ഗവേഷണം നടത്തുന്നവർക്ക് സഹായകമാകും വിധത്തിൽ ഒരു രീതി ശാസ്ത്രഗ്രന്ഥം തയ്യാറാക്കുകയാണ് ചെയ്തത്. *ഗവേഷണ പ്രവേശിക* എന്ന ആ ഗ്രന്ഥം 2001 ൽ കേരള ഭാഷാ ഇൻസ്റ്റിറ്റ്യൂട്ട് പ്രസിദ്ധീകരിച്ചു.

ജനസംസ്കാര പഠനം

നാടോടിവിജ്ഞാന (ഫോക്‌ലോർ) പഠനത്തിന്റെ ആത്യന്തികമായ ലക്ഷ്യം ജനസംസ്കാരത്തെ തിരിച്ചറിയലാണ്. ഏതെങ്കിലും തരത്തിലുള്ള സാംസ്കാരിക കൂട്ടായ്മയാണ് 'ജനം' (folk). പഠനരംഗത്തിറങ്ങിയതിന്റെ ആദ്യഘട്ടം മുതൽ ആ തിരിച്ചറിവുണ്ടായിരുന്നു. അതിനാൽ, ഏതു ഇനത്തിലുള്ള നാട്ടറിവു പഠനവും 'ജന'ത്തെ കണ്ടുകൊണ്ടുള്ളതായിരിക്കണമെന്ന് തോന്നിയിരുന്നു. ഗവേഷണത്തിനു മാർഗ്ഗനിർദ്ദേശം ചെയ്യുമ്പോഴൊക്കെ ഈ തത്ത്വം അനുവർത്തിക്കുവാൻ ഉപദേശിക്കാറുണ്ടായിരുന്നു. 'ഫോക്‌ലോർ' ജനസംസ്കാരപഠനമാണെന്ന ആശയം സ്ഥാപിക്കുന്നതോടൊപ്പം ജനസംസ്കാരപഠനത്തിൽ ശ്രദ്ധിക്കേണ്ട മാർഗ്ഗങ്ങളെക്കുറിച്ചും പ്രതിപാദിക്കുന്ന ഒരു പുസ്തകം തയ്യാറാക്കിയത് ആ പശ്ചാത്തലത്തിലാണ്. *ഫോക്‌ലോറും ജനസംസ്കാരപഠനവും* എന്ന പ്രസ്തുത ഗ്രന്ഥം 2008 ലാണ് കേരളഭാഷാ ഇൻസ്റ്റിറ്റ്യൂട്ട് പ്രസിദ്ധീകരിച്ചത്.

വിവരണാത്മക ഫോക്‌ലോർ ഗ്രന്ഥസൂചി

ഫോക്‌ലോർ സംബന്ധമായ ഒട്ടനേകം മലയാള ഗ്രന്ഥങ്ങൾ കാണുവാനിടയായി. അതതു സമയത്തുതന്നെ അവയെ സംബന്ധിച്ച കുറിപ്പുകളെടുത്തു. *വിവരണാത്മക ഫോക്‌ലോർ ഗ്രന്ഥസൂചി* (2004)ക്ക് രൂപം നല്കുവാൻ കഴിഞ്ഞത് അങ്ങനെയാണ്. നാട്ടറിവു പഠിതാക്കൾക്ക് ഈ ഗ്രന്ഥം പ്രയോജനം ചെയ്യുമെന്നാണ് പ്രതീക്ഷ.

പുരാവൃത്ത പഠനം

പുരാവൃത്തങ്ങളെ സംബന്ധിച്ച ഒരു പഠനം മലയാളത്തിൽ പ്രസിദ്ധീകരിച്ചുകണ്ടിട്ടില്ല. തെയ്യത്തോറ്റങ്ങളിലും മറ്റു ചില പഠനങ്ങളിലും പുരാവൃത്തങ്ങൾ കടന്നുവന്നു. പുരാവൃത്തങ്ങളുടെ നിർവ്വചനവും ലക്ഷണങ്ങളും തരഭേദങ്ങളും വിശദമാക്കുന്ന ഒരു പഠനഗ്രന്ഥം തയ്യാറാക്കണമെന്നു തോന്നിയത് ആ പശ്ചാത്തലത്തിലാണ്. *പുരാവൃത്തപഠനം* എന്ന ഗ്രന്ഥം 2010ലാണ് മാതൃഭൂമി ബുക്സ് പ്രസിദ്ധീകരിച്ചത്. 2014 ൽ അതിന്റെ രണ്ടാം പതിപ്പിറങ്ങി.

കീർത്തന സാഹിത്യം

കീർത്തനങ്ങൾ, സ്തോത്രങ്ങൾ അർച്ചനാഗീതങ്ങൾ എന്നൊക്കെ പറയാറുള്ള സാഹിത്യരചനകൾ ഏതൊരു ഭാഷാ സാഹിത്യത്തിലുമുണ്ടാകും. സാംസ്കാരിക നവോത്ഥാനത്തിനു ശക്തി പകർന്ന ഒരു പ്രസ്ഥാനം കൂടിയാണത്. കീർത്തന സാഹിത്യത്തെക്കുറിച്ച് ഒരു സമഗ്ര പഠനം മലയാളത്തിൽ നടന്നതായറിവില്ല. ഈ സാഹചര്യത്തിൽ കീർത്തന സാഹിത്യത്തെക്കുറിച്ച് ഒരു ഗ്രന്ഥം തയ്യാറാക്കണമെന്നു തോന്നി. സാഹിത്യചരിത്രം പൂർത്തിയാക്കണമെങ്കിൽ കീർത്തന സാഹിത്യത്തിന്റെ ചരിത്രം കൂടി മനസ്സിലാക്കണമല്ലോ. ഇതിലെ ഒരു അദ്ധ്യായത്തിൽ നാടൻ കീർത്തനങ്ങളെയാണ് പരിചയപ്പെടുത്തുന്നത്.

നഷ്ടപ്പെട്ടുപോയെന്നു കരുതപ്പെട്ട ഏതാനും പഴയ കീർത്തനങ്ങൾ, താളിയോലഗ്രന്ഥപരിശോധനയ്ക്കിടയിൽ കടമ്പേരിയിലെ സി കെ പണിക്കരുടെ മകനായ ഡോ. പവിത്രന്റെ ഗ്രന്ഥശേഖരത്തിൽ കാണുവാനിടയായി. അത്തരം സ്തുതിമാലകൾ (കീർത്തനങ്ങൾ) പൂർണ്ണമായിത്തന്നെ വെളിച്ചം കാണിക്കുവാൻ ഈ ഗ്രന്ഥത്തിലൂടെ സാധിച്ചു. കേരള ഭാഷാ ഇൻസ്റ്റിറ്റ്യൂട്ട് *കീർത്തന സാഹിത്യം* 2009 ൽ പ്രസിദ്ധീകരിച്ചു. അതിന്റെ രണ്ടാം പതിപ്പ് 2016 ൽ പുറത്തിറക്കി.

നാമപഠനം

നാമങ്ങളെക്കുറിച്ചുള്ള ചിന്ത സംസ്കൃതഭാഷയിലും പാശ്ചാത്യഭാഷകളിലും നടത്തിയിട്ടുണ്ട്. ഈ പഠന ശാഖയെ 'ഓണമറ്റോളജി' എന്നാണ് ഇംഗ്ലീഷിൽ പറയുക. മലയാളത്തിൽ സ്ഥലനാമങ്ങളെക്കുറിച്ച്

ചില ഗ്രന്ഥങ്ങൾ ഉണ്ടായിട്ടുണ്ടെങ്കിലും നാനാപ്രകാരമുള്ള നാമശബ്ദങ്ങളെക്കുറിച്ചുള്ള അന്വേഷണം ഇതാദ്യമാണ്. നാമപഠനം നാട്ടറിവുമായി ബന്ധപ്പെടുത്തിക്കൊണ്ടുള്ളതാണ്. *നാട്ടറിവും നാമപഠനവും* എന്ന ഗ്രന്ഥം. 2010 ലാണ് ഡി സി ബുക്സ് ഇത് പ്രസിദ്ധീകരിച്ചത്.

നാട്ടറിവിലെ അർത്ഥപ്പൊലിമ

ഈ ഗ്രന്ഥത്തിനു രൂപംനല്കിയത് ഒരു യാദൃച്ഛിക സംഭവമാണ്. ശ്രീശങ്കരാചാര്യ സംസ്കൃത സർവ്വകലാശാലയുടെ പയ്യന്നൂർ പ്രാദേശിക കേന്ദ്രത്തിൽ ഒരു സെമിനാറിന്റെ ഉദ്ഘാടനത്തിനു ചെന്നിരുന്നപ്പോൾ, വിദ്യാർത്ഥികളിൽ പലരും ഗവേഷണ വിഷയങ്ങളുടെ ദൗർല്ലഭ്യത്തെക്കുറിച്ച് സംസാരിക്കുന്നതു കേട്ടു. ഏതു വിഷയവും പഠനവിധേയമാക്കാമെന്ന് വ്യക്തമാക്കുവാൻ ശ്രമിച്ചു. പുല്ല് പോലും അന്വേഷണ വിഷയമാക്കാമെന്നു പറഞ്ഞപ്പോൾ പലരും ചിരിച്ചു. 'പുല്ല്' എന്ന പദം സാന്ദർഭികമായി ഉൾക്കൊള്ളുന്ന നാനാപ്രകാരമുള്ള അർത്ഥസങ്കല്പങ്ങളെയും പൊരുളുകളെയുംകുറിച്ച് പ്രസംഗിച്ചു. പിന്നീട് അതുപോലുള്ള കുറേ നാട്ടുപദങ്ങളുടെ അർത്ഥപൊലിമയെക്കുറിച്ച് ചിന്തിക്കുകയാണുണ്ടായത്. *നാട്ടറിവിലെ അർത്ഥപ്പൊലിമ* എന്ന പ്രസ്തുത ഗ്രന്ഥം കേരള ഭാഷാ ഇൻസ്റ്റിറ്റ്യൂട്ട് 2013 ലാണ് പുറത്തിറക്കിയത്

ഫോക്‌ലോർ ഉപന്യാസങ്ങൾ

നാട്ടറിവു സംബന്ധമായി ആനുകാലികങ്ങളിലും സ്മരണകളിലും പ്രസിദ്ധീകരിച്ച അനേകം ഉപന്യാസങ്ങൾ പല ഗ്രന്ഥങ്ങളായി പ്രസിദ്ധീകരിച്ചു. *മുഖദർശനം* എന്ന ആദ്യ ഗ്രന്ഥം തന്നെ ഒരു സമാഹാരമായിരുന്നു. പിന്നീട് പ്രസിദ്ധീകരിച്ച *കാക്കവിളക്കിന്റെ വെളിച്ചത്തിൽ* (1992), *ഫോക്‌ലോർ ചിന്തകൾ* (പൂർണ്ണ-2005) *നാട്ടറിവുപഠനങ്ങൾ, രണ്ടു വാല്യങ്ങൾ* (2009, 2014) *ഫോക്‌ലോർ ഉപന്യാസങ്ങൾ* (2012) എന്നീ ഗ്രന്ഥങ്ങളും ഫോക്‌ലോർ സംബന്ധമായ ലഘുപഠനങ്ങൽ അടങ്ങുന്നവയാണ്.

പരിസ്ഥിതിവിജ്ഞാനം

പരിസ്ഥിതി വിജ്ഞാനത്തെക്കുറിച്ച് പഠനം നടത്തണമെന്നത് വളരെക്കാലത്തെ ആഗ്രഹമായിരുന്നു. കേരള സംസ്ഥാന ജൈവവൈവിദ്ധ്യ ബോർഡ് ഒരു ഗ്രന്ഥം തയ്യാറാക്കുവാൻ ആവശ്യപ്പെട്ടപ്പോഴാണ് അത് സാധിച്ചത്. ജൈവ പ്രകൃതിയെയും പരിതോവസ്ഥകളെയുംകുറിച്ചുള്ള അടിസ്ഥാന അറിവുകളും സങ്കല്പങ്ങളും വൈദിക ദ്രാവിഡ സംസ്കൃതികളിൽ അടങ്ങുന്നുണ്ട്. വൃക്ഷലോകത്തിന്റെ പവിത്രത, കാവ്, പൂവറിവ്, ജലപരിജ്ഞാനം, കാർഷികസംസ്കൃതി, പരിസ്ഥിതി വിജ്ഞാനം കലകളിൽ എന്നിങ്ങനെ ജനജീവിതവുമായി ബന്ധപ്പെട്ട അനേകം കാര്യങ്ങൾ ഈ ഗ്രന്ഥത്തിൽ നിരൂപണം ചെയ്യുവാൻ ശ്രമിച്ചിട്ടുണ്ട്. 2016 ലാണ്

പരിസ്ഥിതി വിജ്ഞാനവും ജൈവവൈവിദ്ധ്യ നാട്ടറിവും എന്ന ഗ്രന്ഥം പ്രസിദ്ധീകരിക്കപ്പെട്ടത്.

കളമെഴുത്തിനെക്കുറിച്ച്

കേന്ദ്ര മാനവവിഭവശേഷി (സാംസ്കാരിക) വകുപ്പിന്റെ സീനിയർ ഫെലോഷിപ്പോടു കൂടിയാണ് കളമെഴുത്തിനെക്കുറിച്ച് പഠനം നടത്തിയത്. പഞ്ചവർണ്ണപ്പൊടികൊണ്ട് ചിത്രീകരിക്കുന്ന കളങ്ങൾക്ക് പ്രാദേശികവും വംശീയവുമായ രൂപഭേദങ്ങളും സങ്കല്പ വ്യത്യാസങ്ങളുമുണ്ട്. അതിനാൽ, കേരളത്തിന്റെ നാനാഭാഗത്തുമുള്ള വിവിധ കൂട്ടായ്മകൾ ചിത്രീകരണമല്ല കളമെഴുത്ത്. അതിനാൽ, അതുമായി ബന്ധപ്പെട്ട ചില കാര്യങ്ങളും വിലയിരുത്തേണ്ടിവന്നു. തൃപ്പൂണിത്തുറ പൈതൃക പഠന കേന്ദ്രം 2016 ൽ *കളമെഴുത്ത് ഒരു പൈതൃക കല* എന്ന ഗ്രന്ഥം പ്രസിദ്ധീകരിച്ചു.

നാടൻഭാഷയ്ക്കൊരു നിഘണ്ടു

വിവിധ പ്രദേശങ്ങളിൽ പല കൂട്ടായ്മകൾ നിത്യജീവിതത്തിൽ വ്യവഹരിച്ചുപോരുന്ന നാടൻ പദങ്ങൾ കേൾക്കുന്ന സന്ദർഭങ്ങളിൽ കഴിവതും കുറിച്ചിടുന്ന പതിവുണ്ടായിരുന്നു. ദിനംപ്രതി നഷ്ടപ്പെട്ടുകൊണ്ടിരിക്കുന്ന അത്തരം പദങ്ങൾ ചേർത്ത് ഒരു ശബ്ദകോശം തയ്യാറാക്കണമെന്ന ആഗ്രഹം ഫോക്‌ലോർ നിഘണ്ടു തയ്യാറാക്കുമ്പോൾതന്നെയുണ്ടായിരുന്നു. നാട്ടുഭാഷാപദങ്ങൾ നിരർത്ഥകങ്ങളോ ആഭാസങ്ങളോ ആണെന്ന ധാരണ തെറ്റാണ്. ഭാഷയുടെ മാതൃതലത്തെയാണ് അവ അനുസ്മരിപ്പക്കുന്നത്. ഒമ്പതിനായിരത്തിൽപ്പരം നാടൻഭാഷാ ശബ്ദങ്ങൾ ഈ നിഘണ്ടുവിൽ ചേർക്കുവാൻ കഴിഞ്ഞു. ഇതിൽ പദങ്ങൾക്ക് അർത്ഥവിവരണം നല്കുന്നതോടൊപ്പം മിക്ക ശബ്ദങ്ങൾക്കും നാടൻപാട്ടുകൾ, കടംകഥകൾ, പഴമൊഴികൾ, മറ്റു വാങ്മയങ്ങൾ തുടങ്ങിയവയിൽനിന്ന് ആ വക പദങ്ങളുടെ പ്രയോഗം കണ്ടെത്തി ഉദാഹരണങ്ങൾ എടുത്തുകാണിച്ചിട്ടുമുണ്ട്. *നാടൻഭാഷാ നിഘണ്ടു* തയ്യാറാക്കി കേരള ഭാഷാ ഇൻസ്റ്റിറ്റ്യൂട്ടിൽ ഏല്പിച്ച് അഞ്ചുവർഷത്തോളം കഴിഞ്ഞാണ് അത് പുറത്തിറക്കി (2016 ൽ) യത്.

ഒറ്റപ്പെട്ട ഒരു ഗ്രന്ഥം

കേരള സർവ്വകലാശാല പ്രകാശനവിഭാഗം 'മലയാള സാഹിത്യ നായകന്മാർ' എന്ന പേരിൽ ഒരു പരമ്പര തയ്യാറാക്കുമ്പോൾ *കുഞ്ഞിക്കുട്ടൻ തമ്പുരാൻ* എന്നൊരു ഗ്രന്ഥം തയ്യാറാക്കണമെന്ന് അതിൽ ജനറൽ എഡിറ്ററായിരുന്ന ഡോ. കെ രാമചന്ദ്രൻ നായർ ആവശ്യപ്പെടുകയുണ്ടായി. അതനുസരിച്ചാണ് പ്രസ്തുത ഗ്രന്ഥം തയ്യാറാക്കിയത്. 1998 ലാണ് അത് പ്രസിദ്ധീകരിക്കപ്പെട്ടത്.

ഇംഗ്ലീഷിൽ

പബ്ലിക് റിലേഷൻസ് വകുപ്പ് ഇംഗ്ലീഷിൽ ഫോക്‌ലോറിനെക്കുറിച്ച് ഒരു പുസ്തകം ആവശ്യപ്പെട്ടു *Folklore Identity of Culture* എന്നൊരു പുസ്തകമാണ് അതുപ്രകാരം (2012 ൽ) പ്രസിദ്ധീകൃതമായത്. ഫോക്‌ലോർ സംബന്ധമായ പന്ത്രണ്ടുലേഖനങ്ങളാണ് അതിൽ ഉൾപ്പെടുത്തിയിട്ടുള്ളത്.

www.ingramcontent.com/pod-product-compliance
Lightning Source LLC
LaVergne TN
LVHW100825051026
849519LV00006B/2188
* 9 7 8 9 3 8 9 4 1 0 7 8 5 *